அன்பில் ஒளிரும் சித்திரங்கள்

மூன்று மகத்தான திரைக்கதைகள்

சினிமா பாரடைசோ   – கிசெப்பே டோர்னடோரே
சில்ட்ரன் ஆஃப் ஹெவன் – மஜித் மஜிதி
லைஃப் இஸ் பியூட்டிஃபுல் – ராபர்டோ பெனினி,
                          வின்சென்சோ செராமி

தமிழில் : யுகன் சரவணன்

நற்றிணை பதிப்பகம்

அன்பில் ஒளிரும் சித்திரங்கள் * தமிழில் : யுகன் சரவணன் * முதல் பதிப்பு: டிசம்பர் 2019 * வெளியீடு: நற்றிணை பதிப்பகம் (பி) லிமிடெட் * பிளாட் எண்: 45, சாய் கவின்ஸ் குமரன் அபார்ட்மெண்ட்ஸ், ஸ்ரீ தேவி கருமாரியம்மன் நகர், கிருஷ்ணா நகர் பிரதான சாலை, நூம்பல், ஐயப்பன் தாங்கல், சென்னை – 600 077.

* தொலைபேசி: 044 – 79607606
* மின்னஞ்சல் : natrinaipathippagam@gmail.com
* இணையம் மூலம் புத்தகம் வாங்க : www.natrinai.in

விற்பனை அலுவலகம்:
எண். 82, மல்லன் பொன்னப்பன் தெரு,
திருவல்லிக்கேணி, சென்னை – 600 005.
தொலைபேசி : 044 – 2848 1725

* அச்சாக்கம் : சாய் தென்றல் பிரிண்டர்ஸ், சென்னை-600005

யுகன் சரவணன்

இயற்பெயர்: எஸ். சுரேஷ் கண்ணன். பார்மசியில் பட்டம் பெற்றவர். நற்றிணை பதிப்பகத்தின் பதிப்பாளராக தமிழின் நவீன இலக்கிய ஆளுமைகளின் படைப்புகளை மிக உயர் தரத்தில் பதிப்பித்து வருபவர்.

சினிமா பாரடைசோ, சில்ட்ரன் ஆஃப் ஹெவன், லைஃப் இஸ் பியூட்டிஃபுல் திரைக்கதைகளை தமிழில் மொழிபெயர்த்தவர். உலக சினிமா குறித்த 8 அறிமுக நூல்களை எழுதியுள்ளார். சிறந்த 28 அரசியல் திரைப்படங்கள் கொண்ட 'நிழல் படம் நிஜப் படம்' சமீபத்தில் வெளியான நூல். மாற்று சினிமாவில் ஆர்வம் கொண்ட இவர், தற்பொழுது திரைப்படத்துறையில் இயங்கிவருகிறார்.

முன்னுரை

‘அன்பில் ஒளிரும் சித்திரங்கள்’ நூல் சினிமா பாரடைசோ (2006), சில்ட்ரன் ஆஃப் ஹெவன் (2007), லைஃப் இஸ் பியூட்டிஃபுல் (2008) ஆகிய மூன்று திரைக்கதைகளை (மொழிபெயர்ப்பு) உள்ளடக்கிய நூல்.

உலகின் தலைசிறந்த படங்களில் ஒரு நூறாவது மொழிபெயர்த்து நூலாக்கவேண்டும் என்ற ஆவேசம் அப்போது இருந்தது. பதிப்பகம் தொடங்கிய பிறகு எழுதுவதோ, மொழிபெயர்ப்பதோ இயலாத ஒன்றாகவே மாறிக் கொண்டிருக்கிறது. அந்த மனநிலையால்தான் சினிமா பாரடைசோவிற்கு 13 ஆண்டுகளாக மறுபதிப்பு வரவில்லை. இம்முறை நிச்சயம் கொண்டுவந்தே தீரவேண்டும் என்ற உறுதியினாலேயே இப்புத்தகம் இப்போது சாத்தியமாகி இருந்தது. ‘சினிமா பாரடைசோ’ தான் நற்றிணை பதிப்பகத்தின் முதல் நூல் என்பது குறிப்பிட்டுச் சொல்லியாக வேண்டும்.

மேற்கண்ட நூல்கள் மொழிபெயர்த்து பனிரெண்டு, பதிமூன்று ஆண்டுகள் கடந்துவிட்டன. மீண்டும் இத்தொகுப்பிற்காக வாசித்தபோது மிகுந்த மனநிறைவு ஏற்பட்டது. அதுவே இந்த மூன்று நூல்களும் மீண்டும் மறுபதிப்பு வரக் காரணம்.

இந்நூல்கள் வெளிவரும் வேளையில் ‘சில்ட்ரன் ஆஃப் ஹெவன்’ முதல் பதிப்பை வெளியிட்ட காலச்சுவடு, ‘லைஃப் இஸ் பியூட்டிஃபுல்’ முதல் பதிப்பை வெளியிட்ட தென்திசை ஆகிய பதிப்பகங்களுக்கு என் நன்றியைத் தெரிவித்துக் கொள்கிறேன். இம்மூன்று மொழிபெயர்ப்புத் திரைக்கதைகள் தனித்தனியாக வெளிவந்தபோது ஏற்படுத்திய தாக்கத்தை மீண்டும் ஏற்படுத்தும் என்றே நம்புகிறேன்.

இந்நூல் வெளிவரும் இவ்வேளையில் இயக்குநர் மகேந்திரன் அவர்களையும், எழுத்தாளர் பிரபஞ்சன் அவர்களையும் நினைத்து மனம் ஏங்குகிறது. அவர்களின் நினைவிற்கு இந்நூலைச் சமர்ப்பிப்பதில் பெரும் ஆறுதலடைகிறேன்.

அன்புடன்
யுகன் சரவணன்
25.12.2019

உள்ளே...

1. சினிமா பாரடைசோ – 7
2. சில்ட்ரன் ஆஃப் ஹெவன் – 169
3. லைஃப் இஸ் பியூட்டிஃபுல் – 265

சினிமா பாரடைசோ
திரைக்கதை

கிசெப்பே டோர்னடோரே

கிசெப்பே டோர்னடோரே இத்தாலியில் உள்ள பகேரியாவில் மே 27, 1956இல் பிறந்தார். அமெச்சூர் நாடகக் குழுவுடன் இணைந்து தனது பதினாறு வயதில் பல நாடகங்களை அரங்கேற்றினார். புகைப்படக் கலை ஞராகவும் பணியாற்றி பல விருதுகளைப் பெற்றார். அதன்பின் ஆவணப்படங்களை இயக்கத் தொடங்கி னார். தொலைக்காட்சிகளிலும் பல நிகழ்ச்சிகளை இயக்கினார்.

1984இல் தனது கிசெப்பே பெராரா இயக்கத்தில் வெளியான 'சென்டோ ஜியோர்னி எ பாலெர்மா' படத்தில் உதவி இயக்குநராகப் பணியாற்றினார்.

1986இல் தனது முதல் திரைப்படமான 'தி புரொபசர்' என்னும் படத்தை இயக்கினார். நிழல் உலக தாதாக்களைப் பற்றிய இப்படம் அவருக்கு நல்ல பெய ரைப் பெற்றுத்தந்தது.

சினிமா பாரடைசோ அவரது இரண்டாவது படம். இப்படம் அவருக்கு உலகளாவிய புகழைப் பெற்றுத்தந்ததுடன் சிறந்த இயக்குநனர்களின் வரிசையி லும் அவர் பெயரைப் பொறித்தது.

சினிமா பாரடைசோ
1988, இத்தாலி

உதவி இயக்குநர்	:	கிசெப்பே கிக்லிட்டி
ஆடை வடிவமைப்பு	:	பியாட்ரிஸ் போர்டோன்
இசை	:	என்னியோ மோரிகோன்
ஒளிப்பதிவு	:	பிளாஸ்கோ கியரதோ
படத்தொகுப்பு	:	மரியோ மோரா
தயாரிப்பு	:	ஃபிரான்கோ கிறிஸ்டால்டி
எழுத்து – இயக்கம்	:	கிசெப்பே டோர்னடோரே

கதாபாத்திரங்கள்

பிலிப் நொய்ரெட்	:	அல்ஃபிரேதோ
அன்ட்டோனெல்லா அட்டிலி	:	மரியா (இளம் பெண்)
பியூபெல்லா மேஜியோ	:	மரியா (முதியவன்)
அக்னிஸ் நானோ	:	எலீனா (இளம் பெண்)
பிரிஜிட் போஸி	:	எலீனா (நடுத்தர வயது பெண்)
சல்வடோர் கேசியோ	:	சல்வடோர் (சிறுவன் டோட்டோ)
மார்க்கோ லியோனார்டி	:	சல்வடோர் (இளைஞன்)
ஜாக் பெரின்	:	சல்வடோர் (நடுத்தர வயதுக்காரர்)
லியோபோல்டோ டிரஸ்டி	:	ஃபாதர்
லியோகுலோட்டா	:	வாயிற்காப்போன்
நிக்கோலா டி பின்டோ	:	கிராமத்துப் பைத்தியம்

மற்றும் பலர்

காட்சி – 01

மரியாவின் வீடு / உள் / பகல்

சற்றுத் தொலைவில் கடல் தெரியும் வண்ணம் கடற்கரையை ஒட்டி அமைந்திருக்கும் ஒரு வீட்டின் டைனிங் டேபிள். அதன் மீது பாத்திரத்தில் ஆரஞ்சுப் பழங்கள் நிறைய இருக்கின்றன. அதன் மீது ஒரு பெண்மணியின் குரல் பதிவு செய்யப்பட்டு இருக்கிறது.

: ஆமாம்... சல்வடோர்

சல்வடோர் டி விட்டா

வயதான பெண்மணி மரியா (சல்வடோரின் அம்மா) ஃபிரேமில் வருகிறாள். தொலைபேசியில் பேசிக்கொண்டிருக்கிறாள். வெவ்வேறு எண்களில் அவள் தொடர்புகொள்கிறாள்.

மரியா   : என்ன சொல்றீங்க, அவனை உங்களுக்குத் தெரியாதா?

ஆமாம், சரிதான் அவங்கம்மாதான் பேச றேன். நான் சிசிலியிலிருந்து பேசறேன். இன்னைக்குப் பூராவும் பேசுறதுக்கு முயற்சி பண்ணிக்கிட்டு இருக்கேன்.

ஓ! அப்படியா, அவன் அங்க இல்லையா, அப்படின்னா அவன் எந்த நம்பர்ல இருப் பான்னு சொல்ல முடியுமா.

எதிரில் அமர்ந்திருக்கும் தன் மகளிடம் (சல்வடோரின் தங்கை) எழுதிக் கொள்ளுமாறு சைகை செய்கிறாள்.

மரியா   : 656-550-56

அவள் நம்பரைக் குறித்துக்கொள்கிறாள்.

மரியா   : நன்றி, வணக்கம்.

தொலைபேசி எண்ணை எழுதிய பேப்பரைத் தன் அம்மாவிடம் அவள் கொடுக்கும்போது

மகள் : அம்மா, போன் பண்றதுனால ஒரு பிரயோ ஜனமும் இல்ல. அவர் ரொம்ப வேலையா இருப்பார். அவர் இந்நேரம் எங்க வேணுன் னாலும் இருக்கலாம். அதோட இல்லாமல் இதெல்லாம் ஞாபகம் வச்சுக்கிட்டு இருக்க மாட்டாரு. பேசாம, போன் பண்றத விட்டுடு...

அம்மா அவள் பேசுவதைக் கவனத்துடன் கேட்கிறாள்.

மகள் : அதுவும் இல்லாம அவர் முப்பது வருஷமா நம்ம கூட இல்லை.

உனக்கும் அவரப் பத்தித் தெரியும்.

சிறிது நேரம் யோசித்துவிட்டு, இல்லை நான் அவனுக்குத் தெரிவித்தே தீருவேன் என்று ஒருமனதாய் முடிவெடுக்கிறாள். தொலைபேசி எண்ணைச் சுழற்றியபடியே

மரியா : அவனுக்கு ஞாபகமிருக்கும்; நிச்சயமா அவன் ஞாபகம் வச்சிருப்பான். உன்னை விட அவனைப் பத்தி எனக்கு நல்லாத் தெரியும்.

மகள் அம்மாவை வியப்புடன் பார்க்கிறாள்.

மரியா : இப்ப நான் சொல்லாம விட்டுட்டு, ஒரு வேளை பின்னாடி அவனுக்குத் தெரிய வந்தா ரொம்ப வருத்தப்படுவான்.

ஹலோ மிஸ்டர், சல்வடோர் டி விட்டா கூட நான் பேச விரும்புறேன். நான் அவ னோட அம்மா.

காட்சி – 02

ரோம் நகர பிரதான சாலை / இரவு

இரவு நேரம். ரோம் நகரச் சாலையில் சல்வடோர் புகைத்தபடியே காரோட்டிக்கொண்டு வருகிறார். சல்வடோர் கார் சிக்னலில் வந்து நிற்கிறது. அவரின் கார் அருகில் நின்றிருக்கும் மற்றொரு காரில் வித்தியாசமான சிகை அலங்காரத்துடன் புகைத்தபடியே இருக்கும் பெண், சல்வடோரை ஒருவித ஏக்கத்துடன் பார்த்துக்கொண்டி ருப்பதை, சல்வடோர் சிகரெட் துண்டை வெளியில் போடும்போது பார்க்கிறார். சிறிது நேரம் ஒருவரை ஒருவர் பார்த்துக்கொண்டிருக் கின்றனர். அந்தப் பெண்ணின் அருகில் அமர்ந்திருக்கும் ஓர் ஆண், அவள் சல்வடோரைப் பார்த்துக்கொண்டிருப்பதைக் கண்டு எரிச்ச லுடன்,

    ஆண் : என்ன கண்றாவிய அங்க பார்த்துக்கிட்டு இருக்க

என்று சொல்லிவிட்டு, காரை விருட்டென்று எடுத்துக்கொண்டு கிளம்புகிறான். பின், சிக்னல் கிடைத்தவுடன் சல்வடோர் காரும் கிளம்புகிறது.

காட்சி – 03

சல்வடோர் வீடு / உள் / இரவு

சல்வடோர் தன் வீட்டிற்குள் நுழைகிறார். கதவைச் சாத்திவிட்டு ஹாலில் எரிந்துகொண்டிருக்கும் விளக்கை அணைக்கிறார். தன் கோட் மற்றும் சட்டையைக் களைந்துவிட்டு பனியன், பேண்ட்டுடன் இருக்கிறார். அங்கேயிருக்கும் மேஜை விளக்கையும் அணைக்கிறார். ஹாலில் உயரத்தில் கட்டித் தொங்கவிடப்பட்டிருக்கும் மணி காற்றில் அசைந்து அந்த இரவில் பெரிய சப்தத்தைக் கொடுக்கிறது. சல்வடோர் படுக்கையறையில் நுழைந்ததும் அவன் சத்தம் கேட்டு உறங்கிக் கொண்டிருக்கும் காதலி விழித்துக் கொண்டு,

காதலி : சல்வடோர், மணி என்ன ஆகுது?

சல்வடோர் : ரொம்ப தாமதமாயிருச்சு.

பதில் சொல்லியவாறே படுக்கையில் அவள் அருகில் வந்து படுக்கிறார்.

சல்வடோர் : அங்கிருந்து உன்கூட தொடர்புகொள்ள வழியில்லாமல் போயிருச்சு, மன்னிச் சுக்கோ; சரி தூங்கு.

சல்வடோர் எழுந்து படுக்கையில் உட்கார்ந்தவாறே ஷூவைக் கழற்றி விட்டுவிட்டுப் படுத்துக்கொள்கிறார். காதலி அவருக்கு முதுகு காட்டியபடி படுத்திருக்கிறாள்.

காதலி : உங்கம்மா பேசுனாங்க. என்னைய வேறு யாரோன்னு நினைச்சுக்கிட்டுப் பேசுனாங்க.

சல்வடோர் : நீ என்ன சொன்ன?

காதலி : நானும் அவங்களுக்கு ஏத்தபடி பேசினேன். அனாவசியமா அவங்க ஏமாறுவதை நான் விரும்பல. நாங்க ரொம்ப நேரம் பேசிக் கிட்டு இருந்தோம்.

நீங்க முப்பது வருஷமா அவங்கள வந்து பார்க்கலேன்னு வருத்தப்பட்டாங்க. அவங்களுக்கு எப்ப உங்களைப் பார்க்கத் தோணுதோ அப்ப ரோமுக்கு வருவாங்களாம்.

சல்வடோர் : இதைச் சொல்றதுக்குத்தான் கூப்பிட்டாங்களா?

காதலி படுக்கை விளக்கை அணைத்துவிட்டு

காதலி : இல்ல, யாரோ இறந்துட்டாங்களாம். அவர் பேருகூட அல்ஃபிரேதோன்னு சொன்னாங்க. நாளைக்குச் சவ ஊர்வலமாம். யார் அவரு, உங்க சொந்தக்காரரா?

சல்வடோர் : இல்ல, நீ தூங்கு.

அவள் கூறிய செய்தியைக் கேட்டு சல்வடோர் அதிர்ச்சியடைந்து முகத்தில் ஏராளமான யோசனை படிகிறது. அந்தச் செய்தியின் அதிர்வை மௌனமாக உள்வாங்குகிறார். அந்த நேரத்தில் இடியும், மின்னலும் அடிக்கிறது. பளிச்சென்று வெட்டிய மின்னல் வெளிச்சத்தில் சல்வடோர் முகத்தில் அதிகபட்ச அதிர்ச்சி தெரிகிறது. உயரத்தில் இருக்கும் மணி காற்றில் அசைந்து அசைந்து ஓசையை எழுப்பிக் கொண்டே இருக்கிறது. இடி இடிக்க, மின்னல் வெட்ட அவர் ஆழ்ந்த யோசனையுடனும் அதிர்ச்சியுடனும் தன் பால்ய கால நினைவுக்குத் திரும்புகிறார்.

காட்சி – 04

சர்ச் / உள் / பகல்

சர்ச்சில் ஃபாதர் ஒருவர் பிரார்த்தனை செய்துகொண்டிருக்கிறார். அருகில் சிறுவன் டோட்டோ *(சல்வடோரின் செல்லப் பெயர்)* மண்டியிட்டபடி கன்னத்தில் கை வைத்துத் தூங்கிக் கொண்டிருக்கிறான். ஃபாதர் அவன் தூங்குவதைப் பார்த்துக் கவலை கொள்கிறார்.

ஃபாதர் *(சலிப்புடன்)* : இந்தப் பையன் என்னைய சாகடிக்கிறானே

பின் ஃபாதர் தொடர்ந்து கையில் தீபத்துடன் பிரார்த்தனை செய்கிறார். பிரார்த்தனை செய்தபடியே இப்போது சிறுவன் என்ன செய்கிறான் என்று திரும்பிப் பார்க்க, டோட்டோ இன்னும் தூங்கிக் கொண்டிருக்கிறான்.

ஃபாதர் *(பெருங் கோபத்துடன்)*

: டோட்டோ *(எனக் கத்துகிறார்)*

டோட்டோ திடுக்கிட்டு விழித்து, ஒரே ஒருமுறை கையிலிருக்கும் மணியை அடித்துவிட்டு மறுபடியும் தூங்கிவிடுகிறான். தீப ஆராதனையை முடித்துவிட்டு, ஃபாதர் மண்டியிட்டு அமரும்போது டோட்டோ மணியடிக்கிறான்.

ஃபாதர் : இப்பவாவது அடிச்சயே.

ஃபாதர் பிரார்த்தனையை முடித்துவிட்டுத் தன் பச்சை நிற மேல் அங்கியைக் கழற்றிக்கொண்டே

ஃபாதர் : நான் எத்தனை வாட்டி சொல்றது, மணிச் சத்தம் இல்லாம என்னால பிரார்த்தனை பண்ண முடியலேன்னு. நீ எப்பப் பார்த்தாலும் தூங்கிக்கிட்டே இருக்க, ராத்திரியில என்னதான் பண்ணுவ, நல்லா தின்பியா.

டோட்டோ தன் சிவப்பு நிற ஸ்வெட்டரைக் கழற்றியபடி

டோட்டோ	: ஃபாதர், எங்க வீட்டுல மத்தியானம்கூட சாப்பிட மாட்டோம். அந்தக் கால்நடை மருத்துவர்கூடச் சொன்னாரு. அதனால தான் நான் களைப்படைஞ்சு போயிடு றேன்னு.
ஃபாதர்	: நீ ஏன் களைச்சுப் போயிடுறேன்னு எனக்குத் தெரியும். எனக்குத் தெரியாதுன்னு நீ நினைச்சுக்கிட்டு இருக்காத.

இருவரும் கழற்றிய அங்கிகளை பீரோவுக்குள் மாட்டி வைக்கின்றனர்.

ஃபாதர்	: சரி இப்ப வீட்டுக்கு ஓடு, எனக்குக் கொஞ்சம் வேற வேலை இருக்கு.
டோட்டோ	: நான் வரட்டா.
ஃபாதர்	: இல்ல, நீ வரக்கூடாது.
டோட்டோ (அடம்பிடித்தபடி)	
	: இல்ல, நானும் வருவேன், நானும் வருவேன்.
ஃபாதர்	: டோட்டோ, வெளியே போ.

அடம்பிடிக்கும் அவனை ஃபாதர் வலுக்கட்டாயமாக வெளியேற்று கிறார்.

காட்சி – 05

சினிமா பாரடைசோ திரையரங்கம் / உள் / பகல்

ஃபாதர் சிலுவைக்குறி போட்டவாறே தியேட்டருக்குள் நுழைகிறார். அங்கே வேலை செய்யும் பணிப் பெண்ணை விளக்கை அணைத்து விட்டு வெளியே போகச் சொல்கிறார்.

பின்னர் கேபினை நோக்கி

ஃபாதர் : அல்ஃபிரேதோ

அல்ஃபிரேதோ கேபினிலிருக்கும் சிறிய சாளரத்தின் வழியே எட்டிப் பார்க்கிறார்.

ஃபாதர் : படத்த ஆரம்பிக்கலாம்.

அல்ஃபிரேதோ (தனக்குத்தானே)

: நாம மறுபடியும் படத்தப் பார்க்கப் போறோம்.

அல்ஃபிரேதோ ஒரு ஸ்டூலை எடுத்துப்போட்டு அமர்ந்துகொண்டு அந்தச் சிறிய சாளரத்தின் வழியே பார்க்கிறார். படம் சரியாகத் தெரியாமல் போக,

ஃபாதர் : படத்த சரியா ஓட்டு.

அல்ஃபிரேதோ சரிசெய்கிறார். திரைச்சீலையை லேசாக ஒதுக்கிவிட்டு யாருக்கும் தெரியாமல் பின்னால் ஒளிந்து நின்றுகொண்டு டோட்டோ படம் பார்க்கிறான்.

படத்தில் வரும் காட்சி

காதலி : பெப், ஒருநாள் நமக்கு எல்லாமே கிடைச்சிடும். அப்ப நாம இங்கிருந்து நம்மள யாருக்கும் தெரியாத இடத்திற்குப் போய் சந்தோஷமான வாழ்க்கை வாழலாம்.

காதலன் : அதெல்லாம் மறந்திடு.

காதலி : அப்ப இனிமே என்னைக் காதலிக்கிறத விட்டுடு...

இறுதியில் காதலர் இருவரும் உதட்டில் முத்தமிட்டுக் கொள்கின்றனர். முத்தக்காட்சி வந்ததும் அல்ஃபிரேதோ சிரிக்கிறார். ஃபாதர் அந்தக்

காட்சி நீக்கப்படவேண்டுமென்பதன் அடையாளமாகக் கையில் இருக்கும் மணியை உயர்த்தி அடிக்கிறார்.

அல்ஃபிரேதோ பிலிம் ரோலில் வெட்டப்பட வேண்டிய அந்தப் பகுதியில் அடையாளத்துக்காக சிறு துண்டுப் பேப்பரைச் செருகி வைக்கிறார். திரைச்சீலையைப் பற்றிக்கொண்டு அசைந்தவாறே டோட்டோ முத்தக் காட்சியைப் பார்த்துச் சிரிக்கிறான்.

இன்னொரு காட்சி:

ஆண் : இது ரொம்ப நல்லா இருக்கு. இன்னும் கொஞ்சம் நல்ல வார்த்தை பேசுவியா.

ஃபாதர் சலித்துக்கொள்கிறார்.

பெண் : என்னால முடியாது.

ஆண் : ரொம்ப நல்லது. எப்படியிருந்தாலும் நன்றி.

அவன், அவளுக்கு மறுபக்கம் திரும்பி வாயைக் கோணிக்கொண்டு கண்ணடிக்கிறான். ஃபாதர் அந்தக் காட்சியைப் பார்த்துச் சிரிப்புத் தாங்க முடியாமல் நமுட்டுச் சிரிப்பு சிரிக்கிறார்.

மற்றொரு காட்சி : வில்லன் அகோரமாக முகத்தை வைத்தபடி வெறித்துப் பார்க்கிறான். ஃபாதர் அதைப் பார்த்து பயப்படுகிறார். டோட்டோவும் பயப்படுகிறான்.

மற்றொரு காட்சி : இசைக் கச்சேரி நடைபெறுகிறது. ஃபாதர் சந்தோஷத்தோடு இசைக்கு ஏற்ற மாதிரி தலையசைக்கிறார்.

இன்னொரு காட்சி : ஒரு பெண், தன் காதலனை நோக்கித் தெருவில் ஓடிவந்து முத்தமிடுகிறாள்.

ஃபாதர் கோபத்துடன் கையை உயர்த்தி மணியை அடிக்கிறார்.

டோட்டோ சிரிக்கிறான். அல்ஃபிரேதோ அடையாளத்துக்காகத் துண்டுப் பேப்பரைச் செருகுகிறார்.

மற்றொரு காட்சி : ஒரு காதலன், படுக்கையில் படுத்துக் கிடக்கும் பெண்ணின் அருகில் வந்து அமர் கிறான். அந்தக் காட்சியைப் பார்த்து ஃபாதர் சற்று நெற்றியைச் சுருக்கி யோசிக் கிறார். சிறிது நேரம் கழித்து அவன் உதட்டில் முத்தமிட

ஃபாதர் (கோபத்தோடு): இல்லை; கூடாது.

என்று கையை உயர்த்தி மணியை அடிக்கிறார்.

காட்சி – 06

சதுக்கம் / தியேட்டர் கேபின் / உள் / வெளி / பகல்

நகரத்தின் தேவாலய மணிகள் ஒலித்துக்கொண்டிருக்கின்றன. உயரமான இடத்திலிருந்து கேமரா தெருவைக் காட்டுகிறது. சிறுவர்கள் வேகமாக ஓடுகிறார்கள். குதிரை வண்டி ஒன்று போகிறது. தெருவில் ஆள் நடமாட்டம் நிறைந்து காணப்படுகிறது. ஒருவர் குதிரையில் போகிறார். மக்கள் குறுக்கும் நெடுக்குமாக நடந்து போகின்றனர். ஒரு பெண் தெருக்குழாயில் தலையை நனைத்து விட்டுப் பின் தலையை உலர்த்தியபடியே போகிறாள். ஒரு வியாபாரியிடம் பொதுமக்கள் நைலான் துணி வாங்கிக்கொண்டிருக்கின்றனர்.

நைலான் துணி வியாபாரி

: தரமான நைலான். ஒரு ஜோடி நூறு லியர்.

தெருவின் இன்னொரு பகுதியில் தெருக்குழாயில் பெண்கள் வரிசையாக நின்று தண்ணீர் பிடித்துக்கொண்டிருக்கிறார்கள். தியேட்டரின் வெளிப்புறம் காட்டப்படுகிறது. கேபின் அறையில் அல்ஃபிரேதோ பிலிம் ரோலைச் சுற்றிக்கொண்டிருக்கிறார். அதை டோட்டோ அருகில் நின்று வேடிக்கை பார்த்துக்கொண்டிருக்கிறான்.

அல்ஃபிரேதோ : நீ இங்கெல்லாம் வரக்கூடாது. நான் சொல்றது உன் மர மண்டையில ஏறலையா. பிலிம் மட்டும் தீப்பிடிச்சா, உன்னை மாதிரி சின்னப் பசங்க அவ்வளவுதான். நீ இங்கிருந்து போயிடு.

டோட்டோ அல்ஃபிரேதோ பேசுவதைக் கண்டுகொள்ளாமல் அங்கே கிடந்த ஒரு பிலிம் துண்டை எடுத்துப் பார்த்தபடியே,

டோட்டோ : தீப்பிடிக்கிறப்ப பாத்துக்கலாம், சீக்கிரமா வேலை ஆகட்டும்.

அல்ஃபிரேதோ : கன்னாபின்னான்னு பேசுற உன் நாக்கை ஒரு நாள் வெட்டிடப் பேறேன். இதைப் போல...

என்று பிலிம் ரோலிலிருந்து ஒரு பகுதியை வெட்டுகிறார்.

அல்ஃபிரேதோ முத்தக் காட்சியுள்ள பிலிம் துண்டுகளை வெட்டித் தூக்கிப் போடுவதை டோட்டோ எடுத்து ஆவலுடன் பார்க்கிறான். பிலிமில் காதலன் காதலிக்கு உதட்டில் முத்தம் கொடுக்கும் காட்சி ஒன்று இருக்கிறது.

டோட்டோ : இத நான் வச்சுக்கவா?

வேலை செய்வதை நிறுத்திவிட்டு அல்ஃபிரேதோ அவன் பேசுவதை முறைத்துப் பார்க்கிறார். பின்

அல்ஃபிரேதோ : முடியாது (என்று கத்தியவாறு)

அவனிடமிருந்து அந்த பிலிம் துண்டைப் பிடுங்கிக்கொள்கிறார்.

அல்ஃபிரேதோ : நீ என்ன செவிடா, இந்த பிலிம் துண்டு களை எல்லாம் மறுபடியும் பிலிம் ரோலோட சேர்த்து ஒட்டித் திருப்பிக் கொடுக்கணும்.

(எரிச்சலுடன்)

: நீ சரியான புள்ளப்பூச்சியா இருக்கிறயே...

டோட்டோ அங்கு குவிந்து கிடக்கும் பிலிம் துண்டுகளைக் காட்டி

டோட்டோ : ஏன் இதையெல்லாம் பிலிம் ரோலோட சேர்த்து ஒட்டித் திருப்பிக் கொடுக்கல?

அல்ஃபிரேதோ டோட்டோவின் சாமர்த்தியமான கேள்வியால் திகைத்துப் போய், என்ன பதில் சொல்வதென்று தெரியாமல் ஒரு வாறு சமாளித்துக்கொண்டு,

அல்ஃபிரேதோ : சில நேரத்துல எந்த இடத்துல ஒட்டுற துன்னு எனக்குத் தெரியாமப் போறது னால, இதெல்லாம் இங்க கெடக்கு. எப்படி யிருந்தாலும் முத்தக் காட்சி அதிகம் அதுல.

டோட்டோ சந்தோஷத்துடன் கையில் நிறைய பிலிமை அள்ளிக் கொண்டு

டோட்டோ : அப்படின்னா, இத நான் வச்சுக்கிறேன்.

அல்ஃபிரேதோ : இல்ல, பேசாம இங்க வா.

என்று சொல்லியவாறு அல்ஃபிரேதோ டோட்டோவை அலாக்காகத் தூக்கி டேபிளில் உட்கார வைக்கிறார். அவன் கையில் இருக்கும் பிலிம் துண்டுகளைப் பிடுங்கி மறுபடியும் டிரம்மில் போடுகிறார்.

அல்ஃபிரேதோ : நான் உன் பின்னாடி எட்டி உதைக்கிறதுக் குள்ள நமக்குள்ள ஒரு ஒப்பந்தம் போட்டுக் கிறலாம். இங்க இருக்கிற எல்லாத்தையும் உனக்குதான் பரிசாத் தரப் போறேன்.

அல்ஃபிரேதோ (மகிழ்ச்சியுடன்)

: நன்றி.

அல்ஃபிரேதோ : அதற்கு நீ செய்ய வேண்டியது; முதல்ல நீ இங்கிருந்து போகணும். இரண்டாவது இந்த பிலிமெல்லாம் என்கிட்டதான் இருக் கும். புரிஞ்சுதா?

டோட்டோ : புரிஞ்சது.

அல்ஃபிரேதோ : சரி, நமக்குள்ள உடன்பாடு ஆகியிருச்சு. இங்கிருந்து ஓடிப்போயிடு.

டோட்டோவை டேபிளில் இருந்து கீழே இறக்கிவிடுகிறார். வாசல் வரை போனவன் திரும்பி மெதுவாகப் பூனை போலப் பதுங்கிப் பதுங்கி வருகிறான். வழியில் கிடக்கும் பிலிம் துண்டுகளைப் பையில் எடுத்துப் போட்டுக்கொண்டு, அல்ஃபிரேதோ அருகில் வந்து

டோட்டோ : இது என்ன மாதிரி ஒப்பந்தம்? இதெல்லாம் என்னோட துன்னா நீங்க எப்படி உங்கிட்ட வச்சுக்கிறலாம்.

அல்ஃபிரேதோ : 'வோவ்' (என்று உறுமி அவனை பய முறுத்துகிறார்.)

டோட்டோ பயந்து போய், படிக்கட்டுகளின் வழியே இறங்கி ஓடுகிறான்.

அல்ஃபிரேதோ : திரும்பி வராத. வந்தா உன் மண்டையப் பொளந்திருவேன்.

காட்சி – 07

டோட்டோவின் வீடு / உள் / இரவு

டோட்டோ தனது வீட்டில் சின்னப் பெட்டியில் நிறைந்து கிடக்கும் பிலிம் துண்டுகளிலிருந்து கொஞ்சம் அள்ளி டேபிள் மீது போடுகிறான். அரிக்கேன் விளக்கு வெளிச்சத்தின் முன்னால் பிலிம் துண்டைக் காட்டியபடி படத்தில் அந்தக் காட்சியில் கதாபாத்திரங்கள் பேசிய வசனத்தை மனப்பாடமாக ஒப்பிக்கிறான்.

முதலில் ஒரு பிலிம் துண்டைக் கையில் எடுத்துக்கொண்டு,

: முதலில் சுடு, பின்னாடி யோசி. கோழைகளுக்கு இங்க வேலையில்ல; போடா பயந்தாங்கொள்ளி நாயே.

பார்த்த அந்த பிலிமைத் தூக்கி எறிந்துவிட்டு மற்றொரு பிலிம் துண்டை எடுக்கிறான்.

: டேய், தங்கத்தத் தொடாதடா திருட்டுத் தேவடியாப் பயலே, டேய், சேத்துல விழுந்த பன்னி, என்கிட்ட இருந்து விலகி இரு, இல்ல உன் மூஞ்சியில ஒரு குத்து விட்டுருவேன்.

அவனது எதிரில் அமர்ந்து துணி தைத்துக்கொண்டிருக்கும் அம்மா, அவன் என்ன செய்துகொண்டிருக்கிறான் என்பதைப் போலப் பார்க்கிறாள். பின் சற்றுத் திரும்பி, படுக்கையில் தூங்கிக் கொண்டிருக்கும் குழந்தை என்ன செய்கிறாள் என்று பார்க்கிறாள். குழந்தை அமைதியாகத் தூங்கிக்கொண்டிருக்கிறது. இப்போது டோட்டோ அந்தப் பெட்டியிலிருந்து சில போட்டோக்களை எடுக்கிறான். டேபிளில் வைத்து ஒவ்வொன்றாகப் பார்க்கிறான். அதில் ஒரு போட்டோவில் அவன் அம்மாவும் அப்பாவும் இருக்கின்றனர்.

டோட்டோ : அம்மா, போர்தான் முடிஞ்சிருச்சில்ல, இன்னும் ஏன் அப்பா திரும்பி வரல?

அம்மா	: இன்னும் கொஞ்ச நாள்ல அப்பா திரும்பி வர்றதை நீ பார்க்கத்தான் போற.
டோட்டோ	: எனக்கு அப்பா முகமே மறந்து போயிருச்சு. ரஷ்யா எங்க இருக்கு?

அம்மா (தைத்தபடியே)

: அங்க போக வருஷக்கணக்காகும், திரும்பி வரவும் வருஷக்கணக்காகும் (பெருமூச்சு விடுகிறாள்.)

தைத்து முடித்த அவள், நூலை அறுத்துவிட்டு,
: சரி, நேரமாச்சு, போய்த் தூங்கு.

டோட்டோ புகைப்படம், பிலிம் எல்லாவற்றையும் மீண்டும் பெட்டியில் போட்டு மூடி, குழந்தை தூங்கிக்கொண்டிருக்கும் கட்டிலின் கீழே வைக்கிறான்.

காட்சி – 08

டோட்டோ படிக்கும் பள்ளிக்கூடம்/உள்/வெளி/பகல்

காலை நேரம். பள்ளிக்கூடத்திற்குச் செல்ல மாணவர்கள் விரைந்து கொண்டிருக்கின்றனர். நிறைய சிறுவர்கள் வேகமாகப் படிக்கட்டு களில் ஏறி வகுப்புக்கு விரைகின்றனர். அப்போது (தந்தை) ஒருவர் தன் பையனின் கையைப் பிடித்து வலுக்கட்டாயமாக இழுத்து வருகிறார்.

அப்பா : நீ உங்கம்மாவ வேண்ணா முட்டாளாக்க லாம், என்கிட்ட உன் வேலை பலிக்காது.

சிறுவன் கண்ணைக் கசக்கியபடி அழுகிறான்.

அங்கே நின்றுகொண்டிருந்த டோட்டோ அந்தச் சிறுவனைப் பார்த்துச் சிரிக்கிறான்.

அப்பா : எப்படியாவது டிப்ளமோ முடிச்சிரு. அப் புறம் போயி, போலிஸ்ல சேர்ந்திரு. சோம் பேறிப் பயலே, ஒண்ணுக்கும் உதவாத வனே...

டோட்டோ அங்கியைக் கழட்டிக் கைகளில் வைத்துக்கொண்டு படியேறுகிறான். டோட்டோவின் சக மாணவன் போசியா அவனு டன் சேர்ந்துகொள்கிறான். அழும் சிறுவனின் கையைப் பிடித்துக் கொண்டு தந்தை தரதரவென்று படியில் ஏற்றுகிறார்.

: வேகமா நட, வேகமா ந

பள்ளியின் இறுதி மணி அடிக்கப்படுகிறது. பள்ளியின் வெளிப் புறத்தில் இவ்வளவு நேரம் எவ்வளவு சத்தமும் கூச்சலும் கேட்டுக் கொண்டிருந்ததோ அதற்கு நேர்மாறாக நிசப்தமாக இருக்கிறது. அந்தப் பள்ளிக்கூடத்தின் வழியே ஒருவர் குதிரையில் போகிறார்.

வகுப்பறையில் போசியா என்ற மாணவன் ஆசிரியை போடச் சொன்ன கணக்குக்கு விடை தெரியாமல் முழித்துக்கொண்டு நிற்கி றான். ஆசிரியை கையில் பிரம்புடன் நடந்து வந்து டேபிளின் அரு கில் நின்று,

ஆசிரியை (மாணவனைப் பார்த்து)

: சரி சொல்லு. அஞ்சு X அஞ்சு எத்தனை?

போசியா : முப்பது.

மாணவர்கள்'ஹோ'வெனச் சத்தம் போட்டுச் சிரிக்கின்றனர். டோட்டோவும் பலமாகச் சிரிக்கிறான். இந்த ஆர்ப்பாட்டத்தைக் கண்டுகொள்ளாது டோட்டோ அருகில் அமர்ந்திருக்கும் மாணவன் முழங்கையை டேபிளில் ஊன்றி முகத்தைக் கைகளால் மூடியபடி தூங்குகிறான்.

ஆசிரியை போசியாவின் காதைப் பிடித்துக்கொண்டு கரும்பலகையில் தலையை நச்நச்சென்று முட்ட வைக்கிறார். இதைப் பார்த்து அனைவரும் சிரிக்கின்றனர். ஆசிரியை டேபிளில் பிரம்பைத் தட்டி

ஆசிரியை : சத்தம் போடாதீங்க. (போசியாவைப் பார்த்து) அறிவு கெட்டவனே, அஞ்சாம் வாய்பாடுகூடத் தெரியாதா உனக்கு. ஓர் அஞ்சா அஞ்சு.

ஆசிரியை சொல்லச் சொல்ல மாணவர்கள் கூட்டாகச் சொல்கிறார்கள்.

: இரண்டு அஞ்சு பத்து
மூணு அஞ்சு பதினைந்து
நாலு அஞ்சு இருபது
அஞ்சு அஞ்சு...

என்றதும் ஆசிரியை டேபிளில் பிரம்பால் அடித்து மாணவர்களை விடையைச் சொல்லாமல் நிறுத்தச் சொல்லுகிறார்.

ஆசிரியை : அஞ்சு அஞ்சு எத்தனை?

போசியா : நாற்பது

மாணவர்கள் சிரிக்கின்றனர். ஆசிரியை கோபத்துடன் மறுபடியும் அவன் காதைப் பிடித்துக்கொண்டு தலையைக் கரும்பலகையில் முட்ட வைக்கிறார். மாணவர்கள் இன்னும் பலமாகச் சிரிக்கின்றனர்.

ஆசிரியை டேபிளில் பிரம்பால் தட்டி

: சத்தம் போடாதீங்க, சத்தம் போடாதீங்க...

டோட்டோ, ரகசியமாய் போசியாவைக் கூப்பிடுகிறான்; போசியா திரும்பிப் பார்த்ததும் புத்தகத்தில் இருக்கும் கிறிஸ்துமஸ் மரம்

படத்தைக் காட்டி மெதுவாக இருபத்தைந்து என்று விடையைச் சொல்கிறான்.

விடை தெரிந்துவிட்டதும் போசியா உற்சாகத்தில் சந்தோஷமாகச் சிரிக்கிறான்.

ஆசிரியை   : வாய்ப்பாடு கத்துக்கோ. இல்ல ஒரு பயலும்
                  உனக்கு வேல தரமாட்டான்.

ஆசிரியை கடுங்கோபத்துடன்
                : இதுதான் கடைசித் தடவை.

போசியா எப்போது ஆசிரியை கேள்வியைக் கேட்பார், பதில் சொல்லி விடுவோம் என முகத்தில் மகிழ்ச்சி பொங்க ஆவலுடன் காத்திருக்கிறான்.
                : அஞ்சு X அஞ்சு எத்தனை?

ஆசிரியை கேள்வியை முடித்ததுதான் தாமதம்; பாய்ந்துகொண்டு போசியா
                : கிறிஸ்துமஸ் (என்று பதில் கூறுகிறான்)

டோட்டோ தலையில் அடித்துக்கொள்கிறான். வகுப்பு விழுந்து விழுந்து சிரிக்கிறது. ஆசிரியை தாங்கமுடியாத கோபத்தில் அவன் முதுகில் மாறி மாறிப் பிரம்பால் அடிக்கிறார்.

காட்சி – 09

திரையரங்கம் / உள் / மாலை

டோட்டோ கஷ்டப்பட்டு ஒரு சேரின் முனையில் ஏறி நின்று கொண்டு சிறிய சாளரத்தின் வழியே கேபினில் உள்ளே நடப்பதை எட்டிப் பார்க்கிறான். அல்ஃபிரேதோ பிலிம் ரோலை சிறு கட்டை யால் தட்டிவிட்டு, பிலிம் ரோலை எடுத்து வட்ட வடிவத் தகரப் பெட்டியில் போட்டு மூடுகிறார். பின் அல்ஃபிரேதோ பிலிம் சுருளை மெஷினில் பொருத்துகிறார். டோட்டோ அதை உற்றுப் பார்க்கிறான். அவனை அல்ஃபிரேதோ பார்த்துவிட 'ஓய்' என்று கத்துகிறார்.

டோட்டோ : நான் பணம் கொடுத்துத்தான் படம் பார்க்க உள்ள வந்திருக்கேன்.

அப்போது அங்கே வரும் திரையரங்க ஊழியர்

: ராஸ்கல், அங்கிருந்து கீழே இறங்கு...

என்றபடி டோட்டோவின் சட்டைக்காலரைப் பிடித்து அலாக்காகத் தூக்கி அந்தரத்தில் சிறிது நேரம் நிறுத்த, கையைக் காலை உதறி ஐயோ அம்மா என்கிறான். பின் ஊழியர் அவனைக் கீழே இறக்கி விட்டுவிட்டு

: ஒழுங்கா உன் இடத்தில் போய் உக்காரு. குழி முயலைவிட மோசமான பய, எந்த இடத்தப் பார்த்தாலும் அங்க பதுங்கிக்கிட்டு இருக்கான். குட்டிப் பிசாசு

ஊழியர் திட்டுவதைப் பார்த்து அல்ஃபிரேதோ சிரிக்கிறார். டோட்டோ ஓடிப்போய் முன் இருக்கையில் அமர்ந்துகொள்கிறான்.

திரையில் டிரெய்லர் ஒன்று வருகிறது.

காதலன் : நான் ஆரிகானுக்குப் போறேன். என்னோட கால்நடைப் பண்ணையில் எனக் காகக் காத்திரு.

காதலி (கிண்டலாக)

: செத்த மனிதனுக்காகக் காத்திருக்கவா?

பின் சண்டைக் காட்சி ஒன்று வருகிறது. அவர்கள் துப்பாக்கிச் சண்டையிடுகின்றனர்.

திரையில் கதை சொல்லியின் குரல் ஒலிக்கிறது.

பிரபல நட்சத்திரங்கள் ஜான் வெய்னி, கிளாரிட்ரெவர் மற்றும் பலர் நடித்தது.

திரையில் வரும் டிரெய்லரைப் பார்த்து முன்வரிசையில் அமர்ந்திருக்கும் சிறுவர்கள் டோட்டோ உட்பட வாயில் அடித்துக்கொண்டு சிரிக்கின்றனர். குதிரை ஒன்று தலைகுப்புறக் கவிழ்ந்ததும் டோட்டோ வாயில் அடித்துக்கொண்டு சத்தம் எழுப்புகிறான்.

அப்போது ஒருவர் தியேட்டருக்குள் நுழைகிறார்.

    வந்தவர் : எல்லோருக்கும் வணக்கம்.

(ஊழியரைப் பார்த்து)

        : என்ன, எனக்குப் பதிலுக்கு வணக்கம் சொல்ல மாட்டாயா?

    ஊழியர் : இன்னைக்கு ரெண்டு படம் போடுறோம்.

    வந்தவர் : அதனால எனக்கென்ன, நான் இங்க தூங்கத்தான் வந்தேன்.

சிகரெட் விற்பனையாளர்

        : சிகரெட் பாக்கெட் வேண்டுமா, அமெரிக்கன் சிகரெட்.

நியூஸ் ரீல் ஓடத் துவங்குகிறது.

பார்வையாளர் கூட்டம்

        : அல்ஃபிரேதோ, நியூஸ் ரீல் ஓட்டாதே.

சிறுவர்கள் படத்தைப் போடச் சொல்லி விசில் அடிக்கிறார்கள்.

அப்போது வயதான ஒருவர் எழுந்து

        : எல்லோரும் வாய மூடுங்க, நியூஸ் ரீல் ரொம்ப முக்கியம்.

கதை சொல்லியின் குரல்:

மறைமுகமாகச் சண்டையிட்டுக்கொண்டிருந்த ஆண்களும் பெண்களும் தைரியமாக ஓர் அணியாக ரோமில் நடந்த முதல் எதிர்ப்புப் பேரணியில் கலந்துகொண்டனர். இதை சி.வி.எல். ஒருங்கிணைத்தது. தற்காலிகத் தலைவராக பேரி பொறுப்பேற்றுக் கொண்டார்.

மக்கள் திரள் கூடியிருக்கும் பேரணி ஒன்று காட்டப்படுகிறது.

டோட்டோ பின்பக்கம் திரும்பி திரைக்கு ஒளி வருவதைப் பார்க்கிறான்.

ஒளி வரும் பாதை, சிங்கத்தின் வாயைத் திறந்தது போன்று அமைக்கப்பட்டிருக்கிறது. டோட்டோ அதையே உற்றுப் பார்க்க, அந்தச் சிங்கம் வாயைத் திறந்து மூடி கர்ஜிப்பது போன்று தெரிய, டோட்டோ பயத்தில் கண்களை மூடிக்கொள்கிறான்.

அப்போது உள்ளே நுழைந்த ஒருவர்

: எல்லாருக்கும் மாலை வணக்கம்.

படம் பார்த்துக்கொண்டிருக்கும் ஒருவர் எழுந்து

: அவர் வர்றதுக்கு முன்னால ஏன் படத்த ஆரம்பிச்சீங்க.

ஊழியர் : வாயை மூடிக்கிட்டு உக்காரு.

படம் துவங்குகிறது. டோட்டோ கவனத்துடன் பார்க்கிறான். திரையில் எழுத்துகள் வரத் துவங்குகின்றன. ஊழியர் தன் அருகில் நிற்பவரிடம் திரையில் வரும் எழுத்துகளைக் காட்டி

ஊழியர் : என்ன எழுதியிருக்கு?

அவர் : நான் படிக்காதவன்.

ஊழியர் (ஏமாற்றத்துடன்)

: நீங்களுமா?

பனிரெண்டு மணிநேரம் ரத்தமும் வியர்வையும் சிந்திப் பாடுபட்ட பிறகும், அவர்கள் கொண்டு வருவது வீட்டில் வறுமையைப் போக்க முடியாததாகவே இருக்கின்றது. அப்படி இருந்தும் அவர்கள் கடுமை யாகவே வேலை செய்கின்றனர். அவர்கள் கேட்பது 750 லியர் என்று கதைசொல்லியின் குரல் ஒலிக்கிறது.

ஓர் அறையில் தொழிலாளர்கள் வேலை முடிந்து திரும்பி வந்து உடைகளை மாற்றிக்கொண்டிருக்கிறார்கள்.

சிறுவன் போசியா புகைத்துவிட்டு சிகரெட்டை டோட்டோவிடம் தருகிறான். டோட்டோ படத்தைப் பார்த்தபடியே புகைக்கிறான், புகைத்துவிட்டுத் திரும்ப போசியாவிடம் தருகிறான்.

திரையில்:

ஒருவர் : ஆனா, அவர்கள் போதுமான அளவுக்கு நமக்குச் சம்பளம் தர்றதில்லை.

வயதான ஒருவர் உணவுப் பொட்டலத்தைப் பிரித்தபடி

: அது எப்பவும் அப்படித்தான். ஒருநாளும் இது மாறாது.

மற்றொரு காட்சி வருகிறது.

காதலன், காதலி கடற்கரை அருகில் இருக்கும் பாறையில் வந்து அமர்கிறார்கள். டோட்டோ அதைக் கூர்ந்து கவனிக்கிறான். போசியா சிகரெட் துண்டைக் கையில் வைத்தபடி மெய்மறந்து பார்க்கிறான். பெரியவர்கள் பெருத்த நிசப்தத்துடன் திரையை ஆவலுடன் பார்க்கிறார்கள். திரையில் காதலனை, காதலி தன் அருகில் இழுக்கிறாள், டோட்டோ வாயைத் திறந்துகொண்டு பார்க்கிறான். காதலி, காதலனை அணைத்து அவளருகே கொண்டு வந்ததும் டக்கென வெட்டப்பட்டதுபோலக் காட்சி வேறு இடத்திற்கு மாறுகிறது. முத்தக் காட்சியை எதிர்பார்த்து ஏமாந்த அனைவரையும் நினைத்து டோட்டோ சந்தோஷமாக விழுந்து விழுந்து சிரித்தபடி

டோட்டோ : எனக்குத் தெரியும்.

பெரியவர் ஒருவர் (சலிப்புடன்)

: கடந்த இருபது வருஷமா திரையில ஒரு முத்தக் காட்சியைக்கூட நான் பார்த்த தில்லை.

ஒருவர் (வெறுப்புடன்)

: நீங்க கொடுக்காட்டாலும் எங்கள கொடுக்க விடுங்களேண்டா.

பிடிக்காத காட்சி வரும்போது காறித் துப்புபவர், வழக்கம்போல இப்போதும் காறித் துப்புகிறார்.

மற்றொருவர் (கடுப்புடன்)

: கழுதைக்குப் பொறந்த பயல்களா

என்று திட்டுகிறார்.

ஒரு படம் முடித்து, அல்ஃபிரேதோ அடுத்த படத்தை ஓடவிட்டு விட்டுச் சாளரத்தின் வழியே நன்றாகத் தெரிகிறதா என்று பார்க் கிறார். சாப்ளின் படம் ஓடுகிறது. குத்துச்சண்டைப் போட்டி ஒன்று நடக்கிறது. நடுவரான சாப்ளின் உதை வாங்குவது கண்டு தியேட்டர் முழுவதும் சிரிப்பலையில் மூழ்குகிறது. டோட்டோவும் உற்சாகமாக வாய் விட்டுச் சிரிக்கிறான். வழக்கமாகத் தூங்குவதற்காகவே தியேட் டருக்கு வருபவர் டக்கென விழித்துக்கொண்டு ஏன் இப்படிச் சிரிக்கி றார்கள் எனச் சுற்றும் முற்றும் பார்க்கிறார்.

காட்சி – 10

தியேட்டர் எதிரில் இருக்கும் சதுக்கம் / வெளி / இரவு

இரவு நேரம் சதுக்கத்தில் ஆள் நடமாட்டம் வெகுவாகக் குறைந் திருக்கிறது. ஒரு பத்துப் பதினைந்து பேர் மட்டும் கூட்டமாய் நின்று கொண்டிருக்கின்றனர். அப்போது அங்கே வரும் முதலாளி ஒருவர் நின்றுகொண்டிருந்த இருவரைப் பார்த்து,

: நீ, அப்புறம் அவரு ரெண்டு பேரும் நாளைக்கு வேலைக்கு வாங்க.

சற்றுத் தள்ளி நின்றிருந்த பெப்பினோவின் தந்தை
: எனக்கு வேலை
முதலாளி : ஸ்டாலின் கிட்ட போய்க் கேளு.

பெப்பினோவின் தந்தை ஒரு கம்யூனிஸ்ட் என்பதால் அவருக்கு வேலை கொடுக்க மறுக்கிறார்கள்.

அருகிலிருக்கும் ஒருவர் மற்றொருவரிடம்
: அவர எப்பவுமே வேலைக்குக் கூப்பிட மாட்றாங்க. பார்த்துக்கிட்டே இரு. அவருக் கும் ஒரு காலம் வரும்.

பெப்பினோவின் தந்தை (விரக்தியுடன்)
: என்னை எப்பவும் வேலைக்குச் சேர்த் துக்கவே மாட்றாங்க.

அங்கிருந்து நகர்ந்த முதலாளி மேலும் சிலரை வேலைக்கு வருமாறு சொல்கிறார்.

அதே நேரத்தில் தியேட்டரில் படம் முடிந்து வெளியே வரும் மக்களில் சிலர் படத்தைப் பற்றிப் பேசிக்கொண்டே வெளியே வரு கின்றனர்.

ஒருவர் : நல்ல படம்தான். அந்தச் சின்னப் பையன் நல்லா நடிச்சிருக்கான்.

இன்னொருவர் : ரொம்ப மோசம், அவனுக்கு அதிர்ஷ்டமே இல்லை.

ஒருவர்: அடி முட்டாப் பையன், அந்த வீணாப்போன படகைப் போயி வாங்கிட்டான்.

இன்னொருவர் : முட்டாள், அதுகூட உனக்குக் கிடைக்காது.

டோட்டோ ஒருவிதத் தயக்கத்துடன் வெளியேறுகிறான். சதுக்கத்தில் வேலைக்குத் தேர்ந்தெடுக்கப்பட்டவர்களிடம் மானேஜர் ஒருவர் எவ்வாறு வேலை செய்யவேண்டுமென்று கட்டளையிடுகிறார்.

: இங்க பாருங்கப்பா, நீங்க காலையிலிருந்து, ராத்திரி இருட்டுற வரைக்கும் வேலை செய்யணும். ஆனா, சம்பளத்தப் பத்தி மூச்சு விடக்கூடாது.

டோட்டோ ஒருவித பயத்துடன் தயங்கித் தயங்கி நடந்து வருகிறான். அம்மாவைப் பார்த்ததும் ஓரிடத்தில் நின்று கடவுளிடம் வேண்டிக் கொண்டு சிலுவைக்குறி இட்டுக்கொள்கிறான். சற்று தூரத்தில் டோட்டோவின் அம்மா கையைக் கட்டியபடி தூணில் சாய்ந்து நின்று கொண்டு அவனின் வருகைக்காகக் காத்திருக்கிறாள். டோட்டோ அம்மாவைப் பார்த்ததும் அழும் நிலைக்கு வருகிறான். தலையைக் குனிந்தவாறே அவன் அம்மாவை நோக்கி வருகிறான். அதே நேரத்தில் தியேட்டரை மூடிவிட்டு அல்ஃபிரேதோவும் ஊழியர் ஒருவரும் வீட்டுக்குக் கிளம்புகிறார்கள். தலை குனிந்துகொண்டே வந்தவன் அம்மாவின் முன்னால் வந்து நின்று லேசாகத் தலையைத் தூக்கி அவளைப் பார்க்கிறான். இறுகிய முகத்துடன் கையைக் கட்டிய படியே அம்மா அவன் அருகில் வந்து

அம்மா : இன்னைக்கு முழுக்க உன்னைய தேடிக் கிட்டு இருக்கேன், பால் வாங்கிட்டியா?

டோட்டோ : இல்ல.

அம்மா : பணம் எங்க?

டோட்டோ : திருட்டுப் போயிருச்சு.

டோட்டோ இதைச் சொன்னதுதான் தாமதம், அம்மா கோபத்துடன் அவன் கன்னத்தில் பட்டென்று ஓங்கி அறைகிறாள்.

கோபத்தோடு அறைந்தபடியே

: படத்திற்குப் போயி செலவழிச்சிட்டயா? சினிமா, சினிமா, எப்பப் பார்த்தாலும் சினிமா.

அவனை நன்றாக மாறி மாறி அடிக்கிறாள். டோட்டோ கதறி அழுகிறான். தூரத்தில் போய்க்கொண்டிருந்த அல்ஃபிரேதோவும் ஊழியரும் டோட்டோ அடிவாங்குவதைப் பார்த்து அவர்களை நோக்கி வருகிறார்கள். அம்மா கோபம் தீர அவனை மாறி மாறி அடிக்கிறாள். டோட்டோ வலி தாங்க முடியாமல் அழுகிறான். அல்ஃபிரேதோ சற்று வேகமாக வந்து அம்மாவிடமிருந்து டோட் டோவைக் காப்பாற்றியவாறு...

அல்ஃபிரேதோ : மரியா, நிறுத்துங்க, அவனை விடுங்க, இதெல்லாம் பெரிசுபடுத்தாதீங்க.

பின் டோட்டோவைப் பார்த்து

: நீ ஏன் பொய் சொல்ற? படத்துக்குக்கூட ஓசியாத் தான வந்த, அதை உங்கம்மா கிட்டச் சொல்லு. ஒருவேளை பணத்த தியேட்டருக்குள்ள தொலைச்சிருப்பான். எவ்வளவு பணம் வச்சிருந்த?

டோட்டோ (அழுதபடியே)

: ஐம்பது லியர்.

அல்ஃபிரேதோ (ஊழியரைப் பார்த்து)

: சீட்டுக்கு அடியில இன்னைக்கு என் னென்ன கிடந்துச்சு?

ஊழியர் பேண்ட் பாக்கெட்டிலிருந்து பொருட்களை எடுத்தவாறு (தயக்கத்துடன்)

: ஒரு சீப்பு, ஷூவோட அடிப்பாகம். அப் புறம் ஒரு புகையிலை டப்பா.

அல்ஃபிரேதோ புகையிலை டப்பா அடியிலிருந்து ஐம்பது லியரை எடுத்து, அப்புறம் இந்த ஐம்பது லியர் என்று அந்த நோட்டை எடுத்து டோட்டோ அம்மாவின் முன் நீட்டியவாறே

அல்ஃபிரேதோ : பார்த்தீங்களா

அம்மா (சிரித்தபடி)

: நன்றி அல்ஃபிரேதோ

அம்மா டோட்டோவைக் கூப்பிட்டுக்கொண்டு கிளம்புகிறாள். அல்ஃபிரேதோ டோட்டோவைப் பார்த்துச் செல்லமாகக் கண்ண டிக்க, பதிலுக்கு டோட்டோவும் அழுத கண்களோடு கண்ணடிக் கிறான். அவர்கள் போனதும் ஊழியர் அல்ஃபிரேதோவைப் பார்த்து அசடு வழிகிறான். அல்ஃபிரேதோ அவனைக் கிண்டல் செய்யும் விதமாக சத்தமாகச் சிரித்தபடி

: எனக்குத் தெரியும், அந்தப் பணம் உங்கிட்ட இருந்திருந்தா இந்நேரம் நீ எங்க போயிருப் பேன்னு.

பின் இருவரும் கிளம்பிப் போகிறார்கள்.

அந்தப் பகுதியில் சுற்றித் திரியும் பைத்தியம் ஒருவன், அங்கிருக்கும் மக்களைப் பார்த்து

பைத்தியம்

: இந்தச் சதுக்கம் என்னோடது, நடுராத்திரி ஆயிருச்சு. இன்னும் என்ன பண்றீங்க, சீக்கிரம் போங்க, நான் சதுக்கத்த மூடணும்.

குடுகுடுவென ஓடி மக்கள் அனைவரையும் சீக்கிரம் போகுமாறு விரட்டுகிறான். அதற்கு மேலும் நின்றுகொண்டிருப்பவர்களின் அருகில் போய் அவர்களைப் போகுமாறு தள்ளிவிடுகிறான். இன்னும் சிலரைத் துரத்த கல்லைப் பொறுக்குகிறான். எல்லாரும் அவனைப் பார்த்து அந்த இடத்தை விட்டு ஓடுகிறார்கள்.

காட்சி – 11

ஒரு காட்டுப்பாதை / பகல்

சவ ஊர்வலம் ஒன்று ஒரு காட்டுப் பாதையில் போகிறது. சவ ஊர்வலத்தின் முன்னால் டோட்டோவும் ஃபாதரும் செல்கின்றனர். ஊர்வலத்தின் பின்னால் பத்து இருபது பேர் நடந்து வருகின்றனர். சவப்பெட்டி குதிரை வண்டியில் வைத்துக் கொண்டு செல்லப் படுகிறது.

நிலத்தை அளவிடும் பணியைச் செய்துகொண்டிருக்கும் ஒருவர் சவ ஊர்வலத்தைப் பார்த்ததும் தொப்பியைக் கழற்றிச் சிலுவைக் குறியிட்டுப் பிரார்த்தித்துக்கொள்கிறார். காட்டில் மண்வெட்டியால் வெட்டிக் கொண்டிருக்கும் ஒருவர் தொப்பியைக் கழற்றி மரியாதை செய்கிறார். அருகில் குனிந்துகொண்டே வேலை செய்து கொண்டிருந்த அல்ஃபிரேதோவும் சவ ஊர்வலத்தைப் பார்த்துவிட்டுத் தொப்பியைக் கழற்றுகிறார். சிறிது நேரம் கவலையுற்றவராக இருந்தவர், மீண்டும் தொப்பியை மாட்டிக்கொண்டு வேலை செய்யத் தொடங்குகிறார். சவ ஊர்வலம் ஓரிடத்தில் திரும்பிப் போய்க் கொண்டே இருக்கிறது.

காட்சி – 12

ஒரு காட்டுப்பாதை / பகல்

சவ அடக்கத்தை முடித்துவிட்டு ஃபாதரும் டோட்டோவும் திரும்பி வருகிறார்கள். ஃபாதர் வழியும் வியர்வையைத் துடைத்தவாறு களைப்புடன் நடந்து வருகிறார். இவர்களின் பின்னால் அல்ஃபி ரேதோ சைக்கிளில் வந்துகொண்டிருக்கிறார்.

அல்ஃபிரேதோ (மெதுவாக சைக்கிளை ஓட்டியபடி)

: போன பாதை நடக்குறதுக்கு ரொம்பக் கஷ்டமா இருந்திருக்குமே; இல்லையா ஃபாதர்?

ஃபாதர் : போன வழியெல்லாம் ஒரே சரிவுப்பாதை, அங்கிருந்த சாமியாருங்கதான் உதவி செஞ் சாங்க. முடிச்சுட்டு வர்றப்ப சாமியார் களுக்கு வேலையே இல்லை. வேடிக்கை பார்த்துக்கிட்டுதான் நின்னாங்க. எல்லாம் ஆண்டவன் செயல்.

அல்ஃபிரேதோ : ராத்திரி பார்க்கலாம்.

அவர்களிடமிருந்து கிளம்பிச் செல்கிறார்.

டோட்டோ நெற்றியில் கை வைத்து எதையோ யோசிக்கிறான். பின் திடீரெனக் கீழே விழுந்து காலைப் பிடித்துக்கொண்டு அடிபட்டது போலக் கத்துகிறான்.

ஃபாதர் : என்ன அடிபட்டுருச்சா? இந்தத் தடவ உன் னோட கால்.

அல்ஃபிரேதோ திரும்பிப் பார்க்கும்போது டோட்டோ கத்தி அழு கிறான்.

ஃபாதர் : எப்பப் பார்த்தாலும் இந்த மாதிரி ஏதாவது ஒண்ணு உனக்கு நடந்துகிட்டுதான் இருக்கு. நான் என்னதான் பண்ணுறது.

அல்ஃபிரேதோ அவனின் நடிப்பைப் பார்த்துச் சிரிக்கிறார்.

டோட்டோ முன்னால் அமர்ந்துகொள்ள அல்ஃபிரேதோ சைக்கிளை ஓட்டிச் செல்கிறார்.

டோட்டோ : அல்ஃபிரேதோ, உங்களுக்கு எங்கப்பாவத் தெரியுமா?

அல்ஃபிரேதோ : என்ன அப்படிக் கேட்டுட்ட, எனக்கு அவர நல்லாவே தெரியும்.

உயரமா, ஒல்லியா, பழகுறதுக்கு இனிமையா, என்ன மாதிரி பெரிய மீசைகூட வச்சிருப்பாரு. எப்பப் பார்த்தாலும் சிரிச்சுக்கிட்டே இருப்பாரு. அவர் ஏறக்குறைய நடிகர் கிளார்க் கேபல் மாதிரியே இருப்பாரு.

டோட்டோ : அல்ஃபிரேதோ இப்ப நான் ஐந்தாம் வகுப்பு படிக்கிறேன்.

அதுக்காக எனக்கு ஓட்டுப் போடுற வயசு வந்திருச்சுன்னு சொல்ல வரல, இருந்தாலும் நாம ஏன் நட்பு வச்சுக்கக் கூடாது?

அல்ஃபிரேதோ : என்னுடைய நண்பர்களை, தோற்றத்தை வைச்சுத் தேர்ந்தெடுப்பேன், எதிரின்னா புத்திசாலியா இருந்தாத்தான் ஏத்துப்பேன். நீ நிறைய குள்ள நரி தந்திரம் பண்ணுற, அதனால நீ என்னோட நண்பனா ஆக முடியாது.

நான் எப்பவுமே பசங்களுக்குச் சொல்வேன். நண்பர்களைத் தேர்ந்தெடுக்கும் போது ரொம்ப கவனமா இருக்கணும்னு

டோட்டோ : உங்களுக்குத்தான் பசங்களே இல்லையே.

அல்ஃபிரேதோ பெரும் சலிப்புடன் பெருமூச்சு விட்டபடியே

அல்ஃபிரேதோ : எனக்கு எப்பப் பிறக்குதோ அப்பச் சொல்லுவேன்.

கேட்கக் கூடாததைக் கேட்டுவிட்டானே என்று அவன் தலையில் லேசாகத் தட்டுகிறார்.

காட்சி – 13

டோட்டோவின் வீடு / வெளி / பகல்

டோட்டோவின் அம்மா எரிந்துகொண்டிருக்கும் புகைப்படத்தின் தீயை அணைத்துக்கொண்டிருக்கிறார். குழந்தை தீயைப் பார்த்த பயத்தில் கதறி அழுகிறது. அழும் குழந்தையை ஆதரவாகக் கட்டி அணைத்து முத்தம் கொடுத்து அம்மா தேற்றுகிறாள்.

: அழாதடா செல்லம்; அழாத, எல்லாம் சரியாயிருச்சு.

பயந்துபோய் இன்னும் விடாது அழும் குழந்தையைக் கட்டி அணைத்தவாறு

: தீயை எல்லாம் அணைச்சாச்சு, அம்மா இருக்கேன் பயப்படாத.

அல்ஃபிரேதோவும் டோட்டோவும் அந்தச் சமயத்தில் சைக்கிளில் அங்கு வந்து சேர்கின்றனர். டோட்டோ சைக்கிளில் இருந்து இறங்கி தங்கை அழுவதையும் அம்மா தேற்றுவதையும் பார்த்துவிட்டு வேகமாக வந்து

டோட்டோ : என்ன ஆச்சும்மா?

அவனைப் பார்த்ததும் கோபத்தின் உச்சிக்குப் போன அவள்,

குழந்தையை அருகில் இருக்கும் படிக்கட்டில் உக்கார வைத்துவிட்டு, அவனை அடிக்கப் பாய்கிறாள். அடிக்க வரும் அவளைப் பார்த்து பயந்து ஓடும் டோட்டோவைத் துரத்துகிறாள்.

அம்மா : பிசாசே, இந்நேரம் உன் தங்கச்சி தீயில எரிஞ்சு செத்துப் போயிருப்பா, இந்த எழவெல்லாம் உன்னாலதான்.

அல்ஃபிரேதோ பதற்றத்துடன் இதைப் பார்க்கிறார். அம்மா, அவனைத் துரத்திப் பிடித்துப் பலமாக முதுகில் மாறி மாறி அடிக்கிறாள்.

: நான் உன்னைய பிலிம கட்டிலுக்கு அடியில் வைக்காதேன்னு எத்தனை தடவ சொல்லியிருக்கேன். போட்டோகூட எரிஞ்சு போச்சு.

அல்ஃபிரேதோ எரிந்துபோன சாம்பல் குவியலில் இருந்து ஒரு போட்டோவை எடுக்கிறார். அது டோட்டோவின் அப்பா, அம்மா இருக்கும் புகைப்படம். பாதி எரிந்துபோய் இருக்கிறது. அல்ஃபிரேதோ, டோட்டோவை அவள் இன்னும் அடித்துக்கொண்டிருப்பதைத் தன்னால் ஒன்றும் செய்ய இயலாத நிலையில் வருத்தத்துடன் பார்த்துக் கொண்டிருக்கிறார். அவனை அடித்தபடி தெரு வழியே அம்மா இழுத்து வரும்போது, அங்கே திண்ணையில் அமர்ந்திருக்கும் பெண்மணி,

: அவனைப் போட்டு ஏன் இப்படி அடிக்கிற?

அம்மா இன்னும் கோபம் தீராமல்

: இவன் வீட்டையே எரிச்சுடத் திட்டம் போட்டுக்கிட்டு இருக்கான்.

நீயும் உன்னோட முட்டாள்தனமான சினிமாவும்

வருத்தத்துடன் அமர்ந்திருக்கும் அல்ஃபிரேதோவிடம் அவனின் அம்மா

: இவ்வளவு பெரிய ஆளா இருந்துக்கிட்டு சின்னப் பையன்கூடச் சகவாசம் வெச்சுக்கிட்டு இருக்கீங்களே, உங்களுக்குக் கொஞ்சம்கூட வெட்கமே இல்லையா?

அல்ஃபிரேதோ : நான் என்ன செஞ்சேன்?

அவனை அடிப்பதை விட்டுவிட்டுக் குழந்தையை அவள் தூக்கிக் கொண்டபடியே

: அவனுக்கு யாரு பிலிமைக் கொடுத்தது?

அல்ஃபிரேதோ பதில் சொல்ல முடியாமல் தலை குனிகிறார். அவள் இன்னும் தீராத கோபத்தோடு

: மறுபடியும் இதுமாதிரி செய்யாதீங்க, அவன் சினிமா பைத்தியம் புடிச்சுப்போயி திரியிறான். என் காதுல விழுகிற சேதியெல்லாம் அல்ஃபிரேதோ, அப்புறம் சினிமா, அல்ஃபிரேதோ, அப்புறம் சினிமா. நான் இந்த வாட்டி கண்டிப்பாச் சொல்றேன். அவனை மறுபடியும் உங்க கேபினுக்குள்ள விடாதீங்க, கண்டிப்பாச் சொல்லிட்டேன்.

அல்ஃபிரேதோ வருத்தம் தோய்ந்த குரலில்
: உங்க வார்த்தையைக் காப்பாத்தறேன்.

இவ்வளவு நேரம் ஆக்ரோஷமாகப் பேசியதில் அவளுக்கு மேல் மூச்சு, கீழ் மூச்சு வாங்குகிறது. அதே கோபத்துடன் டோட்டோவின் பக்கம் திரும்பி

: என்னோட ஆசையை மட்டும் கடவுள் நிறைவேத்துவாருன்னா, உன்னைய அடிக்க கையில சாட்டையோட உங்கப்பாவ சீக்கிரம் அனுப்பி வைக்கச் சொல்லுவேன்.

டோட்டோ (அழுதபடி)
: அப்பா திரும்பி வர மாட்டாரு, அது ஏன்னு எனக்குத் தெரியும். அவர் செத்துப் போயிட்டாரு.

அம்மா : அது உண்மையில்ல

உண்மையைத் தெரிந்துகொண்டானே என்ற வேதனையில் அழுதபடி டோட்டோவை அடிக்கிறாள்.

: அவர் திரும்பி வந்துருவாரு. அவர நான் உனக்குக் காட்டுகிறேன் என்று சொல்லிய படி அவள் அழுகிறாள்.

அல்ஃபிரேதோ சோகத்துடன் அவளையே பார்த்துக்கொண்டிருக் கிறார்.

காட்சி – 14

திரையரங்கம் / உள் / பகல்

திரையில் வரும் காட்சியில் கதாநாயகன் சோகத்துடன் இருக்கிறார். பின்னர் திரும்பி பார்வையாளர்களுக்கு முதுகு காட்டியபடி நடந்து போய்க்கொண்டே இருக்கிறார்.

முன் வரிசையில் மற்ற சிறுவர்களுடன் சேர்ந்து அமர்ந்துகொண்டு டோட்டோ படம் பார்க்கிறான். திரையில் ஆற்றில் இருவர் படகில் பயணம் செய்வதோடு படம் முடிவடைகிறது. எழுத்துகள் வரத் தொடங்குகின்றன.

காலம் ஜீவநதியைப் போல் நிற்காமல் ஓடிக்கொண் டிருக்கும் அதே வேளையில் மனிதன் நல்ல செயல் களும் தீய செயல்களும் மாறி மாறிச் செய்தவண்ணம் வாழ்க்கையைக் கடத்திக்கொண்டிருக்கிறான்.

மக்கள் படம் முடிந்து வெளியே கிளம்புகின்றனர். சிலர் கிளம்புவது போல் எழுந்து வேறு இருக்கைகளில் அமர்ந்துகொண்டு மறுபடியும் படம் பார்க்கத் தயாராகின்றனர். அல்ஃபிரேதோ கேபினிலிருந்து சிறு சாளரத்தின் வழியே கீழே நடப்பதைப் பார்க்கிறார். ஊழியர் திட்டிக்கொண்டே போகிறார்.

    ஊழியர் : புகைபோக்கி போல, சிகரெட்டை ஊதித் தள்ளுறானுங்க.

தியேட்டருக்கு வழக்கமாகத் தூங்குவதற்கென்றே வருபவர் படம் முடிந்ததுகூடத் தெரியாமல் வாயைத் திறந்தபடி குறட்டை விட்டுத் தூங்கிக்கொண்டிருக்கிறார். அடுத்த காட்சிக்கு இன்னும் சிலர் வந்து அமர்கின்றனர். பின்கதவின் வழியாகச் சிறுவர்கள் உள்ளே நுழைவதைப் பார்த்து

    ஊழியர் : அங்க போய் டிக்கெட் எடுத்துக்கிட்டு உள்ள வாங்க.

கேபினிலிருந்து எட்டிப் பார்த்த அல்ஃபிரேதோவிடம், டோட்டோ நான் மேலே வரட்டுமா என்று சைகை மூலம் கேட்கிறான்.

அல்ஃபிரேதோ கோபத்துடன் மறுக்கிறார். டோட்டோ முகம் வாடிப் பெருத்த ஏமாற்றத்தை அடைகிறான்.

அதே நேரத்தில் வாயைத் திறந்தபடியே தூங்கிக்கொண்டிருப்பவரைச் சுற்றி நாலு பேர் நின்றுகொண்டு அவர் முகத்தருகே கையைப் பலமாகத் தட்டிச் சத்தம் எழுப்புகின்றனர். பட்டென்று பட்டாசு வெடித்தது போன்று சத்தம் கேட்டு அவர் திடுக்கிட்டு எழுந்து

: என்ன சத்தம் அது?

அனைவரும் பலமாகச் சிரிக்கின்றனர். அவர்களைப் பார்த்து அவர் கோபமாகக் கத்துகிறார்.

: பார்த்துக்கிட்டே இருங்க, ஒருநாள் உங்களைக் கண்டம் துண்டமாக வெட்டி எறியத்தான் போறேன்.

அனைவரும் மீண்டும் கிண்டல் செய்யும் விதமாக அவரைப் பார்த்துப் பலமாகச் சிரிக்கின்றனர். அல்ஃபிரேதோ கேபினுக்குள் விடாததை நினைத்து டோட்டோ கன்னத்தில் கைவைத்தபடி கவலையுடன் அமர்ந்திருக்கிறான். தியேட்டருக்கு வெளிப்புறத்தில் அல்ஃபிரேதோ மனைவி தூக்கு வாளியில் மதிய உணவு கொண்டு வருவதைப் பார்த்து, சிறிது நேரம் யோசித்து இதுதான் சமயமென டோட்டோ (அவள் பெயரைக் கூப்பிட்டவாறு) அவளை நோக்கி ஓடுகிறான்.

: அன்னா மேடம்...

காட்சி – 14A

திரையரங்க கேபின் / சதுக்கம் / உள் / வெளி / பகல்

டோட்டோ தூக்கு வாளியைக் கையில் வைத்துக்கொண்டு படிகளில் ஏறி கேபினுக்குள் நுழைகிறான். கடவுளே காப்பாற்று என்று சிலுவைக்குறி இட்டுக்கொள்கிறான். அல்ஃபிரேதோ மும்முரமாக வேலை செய்து கொண்டிருக்கிறார். தற்செயலாக, பின்னால் திரும்பிப் பார்க்க; டோட்டோ நிற்பதைக் கண்டு கோபமடைகிறார்.

டோட்டோ : அல்ஃபிரேதோ, என்னைய திட்டாதீங்க, உங்க மனைவிதான் சாப்பாட்டைக் கொடுக்கச் சொன்னாங்க.

அல்ஃபிரேதோ வெடுக்கென்று பாத்திரத்தைப் பிடுங்கிக்கொண்டு

: சரி, கிளம்பு.

டோட்டோ *(வருத்தத்துடன்)*

: எங்கம்மாகிட்ட, பிலிம் நீங்க தரல, நானே தான் எடுத்துக்கிட்டு வந்தேன்னு சொல்லிட்டேன். அது உங்களோட தப்பில்லேன்னும் சொல்லிட்டேன்.

டோட்டோ வருத்தத்துடன் பேசுவதைக் கண்டு அல்ஃபிரேதோ மனம் இளகுகிறார்.

டோட்டோ : பிலிம் தீப்பிடிக்கும்னு நீங்க சொன்னது வேடிக்கைக்குச் சொன்னதாக நினைச்சுக் கிட்டு இருந்தேன்.

இதை உங்ககிட்ட சொல்லிட்டுப் போயிடலாம்னு தான் வந்தேன்.

சரி, நான் கிளம்புறேன்.

டோட்டோ கிளம்புகிறான்.

அல்ஃபிரேதோ : டோட்டோ, இங்க வா.

அவனைத் தூக்கித் தனக்கு எதிரில் உள்ள ஸ்டூலில் உட்கார வைக் கிறார்.

அல்ஃபிரேதோ : நான் சொல்றத கவனமாக் கேளு, இந்த வேலைக்கு நான் பத்து வயசுல வந்தேன். அப்பவெல்லாம் இவ்வளவு நவீன இயந் திரங்கள் எல்லாம் இல்லை. ஊமைப் படம் தான், ப்ரொஜெக்டரைக் கையாலதான் சுத்தணும். எல்லா நாளும் அதே கதை தான். அதுவுமில்லாம அந்த அச்சைச் சுத் துறதுக்கு அவ்வளவு கஷ்டமா இருக்கும். கொஞ்சம் களைப்பாகி, சுத்துறது கொஞ்சம் மெதுவாகிருச்சுன்னா அப்படியே அத்த னையும் எரிஞ்சுபோயிரும்.

டோட்டோ : நீங்க ஏன் எனக்குக் கற்றுத் தரக்கூடாது. இப்பத்தான் அந்த மாதிரி கஷ்டம் எல்லாம் இல்லையே.

அல்ஃபிரேதோ (அக்கறையோடு)

: ஏன்னா, எனக்குக் கத்துக்கொடுக்குறதுல இஷ்டம் இல்லை.

இந்த வேலை உனக்கு வேண்டாம். நீ ஒரு அடிமையா மாறிடுவ.

நீ வேண்ணா ஒரு படத்த நூறு தடவ பார்த்துக்கலாம், அதைத் தவிர வேறெது வும் உன்னால செய்ய முடியாது.

நீ கிரீடா கார்போ, டைரோன்பவர்கூட முட்டாள் மாதிரி தனியா பேசிக்கலாம், அவ்வளவுதான்.

நாய் மாதிரி வேலை செய்யணும், விடு முறை நாள்லகூட.

ஈஸ்டர், கிறிஸ்துமஸ் அன்னைக்கிக்கூட. புனித வெள்ளி அன்னைக்கு மட்டும்தான் விடுமுறை.

டோட்டோ : நீங்க ஏன் வேற வேலைக்குப் போகல?

அல்ஃபிரேதோ : நான் ஒரு முட்டாள்.

அவரே சிரித்துக்கொள்கிறார்.

: வேற யாரு வந்து இந்த மாதிரி ப்ரொ ஜெக்டர ஓட்டிக்கிட்டு இருப்பாங்க.

யாரும் என்னை மாதிரி முட்டாள்தனமா இந்த வேலையைத் தேர்ந்தெடுக்க மாட் டாங்க.

அதுவுமில்லாம எனக்கு அதிர்ஷ்டமே இல்ல.

நான் சின்னப் பையனா இருந்தப்ப போர் வந்துருச்சு. வளர்ந்த பிறகு மறுபடியும் இன் னொரு போர் வந்துருச்சு.

இப்பச் சொல்லு, நீயும் என்னை மாதிரி களிமண்ணா இருக்கப் போறயா (டோட் டோவைப் பார்த்து) என்ன செய்யப் போற?

டோட்டோ இல்லையெனத் தலையாட்டுகிறான்.

அல்ஃபிரேதோ : இப்பத்தான் நீ நல்ல பையன். இதையெல் லாம் உன் நல்லதுக்குத்தான் சொல்றேன்.

பேசிக்கொண்டே எழுந்து கழிவறைக்குச் செல்கிறார். சிறுநீர் கழித்த வாறே

அல்ஃபிரேதோ : இங்க வெயில் காலத்தில் வேகணும். குளிர் காலத்துல ஐஸா உறைஞ்சு போகணும். நீ இங்க இருந்து வர்ற புகையைத்தான் சுவாசிச்சுக்கிட்டு இருக்கணும்.

டோட்டோ, அல்ஃபிரேதோ இல்லாததால் எழுந்து மெஷினில் எதையோ திருகி வைக்கிறான்.

டோட்டோ : அப்ப, உங்களுக்கு இந்த வேலையில பிடிச்ச துன்னு எதுவுமே இல்லையா?

அல்ஃபிரேதோ : ஒருவேளை இந்த வேலைக்கு நீ பழகிப் போயிட்டேன்னா, தியேட்டர் முழுக்க நிறைஞ்சு இருக்கும் மக்கள் அனுபவிக்கிற சந்தோஷத்தையும் சிரிப்பையும் பார்த்து உனக்கும் சந்தோஷம் வரும். தங்களோட

துக்கத்தையும் சோகத்தையும் மறந்து அவங்க சிரிக்கிறதுக்கு நீயும் ஒரு காரணம்னு நினைப்பு வரும். அதுதான் எனக்குப் பிடிச் சது.

டோட்டோ மெஷினில் ஏதோ மாற்றம் செய்கிறான்.

அந்தச் சத்தம் கேட்டு அல்ஃபிரேதோ கழிவறையிலிருந்து பதறிய டித்துக் கொண்டு ஓடி வருகிறார். அவரைப் பார்த்து டோட்டோ கையை இடுப்பின் இருபுறமும் வைத்தபடி என்ன செய்துவிட்டேன் பார்த்தீரா என்பது போல் சிரிக்கிறான்.

அல்ஃபிரேதோ (கோபத்துடன்)

: நான் என்ன; இந்நேரம் வரைக்கும் உனக்கு கிரேக்க மொழியிலயா சொல்லிக்கிட்டு இருந்தேன். நீ என்ன இப்ப செஞ்சுக்கிட்டு இருக்க?

கோபத்தில் அவனை அலாக்காக உயரே தூக்கி, அவனைப் போட்டு உலுக்கியபடி

அல்ஃபிரேதோ : நீ இந்நேரம் வரைக்கும் கவனிச்சுக் கேட்குற மாதிரி பாசாங்கா பண்ணிக்கிட்டு இருந் துருக்க, உன் தந்திரத்தை என்கிட்டயே காட்டிட்டியே, உங்கம்மா சொல்றது சரி தான், நீ ஒரு பைத்தியம்தான்.

கீழே இறக்கிவிட்டுப் பின்புறத்தில் எட்டி உதைத்து அவனைத் துரத்தி விடுகிறார்.

அல்ஃபிரேதோ (தனக்குள்)

: எப்படி ராஸ்கல் இந்த வேலையைச் செஞ் சான். படவா, பார்த்தே வேலையைக் கத்துக் கிட்டான்.

அல்ஃபிரேதோ பால்கனிக்கு வந்து தியேட்டரை விட்டுக் கீழே ஓடிக் கொண்டிருக்கும் டோட்டோவை நோக்கி

அல்ஃபிரேதோ (கத்திக் கூறுகிறார்)

: டோட்டோ, உன்ன தியேட்டர் உள்ள விடக்கூடாதுன்னு கேஷியர்கிட்ட சொல்

லிடப்போறேன். அப்புறம் ஃபாதர் அடல் ஃபியோவைப் பார்த்து சர்ச்சுக்குள்ளேயும் உன்ன விடக்கூடாதுன்னு சொல்லிடப் போறேன். மவனே, உன் கதை முடிஞ் சிருச்சு.

டோட்டோ (வாயைக் குவித்தவாறு)

: அல்ஃபிரேதோ, அல்ஃபிரேதோ, முடிஞ்சா செய்யுங்க என்று கிண்டலாகக் கூறுகி றான்.

அல்ஃபிரேதோ ஆத்திரம் தாங்க முடியாமல் கோபமடைகிறார். அப்போது தெருவில் ஒரு மக்கள் கூட்டம் 'ஹோ'வெனக் கத்துகிறது. கூட்டத்தின் சத்தத்தால் அல்ஃபிரேதோ, டோட்டோவை மேற் கொண்டு திட்ட முடியாமல் போகிறது.

தெருவில் ஒருவன் : எனக்குக் கிடைச்சுருச்சு, நான் ஜெயிச்சுட் டேன்; லாட்டரியில் நான் ஜெயிச்சுட் டேன்.

சந்தோஷத்தில் திக்குமுக்காடியபடி கத்தியவர் அப்படியே மயங்கிச் சரிகிறார். கூட்டம் அவரைத் தூக்கிச் செல்கிறது.

ஒருவர் : நியோபாலிட்டன் லாட்டரியில ஜெயிச் சுட்டான்.

வீதியிலிருந்து வேகமாகத் தியேட்டருக்குள் நுழைந்த ஒருவர் அங்கே இருப்பவர்களுக்கு அறிவிக்கும் விதமாய்

: ஹே! நேபலிருந்து வந்த சிச்சியோ லாட்டரி யில ஜெயிச்சுட்டான்.

இதைக் கேட்டதும் தியேட்டரில் கீழே அமர்ந்திருக்கும் சிலர் வெளியே எழுந்து ஓடுகின்றனர். பால்கனியில் அமர்ந்திருந்த ஒருவன் எழுந்து

: எப்பவுமே வடக்குப் பகுதியில இருக்கிற வங்களுக்குத் தான் அதிர்ஷ்டம் அடிக்குது.

காட்சி – 15

திரையரங்கு அருகே உள்ள பிரதான தெரு / பகல் நேரம்

சிறுவர்கள் ஓடியாடி விளையாடிக்கொண்டிருக்கின்றனர். நிறைய பெண்கள் சாயம் பூசும் வேலை செய்து கொண்டிருக்கிறார்கள். வயதான ஒரு பெண் நூல் நூற்கிறாள். அப்போது அங்கே வரும் அந்தப் பகுதியில் சுற்றித் திரியும் பைத்தியம் ஒருவன் அவர்களை வேலை செய்ய விடாது இடையூறு செய்கிறான்.

பைத்தியம் : இந்தச் சதுக்கம் என்னோடது, எல்லாம் என்னோடது (என்று கத்துகிறான்)

பெண்கள் அவனைத் துரத்திவிடுகின்றனர். அந்த இடத்தைவிட்டு சற்றுத் தள்ளி வயதான ஒருவர் குதிரைக்கு முடி வெட்டிக் கொண்டிருக்கிறார். அதன் அருகில் முடி திருத்துபவர் சிறுவர்களுக்கு முடி வெட்டிக்கொண்டிருக்கிறார். சிறுவன் ஓரிடத்தில் நில்லாமல் அசைந்துகொண்டே இருக்க

பார்பர் : அசையாம நில்லுடா, உன் டவுசருக்குள்ள என்ன எறும்பா இருக்கு, ஏன் இப்படி நெளியிற?

சிறுவனுக்கு நடு மண்டையில் கொஞ்சம் முடியை வெட்டாமல் குடுமி மாதிரி விட்டுவிடுகிறார்.

: டேய், உன் மண்டையில பேன் தொழிற் சாலையே வச்சு நடத்தலாம்.

முடி வெட்டிக்கொண்ட நான்கு சிறுவர்களுக்கு மருந்து தெளிக்கும் டேங்கரில் தண்ணீரை நிரப்பி ஒருவர் குளிப்பாட்டுகிறார்.

தியேட்டருக்கு வெளியே திரையரங்க ஊழியர் ஒருவர் ஏணியில் நின்றுகொண்டு அறிவிப்புப் பலகையில் அடுத்து வரும் படத்தை ஒட்டுகிறார். சிறுவர்கள் கும்பலாக வந்து வேடிக்கை பார்க்கின்றனர்.

ஊழியர் : என்னடா கூட்டம் போடுறீங்க, போங்கடா

என்று விரட்டுகிறார்.

ஒரு சிறுவன் ஏணியில் நின்றுகொண்டிருக்கும் அவரின் இரு 'ஷூ'க்களின் கயிற்றையும் ஒன்றாகக் கட்டிவிடுகிறான். வேலை முடிந்து கீழே இறங்க நினைத்தவர், தடுமாறிக் கீழே விழுகிறார். சிறுவர்கள் சிரிக்கின்றனர்.

காட்சி – 16

பள்ளிக்கூடத்தின் தேர்வு அறை / உள் / பகல்

டோட்டோ படிக்கும் பள்ளிக்கூடத்தின் தேர்வு அறையில் மாணவர்கள் தேர்வு எழுதிக்கொண்டிருக்கின்றனர்.

ஆசிரியர் ஒருவர் மாணவர்களுக்குத் தேர்வுக்கான கேள்வியைச் சொல்லிக்கொண்டிருக்கிறார்.

: ஒரு வியாபாரிக்கு இரண்டு கடைகள் இருந்தன.

: ஒரு கடையில் பழங்களை விற்றுவந்தார்.

அப்போது தேர்வு அறைக்குள் பிரின்சிபால் நுழைய, மாணவர்கள் அனைவரும் எழுந்திருக்கிறார்கள்.

பிரின்சிபால் : உக்காருங்க.

: பேராசிரியர், இரவுப் பள்ளியில் (முதியோர் கல்வி) படிக்கிறவங்க தொடக்கப் பள்ளி டிப்ளமோ பரீட்சை எழுத வந்திருக்காங்க.

பிரின்சிபால் அவர்களை உள்ளே அழைக்கிறார்.

வயதானவர்கள் நான்கு பேர் தங்களோடு பரீட்சை எழுத உள்ளே நுழைவது கண்டு மாணவர்கள் அனைவரும் சிரிக்கின்றனர்.

ஆசிரியர் : சத்தம் போடாதீங்க.

அல்ஃபிரேதோவும் அந்த நால்வரில் ஒருவர்.

அல்ஃபிரேதோ கூச்சத்துடன் உள்ளே நுழைகிறார்.

டோட்டோ அவரைப் பார்த்து 'மாட்டினியா' என்பது போல் கிண்டலாகச் சிரிக்கிறான்.

அல்ஃபிரேதோ அவனைப் பார்த்துச் சிரிக்க, டோட்டோ டக்கென முகத்தைத் திருப்பிக்கொள்கிறான்.

நான்கு ஆசிரியர்கள் தேர்வு எழுதுபவர்களைக் கண்காணித்தபடி நடைபோடுகின்றனர்.

நால்வரில் ஒருவர் கேள்வித்தாளைப் பார்த்துவிட்டு ஒன்றும் தெரியாததால் தலையில் கை வைத்தபடி அதிர்ச்சியில் அமர்ந்து

விடுகிறார். அல்ஃபிரேதோ கை விரல்களை எண்ணி எண்ணிக் கணக்குப் போடுகிறார். அது சரிதானா என்று சந்தேகம் வந்துவிட, குழம்புகிறார். டோட்டோ பின்னால் திரும்பி அல்ஃபிரேதோ நெடுநேரம் ஒன்றும் எழுதாமல் விரலை மட்டுமே எண்ணிக் கொண்டிருப்பதைப் பார்த்துச் சிரிக்கிறான்.

கடைசிவரை முயன்றும் விடை தெரியாததால் அல்ஃபிரேதோ தயக்கத்தோடு டோட்டோவிடம் சைகையினால் உதவி கேட்கிறார். டோட்டோ மறுத்துவிடுகிறான்.

அல்ஃபிரேதோ : வீணாப் போன குட்டிப் பிசாசே என்று திட்டிவிட்டு

(வேறு வழியில்லாமல்)

: டோட்டோ, எனக்கு உதவி செய்

எனக் கேட்கிறார்.

ஆசிரியர் : சத்தம் போடாதீங்க.

அல்ஃபிரேதோ தன் இடத்திலிருந்தபடியே டோட்டோவின் பேப்பரை எட்டிப் பார்க்கிறார். டோட்டோ பேப்பரை மறைத்து வைத்துக் கொள்கிறான். அல்ஃபிரேதோ ஒன்றும் புரியாமல் தட்டுத் தடுமாறு கிறார். டோட்டோ அவரின் தவிப்பை ரசிக்கிறான்.

அல்ஃபிரேதோ தன் அருகில் அமர்ந்து எழுதும் பையனாவது உதவி செய்வானா என்று அவனின் பேப்பரைப் பார்க்க, அவனும் மறைத்துக் கொள்கிறான். அதைப் பார்த்து டோட்டோ அடக்க முடியாமல் சிரிக்கிறான்.

அல்ஃபிரேதோ : டோட்டோ, டோட்டோ

டோட்டோ அவர் பக்கம் திரும்பி 'ஆசதான்' என்பது போலப் பரி காசம் செய்கிறான்.

அல்ஃபிரேதோ : டோட்டோ, நாசமாப் போன கணக்கு ஒண்ணையும் என்னால போட முடியல.

ஆசிரியர் : சத்தம் போடாதீங்க.

அல்ஃபிரேதோ ஒன்றும் தெரியாததால் விரக்தியில் டேபிளில் தலையை முட்டிக்கொள்கிறார். டோட்டோ சிரிக்கிறான்.

கடைசியில் டோட்டோ, நீங்க எனக்கு ப்ரொஜெக்டர் ஓட்டக் கற்றுக் கொடுத்தால் நான் உங்களுக்கு உதவி செய்கிறேன் என்று சைகையால் சொல்கிறான். அல்ஃபிரேதோ கோபத்தோடு சரி என்று சொல்கிறார்.

டோட்டோ விடை எழுதி பேப்பரை பந்து போல் சுருட்டி அல்ஃபி ரேதோ பக்கம் தூக்கி எறிய, அல்ஃபிரேதோ லபக்கென்று பிடித்துக் கொண்டு வெற்றிப் புன்னகையுடன் சிரிக்கிறார்.

காட்சி – 17

தியேட்டர் கேபின் / உள் / பகல்

டோட்டோவுக்கு அல்ஃபிரேதோ எவ்வாறு படம் ஓட்டுவதெனக் கற்றுத் தருகிறார். டோட்டோ அல்ஃபிரேதோ சொல்வதை அப்படியே செய்கிறான். படம் ஓடத் துவங்கியதும் டோட்டோ சந்தோஷத்துடன் அந்தச் சிறிய சாளரத்தின் வழியே திரையைப் பார்க்கிறான்.

திரையில் வரும் காட்சி:

    போலீஸ் அதிகாரி : பிரான்ஸ்செங்கோ மெசானா உன்னைக் கைது பண்றோம்.

கீழே அமர்ந்திருக்கும் பார்வையாளர்கள் நல்லது செஞ்ச, நல்லது செஞ்ச என்று பலத்த கைதட்டல்களுடன் ஆரவாரம் செய்கின்றனர்.

பால்கனியில் அமர்ந்திருப்பவர்கள் எந்தவித எதிர்வினையுமின்றி அமைதியாகப் படம் பார்க்கிறார்கள்.

கண்ணாடி அணிந்து கோட் போட்ட நடுத்தர வயதுக்காரர் எதிர்ப்பைத் தெரிவிக்க வழக்கம்போலக் காறித் துப்புகிறார்.

கேபின் உள்ளே மெஷினில் தொட்டுக் காட்டியபடி டோட்டோவிடம்

    அல்ஃபிரேதோ : இங்க பாரு, இந்த இடம்தான் தீப்பிடிக்கிற இடம்.

        ஒருவேளை இந்த இடத்துல, அல்லது இந்த இடத்துல பிலிம் துண்டாகியிருச்சுன்னா முழு ரீலும் எரிஞ்சு போகும்.

அல்ஃபிரேதோ ஒரு ரோலிலிருந்து மற்றொரு ரோலுக்கு பிலிமைச் சுற்றியவாறு

    அல்ஃபிரேதோ : டோட்டோ எந்தப் பக்கத்தில ஜெலாட்டின் இருக்கு?

டோட்டோ (பிலிம் துண்டை நக்கிப் பார்த்து)

: இது நல்லா ருசியா இருக்கு (என்கிறான்)

அல்ஃபிரேதோ : இது கப்பலிலிருந்து படம் வந்ததுக்கான ரசீது, பத்திரமா வச்சுக்கணும்.

டோட்டோ : அப்படியே செய்வேன் அல்ஃபிரேதோ

ரசீதைச் சுவரில் இருக்கும் ஆணியில் கோத்து வைக்கிறார். அதே போன்று நூற்றுக்கணக்கான ரசீதுகள் சுவர் ஆணியில் கோத்து வைக்கப்பட்டிருக்கின்றன.

அல்ஃபிரேதோ : எப்பவும் மறந்திடக் கூடாது.

திரையில் வரும் காட்சி:

கொடூர முகம் கொண்ட மனிதனின் முகம் காட்டப் படுகிறது. பார்வையாளர்கள் அத்தனை பேரும் பயத் தில் தலையைக் குனிந்து கொள்கின்றனர். கீழே அமர்ந் திருப்பவர்களில் ஒருவர் மட்டும் பயம் கொள்ளாமல் அந்தக் காட்சியைப் பார்க்கிறார். பின் தன்னை மாதிரி யாராவது பார்க்கிறார்களா என்று சுற்றிப் பார்க்கிறார். பால்கனியில் அனைவரும் கண்களை மூடிக் கொள்ள, ஒரு பெண்மணி மட்டும் தன்னைப் போன்று யாராவது பார்க்கிறார்களா எனப் பார்க்கிறாள். இருவர் பார்வை யும் சந்தித்துக்கொள்கின்றன. அந்தப் பெண் இவரைப் பார்த்துச் சிரிக்கிறாள்.

கேபின் உள்ளே

அல்ஃபிரேதோ ஒரு ஸ்டூலைக் கொண்டுவந்து போட்டு

அல்ஃபிரேதோ : டோட்டோ இது உனக்காகத்தான். இன் னைக்கு நீதான் ரீல் மாட்டப்போற.

டோட்டோ (ஸ்டூலின் மீது ஏறி நின்றுகொண்டு)

: இது நல்ல உயரமா இருக்கு.

அல்ஃபிரேதோ : இப்ப நீயே தனியா ரீல் மாட்டலாம்.

டோட்டோ சந்தோஷப் பெருக்கில் சிரிக்கிறான்.

காட்சி – 17A

போட்டோ ஸ்டுடியோ / உள் / பகல்

டோட்டோ தன் அம்மா மற்றும் தங்கையுடன் சேர்ந்து புகைப்படம் எடுத்துக்கொள்கிறான். பிளாஷிலிருந்து பளிச்சென்று வரும் வெளிச்சம் கண்டு பயத்தில் துள்ளிக் குதிக்கிறான். புகைப்படக்காரர் ரெடி என்று சொல்லி இன்னொரு படம் எடுத்துக்கொள்கிறார்.

காட்சி – 17B

வகுப்பறை / பகல்

வகுப்பின் ஒரு பக்கத்தில் மாணவன் ஒருவன் பிலிம் துண்டை லென்ஸில் வைத்துப் பார்க்கிறான். அதிலொரு நடிகையின் படம் இருக்கிறது.

: என்ன உடம்புடா

அருகில் இருப்பவன்: எனக்கும் கொடு, நானும் பார்க்கிறேன்.

வகுப்பின் மற்றொரு பகுதியில்

ஆசிரியர் : பெப்பினோவுக்குப் பிரியாவிடை கொடுங்க, அவன் ஜெர்மனிக்குப் போறான்.

மாணவர்கள் ஒருவர் பின் ஒருவராக வந்து கன்னத்தில் கன்னம் வைத்து விடை கொடுக்கின்றனர். ஒரு மாணவன் மட்டும் விடை கொடுக்க மறுக்கிறான்.

ஆசிரியர் : நீ ஏன் அவனுக்கு விடை கொடுக்கல?

மாணவன் : எங்க அப்பா இவங்க ஒரு கம்யூனிஸ்ட் டுன்னு சொல்லியிருக்காரு.

ஆசிரியை ஒன்றும் சொல்லாமல் விட்டுவிடுகிறார்.

காட்சி – 18

சதுக்கத்தின் ஒரு பகுதி / திரையரங்கு பால்கனி / வெளி / பகல்

பெப்பினோவின் தந்தை தன் அம்மாவிடமிருந்து விடைபெறுகிறார். அம்மாவைக் கட்டி அணைத்துக்கொண்டவாறு

: கடவுள் நம்மள நல்லபடியா வச்சுப் பாரும்மா.

காரில் மூட்டை முடிச்சுகள் ஏற்றப்பட்டு அவர்கள் கிளம்பத் தயாராகின்றனர். தியேட்டர் பால்கனியில் இருந்து டோட்டோவும் அல்ஃபிரேதோவும் இதைப் பார்த்துக்கொண்டிருக்கின்றனர்.

டோட்டோ : இவரு உண்மையிலேயே ஜெர்மனிக்குப் போயி வேலையில சேர்ந்திடுவாரா?

அல்ஃபிரேதோ : யாருக்குத் தெரியும்? அது பெரிய சாகசம் தான். நம்பிக்கையோடதான் போய் ஆகணும்.

பெப்பினோவின் தந்தை காரில் ஏறும் முன்பு சுற்றும் முற்றும் பார்த்துவிட்டு

: த்தூ... நாசமாப் போற நாடே என்று காறித் துப்புகிறார்.

தெருவில் எதிர்ப்புறத்தில் அமர்ந்திருக்கும் முதலாளி ஒருவர் கிண்டலாக

: போடா, போ ஜெர்மனிக்குப் போயி உன் ஸ்டாலினோட சேர்ந்து வேலை செய்.

சுற்றி இருப்பவர்கள் சிரிக்கின்றனர்.

பெப்பினோவின் தந்தை

: அம்மா போயிட்டு வரேன்.

கார் கிளம்புகிறது. அம்மா கையை அசைத்து விடைகொடுக்கிறார்.

டோட்டோ பால்கனியில் இருந்தவாறே

டோட்டோ : பெப்பினோ, போயிட்டு சீக்கிரமா திரும்பி வந்துடு.

டோட்டோ சொன்னதைக் கேட்டு சற்று அதிர்ச்சியுற்ற பெப்பினோவின் தந்தை சமாளித்துக்கொண்டு

: போயிட்டு வரோம்

என்று கையை அசைக்கிறார்.

டோட்டோ தன் தந்தை ரஷ்யாவுக்குப் போய் மரணத்தைத் தழுவியதை மனதில் வைத்துக்கொண்டு அல்ஃபிரேதோவிடம்

: இதுல அதிர்ஷ்டம் என்னான்னா ஜெர்மனி ரஷ்யாவவிடப் பக்கம்.

அல்ஃபிரேதோ பாசத்துடன் டோட்டோவின் தலையை வருடிக் கொடுக்கிறார்.

காட்சி – 19

திரையரங்கு / உள் / இரவு

திரையில் கதாநாயகி தொப்பி அணிந்தவாறு தோன்றுகிறாள். கதை சொல்லியின் குரல் ஒலிக்கிறது.

போர் நடந்துகொண்டிருக்கும் சூழலுக்கு எதிரிடையாக, ஆறு வருடங் களுக்குப் பிறகு ஓர் அற்புதமான, இனிமையான, குதூகலமான வசந்த காலம் ஒன்று வந்தது.

முன்னிருக்கையில் அமர்ந்திருந்த சில இளைஞர்கள் சுவரில் ஊர்ந்து கொண்டு இருக்கும் வண்டைப் பிடிக்கின்றனர். வழக்கம் போல படம் பார்க்காமல் தூங்கு வதற்கென்று தியேட்டருக்கு வருபவர், வாயைத் திறந்தபடி தூங்கிக் கொண்டிருக்கிறார். இளைஞர் ஒருவர் அவர் வாயில் அந்த வண்டைப் போடுகிறார். சிறிது நேரம் ஒன்றும் தெரியாமல் தூங்கியவர், வாய்க்குள் வண்டு ஊர, பதறியடித்து எழுந்து வண்டைத் துப்புகிறார். கூட்டம் அவரைப் பார்த்துச் சிரிக் கிறது.

அவர் : பார்த்துக்கிட்டே இருங்க; ஒரு நாளைக்கு உங்க எல்லோரையும் கண்டம் துண்டமா வெட்டி எறியப் போறேன்.

கூட்டம் அவர் திட்டுவதைப் பார்த்து மேலும் சிரிக்கிறது.

திரையில் செய்திப்படம் காட்டப்படுகிறது.

டோட்டோ கேபினிலிருந்து சாளரத்தின் வழியே உற்றுக் கவனிக்கி றான்.

கதை சொல்லியின் குரல்

சில இராணுவ வீரர்களின் புகைப்படங்கள் காட்டப்படுகின்றன.

ரஷ்யாவில் இருக்கும் நமது இராணுவத்தினர் அனுப வித்து வரும் துயரத்தை மேலும் அதிகரிக்கும் வகை யில் மற்றொரு துயரச்செய்தி. பாதுகாப்புத்துறை அமைச்

சகம் போரில் கொல்லப்பட்ட இத்தாலிய ராணுவ வீரர்களின் புதிய பட்டியலை வெளியிட்டுள்ளது. தற்சமயம் வரை கண்டுபிடிக்க முடியாமல் போனவர்களாகக் கருதப்படுபவர் களின் பெயர்களை உள்ளூர் இராணுவ அதிகாரிகள் சம்பந்தப்பட்ட குடும்பத்தினருக்கு நேரடியாகத் தெரிவிப்பார்கள்.

டோட்டோ திரும்பவும் பார்க்க வேண்டுமென்பதற்காக பிலிம் ரோலில் அடையாளத்துக்காகத் துண்டுப் பேப்பரைச் செருகுகிறான்.

காட்சி – 20

டோட்டோ வீட்டுக்கு வரும் வழியில் இருக்கும் தெரு / பகல்

டோட்டோவும் அவன் அம்மாவும் சோகத்துடன் உள்ளூர் இராணுவ அலுவலகத்திலிருந்து வெளியே வருகின்றனர். அம்மாவின் கையைப் பிடித்தபடி டோட்டோ வருகிறான். நடந்துபோய்க்கொண்டிருக்கும் அவர்களின்மீது இராணுவ அதிகாரியின் குரல் பதிவு செய்யப் பட்டிருக்கிறது.

அதிகாரி : எவ்வளவு முயற்சி செஞ்சு பார்த்தும் அவர் உடம்ப எங்க எரிச்சாங்கன்னு எங்களால கண்டுபிடிக்க முடியல. பென்ஷன் பாரம் இங்க இருக்கு. கையெழுத்துப் போடுங்க.

தெருவில் டோட்டோவின் அம்மா அழுதுகொண்டே வருகிறாள். பின் ஆறுதலாக டோட்டோவை அணைத்துக்கொள்கிறாள். டோட்டோ, அம்மாவுக்கு எப்படி ஆறுதல் சொல்வது என்று தெரி யாமல் அவள் அழுவதையே பார்த்தபடி நடந்து வருகிறான். அவர்கள் நடந்து போய்க்கொண்டிருக்கும் பாதையில் ஒரு சுவரில் சினிமா சுவரொட்டி ஒன்று ஒட்டப்பட்டிருப்பதை டோட்டோ பார்த்ததும் தற்போதைய நிலைமையை மறந்து சுவரொட்டியைப் பார்த்துச் சிரிக்கிறான். சுவரொட்டியை அவர்கள் கடந்து போன பிறகும் அவன் திரும்பிப் பார்த்தவாறே போகிறான்.

காட்சி – 21

திரையரங்கம் / உள் / வெளி / இரவு

தியேட்டரில் நடக்கும் நிகழ்வுகள்

திரையில் அகோர முகத்துடன் காணப்பட்ட கதாபாத்திரத்தைப் பார்த்து தியேட்டரே கண்ணை மூடிக்கொண்டபோது ஒருவரை ஒருவர் பார்த்துக் கொண்டவர்கள் தற்போது காதலர்களாக பால் கனியில் ஒன்றாக அமர்ந்திருக்கின்றனர்.

ஒரு தாய் படத்தை ரசித்துப் பார்த்தவாறே தன் குழந்தைக்குப் பாலூட்டுகிறாள்.

ஒருவர் குடித்துக்கொண்டே உற்சாகமாகப் படம் பார்க்கிறார்.

ஒருவன் சுற்றித் திரண்டிருக்கும் கூட்டத்தைப் பற்றி எந்த அக்கறையும் இல்லாமல் தன் காதலியின் மார்பகங்களைக் கசக்குகிறான்.

திரையில் நகைச்சுவைக் காட்சி ஓடுவதால், அரங்கம் முழுவதும் சிரிப்பலையில் மூழ்குகிறது.

வெளியில் மக்கள் கையில் நாற்காலியோடு அடுத்த காட்சியைப் பார்க்கத் தயாராக இருக்கின்றனர். அனைவரையும் ஊழியர்கள் வெளியே அனுப்புகின்றனர்.

ஊழியர் : எல்லோரும் வீட்டுக்குப் போங்க, இதுதான் கடைசிக் காட்சி. இன்னொரு காட்சி கிடையாது.

தயவு செஞ்சு புரிஞ்சுக்குங்க, நேரமாயிடுச்சு. எங்களால இன்னும் ஒரு காட்சி காண் பிக்க முடியாது.

கூட்டத்தில் சிலர் : நிறைய ஆளுங்க வெளியே எந்திரிச்சு வராம தொடர்ந்து ரெண்டு தடவை படம் பாக்குறானுங்க.

கூட்டத்தில் ஆவேசமாக

: நாங்க ஒரு மணி நேரமா காத்துக் கெடக் கோம்.

ஃபாதர் (வெளியே வந்து)

: நாளைக்கி வேறொரு சினிமா போடுறோம். இப்ப அமைதியா வீட்டுக்குப் போய்த் தூங்குங்க.

கூட்டம் அவர் பேசுவதைப் பொருட்படுத்தாது தியேட்டருக்குள் வர முயற்சி செய்கிறது.

ஃபாதர்

: கட்டுப்பாடு இல்லாத வெறி கொண்ட இந்தக் கூட்டம் தியேட்டரை நாசமாக் கிடும்.

என்றபடி ஊழியர்களைக் கதவைச் சாத்தச் சொல்கிறார் ஃபாதர். மக்கள் கதவைத் திறக்கச் சொல்லிப் பலமாகக் கதவைத் தட்டுகின்ற னர். அவர்கள் பால்கனியில் நின்றுகொண்டிருக்கும் அல்ஃபிரே தோவைப் பார்த்து

கூட்டம் : அல்ஃபிரேதோ எங்களை உள்ளே விடுங்க.

அல்ஃபிரேதோ : நான் என்ன செய்ய முடியும்?

அல்ஃபிரேதோ (டோட்டோவிடம்)

: இந்தக் கும்பல் யோசிக்கவே யோசிக்காது. அவங்க என்ன செய்றாங்கன்னு அவங் களுக்கே தெரியாது. ஃப்யூரி படத்துல ஸ்பென்சர் ட்ரேசி சொன்னது மாதிரி

சரி நீ என்ன சொல்ற, நாம இந்த அப்பாவி ஆளுங்க படத்தப் பார்க்க வழி பண்ணு வோமா

டோட்டோ : நிச்சயமா, ஆனா எப்படி?

அல்ஃபிரேதோ (சத்தமாகச் சிரித்தபடி)

: ஒருவேளை உனக்கு என்மேல நம்பிக்கை இல்லாட்டா, நீ உன் கண்ணால பார்த் தாவது நம்பு. இந்த ஸ்டூலிலிருந்து எந்திரிச்சு உள்ள வா. தயாராயிரு, இப்ப அந்தப் பக்கம் பாரு.

அல்ஃப்ரேதோ லென்ஸை எதிர்ப்புறத்தில் திருப்பி, தியேட்டருக்கு எதிரில் இருக்கும் ஒரு வீட்டுச்சுவரில் படம் தெரியுமாறு செய்கிறார்.

அல்ஃபிரேதோ : போயி பால்கனியில நின்னு பாரு.

டோட்டோ : அல்ஃபிரேதோ இது ரொம்ப அழகாயிருக்கு.

கூட்டத்தில் ஒருவர் : அங்க பாருங்க படம் ஓடுது.

மக்கள் கூட்டம் அத்தனை பேரும் அந்தச் சுவரை நோக்கி ஓடுகிறார்கள்.

மக்கள் கூட்டம் : ஆஹா! ரொம்ப நல்லது பண்ணினீங்க அல்ஃபிரேதோ; நன்றி! அல்ஃபிரேதோ.

வீட்டுக்குச் சொந்தக்காரர் படம் ஓடுவது தெரியாது பால்கனியில் வந்து நிற்கிறார். அவர் படத்தை மறைக்க

கூட்டம் : உள்ளே போ, உள்ளே போ (எனக் கத்துகிறார்கள்)

வீட்டுக்காரர் : இங்க என்ன நடக்குது?

கூட்டம் : படம் ஓடுது.

வீட்டுக்காரர் பின்னால் திரும்பி, சுவரில் படம் ஓடுவதைப் பார்த்துவிட்டு

: நாசமாப் போற பயலுகளா

என்று திட்டிவிட்டுக் கோபத்துடன் கதவைச் சாத்திவிட்டு வீட்டுக்குள் போகிறார்.

கூட்டம் : அல்ஃபிரேதோ சவுண்டே இல்லை.

அல்ஃபிரேதோ (டோட்டோவிடம்)

: நாம அவங்கள இன்னும் சந்தோஷப்படுத்தலாமா?

அல்ஃபிரேதோ உள்ளே போய் ஸ்பீக்கரை எடுத்துக்கொண்டு வந்து பால்கனி சுவரில் வைக்கிறார். டோட்டோ அல்ஃபிரேதோவைப் பார்த்துச் செல்லமாகக் கண்ணடிக்கிறான். கீழே, மக்கள் படத்தின் நகைச்சுவைக் காட்சிகளைப் பார்த்து ஆர்ப்பரிக்கின்றனர்.

அல்ஃபிரேதோ (டோட்டோவிடம்)

: கீழே போக ஆசைப்படுறயா?

டோட்டோ : ஆமாம் என்று தலையாட்டுகிறான்

அல்ஃபிரேதோ : போ

தற்செயலாக தியேட்டருக்கு வெளியே வரும் ஃபாதர் எதிர்ச்சுவரில் படம் ஓடுவதைக் கண்டு திகைத்துப்போய் ஓர் ஊழியரைக் கூப்பிடுகிறார்.

ஃபாதர் : அங்க பாரு

ஊழியர் : அடக் கடவுளே

ஃபாதர் : நுன்ஷியோ, அரை டிக்கட்டு வசூல் பண்ணிடு.

டோட்டோ பால்கனியில் இருந்து இறங்கிப்போய் மக்கள் கூட்டத்தோடு சேர்ந்துகொள்கிறான்.

ஊழியர் : நீங்க எல்லோரும் அரை டிக்கெட் வாங்கியாகணும்; பாதி விலையிலதான்.

கூட்டம் : உன் டிக்கெட்ட நீயே வச்சுக்க, இந்தச் சதுக்கம் எல்லோருக்கும் பொதுவானது.

அங்கே படுத்திருந்த பைத்தியம் எழுந்து

: இந்தச் சதுக்கம் என்னோடது, அதைப்பத்தி யாரும் பேசக்கூடாது.

மக்கள் பைத்தியத்தின் பேச்சைக் கேட்டுச் சிரிக்கின்றனர்.

இந்த இரட்டைத் திரையிடல்களால் பிலிம் வெப்பமடைகிறது. படம் ஓடிக்கொண்டிருக்கும்போதே திடீரென பிலிம் தீப்பிடிக்கிறது. மக்கள் பயந்துபோய் கலைந்து ஓடுகின்றனர். அல்ஃபிரேதோ தீயைக் காலால் மிதித்து அணைக்கப் போராடுகிறார். பிலிமில் பற்றிக்கொண்ட தீ உக்கிரத்துடன் எரிகிறது. அல்ஃபிரேதோ உபகரணங்களைக் காப்பாற்றப் போராடுகிறார். எவ்வளவு போராடியும் தீயை அணைக்க முடியாமல் போகிறது. தீ மேலும் மேலும் வேகமாக எரிகிறது. கொஞ்சம் கொஞ்சம் எரிந்த தீ பெரிதாகி ஓடிக்கொண்டிருக்கும் பிலிம் ரோலில் பற்றிக்கொள்ள பெரும் தீ ஜுவாலை எழுந்து அல்ஃபிரேதோ கண்களில் தீப்பட்டு விடுகிறது. திரைக்கு ஒளிவரும் பாதையில் குபீரெனப் பெருந்தீ வெளிவருகிறது. தியேட்டருக்குள் இருந்து மக்கள் அலறியடித்துக் கொண்டு வெளியே ஓடுகின்றனர். கேபினில் அல்ஃபிரேதோ தீக்காயம் பட்டு மயங்கிச் சரிகிறார்.

மக்கள் கூட்டம் உயிர் பிழைக்க வெளியே ஓடிக்கொண்டிருக்கும் அதே வேளையில் டோட்டோ அல்ஃபிரேதோவைக் காப்பாற்றுவ தற்காக அவர்களைக் கடந்து கேபின் அறைக்குள் நுழைகிறான்.

டோட்டோ : அல்ஃபிரேதோ! அல்ஃபிரேதோ

சுற்றிலும் தீ எரிய, நடுவில் மயங்கிக் கிடக்கும் அல்ஃபிரேதோவைக் கண்டுபிடித்து அங்கே கிடக்கும் கம்பளியைக் கொண்டு உடலில் பற்றிக்கொண்ட தீயை டோட்டோ அணைக்கிறான்.

டோட்டோ : யாராவது உதவிக்கு வாங்களேன் (கத்து கிறான்)

டோட்டோ தனி ஆளாக அல்ஃபிரேதோ காலைப் பிடித்து இழுத்த வாறு படியில் இறங்குகிறான். மிகுந்த போராட்டத்துடன் அவரை மிகவும் கஷ்டப்பட்டு ஒவ்வொரு படியாகக் காலைப் பிடித்து இறக்கு கிறான். பாதிப் படிக்கட்டுக்குமேல் இறக்க முடியாமல் போகிறது. அல்ஃபிரேதோவின் முழு முகமும் வெந்துபோய் அகோரமாக மாறி விடுகிறது.

டோட்டோ : உதவி... உதவி... (எனக் கத்துகிறான்)

உதவிக்கு யாரும் வராததால் சிறுவன் டோட்டோ கலங்கிப்போய் விடுகிறான். அவன் அல்ஃபிரேதோவை எழுப்புகிறான்.

டோட்டோ : அல்ஃபிரேதோ, அல்ஃபிரேதோ

அல்ஃபிரேதோ மயங்கிப்போன நிலையில் தன்னுணர்வற்றுப் படுத்துக்கிடக்கிறார்.

டோட்டோ : யாராவது வாங்களேன் (மீண்டும் கத்து கிறான்)

இப்பொழுது தீ வேகமாகப் பரவி கன்னி மேரி சிலையிலும் பற்றிக் கொள்கிறது. கிட்டத்தட்ட தியேட்டரின் முக்கால்வாசி இடங்களைத் தீ நாசம் செய்துவிடுகிறது.

காட்சி – 22

திரையரங்கு / வெளி / பகல்

மறுநாள் காலையில் எரிந்துபோன தியேட்டரின் முன்பு பொதுமக்கள் கூடி நின்று வேடிக்கை பார்க்கின்றனர்.

கூட்டத்தில் சிலர் : பைத்தியக்கார அல்ஃபிரேதோ

இன்னும் சிலர் : வெட்கக்கேடு, இந்த மாதிரி பண்ணிட்டாரே.

அங்கே சுற்றித் திரியும் பைத்தியம்
: எரிஞ்சு போச்சு, எல்லாம் எரிஞ்சு நாசமாப் போச்சு.

என்று குதித்துக் கும்மாளமிடுகிறான்.

அப்போது அங்கே நடக்கும் எதைப் பற்றியும் கண்டுகொள்ளாது, ஒருவன் செம்மறி ஆட்டுக் கூட்டத்தை ஓட்டியபடி செல்கிறான்.

ஃபாதர் (ஊழியரிடம்)
: இப்ப நாம என்ன பண்ணுறது. இதத் தவிர நமக்கு வேற பொழுதுபோக்கே இல்லையே. தியேட்டரைச் சீர்படுத்துறதுக்கு நமக்கு எங்கிருந்து பணம் வரும்.

ஃபாதர் புலம்பிக்கொண்டே இருக்கிறார்.

ஊழியர் : சிச்சியோவப் பாருங்க. நல்லா டிரஸ் பண்ணிக்கிட்டு, சும்மா ஜம்முன்னு இருக்காரு, ஆனா அவர்கிட்டதான் உங்களுக்கு அவ்வளவு பழக்கம் இல்லையே.

ஃபாதர் (சிச்சியோவைப் பார்த்தவாறே)
: யாருகிட்ட தியேட்டரைப் புதுப்பிக்கிற அளவுக்குப் பணம் இருக்குமோ?

சிச்சியோ வாயில் சிகரெட்டுடன் அலட்சியப் பார்வையுடன் தியேட்டரை ஒருமுறை நன்றாகப் பார்த்துவிட்டு அங்கிருந்து போய் விடுகிறார். இந்த சிச்சியோதான் லாட்டரியில் பணம் அடித்தவர். முன்பு பிச்சைக்காரரைப் போலத் திரிந்தவர்.

காட்சி – 23

புதிய சினிமா பாரடைசோ திரையரங்கம் /
உள் / வெளி / இரவு

எரிந்துபோன தியேட்டர் புதுப்பிக்கப்பட்டு புதிய தியேட்டராக உரு மாறுகிறது. மக்கள் பெருந்திரளாக வந்து திறப்பு விழாவில் கலந்து கொள்கின்றனர். நகரின் முக்கியப் பிரமுகர் ரிப்பனை வெட்டித் திறப்புவிழா நடத்துகிறார். சிச்சியோ சந்தோஷத்தில் கைதட்டி மகிழ் கிறார். தியேட்டர் இப்பொழுது ஃபாதர் கையிலிருந்து சிச்சியோவுக்கு மாறிவிடுகிறது.

ஒருவர் (உரத்த குரலில்)

: இது புதிய சினிமா பாரடைசோ என்று அறிவிக்கிறார்.

சிச்சியோ (மகிழ்ச்சிப் பெருக்கில்)

: எல்லாரும் உள்ள வாங்க, உள்ள வாங்க.

ஃபாதர் புனிதநீரைத் தியேட்டர் முழுவதும் தெளிக்கிறார்.

மக்கள் உற்சாகத்துடன் தியேட்டருக்குள் நுழைகின்றனர்.

சிச்சியோ (மக்களைப் பார்த்து)

: இந்தத் தியேட்டர் உங்களுக்காகத்தான்.

அனைவரும் கைதட்டி ஆரவாரம் செய்கின்றனர்.

ஃபாதர் கேபின் அறையில் புனித நீரைத் தெளித்தபடியே

ஃபாதர் (சிச்சியோவிடம்)

: டோட்டோ சின்னப் பையன்; தொழி லாளர் சட்டத்தைப் பத்தி நினைச்சுப் பாருங்க.

சிச்சியோ : புது கனெக்ஷன் வாங்குறப்பவே, என் பெயருல உரிமம் எடுத்துட்டேன். தொழி லாளர் சட்டம் என்ன செய்யும்னு என் கிட்ட கேட்டுக்கிட்டு இருக்காதீங்க. அதி காரபூர்வமா நான்தான் ப்ரொஜெக்டர்

ஓட்டுபவன். ஆனா, பணம் டோட்டோ விற்குத்தான் போய்ச் சேரும்.

இறுதியில் டோட்டோ ஆப்ரேட்டராக நியமிக்கப்படுகிறான்.

ஃபாதர் (டோட்டோவிடம்)

: உஷாரா இருக்கணும் டோட்டோ. அசந்து தூங்கிடக் கூடாது.

டோட்டோ பயம் கலந்த அக்கறையுடன் ஃபாதர் சொல்வதைக் கேட்டுக் கொண்டிருக்கிறான்.

ஃபாதர் : நாம போதுமான அளவுக்கு இழப்ப சந்திச் சிட்டோம்.

அந்த அப்பாவி அல்ஃபிரேதோ உனக்குக் கற்றுக்கொடுத்ததச் செய். கடவுள் உன்னை ஆசீர்வதிக்கட்டும்.

டோட்டோவின் அம்மா ஃபாதரின் கையில் முத்தமிட்டு

: நன்றி ஃபாதர்

அந்தச் சூழல் மிகவும் நிசப்தமாக இருப்பதைக் கண்டு கடுப்புற்ற சிச்சியோ

சிச்சியோ : என்ன இது, இங்க என்ன சவ ஊர்வலமா நடக்குது, வாழ்க்கை ஓடிக்கிட்டு இருக்கு, சிரிச்சு சந்தோஷமா இருங்க. டோட்டோ, பாட்டப் போடு.

காட்சி – 23A

திரையரங்கம் / உள் / இரவு

திரையில் உற்சாகத்தை வரவழைக்கும் வகையில் இசையுடன் கூடிய நடனம் காட்டப்படுகிறது. சிச்சியோ ஓர் ஓரத்தில் நின்று பிஸ்கட் தின்றபடியே உற்சாகத்தில் ஆடியவாறே படத்தை ரசிக்கிறார். படத்தில் ஒரு பெண்ணின் அசைவுகளுடன் கூடிய நடனக் காட்சியைப் பார்த்து ஃபாதர் என்ன செய்கிறார் என டோட்டோவின் அம்மா பார்க்கிறாள். அவர் கையில் இருக்கும் புனித நீர் தெளிக்கும் கரண்டி, அவரையும் அறியாமல் மணி போல அடிக்க உயருகிறது. பின் தனக்குத் தணிக்கை செய்யும் அதிகாரம் தற்போது இல்லை என உணர்ந்து வேதனைப்பட்டுக் கொள்கிறார். கரண்டியை அவர் மணி போல மேலே உயர்த்தியது கண்டு டோட்டோவின் அம்மா சிரிக்கிறாள்.

சிச்சியோ பிஸ்கட் தின்றுகொண்டு மெதுவாக ஆடியபடி சந்தோஷத்துடன் படம் பார்க்கிறார். ஃபாதர் பெருஞ்சலிப்புடன், இந்த மாதிரிக் காட்சிகளையெல்லாம் எல்லாரும் பார்க்கிறார்களே என்ற வேதனையோடு நெளிந்தபடி படம் பார்த்துக் கொண்டிருக்கிறார். மற்றொரு காட்சியில் படுக்கையில் ஒருத்தி குப்புறப்படுத்திருக்க, நாயகன் அவள் மேல் துணியை நீக்கி முதுகில் முத்தமிடுகிறான். இதுபோன்ற காட்சிகளைப் பல ஆண்டுகளாக அவர்கள் பார்க்காததால் பார்வையாளர்கள் உற்சாகம் கொள்கின்றனர். டோட்டோவின் அம்மா ஃபாதரைப் பார்க்கிறாள். ஃபாதர் தன்னால் ஒன்றும் செய்ய இயலாத நிலைமையில் பரிதாபமாக அமர்ந்திருக்கிறார். சிச்சியோ புருவத்தை உயர்த்தி அக்காட்சியைப் பார்த்து வியக்கிறார். நாயகன் நாயகியின் உதட்டில் முத்தமிடுகிறான்.

ஒருவர் பால்கனியிலிருந்து நம்ப முடியாத வியப்பில் கூக்குரலிடுகிறார்.

: அடக் கடவுளே! அவங்க முத்தம் கொடுத்துக்கிறாங்க.

ஃபாதர் (ஆத்திரத்துடன் எழுந்து)

: நான் இந்த மாதிரி கீழ்த்தரமான ஆபாசப் படத்தைப் பார்க்க மாட்டேன்.

என்று கூறியபடி ஃபாதர் அரங்கைவிட்டு வருத்தத்துடன் வெளியேறுகிறார். மக்கள் முத்தக் காட்சியை வெகுவாக ரசித்துக் கைதட்டி ஆரவாரம் செய்கின்றனர்.

பார்வையாளர்கள் அனைவரும்

: சிச்சியோவுக்கு நன்றி.

சிச்சியோ அவர்களின் பாராட்டை ஏற்றுப் பெருமிதம் கொள்கிறார்.

கேபின் உள்ளே இருக்கும் டோட்டோ வருத்தம் தோய்ந்த முகத்துடன் ஒரு மூலையில் இருக்கும் ஸ்டூலைப் பார்க்கிறான். இந்நேரம் அல்ஃபிரேதோ தன்னோடு இல்லையே என்ற ஏக்கம் அவனுக்கு ஏற்படுகிறது.

டோட்டோ சிறிய சாளரத்தின் வழியே திரையைப் பார்த்துக் கொண்டிருக்கும் அதே வேளையில் தீ விபத்தில் பார்வை இழந்துபோன அல்ஃபிரேதோவை அவரின் மனைவி கையைப் பிடித்தபடி கேபினுக்குள் அழைத்து வருகிறாள்.

அல்ஃபிரேதோ : இந்தப் புதிய பாரடைசோவில் எனக்கு ஏதாவது இடமிருக்கா?

டோட்டோ, அல்ஃபிரேதோ அல்ஃபிரேதோ என்று கூப்பிட்டவாறு பெரும் மகிழ்ச்சியுடன் ஓடிவந்து அணைத்துக்கொள்கிறான். அல்ஃபிரேதோ மகிழ்ச்சி பொங்கச் சிரிக்கிறார்.

மனைவி : டோட்டோ, படம் முடிஞ்சவுடன் அவரை வீட்டுக்குக் கூட்டியாந்திரு.
நான் கிளம்புகிறேன் அல்ஃபிரேதோ..

அல்ஃபிரேதோவின் மனைவி கிளம்பிப் போகிறார்.

டோட்டோ (அல்ஃபிரேதோவிடம்)

: நீங்க இங்க வந்தத நினைச்சு நான் ரொம்பவும் சந்தோஷப்படுறேன்.

அல்ஃபிரேதோ பாசத்துடன் அவனைக் கட்டி அணைத்துக் கொள்கிறார். டோட்டோ அல்ஃபிரேதோவை ஒரு ஸ்டூலில் அமர வைத்துத் தான் எதிரில் அமர்ந்துகொள்கிறான்.

அல்ஃபிரேதோ : பள்ளிக்கூடமெல்லாம் எப்படிப் போகுது?

டோட்டோ : நல்லாப் போகுது, ஆனா, இங்க வேலைக்குச் சேர்ந்துட்டதால இனிமேல் நான் பள்ளிக்கூடம் போறதில்லைன்னு முடிவு பண்ணியிருக்கேன்.

அல்ஃபிரேதோ(உறுதியுடன்)

: இல்லை, இல்லை, இல்லை டோட்டோ. அந்த மாதிரி செய்யாதே. நீயே உன் மூஞ்சியில கரியப் பூசிக்கிற மாதிரி ஆயிடும்.

டோட்டோ (ஒன்றும் புரியாமல்)

: நீங்க சொல்றதுக்கு என்ன அர்த்தம்.

அல்ஃபிரேதோ : அதற்கு என்ன அர்த்தம்னா, இது உன்னோட உண்மையான வேலை இல்லை.

இப்போதைக்கு பாரடைசோவுக்கு நீ தேவை, உனக்குப் பாரடைசோ தேவை; இது ஒரு தற்காலிக வேலைதான்.

ஒரு நாளைக்கு நீ வேற இடத்திற்குப் போய் ஆகணும்.

அவன் முகத்தைப் பாசத்தால் வருடுகிறார். உணர்ச்சிப் பெருக்குடன்

: அதுதான் ரொம்ப முக்கியம்.

நிச்சயமாவே அதுதான் ரொம்ப முக்கியம்னு எனக்குத் தெரியும்.

எனக்கு இப்ப பார்வை போயிருச்சு. இருந்தாலும் முன்னைவிட என்னால எல்லா விஷயத்தையும் தீர்க்கமா பார்க்க முடியுது.

முகத்தை வருடிய கையை அல்ஃபிரேதோ எடுக்க டோட்டோ இளைஞனாக மாறிவிடுகிறான்.

: எல்லா நன்றியும் உனக்குத்தான், நீதான் என் உயிரைக் காப்பாத்துன.

நான் எப்பவும் அதை மறக்க மாட்டேன்.

டோட்டோவின் கன்னத்தில் செல்லமாகத் தட்டிக்கொடுத்தபடியே

: அந்த மாதிரி என்னைப் பார்க்காத. எனக்கொண்ணும் அவ்வளவு வயசாயிடல. நிரூபிக்க ஆதாரம் எதுவும் வேணுமா?

டோட்டோ : வேணும்.

அல்ஃபிரேதோ : சரி, உதாரணத்துக்கு இப்பப் பாரு. திரையில படம் அவுட் ஆஃப் ஃபோகஸாக ஓடிக்கிட்டு இருக்கு. போயி நான் சொன்னது சரியான்னு பாரு.

டோட்டோ எழுந்து போய்ப் பார்க்கிறான்.

டோட்டோ (வியப்புடன்)

: நீங்க சொன்னது சரிதான், அவுட் ஆஃப் ஃபோகஸாதான் ஓடிக்கிட்டு இருக்கு.

அது எப்படி உங்களுக்குத் தெரிஞ்சது?

அல்ஃபிரேதோ : அதை விளக்குறது கஷ்டம்.

உணரத்தான் முடியும் என்பதைப்போல அல்ஃபிரேதோ சைகை செய்கிறார்.

காட்சி – 24

திரையரங்கு எதிர்ப்புறம் / வெளி / பகல்

தியேட்டர் எதிரில் இருக்கும் பார் ஒன்றில் பெரியவர்கள் பலர் நடனமாடிக் கொண்டிருக்கின்றனர். பின்னணியில் மெல்லிய இசை ஒலித்துக் கொண்டிருக்கிறது. வெளியே வயதானவர்கள் நிறைய பேர் பெஞ்சில் அமர்ந்து வேடிக்கை பார்க்கின்றனர். திரையரங்க ஊழியர் அறிவிப்புப் பலகையில் அடுத்து வரும் படத்துக்கான அறிவிப்பை ஒட்டுகிறார். அதனருகே இருக்கும் பொதுத் தொலைபேசியில் சிச்சியோ பட பிரிண்ட்டை வாடகைக்கு விடுபவருடன் கத்திக் கத்திப் பேசிக்கொண்டிருக்கிறார்.

சிச்சியோ : இரண்டு நாளைக்கு மட்டும்தானா. நீங்க இப்படி எல்லா பிரிண்ட்டையும் வாட கைக்கு விட்டுட்டா நான் என்னதான் பண் றது.

கல்லூரிக்குப் போகத் தயாராக இருக்கும் டோட்டோ, சிச்சியோ பேசிவிட்டு வரட்டுமென அவருக்காகக் காத்திருக்கிறான்.

சிச்சியோ : நான் ரெண்டு நாள்தான் படத்த ஒட்டி இருக்கேன். இப்ப படத்த மாத்துனா இங்க இருக்கிறவங்க என் மண்டைய உடைச்சுப் போட்டுடுவாங்க.

நான் எட்டு மணிக்குத் தியேட்டரைத் திறந்து ஓட்ட ஆரம்பிச்சாக்கூட ரெண்டு நாள்ல எல்லோரும் படத்த பார்த்திட முடி யாது. இது பெரிய டவுன், உனக்குத் தெரியு மில்ல.

(குரலை இன்னும் உயர்த்தி)

: நீ இந்த மாதிரி குடைச்சல் கொடுத்துக் கிட்டே இருந்தா, நான் நேரா ரோமுக்கே போயிருவேன். அதுக்கு நீதான் பணம் கொடுக்கணும்.

இப்போது கடுங்கோபத்துடன் பலமாகக் கத்திப் பேசுகிறார்.

: என்னைய இப்படி வெறுப்பேத்தின, அதோட விளைவு உன் மண்டைய பொளக்கிறதாதான் இருக்கும்.

தொலைபேசியில் பேசிவிட்டு வரும் சிச்சியோவிடம்

டோட்டோ : சிச்சியோ, என்கிட்ட ஒரு யோசனை இருக்கு. உங்களுக்கு ஓடாம மூடிக் கிடக்கிற அந்தப் பழைய தியேட்டர் ஞாபகமிருக்கா?

சிச்சியோ புகை பிடித்தவாறு எரிச்சலுடன்

: அதுக்கென்ன இப்போ?

முடியப் போகும் ஒரு சிகரெட்டிலிருந்து இன்னொரு சிகரெட்டைப் பற்ற வைத்துக்கொண்டே டோட்டோ பேசுவதை அவர் கேட்கிறார்.

டோட்டோ : ப்ரொஜெக்டர் துருப்பிடிச்சுப் போயிருச்சு. இருந்தாலும் ஒண்ணு ரெண்டு நாள்ல நான் அதத் தயார் பண்ணிருவேன். அந்த இடத்தை நல்லா சுத்தம் பண்ணிட்டு, படத்த ஓட்டுறதுக்கு நகரத்திலிருந்து ஒரு ஆப்ரேட்டரைக் கூட்டியாந்து ஓட்ட வச்சோம்னா நமக்கு ரெண்டு தியேட்டர் கிடைச்சிடும்.

அவன் பேசுவதைக் கேட்ட சிச்சியோ கையில் இருக்கும் இரண்டு சிகரெட்டையும் சலிப்புடன் தூர எறிந்துவிட்டு,

சிச்சியோ : லூசு மாதிரி உளறாத டோட்டோ. டைட் டானஸ் ஏற்கனவே ஒரு பிரிண்ட்டே அழுதுக்கிட்டே தர்றான். இதுல இன் னொரு பிரிண்ட் வேணும்னு கேட்டா, அம்புட்டுத்தான், என் தலையை வெட்டி ஃபுட்பால் விளையாடிடுவான்.

டோட்டோ : நமக்கு ரெண்டு பிரிண்ட் வேணும்னு யார் சொன்னது?

சிச்சியோ (சந்தேகத்தோடு)

: அப்ப நமக்கு ரெண்டு பிரிண்ட் தேவை யில்லையா?

காட்சி – 25

திரையரங்கம் / உள் / இரவு

திரையில் வரும் காட்சி:

ஒரு பெண் திரையை விலக்கிக்கொண்டு ஓர் அறைக்குள் நுழைந்து அங்கே கட்டிலில் படுத்துக் கிடக்கும் குழந்தை அருகே அமர்ந்து கொண்டு அழுகிறாள். அவளுடன் வந்த வயதான பெண்மணி அவள் அழுவதைப் பார்த்துக்கொண்டிருக்கிறாள்.

டோட்டோ கேபினிலிருந்து படம் பார்த்துக்கொண்டிருக்கிறான்.

கீழே தியேட்டரில் அல்ஃபிரேதோவும் அவரின் மனைவியும் அமர்ந்து படம் பார்க்கின்றனர். மனைவி கண்ணீர் வடித்தபடியே திரையில் வரும் காட்சியை அவருக்கு விளக்கிக்கொண்டிருக்கிறாள்.

ஒருவன் கைக்குட்டையால் தன் கண்ணீரைத் துடைத்துவிட்டு, தன் காதலியிடம் துடைக்கக் கொடுக்கிறான்.

முன் வரிசையில் அமர்ந்திருக்கும் சிறுவர்கள் இந்தச் சோகக் காட்சி யால் சிறிதும் பாதிக்கப்படாது மூக்கை நோண்டியபடி படம் பார்க் கின்றனர்.

அல்ஃபிரேதோவின் மனைவி (அல்ஃபிரேதோவிடம்)

: நாம் இப்ப சோகக் காட்சி ஒன்றைப் பார்த் துக்கிட்டு இருக்கோம். குழந்தை ஒண்ணு பேச்சு மூச்சற்றுப் படுத்துக் கிடக்கு.

தியேட்டரில் பெரும்பாலான பேர் கண்ணீர் விடுகின்றனர். ஊழியர் தேம்பி அழுகிறார்.

அடுத்த காட்சியில் கதாநாயகன் வேகமாக அறைக்குள் நுழைந்து அழுதுகொண்டிருக்கும் நாயகியைக் கட்டி அணைத்துக்கொள்கிறான்.

ஏற்கனவே நிறைய தடவை படம் பார்த்த பெரியவர் ஒருவர் கதா பாத்திரங்கள் வசனம் பேசும் முன்னே ஒவ்வொரு வசனமாய் ஒப்பிக் கிறார்.

பெரியவர் : தனக்குத் தெரியுமின்னு வக்கீல் என்கிட்ட சொன்னார்.

திரையில் கதாநாயகன்: தனக்குத் தெரியுமின்னு வக்கீல் என்கிட்ட சொன்னார்.

பெரியவர் : ஒவ்வொருத்தரும் தெரிஞ்சுக்கணும், ஆமா, கண்டிப்பா ஒவ்வொருத்தரும் தெரிஞ் சுக்கணும்.

திரையில் கதாநாயகன்
: ஒவ்வொருத்தரும் தெரிஞ்சுக்கணும், ஆமா, கண்டிப்பா ஒவ்வொருத்தரும் தெரிஞ்சுக் கணும்.

பெரியவர் : நான் எப்படிக் கனவு கண்டேனோ அது மாதிரியே நம்ம சொந்த வீடு அமைஞ் சிருக்கு.

திரையில் கதாநாயகி: நான் எப்படிக் கனவு கண்டேனோ அது மாதிரியே நம்ம சொந்த வீடு அமைஞ் சிருக்கு.

பெரியவர் (அழுத கண்களைத் துடைத்தபடியே)
: டெனினோ

திரையில் நாயகி : டெனினோ

பெரியவர் : அம்மா

திரையில் குழந்தை ஓடி வந்து அம்மா என்று அவளைக் கட்டி அணைத்துக்கொள்கிறது.

குடும்பம் ஒன்றாகச் சேர்ந்துவிட்டதைப் பார்த்து ஊழியர் கண்களைத் துடைத்துக்கொண்டு மகிழ்ச்சியுடன் சிரிக்கிறார்.

பெரியவர் அழுதபடியே
: சுபம்

திரையில் சுபம் என்று எழுத்துகள் வருகின்றன.

காட்சி – 26

திரையரங்கம் / காட்டுப் பகுதி / உள் / வெளி / பகல் / இரவு

பைத்தியம் தியேட்டருக்குள் நுழைந்து
: எனக்குப் பிடிக்கல, எனக்குப் பிடிக்கல.
என்று கூறிக்கொண்டே கூட்டத்தை விலக்கிக்கொண்டு போகிறான்.
கேபினில் உள்ளே
டோட்டோ (போசியாவிடம்)
: வேகமா முடிக்கிறதுக்காக, கடைசியா வர்ற எழுத்துகளைக்கூட வெட்டிடுறேன். சீக்கிரமா முதல் பகுதி ரோலோட வா. அது வரைக்கும் நான் நியூஸ் ரீல் ஓட்டிக்கிட்டு இருக்கேன்.

பிலிம் ரோலைக் கழற்றிக் கோணிப்பையில் போட்டு போசியாவிடம் கொடுத்து அனுப்புகிறான்.

தியேட்டர் உள்ளே ஒருவர் கலாட்டா செய்ய
ஊழியர்   : நான் போலீஸைக் கூப்பிடுகிறேன். இவனை இங்கிருந்து கூப்பிட்டுப் போங்க.

போலீஸார் அவனை இழுத்துச் செல்கின்றனர்.
ஊழியர்   : ஒரு நிமிஷம், ஒரு நிமிஷம் அமைதியா இருங்க.

கூட்டம் கூச்சல் போட்டுக்கொண்டே இருக்க
ஊழியர்   : இப்ப என்னதான் வேணும் உங்களுக்கு என்று எரிச்சலாகிறார்.

இண்டர்கட்

போசியா, இந்தத் தியேட்டரிலிருந்து இன்னொரு தியேட்டருக்கு சைக்கிளில் போகிறான்.

தியேட்டர் வாசலில்

: பகுதி ரெண்டக் கொடு, இந்தா முதல் பகுதியோட ரோலு

: சீக்கிரம் கொடு. தியேட்டர் நிறைஞ்சிருச்சு.

ஒரு ரோலைக் கொடுத்துவிட்டு இன்னொரு ரோலை வாங்கி சைக்கிளில் வைத்துக்கொண்டு போசியா விரைவாக வருகிறான்.

மற்றொரு தியேட்டர் கேபினில்

சிச்சியோ (ஆப்பரேட்டரிடம்)

: என்ன பண்ணிக்கிட்டு இருக்க?

சீக்கிரம் படத்த ஓட்டு, படம் பார்க்க வந்த வங்க கத்துறாங்க, சீக்கிரமா ஆரம்பி.

பால்கனியில் அமர்ந்திருப்பவர் ஒருவர், கீழே அமர்ந்துகொண்டு சத்தம் போடுபவர்களைப் பார்த்து,

: மிருகக் கூட்டமே, அமைதியா இருங்க.

போசியா மாறி மாறி சைக்கிளில் இந்தத் தியேட்டருக்கும் அந்தத் தியேட்டருக்கும் போய் போய் ரோலை மாற்றி வருகிறான். தொடர்ந்து சைக்கிள் ஓட்டியதால் களைத்துப்போய் இரவில் ஓரிடத்தில் நிற்கிறான். அங்கே எதையோ பார்த்துவிட்டு அவன் வியப்பில் புருவத்தை உயர்த்துகிறான். மூச்சு வாங்கியபடியே இருக்கும் அவன் சலித்தபடி,

: எப்படியாவது நாசமாப் போகட்டும்

என்று கூறியபடி சைக்கிளில் இருக்கும் பிலிம் ரோலோடு தியேட்டருக்குப் போகாமல் வேறு பாதைக்குத் திரும்புகிறான்.

போசியோ ரோலைக் கொண்டு வராததால் தியேட்டரில் அனைவரும் கூச்சல் போடுகின்றனர்.

ஒருவர் : டோட்டோ, என்ன நடக்குது.

மற்றொருவர் : அங்க அவன் என்ன புடுங்கிக்கிட்டா இருக்கான்.

அனைவரும் சத்தம் போடுகிறார்கள்.

கேபினில் உள்ளே டோட்டோ செய்வது அறியாது பதற்றத்தில் இருக்கிறான்.

கேபின் உள்ளே எட்டிப் பார்த்த ஒருவர்

: டோட்டோ சீக்கிரம், எல்லாரும் கொஞ்ச நேரத்தில பொங்கி எழுந்திடப் போறாங்க.

(சலிப்போடு)

: அரை மணி நேரம் ஆச்சு.

டோட்டோ(வெறுப்புடன்)

: நான் என்ன செய்யட்டும்?

சிச்சியோ ஆத்திரத்தில் பற்களைக் கடித்துக்கொண்டு, கைகளைப் பிசைந்தவாறு

: எங்க போய்த் தொலைஞ்சுட்டான் அந்த முட்டாப் பையன். நான் இங்க சீரழிகிறேன்.

கூச்சல் போடும் கூட்டத்தைப் பார்த்து

சிச்சியோ : அமைதி! அமைதி!

அப்போது பால்கனியிலிருந்து வயதானவர் ஒருவர் எழுந்து சிச்சியோவை நோக்கி,

: நான் சொல்ற விஷயத்தைக் கேட்டுக்கோ, இந்தப் படத்தைப் பார்க்குறதுக்காகத்தான், நோயாளியா படுத்துக் கிடக்கற என் மனைவியைக்கூட வீட்டுல தனியா விட்டுட்டு வந்திருக்கேன். இதுவரைக்கும் ஒரு கண்றாவியையும் பார்க்கல.

இன்னும் பத்து நிமிசத்துல படம் ஆரம்பிக்கலேன்னா என்னோட டிக்கெட் பணத்த திருப்பிக் கொடுத்திடணும். அதே மாதிரி இங்க இருக்கிற எல்லோருக்கும் பணத்தைத் திருப்பிக் கொடுத்தாகணும். இல்லேன்னா இந்தப் பிரம்பாலேயே தியேட்டரை அடிச்சு நொறுக்கிடுவேன்.

இண்டர்கட்

போசியாவைத் தேடி டோட்டோ சைக்கிளில் விரைகிறான்.

சிச்சியோ : அமைதி! அமைதி! என்னையக் கொஞ்சம் பேச விடுங்க, நான் என்ன சொல்ல வர்றேன்னா, மறுபடியும் முதல் பகுதிய உங்களுக்குக் காட்டுறேன்.

சமாதானமடையாத கூட்டம் மேலும் மேலும் கூச்சலிடுகிறது. என்னமும் செஞ்சுட்டுப் போங்க என்பதுபோல சிச்சியோ அந்த இடத்தை விட்டு நகர்கிறார். அப்போது பார்வையாளர் ஒருவர் எழுந்து

: சத்தம் போடாதீங்க, நான் முழுப்படத்தையும் ஏற்கனவே பார்த்திட்டேன், நான் உங்களுக்குக் கதையைச் சொல்றேன்.

கூட்டம் அவனை நோக்கிக் கூச்சல் போட்டு உட்காரச் சொல்கிறது. தூரத்திலிருந்து யாரோ எறிந்த தொப்பி அவன் முகத்தில் விழ அவன் உட்கார்ந்துவிடுகிறான்.

சைக்கிளில் போய்க்கொண்டிருந்த டோட்டோ காடு போன்ற அடர்ந்த பாதையில் நின்று

: போசியா (என்று) கத்திக் கூப்பிடுகிறான்.

கீழே விழுந்துவிட்டானோ என்ற பயத்தில் டார்ச்சை அடித்துச் சுற்றிலும் பார்க்கிறான்.

சற்றுத் தொலைவில் சைக்கிளும் பிலிம் ரோலும் கீழே கிடப்பதைப் பார்த்துத் தன் சைக்கிளைப் போட்டுவிட்டு அந்த இடத்தை நோக்கிப் பதறியடித்து ஓடுகிறான்.

டோட்டோ   : போசியா என்ன ஆச்சு?

பதற்றத்துடன் ஓடிவந்த டோட்டோ ஒரு மரத்தின் பின்னே போய்ப் பார்க்கிறான். அங்கே போசியா ஒரு பெண்ணைப் புணர்ந்துகொண்டு இருக்கிறான். அவர்கள் இருக்கும் இடத்தை டார்ச்சால் அடித்துப் பார்த்தபடி

டோட்டோ   : என்ன பண்ணிக்கிட்டு இருக்க

அவள்மீது இயங்கியபடியே போசியா

: சொர்க்கத்துல இருக்கேன்.

கீழே படுத்திருக்கும் பெண், டோட்டோவைப் பார்த்து

: இங்கிருந்து போய்த் தொலை, தூரப்போ.

போசியா புணர்ந்தபடியே

: இது ரொம்ப நல்லா இருக்கு.

பேயறைந்ததைப் போல டோட்டோ முகம் மாறுகிறது. பிலிம் ரோலை எடுத்துக்கொண்டு அவர்களைப் பார்த்தபடியே சைக்கிளை ஓட்டிக் கொண்டு போகிறான்.

காட்சி – 27

திரையரங்கம் / உள் / இரவு

திரையில் வரும் காட்சி

ஒரு பெண் நிர்வாணமாகக் குப்புறப் படுத்துக்கொண்டு காலாட்டிக் கொண்டிருக்கிறாள். முன்வரிசையில் அமர்ந்திருக்கும் சிறுவர்கள் ஆர்வத்துடன் அந்தக் காட்சியைப் பார்த்துக்கொண்டிருக்கின்றனர்.

ஊழியர் தன் டார்ச்சை அடித்தவாறு வருகிறார்.

ஒரு சிறுவன் உணர்ச்சியின் உந்துதலால், தன் கண்களை மூடியபடி ஆண்குறியைப் பிடித்து வருடிக்கொடுக்கிறான். ஊழியர் அவன் அருகில் வந்து டார்ச்சை அடித்துப் பார்த்து அவன் என்ன செய்கிறான் என்பதை உறுதி செய்துகொண்டு அவன் கையைப் பட்டெனத் தட்டிவிட்டு, பின் தலையில் பலமாகத் தட்டுகிறார்.

ஊழியர் : என்ன பண்ணிக்கிட்டு இருக்க, படத்த மட்டும் பாருடா, காமக் கொடூரா

பையன் டக்கென விழித்துத் தன் நிலைக்கு வருகிறான். திரையில் இப்போதும் பெண் நிர்வாணமாகக் குப்புறப் படுத்திருக்கிறாள். ஊழியர் கை அனிச்சையாக பேண்ட் ஜிப் அருகே போக, அவர் பேண்ட்டை இழுத்து விட்டுவிட்டு, மீண்டும் அந்தப் பையனைத் தலையில் தட்டுகிறார்.

ஊழியர் : அந்த இடத்தத் தொடக் கூடாது.

காட்சி – 28

திரையரங்க கேபின் / உள் / இரவு

கேபின் உள்ளே டோட்டோ அம்மா கொண்டு வந்த சாப்பாட்டைச் சாப்பிடுகிறான். அவனின் அம்மா அருகில் இருந்துகொண்டு அவனுக்குப் பரிமாறுகிறாள்.

திரையில் வரும் காட்சி:

போர்க் காட்சி ஒன்று வருகிறது. ஜீப்பில் போனபடியே போர் வீரர்கள் சுடுகின்றனர்.

தியேட்டரில் நடுவரிசையில் அமர்ந்திருக்கும் ஒரு பெரியவர் இக்காட்சியைப் படபடப்புடன் பார்த்துக்கொண்டிருக்கிறார்.

மறுபடியும் திரையில் துப்பாக்கிச் சத்தம் கேட்டதும், அந்தப் பெரியவர் அதிர்ச்சியில் மாரடைப்பால் இறந்துவிடுகிறார்.

அடுத்த காட்சியில் அவர் அமர்ந்திருந்த நாற்காலியில் மலர்க்கொத்து ஒன்று வைக்கப்பட்டு இருக்கிறது.

காட்சி – 29

திரையரங்க கேபின் / உள் / பகல்

டோட்டோ எரியும் தீக்குச்சியில் ஒரு பிலிம் துண்டைக் காட்டுகிறான்.

டோட்டோ *(பெருமிதத்துடன்)*

: நான் சொன்னேன்ல, பார்த்தீங்களா; பிலிம் தீப்பிடிக்கவே இல்ல.

சிச்சியோ அதைப் பார்த்துச் சந்தோஷப்படுகிறார். சிச்சியோ தன் அருகில் இருக்கும் கேஷியரிடம் அல்ஃபிரேதோவைக் கிண்டல் செய் யும் விதமாகச் சைகை காட்டுகிறார். *(அவர் பிலிம் எரிந்ததால் தான் இந்த நிலைமைக்கு ஆளானார் என்பதை நினைவுபடுத்தும் விதமாக)*

அல்ஃபிரேதோ *(சற்று வருத்தத்துடன்)*

: தொழில்நுட்ப முன்னேற்றம் எல்லாம் எப்ப வுமே தாமதமாத்தான் வருது.

காட்சி – 30

திரையரங்க கேபின் / உள் / இரவு

டோட்டோ கடும் காய்ச்சலுடன் படம் ஓட்டிக்கொண்டிருக்கிறான். காய்ச்சலால் நிற்கக்கூட முடியாமல் ப்ரொஜெக்டர் மெஷினின் மீது தலையைச் சாய்த்து உறங்குகிறான். டோட்டோவின் அம்மா தெர்மோ மீட்டரை அவன் வாயில் வைத்துப் பார்க்கிறாள். அவனது நெற்றி வியர்வையைத் துடைத்து விடுகிறாள்.

தியேட்டர் உள்ளே :

தியேட்டரிலேயே காதலித்துத் திருமணம் செய்துகொண்டவர்கள் தற்போது குழந்தை ஒன்றுடன் இருக்கின்றனர். குழந்தை அழ, கணவன் குழந்தையைத் தூக்கி மனைவியிடம் கொடுத்துவிட்டு சாவகாசமாகப் படம் பார்க்கிறான். மனைவி சலித்துக்கொள்கிறாள்.

திரையில் வரும் காட்சி:

ஜீப்பில் ஒருவர் நின்றபடியே வருகிறார். டிரைவர் அருகில் இன்னொருவர் அமர்ந்திருக்கிறார்.

நின்றபடியே வருபவர் : தொழிலாளர்கள்

என்று சொல்லிவிட்டுக் கையை உயர்த்தி ஓங்குக என்பதுபோலச் சைகை செய்கிறார். அதைப் பார்த்துக் கீழே அமர்ந்திருக்கும் அத்தனை பேரும் உற்சாகமாகச் சிரிக்கின்றனர்.

தனக்குப் பிடிக்காத காட்சி வரும்போது எப்பவும் காறித் துப்புபவர் இப்போது பால்கனியிலிருந்து எட்டிக் கீழே துப்புகிறார். அதற்குப் பதிலடியாகக் கீழே இருந்து சாணியால் அவர் முகத்தில் அடிக்கின்றனர். கண்ணாடி மற்றும் முகம் முழுக்கச் சாணியாகி, அவர் பரிதாபமாக முழிப்பதைப் பார்த்துக் கீழே அமர்ந்திருக்கும் அத்தனை பேரும் சிரிக்கின்றனர்.

காட்சி – 31

திரையரங்கு / உள் / இரவு

காலியான திரையரங்கு காட்டப்படுகிறது. அதில் ஒரு பெண்ணின் குரல் பதிவு செய்யப்பட்டு இருக்கிறது.

பெண் : அதுதான் சரி, ஆங்! இப்ப நல்லா பண்ற

கேமரா வெற்று நாற்காலிகளைக் காண்பித்தவாறே வலதுபுறத்திலிருந்து இடது புறமாக நகர்ந்துகொண்டே போகிறது.

பெண் : இத ரொம்ப ஈஸியா எடுத்துக்கோ, பயப்படாத.

டோட்டோ (பலமாகச் சிரித்தபடி)
: எவன் இந்த மாதிரி முட்டாள்தனமா உன் கிட்ட சொன்னான்? பார்த்தாயா, இது தான் சரி.

கேமரா இப்போது ஓரிடத்தில் நிற்கிறது. டோட்டோ ஒரு நடுத்தர வயது விபச்சாரியுடன் உடலுறவு செய்துகொண்டு இருக்கிறான்.

பெண் : இதுல ஒண்ணும் பயமில்லை. உம். ரொம்ப நல்லது, தொடர்ந்து செய்.

கீழே படுத்திருக்கும் அவள் டோட்டோவின் தோளைக் கையால் உயர்த்தியபடி

பெண் (பாராட்டுதலுடன்)
: இப்ப நீ உண்மையிலேயே பெரிய ஆம்பள தான்.

டோட்டோ தொடர்ந்து முரட்டுத்தனமாக அவள் மேல் இயங்க

பெண் (எரிச்சலுடன்): நான் முன்னால என்ன சொன்னேன்... நீ பெரிய ஆம்பளைன்னா? இல்ல, இப்ப சொல்றேன், நீ ஒரு மாடு.

காட்சி – 32

மாட்டிறைச்சிக் கடை / ரயில்வே ஸ்டேஷன் / வெளி / பகல்

ஒருவன் கத்தியால் மாட்டின் கழுத்தில் குத்தி மாட்டைக் கொல்கிறான். பின் கீழே சரிந்து விழுந்த மாட்டை நாலைந்து பேர் கயிறு கட்டி இழுத்துக்கொண்டிருக்கின்றனர். இதைத் தன் சிறிய கேமரா மூலம் டோட்டோ படம் பிடிக்கிறான்.

பின் ரயில்வே ஸ்டேஷன் முன்னால் நின்றுகொண்டு, அங்கே நிகழ்வனவற்றைப் படம் பிடிக்கிறான். அப்போது ஓர் இளம் பெண் (எலீனா) தன் தந்தையுடன் ரயில்வே ஸ்டேஷனிலிருந்து வெளியே வருகிறாள். அவளைப் பார்த்ததும் டோட்டோ உருகிப்போய் அவளையே வைத்த கண் மாறாமல் பார்க்கிறான். பின் அவளைப் படம் பிடிக்கிறான். எலீனா இவன் படம் பிடிப்பதைப் பார்த்தபடியே போகிறாள்.

காட்சி – 33

கல்லூரி வராண்டா / வெளி / பகல்

கல்லூரியில் நண்பர்களுடன் சேர்ந்து டோட்டோ மேலிருந்து கீழே போவோரை வேடிக்கை பார்த்துக்கொண்டிருக்கிறான். அப்போது கீழே வராண்டாவில் எலீனா போய்க்கொண்டிருக்கிறாள்.

ஒருவன் : அவ புதுசா இருக்காளே.

மற்றொருவன் : பரவாயில்லை.

போசியா : நல்லாவே இருக்கா.

இன்னொருவன் : அவங்கப்பா பேங்க் மானேஜர், திமிர் பிடித்த பணக்காரி.

டோட்டோ அமைதியாக எலீனா நடந்துகொண்டிருப்பதையே பார்த்துக் கொண்டிருக்கிறான். எலீனா நடந்து போய்க்கொண்டிருக்கும்போது ஒரு பொருளைத் தவற விட்டுவிட்டு, தவறியதுகூடத் தெரியாமல் போய்க்கொண்டே இருக்கிறாள். அந்தப் பொருள் கீழே விழுந்ததும் போசியாவும் டோட்டோவும் ஒருவரை ஒருவர் பார்த்துக் கொள்கின்றனர். அதை எலீனாவிடம் எடுத்துக் கொடுக்கும் சாக்கில் பேசலாமே என்ற எண்ணம் இருவருக்குமே தோன்ற, அதை எடுத்துக் கொடுக்க இருவரும் ஓடுகின்றனர். அவர்கள் ஓடுவதைப் பார்த்த

மாணவர் கூட்டம் : ஓடு, யாரு எடுக்குறான்னு பார்த்துடணும்.

இருவரும் வேகமாக ஓடுகின்றனர். ஓரிடத்தில் டோட்டோ, போசியாவைக் கீழே விழத் தட்டிவிட்டு, பின் முதுகில் ஓங்கி ஒரு குத்தையும் கொடுத்துவிட்டு அவளை நோக்கி ஓடுகிறான். தவறவிட்ட பொருளைக் கையில் எடுத்துக்கொண்டு அவளை நோக்கிப் போகிறான். அவனுக்குச் சற்றுத் தொலைவில் எலீனா போய்க் கொண்டிருக்கிறாள்.

டோட்டோ : என்னஙக.

எலீனா அவனருகே வருகிறாள்.

டோட்டோ : இதக் கீழ தவற விட்டுட்டீங்க.

எலீனா : நன்றி. நான்கூடக் கவனிக்கவே இல்லை.

டோட்டோ : என்னோட பேரு சல்வடோர், உங்களோட பேரு.

எலீனா : எலீனா, என்னோட பேரு எலீனா.

டோட்டோ : நான் உங்ககிட்ட ஒண்ணு சொல்லணும். அன்னைக்கே ரயில்வே ஸ்டேஷன்லேயே சொல்லணும்னு நினைச்சேன்.

டோட்டோ பேசிக்கொண்டிருக்கும்போதே, போசியா கடுங்கோபத்துடன் அவன் பின்பக்கம் வந்து, கழுத்தைப் பிடித்துக் கீழே தள்ளி முகத்தில் குத்துகிறான். எலீனா அதைப் பார்க்கச் சகிக்காது கண்களைக் கையால் மூடிக்கொள்கிறாள்.

காட்சி – 34

தியேட்டர் கேபின் / இரவு

முதல்நாள் போசியா அடித்ததால் கண்ணருகே ஏற்பட்ட காயத்துடன் இருக்கும் டோட்டோ, தன் சிறிய ப்ரொஜெக்டாரில் பிலிம் ரோலை ஓட்டத் தயார் செய்துகொண்டிருக்கிறான்.

அங்கே அவன் எதிரில் அமர்ந்திருக்கும் அல்ஃபிரேதோ தன் கையிலிருக்கும் பிலிமைச் சுருளாகச் சுற்றியபடி

: இது சார்லி சாப்ளினோட 'மாடர்ன் டைம்ஸ்'தான டோட்டோ?

டோட்டோ : ஆமாம், சரிதான்.

அல்ஃபிரேதோ (சோகத்துடன்)

: என் மனச விட்டு எப்பவும் நீங்காத படம். 1940இல் இந்தப் படத்த ஓட்டிக்கிட்டு இருக்கும்போதுதான் என்னோட முதல் மனைவி இறந்துபோயிட்டா.

டோட்டோ ப்ரொஜெக்டரை ஓட்டுவதற்குத் தயார் செய்தபடியே அவர் பேசுவதைக் கேட்கிறான்.

: தியேட்டர் ஓடணுங்கிறதுக்காக உண்மையை மறைச்சு என்னை நாள் பூரா தியேட்டர்லயே பிடிச்சு வச்சுக்கிட்டாங்க.

கடைசிக் காட்சி முடிஞ்ச பிறகுதான் விஷயம் எனக்குத் தெரிஞ்சது.

மனம் கலங்கியபடி

: எனக்கு மனசே வெறுத்துப் போச்சு; இந்த மாதிரி நிகழ்ச்சியை வாழ்க்கையில் நாம எப்பவும் மறக்க முடியாது.

டோட்டோ சின்ன ப்ரொஜெக்டரை இயக்குகிறான்.

அல்ஃப்ரேதோ (சத்தம் கேட்டு)
: சின்ன ப்ரொஜெக்டரா?
(வியப்பும் மகிழ்ச்சியும் கலந்து)
: என்ன! நீ எடுத்த படங்களா?
(ஆர்வத்துடன்)
: என்ன ஓடிக்கிட்டு இருக்கு.

டோட்டோ : மாட்டுக்கறி விற்பனைக்கடை ஊழியர்கள், ஒரு பசு மாட்டை வெட்டிக்கிட்டு இருக்காங்க.

ரத்தம் ஆறு மாதிரி தரையெல்லாம் ஓடுது.

ரத்த ஆறு வழியே, இன்னொரு பசு தான் வெட்டப்படப் போறோம் என்று தெரியாமல் கடந்து போகுது.

அடுத்து எலீனாவைப் படம் பிடித்த காட்சி வந்ததும் டோட்டோ ஒன்றும் சொல்லாமல் புன்னகையுடன் அவளை ரசிக்கிறான். டோட்டோ அமைதியாக இருப்பதைப் பார்த்து

அல்ஃபிரேதோ : என்ன சொல்றத நிறுத்திட்ட; இப்ப நாம என்ன பார்த்துக்கிட்டு இருக்கோம்

எலீனாவை ரசித்துப் பார்த்தபடியே

டோட்டோ : இப்ப நாம ஒண்ணுமே பார்க்கலை. எல்லாம் புள்ளி புள்ளியா மங்கலா தெரியுது.

அல்ஃபிரேதோ அவன் சொன்னதை நம்பாமல் அவன் மறைப்பதைக் கண்டுபிடிக்கும் தோரணையில் தலையை ஆட்டியபடி யோசிக்கிறார். பின் சிறு சந்தேகத்தோடு

அல்ஃப்ரேதோ : ஏதாவது பெண்

டோட்டோ : ஆமாம்

அல்ஃபிரேதோ உண்மையைக் கண்டுபிடித்துவிட்ட மகிழ்ச்சியில் வெற்றிச்சிரிப்பு சிரித்தபடி

அல்ஃபிரேதோ : நினைச்சேன், பொண்ணாகத்தான் இருக்கணும்.

டோட்டோ : ஆமா, பொண்ணுதான், ரயில்வே ஸ்டேஷன் வெளியே பார்த்தேன்.

அல்ஃபிரேதோ : அவ எப்படி இருப்பா?

டோட்டோ : ரொம்ப நல்லா இருப்பா.

டோட்டோ கையில் கன்னத்தைச் சாய்த்தபடி காதலுடன் அவளைப் பற்றிச்சொல்கிறான்.

: என்னோட வயசுதான், ஒல்லியா, நீளமான பழுப்பு நிற முடியோட இருப்பா, பெரிய நீல நிறக் கண்கள் அவ நல்லவன்னு காட்டுது.

அவ உதட்டுல சின்னதா அழகா ஒரு மச்சம், ரொம்பச் சின்னது. பக்கத்துல போயி பார்த்தாதான் தெரியும்.

அவ சிரிச்சான்னா, அதைப் பார்த்து உருகி நாம என்ன ஆவோமுன்னே தெரியாது.

தலையை ஆட்டியபடி புன்னகையுடன்

அல்ஃபிரேதோ : காதல்

டோட்டோ : ம்...

டோட்டோ ப்ரொஜெக்டரை நிறுத்துகிறான்.

அல்ஃபிரேதோ : எனக்கு யாரு யாரு எப்படின்னு தெரியும். நீல நிறக் கண்கள் உள்ளவங்க மோசமானவங்க. நீ என்ன செஞ்சாலும் அவங்க உனக்கு நண்பனாக மாட்டாங்க. உன்னால ஒண்ணும் செய்ய முடியாது.

சற்றுத் தள்ளி அமர்ந்திருந்த டோட்டோ அல்ஃபிரேதோ எலீனாவைப் பற்றிப் பேசியதைக் கேட்டதும், ஸ்டூலோடு எழுந்து வந்து அவர் அருகில் அமர்ந்துகொள்கிறான்.

அல்ஃபிரேதோ : தப்பித் தவறி யாராவது அவங்கள காதலிச்சா, காதலிச்சவங்க ரொம்பக் கஷ்டப்படுவாங்க. அவங்களோட வர்ற காதல் முட்டுச்சந்து மாதிரி. நீண்ட நாளைக்குத் தொடராது.

டோட்டோ : நீங்க சொன்ன விஷயம் நல்லாத்தான் இருக்கு. ஆனாலும் வருத்தமானது.

அல்ஃபிரேதோ : இத நான் சொல்லல, ஜான் வெய்னி 'தி ஷெப்பர்டு ஆஃப் ஹில்ஸ்' படத்தில சொன்னது.

டோட்டோ (செல்லமாக)

: திருட்டுக் கிழவா.

காட்சி – 35

டோட்டோவின் படுக்கையறை / இரவு

எலீனா தன் தோழிகளுடன் பேசிக்கொண்டிருந்தபோது அவளுக்குத் தெரியாமல் படம் பிடித்ததைச் சிறிய ப்ரொஜெக்டர் மூலம் திரையில் ஓட்டுகிறான். திரையில் எலீனா நான்கு பெண்களுடன் பேசிக் கொண்டிருக்கும் காட்சி ஒன்று வருகிறது. டோட்டோ திரைக்கு அருகில் சாய்ந்து படுத்தவாறு திரையில் இருக்கும் எலீனாவிடம் பேசுகிறான்.

டோட்டோ : எலீனா, நான் சொன்னா நீ நம்ப மாட்ட, இருந்தாலும் சொல்றேன். உன்னோட வாழ்க்கை என்னும் கதையில் நான்தான் கதாநாயகனாக நடிக்கப் போறேன். நிச்சயமா... நான் ஒண்ணும் மார்லன் பிராண்டோ இல்ல, இருந்தாலும் என்னை நீ நல்லா ஒரு வாட்டி பாரு.

திரையில் எலீனாவின் அண்மைக் காட்சி வருகிறது. அவளிடம் கேட்பது போல்

டோட்டோ : நான் என்ன அவ்வளவு அசிங்கமாவா இருக்கேன்?

அவள் இல்லை எனத் தலையாட்டுகிறாள்.

டோட்டோ : அப்ப நான் இன்னொரு தடவ முயற்சி செஞ்சு பார்க்கட்டுமா, இந்தத் தடவை நிச்சயமா நான் ஜெயிச்சிருவேன். நீ என்ன நினைக்கிற.

அவள் ஆம் என்று தலையசைக்கிறாள்.

டோட்டோ அவளை முத்தமிடப் போகும்போது ரீல் முடிந்து வெறும் திரை மட்டும் இருக்கிறது.

காட்சி – 36

டெலிபோன் பூத் / பகல்

டோட்டோ போனில் பேசுகிறான்.

டோட்டோ : ஹலோ, நான் எலீனா கூடப் பேசணும்.
எதிர்முனையில் : எலீனாதான் பேசறேன்.

டோட்டோ (வியப்புடன்)

: எலீனா இது நீதானா, மன்னிச்சிடு. என்னால சரியா அடையாளம் கண்டுபிடிக்க முடியல. நான் சல்வடோர். என்னை ஞாபகமிருக்கா?

எதிர்முனையில் : ஆமாம்.

டோட்டோ : நாம ஒவ்வொரு தடவ சந்திக்கிறபோதும், என்னை நானே முட்டாளாக்கிக்கிறேன். நான் எதை எதையோ சொல்ல நினைக்கிறேன். உன்னப் பார்த்ததும் எனக்குத் தயக்கம் வந்திருது. அதற்குக் காரணம் நீதான். உண்மை என்னான்னா, உன்னப் பத்தி நினைக்காம என்னால இருக்கவே முடியுறதில்ல...

பெருமூச்சு விட்டபடியே பேச்சைத் தொடர்கிறான்.

: ஆமாம் எலீனா, நான் தூங்கப் போறதுக்கு முன்னால நான் சிந்திக்கிற கடைசி வார்த்தை உன் பேருதான். தூங்கி எழுந்ததும் முதல்ல சிந்திக்கிறதும் உன்னப் பத்தித்தான். ராத்திரி முழுக்க உன்ன நினைச்சுதான் கனவு கண்டுக்கிட்டு இருக்கேன்.

என்னோட காதல ஃபோன் வழியா சரி யாச் சொல்ல முடியல, இருந்தாலும் நான் உன்னப் பத்தியேதான் நினைச்சுக்கிட்டு இருக்கேன்.

எதிர்முனையில் : இன்னொரு தடவை இது மாதிரி நீ போன் பண்ணின, நான் போலிசுக்குப் போயிடு வேன்.

டோட்டோ (அதிர்ச்சியடைந்து)

: யாரது?

எதிர்முனையில் : முட்டாளே, நான் எலீனாவோட அம்மா.

டோட்டோ தவறுதலாகப் பேசிவிட்டோமென்ற அவஸ்தையுடன்,

: என்ன மன்னிச்சிருங்க மேடம், என்ன நம்புங்க மேடம், யாருன்னு தெரியாம நான் பேசிட்டேன்.

எதிர்முனையில் தொலைபேசி துண்டிக்கப்படுகிறது.

டோட்டோ : அடக் கன்றாவி! இப்படிப் பண்ணிட் டேனே..

என்று தன்னைத் தானே நொந்து கொள்கிறான்.

காட்சி – 37

ஒரு தெரு / பகல்

டோட்டோ அல்ஃபிரேதோவை அவரது வீட்டிலிருந்து அவர் கையைப் பிடித்தபடி படிக்கட்டில் இறக்கித் தெருவில் கூட்டி வருகிறான்.

அல்ஃபிரேதோ : உன்கிட்ட சொல்லியிருக்கேன்ல, நீகூட நான் ஜோக் அடிக்கிறதா நினைச்ச. ஆனா இப்ப நான் உறுதியா சொல்றேன். நீலநிறக் கண்கள் உள்ளவங்க மோசமானவங்கதான்.

டோட்டோ : அது எப்படி, அவங்களப் பத்திப் புரிஞ்சிக் கிறதுக்கு வேற ஏதாவது வழி இருக்கும்.

அல்ஃபிரேதோ : உணர்ச்சிவயப்பட்டு எதுவும் செய்யாத. புரிஞ்சுக்கிறதுக்குன்னு எதுவும் இல்லை. இத விளக்கமாக எல்லாம் சொல்ல முடி யாது.

டோட்டோ (கோபத்துடன்)

: நீங்க என்னமோ, இந்த உலகத்தையே படைச்சவன் மாதிரிப் பேசுறீங்க.

டோட்டோ தன் தோளைப் பற்றி நடந்துவரும் அல்ஃபிரேதோவை கோபத்துடன் உதறிவிட்டு தூரச் செல்கிறான்.

அல்ஃபிரேதோ : டோட்டோ அமைதியாக இரு. கோபத்தில என்ன விட்டுட்டுப் போயிடாத. உன் னோட துணை எனக்குத் தேவை.

அப்போது எதிர்த் திசையில் இருந்து, சைக்கிளில் ஒருவன் மணியை அடித்தபடி வேகமாக வருகிறான்.

சைக்கிள்காரன் : யோவ், நடுவழியில் நிக்காம ஓரமாப் போ.

அல்ஃபிரேதோ எந்தப் பக்கம் ஒதுங்குவதென்று தெரியாமல் தட்டுத் தடுமாறிப் பதறியபடி

: டோட்டோ எங்க போயிட்ட?

பின் தட்டுத் தடுமாறி சுவர் ஒன்றைப் பிடித்து ஓரமாக நின்று கொள் கிறார். சைக்கிள்காரன் இடிக்காமல் போய்விடுகிறான்.

அல்ஃபிரேதோ : டோட்டோ, இங்க திரும்பி வா. என்னால தனியா நடந்து போக முடியாது.

டோட்டோ திரும்பி வந்து அவர் கையைப் பிடித்துக்கொள்கிறான்.

கோபத்தில் அவன் சட்டையைப் பிடித்து

அல்ஃபிரேதோ : நீ பேசும்போது வார்த்தைய அளந்து பேசு. நாம எல்லாரும் கடவுளுக்கு மரியாதை கொடுத்தாகணும். யாரால இந்த உலகத்த ரெண்டு, மூணு நாள்ல படைக்க முடியும்? நானா இருந்தா இன்னும் கொஞ்ச நாள் எடுத்துக்கிட்டு இருந்திருப்பேன். ஆனா தன்னடக்கத்தோட ஒண்ணு சொல்லிக் கிறேன். நான் இன்னும் நல்லாவே படைச் சிருப்பேன்.

டோட்டோ (வெறுப்புடன்)

: நான் சொன்னேன்ல; நீங்க எல்லாத்துக்கும் பதில் வச்சிருப்பீங்கன்னு.

அல்ஃபிரேதோ சிரிக்கிறார்.

அல்ஃபிரேதோ : டோட்டோ, உனக்காகவே நான் ஒரு கதை சொல்லப் போறேன்.

கொஞ்ச நேரம் இப்படி உக்காரலாம். என் தேய்ந்து போன முட்டி வலிக்குது.

டோட்டோவும் அல்ஃபிரேதோவும் மூடிக்கிடக்கும் ஒரு வீட்டு வாசலில் அமர்கின்றனர்.

: பல வருஷத்துக்கு முன்னால ஒரு ராஜா அந்தப்புரத்திலுள்ள அழகான இளவரசி களுக்கெல்லாம் ஒரு விருந்து கொடுத்தாரு.

அப்ப, அங்க காவலுக்கு நின்றிருந்த படை வீரன் ஒருத்தன் அந்தப் பக்கமாப் போக, அரசரோட மகளைப் பார்த்துட்டான். அவதான் அங்க இருக்கிறதிலேயே ரொம்

பவும் அழகானவ. இளவரசியப் பார்த்த உடனேயே அவன் காதல்ல விழுந்துட்டான்.

அலட்சியமாகக் கேட்டுக்கொண்டிருந்த டோட்டோ இப்போது அவர் பக்கம் திரும்பி ஆர்வத்துடன் கேட்கிறான்.

: ஆனா, ஒரு சாதாரணப் படை வீரனுக்கும், அரசனுக்கு அடுத்தபடியா இருக்கிற இளவரசிக்கும் காதல் என்பது நடக்கிற காரியமா என்ன? ஆனா, அவன் எப்படியோ இளவரசிய சந்திச்சு, நீங்க இல்லாம என்னால வாழ முடியாதுன்னு சொல்லிட்டான்.

இளவரசி அவனோட உணர்வுகளைப் புரிஞ்சுக்கிட்டு, அந்தப் படை வீரன்கிட்ட ஒரு நிபந்தனை விதிச்சா.

உன்னால நூறு ராத்திரி, நூறு பகல் என்னோட பால்கனிக்குக் கீழேயே எனக்காகக் காத்திருக்க முடிஞ்சதுன்னா நான் உனக்குத்தான் என்று சொன்னாள்.

படை வீரன் காத்திருக்க ஆரம்பிச்சான். ஒரு நாள், ரெண்டு நாள், அப்புறம் பத்து, இருபது நாள்னு போய்க்கிட்டு இருந்துச்சு. ஒவ்வொரு நாள் சாயந்திரமும் இளவரசி பால்கனியிலிருந்து எட்டிப் பார்ப்பா, படைவீரன் அசையாம நின்னுக்கிட்டு இருப்பான்.

அல்ஃபிரேதோ அவர் அணிந்திருக்கும் கூலிங் கிளாஸைக் கழற்றுகிறார்.

தீப் பட்டதால் அவர் கண்கள் முழுவதும் வெந்த தழும்புகள் தெரிய, கண்கள் மூடியே இருக்கின்றன.

: பறவைகள் அவன் தலையில எச்சம் இட்ட போதும், குளவி கொட்டின போதும், அவன் அசையாம நின்னான். தொண்ணூறு நாள் முடிவில அவன் காய்ஞ்சு கருவாடு ஆகி வெளுத்துப்போயிட்டான்.

அவன் கண்ணிலிருந்து கண்ணீர் வந்து கிட்டே இருந்துச்சு, அதைக்கூட அவனால நிறுத்த முடியல. கடைசியில அவனுக்கு தூங்குறதுக்குக்கூட சக்தி இல்லாமப் போயி ருச்சு.

இத எல்லாத்தையும் இளவரசி பார்த்துக் கிட்டே இருந்தாள்.

நீண்ட காத்திருப்பிற்குப் பிறகு கடைசியா தொண்ணூற்றி ஒன்பதாவது நாள்ல படை வீரன் அவன் உக்காந்திருந்த நாற்காலியை எட்டி உதைச்சுட்டு அங்கிருந்து போயிட் டான்.

டோட்டோ *(தாங்க முடியாத ஆவேசத்தோடு)*

: ஏன், அத்தனை நாள் காத்திருந்தானே.

அல்ஃபிரேதோ கண்ணாடியை அணிந்துகொண்டபடி

: ஆமாம், அத்தன நாள் காத்திருந்த பிறகு தான்.

(பின் கோபத்தோடு)

: அப்புறம் இதுக்கு என்ன அர்த்தம்னு என் கிட்ட கேட்கக்கூடாது; எனக்குத் தெரி யாது.

சொல்லிவிட்டு அவர் எழுந்து கிளம்பத் தயாராகிறார்.

: உனக்கு ஏதாவது புரிஞ்சதுன்னா என் கிட்ட வந்து சொல்லு.

அல்ஃபிரேதோ அவராக நடக்க ஆரம்பிக்கிறார். டோட்டோ வேக மாகப் போய் அவர் கையைப் பிடித்துக்கொண்டு அவருடன் செல் கிறான்.

காட்சி – 38

சர்ச் / உள் / பகல்

சர்ச்சுக்கு அல்ஃபிரேதோவும் டோட்டோவும் வருகின்றனர். கடைசி பெஞ்சில் அவர்கள் அமர்கின்றனர். டோட்டோ, எலீனா சர்ச்சுக்குள் நுழைந்து பாவ மன்னிப்புக் கூண்டருகே போவதைப் பார்க்கிறான். எலீனா பாவ மன்னிப்புக் கூண்டருகே மண்டியிட்டு அமர்கிறாள். அதே சமயத்தில் ஃபாதர் அவ்வழியே போன ஒருவரைப் பார்ப்பதற்காகக் கூண்டிலிருந்து வெளியே வருகிறார். வெளியே வந்து அந்த நபருடன் பேசிக்கொண்டிருக்கிறார். அந்தக் காட்சியைப் பார்த்த டோட்டோவுக்கு உடனே ஒரு யோசனை தோன்ற, அல்ஃபிரே தோவின் காதில் அதை அவன் கிசுகிசுக்கிறான். அல்ஃபிரேதோவும் அதற்குச் சம்மதிக்கிறார். டோட்டோ சந்தோஷத்தில் அவர் கன்னத் தில் முத்தமிடுகிறான். அல்ஃபிரேதோ டோட்டோவின் காதலை நினைத்துத் தனக்குத்தானே சிரித்துக்கொள்கிறார். டோட்டோ ஃபாதரிடம் போய் அல்ஃபிரேதோ அவரை அவசரமாகப் பார்க்க விரும்புவதாகச் சொல்கிறான். ஃபாதர் அல்ஃபிரேதோவிடம் வந்து

ஃபாதர் *(சற்றுப் பதற்றத்துடன்)*

: அல்ஃபிரேதோ என்ன இது, இப்ப என் னால உங்ககூட இங்கிருக்க முடியாது. இறுதி விருந்துச் சடங்கு நடக்கிற நேரம் இது...

அல்ஃபிரேதோ அவரைப் போக விடாமல் அவர் கையை இறுக்கிப் பிடித்துக்கொண்டு பதற்றத்துடன்

அல்ஃபிரேதோ : ஃபாதர், உங்க உதவி எனக்கு இப்ப அவசர மாத் தேவை. ஏன்னா, எனக்குச் சந்தேகம் வந்திருச்சு. பயங்கரமான சந்தேகங்கள்; என் ஆன்மாவை உங்க ஆன்மாவைச் சித்திர வதை செய்கிற சந்தேகங்கள்.

அவரைத் தன் அருகில் உட்கார வைத்துவிடுகிறார்.

டோட்டோ சுற்றும் முற்றும் பார்த்துவிட்டு டக்கெனப் பாவ மன்னிப்புக் கூண்டுக்குள் நுழைந்துவிடுகிறான். சிறு கதவைத் திறந்து எலீனாவைப் பார்க்கிறான்.

எலீனா : ஃபாதர், நான் பாவம் பண்ணிட்டேன்.

டோட்டோ : அதப்பத்தி அப்பறம் பேசிக்கலாம்?

எலீனா (வியப்புடன்)

: ஆனா யாரு நீங்க?

டோட்டோ : இங்கிருந்து போயிடாத, அப்படியே உக்காந்து, இயல்பா இருக்கிற மாதிரி நடி; நான் சல்வடோர்.

எலீனா (ஆச்சரியத்துடன்)

: எப்படி நீ உள்ள வந்த?

இண்டர்கட்

அல்ஃபிரேதோ ஃபாதரை நகர விடாதபடி ஏதோ உருக்கமாகச் சொல்கிறார்.

ஃபாதர் : அல்ஃபிரேதோ இது உண்மையிலேயே பயங்கரமான விஷயம்தான்.

அல்ஃபிரேதோ : எனக்குத் தெரியும்.

இண்டர்கட்

எலீனா : எல்லாம் நாசமாப் போச்சு. எங்கம்மா, எங்கப்பாகிட்ட சொல்லிட்டாங்க. எப்படி நீ எங்கம்மாவப் போயி நானுன்னு நினைச்சுப் பேசின.

டோட்டோ : என்னை மன்னிச்சிடு எலீனா, நான் உண்மையிலேயே அடிமுட்டாள்தான். ஆனா, நான் உன்கூடப் பேசணும்னு நினைச்சேன்.

வெளியே அல்ஃபிரேதோ ஃபாதர் உரையாடல் என்ன நிலைமையில் இருக்கிறதென்று டோட்டோ எட்டிப் பார்த்துவிட்டு,

: எலீனா, நீ ரொம்ப அழகாயிருக்க. இதத்தான் நான் இத்தனை நாளும் சொல்லணும்னு நினைச்சுக்கிட்டு இருந்தேன்.

நாம சந்திக்கிறப்ப எல்லாம் என்னால உருப்படியா ஒரு வார்த்தைகூடப் பேச முடியல, உன்னப் பார்த்தவுடனே எனக்கு நடுக்கம் வந்துரும்.

இந்த மாதிரி விஷயத்துல மத்தவங்க என்ன பண்ணுவாங்கன்னு எனக்குத் தெரியல. இதுதான் எனக்கு முதல் தடவ.

பின் சட்டென நான் உன்ன காதலிக்கிறேன் எலீனா என்று சொல்லி விடுகிறான்.

அப்போது இன்னொரு ஜன்னல் பக்கம் ஒரு வயதான பெண்மணி வந்து அமர்கிறாள்.

வயதான பெண்மணி
: ஃபாதர், நான் பாவம் பண்ணிட்டேன்.

டோட்டோ : ஃபாதரின் பெயராலும் அவர் மகனின் பெயராலும் மற்றும் புனித ஆவியின் பெயராலும் உன்னை மன்னிக்கிறேன். அமைதி உண்டாகட்டும்.

எலீனா அவன் பாவ மன்னிப்பு கொடுப்பதைப் பார்த்து அடக்க முடியாமல் சிரிக்கிறாள். டோட்டோவும் சிரிக்கிறான்.

டோட்டோ : நீ சிரிக்கும்போது இன்னும் அழகாயிருக்க.

எலீனா : சல்வடோர், நீகூட ரொம்ப நல்ல பையன் தான், நான் உன்ன விரும்புறேன். ஆனா நான் உன்ன காதலிக்கல.

இந்தப் பதிலை சற்றும் எதிர்பாராத சல்வடோர் சிரித்த முகம் மாறி இறுக்கமாகிறான்.

டோட்டோ : நீ சொல்றதப் பத்தி எனக்கு அக்கறை யில்லை. உனக்காக நான் காத்திருப்பேன்.

எலீனா (வியப்புடன்) : என்ன?

டோட்டோ (உறுதியுடன்)
: நீ என்னைக் காதலிக்கிற வரைக்கும்...

இப்ப நல்லாக் கேட்டுக்கோ, என் வேலை முடிஞ்ச பிறகு ஒவ்வொரு ராத்திரியும் உன்

வீட்டுக்கு வெளியிலே நின்று காத்துக்கிட்டு இருப்பேன். ஒவ்வொரு ராத்திரியும் உனக்காகக் காத்திருப்பேன்.

எலீனா என்ன இப்படிப் பேசுகிறான் என்று பார்க்கிறாள்.

டோட்டோ : உனக்கு எப்ப மனசு மாறுதோ, அப்ப வந்து உங்க வீட்டு ஜன்னலைத் திற, அதுபோதும், நான் புரிஞ்சுப்பேன்.

இண்டர்கட்
ஃபாதர் : இப்ப உங்களுக்குப் புரிஞ்சுதா

அல்ஃபிரேதோ (மேற்கூரையைப் பார்த்தபடி)
: ஆமாம், இப்பதான் எனக்கு விடையே கிடைச்சிருக்கு.

ஃபாதர், அப்பாடா இப்பவாவது புரிஞ்சதே என்று அலுத்துக் கொண்டபடியே.

ஃபாதர் : ஆனா, மறுபடியும் நீங்க இந்த மாதிரி சமயக் கோட்பாட்டுக்கு எதிரா பேசக் கூடாது.

நீங்கள் தியேட்டர் தீ விபத்திலிருந்து தப்பிச் சிட்டீங்க. ஆனா உங்களுக்குள்ள எப்பவும் அணையாம எரிஞ்சுக்கிட்டு இருக்கற சந்தேகத் தீயிலிருந்து கடவுளைத் தவிர வேற யாராலும் காப்பாற்ற முடியாது.

அல்ஃபிரேதோ தலையைத் தடவி ஃபாதர் ஆசீர்வதிக்கிறார்.

பின் அல்ஃபிரேதோவின் தலையில் ஃபாதர் தன் தலையைப் பாசத்துடன் சாய்த்துக்கொள்கிறார்.

காட்சி – 39

எலீனா வீட்டின் எதிரில் இருக்கும் தெரு / இரவு

இரவு நேரம், எலீனா வீட்டெதிரே டோட்டோ நின்றுகொண்டு அவள் வீட்டு ஜன்னலையே பார்த்துக்கொண்டிருக்கின்றான். தியேட்டருக்குப் போகும்போது கேபினில் இருக்கும் காலண்டரில் இன்னைக்கும் அவள் வரவில்லையென்று தேதியைப் பெருக்கல் குறியிட்டு அடித்து வைக்கிறான்.

இவ்வாறு ஒவ்வொரு நாளும் அவள் வீட்டெதிரே அவன் காத்திருப்பது, அவள் வராமல் போவது, இவன் கேபினுக்கு வந்து தேதியை அடிப்பது; இவ்வாறு இச்செயல் தொடர்ந்து நடந்து கொண்டே இருக்கிறது. ஒரு நாள் அவன் காத்திருக்கும்போது இடி, மின்னலுடன் கடும் மழை பெய்ய, அப்போதும் அவன் இவ்விடத்தை விட்டு நகராது ஒரு வாசற்படியில் ஒதுங்கி நின்றுகொண்டு காத்திருக்கிறான்.

காட்சி – 40

டோட்டோவின் வீடு / உள் / இரவு

டோட்டோவின்
அம்மா : எதனால இன்னும் டோட்டோ வராம இருக்கான்? தியேட்டர்கூட இந்நேரம் மூடியிருப்பாங்களே.

டைனிங் டேபிளில் டோட்டோவின் தங்கை, அல்ஃபிரேதோ, அல்ஃபி ரேதோவின் மனைவி சாப்பிடத் தயாராய் அமர்ந்திருக்கின்றனர்.

இண்டர்கட்

டோட்டோ கன்னத்தில் கைவைத்தபடி அவள் வீட்டு ஜன்னலைப் பார்த்த படியே தெருவில் அமர்ந்திருக்கிறான். ஒரு வீட்டின், மூடிய ஜன்னலில் நிழலாக ஓர் ஆணும் பெண்ணும் ஓர் ஒயின் பாட்டிலைத் திறப்பது தெரிகிறது.

தூரத்தில் ஒலிபெருக்கியில் ஒரு குரல் ஒலிக்கிறது.

: புத்தாண்டுக்கு இன்னும் பதினைஞ்சே வினாடிதான் இருக்கு.

அங்கு கூடியிருப்பவர்கள் அனைவரும் உற்சாகமாக 14, 13, 12, 11, 10, 9, 8 என்று எண்ணுகிறார்கள். லேசாகத் திறந்திருந்த எலீனாவின் வீட்டு ஜன்னல் இப்போது மூடப்படுகிறது.

டோட்டோவின் வீட்டில் அல்ஃபிரேதோ

: எனக்கொன்னும் கவலையில்ல, டோட் டோ நிச்சயமா அவன் நண்பர்களோட தான் இருப்பான்.

அல்ஃபிரேதோ : நல்லது நடக்கணும்னு வேண்டிக்கிட்டு எல் லாரும் பருகுங்க. இனிய புத்தாண்டு வாழ்த் துகள்.

எல்லாரும் உற்சாகத்தில் கிளாசை மோதிக்கொண்டபடி வாழ்த்துகளைப் பரிமாறிக்கொள்கின்றனர்.

டோட்டோ அம்மா: இனிய புத்தாண்டு, டோட்டோவுக்கும் சேர்த்து.

அனைவரும் : இனிய புத்தாண்டு வாழ்த்து டோட்டோவுக்கு.

டோட்டோ ஏமாற்றத்துடன் கையை மார்புக்குக் குறுக்காகக் கட்டியபடி தளர்வாகத் திரும்பி நடக்கிறான். அவன் போகும் வழியில், தங்கள் குடியிருப்புகளிலிருந்து மக்கள் பழைய பொருள்களை அள்ளி வெளியே ரோட்டில் எறிகின்றனர். புத்தாண்டுக் கொண்டாட்டத்துக்காக அந்தப் பகுதியே வாண வேடிக்கையில் ஒளிர்கின்றது.

காட்சி – 41

திியேட்டர் கேபின் / உள் / பகல்

டோட்டோ படம் ஓட்டிக்கொண்டிருக்கின்றான். பின் அவன் அவளுக்காக எத்தனை நாள் காத்திருந்தோம் என்று குறித்து வைத்திருந்த காலண்டரை ஆத்திரம் தீரும் வகையில் சுக்கு நூறாகக் கிழித்தெறிகிறான். வேதனையில் ப்ரொஜெக்டர் மெஷினின் மீது தலை சாய்க்கிறான். அப்போது எலீனா அங்கே வருகிறாள்.

எலீனா : சல்வடோர்

சல்வடோர் திரும்பி அவளைப் பார்க்கிறான். பின் தயக்கத்துடன் அவளை நோக்கி ஒவ்வோர் அடியாய் எடுத்து வைக்கிறான். எலீனாவும் அவனை நோக்கி வருகிறாள். பின் பட்டென இழுத்து அணைக்கிறான். அணைத்து ஆரத் தழுவியபடியே அலாக்காகத் தூக்கிச் சுற்றுகிறான். ஒரு சுவரின் ஓரத்தில் அவளைச் சாய்த்து உதட்டில் ஆழ்ந்து முத்தமிடுகிறான். படத்தின் ரீல் முடிந்துபோகிறது.

தியேட்டரில் மக்கள்

: படம் முடிஞ்சு போச்சு, விளக்கப் போடு.

என்று கத்துகின்றனர்.

இவை எதையும் உணராமல் டோட்டோ அவளைக் கட்டித் தழுவி உதட்டில் முத்தமிட்டபடியே இருக்கிறான்.

காட்சி – 42

காட்டுப் பகுதி / மலைப்பாதை / பகல்

எலீனாவும் டோட்டோவும் ஒன்றாக ஊர் சுற்றுகின்றனர். இருவரும் காட்டுப் பகுதியில் ஓரிடத்தில் அமர்ந்து பழங்களைச் சாப்பிடு கின்றனர். வயல்வெளிகளில் ஓடித்திரிகின்றனர். கேக்கில் ஏற்றிய மெழுகுவர்த்திகளை இருவரும் ஒன்றாக ஊதி அணைக்கின்றனர். பின் கட்டி அணைத்துக்கொண்டு முத்தமிட்டுக்கொள்கின்றனர். மலைப்பிரதேசச் சாலை ஒன்றில் இருவரும் சந்தோஷமாகப் பேசிச் சிரித்தபடியே காரில் போகின்றனர். டோட்டோ காரை வேகமாகச் செலுத்தியபடி

டோட்டோ : இது சும்மா சோதனை ஓட்டம்தான்.

என்று சொல்லி முடிக்கும்போது காரிலிருந்து படபடவென்று சத்தம் வருகிறது. கார் ரிப்பேர் ஆகி ஓரிடத்தில் நின்றுவிடுகிறது. டோட் டோவும் எலீனாவும் காரிலிருந்து எழுந்த சத்தத்தை ரசித்துச் சிரிக்கின்றனர். பின் இருவரும் கட்டி அணைத்துக் கொள்கின்றார்கள்.

எலீனா (சற்றுக் கவலையுடன்)

: நாம எப்படி வீட்டுக்குப் போகப் போறோம்.

சாலையோரப் பாதைச் சுவரில் இருவரும் அமர்ந்துகொண்டு ஏதாவது கார் வருகிறதா என்று எதிர்பார்த்துக் காத்திருக்கின்றார்கள். தூரத்தில் ஒரு கார் வருவதைப் பார்த்து இருவரும் ஓடிப்போய்க் கட்டை விரலை உயர்த்தி லிப்ட் கேட்கிறார்கள். அந்தக் கார் நிற்கிறது.

எலீனா : அடக் கடவுளே, அது என்னோட அப்பா.

டோட்டோ : மாலை வணக்கம் மிஸ்டர் மெண்டோலோ.

எலீனா அப்பா காரை விட்டு இறங்கி அவர்களை நோக்கி வருகிறார். நடுவில் ஓரிடத்தில் நின்று இரு கைகளையும் இடுப்பில் வைத்தவாறு டோட்டோவை முறைக்கிறார்.

டோட்டோ : மாலை வணக்கம்.

எலீனா அப்பா (இறுகிய முகத்துடன்)

: மாலை வணக்கம்.

எலீனா கண்களை மூடிக்கொள்வதிலிருந்து டோட்டோ உதைபடு கிறான் என்பது காட்டப்படாமலேயே புரிகிறது.

காட்சி – 43

தியேட்டர் கேபின் / பகல்

முதல் நாள் அடி வாங்கியதால் ஏற்பட்ட காயத்தினால் கன்னத்தில் பிளாஸ்டர் உடன் டோட்டோ இருக்கிறான்.

ஒரு பெண் திரையில்: நண்பர்களே, பெரியோர்களே, தியோட்ரா டெல்லா பிரிரா வழங்கும் உங்கள் பணத்தை இரட்டிப்பாக்கும் நிகழ்ச்சி. வழங்குபவர் மைக் போன்ஜியோர்னோ.

அல்ஃபிரேதோ (டோட்டோவிடம்)

: டோட்டோ, நீ என்ன என்னைய ஏமாத்து றியா? பிலிம் இல்லாம எப்படி டெலி விஷன்ல படம் பார்க்க முடியும்?

டோட்டோ : அந்த மாதிரி வேலை செய்யும்படியாத் தான் தொழில்நுட்பம் அமைக்கப்பட்டி ருக்கு. பிலிம் தேவையில்லை.

நீங்ககூட ஒரு தொலைக்காட்சிப் பெட்டி வாங்கிட்டா உங்க வீட்டுலேயே உக்காந்து பார்த்துக்கிறலாம்.

அல்ஃபிரேதோ : இருக்கலாம், ஆனா எனக்குப் பிடிக்கல, எனக்கு ஏதோ இது சம்பந்தமா சந்தேகம் இருந்துக்கிட்டு தான் இருக்கு.

திரையில் இருவர் பேசிக்கொள்ளும் காட்சி

– மாஸா

– மாஸினையா

– மாஸா மாஸினையா

ஒருவர் : இது நிச்சயமா மசாக்காரா பக்கத்துலதான் இருக்கும்.

மற்றொருவன்: இல்லை, இது லூக்கா பக்கத்தில இருக்கு.

சிச்சியோ (எலீனா தந்தையிடம்)

: இது அற்புதமான கண்டுபிடிப்பு இல்ல, இருந்தாலும் லாபம் எதிர்பார்க்காம நாம ஒரு பொருள்ல பணத்த முதலீடு பண்ணிட முடியாது இல்லைங்களா, இந்த நவீன யுகத்துல நாமளும் காலத்துக்கு ஏற்ற மாதிரி மாறித்தான் ஆகணும்.

இது புதிய மெஷின். இதுக்குப் பேரு டெலி புரொஜெக்டர்.

அங்கே அமர்ந்திருக்கும் டோட்டோ எலீனாவைப் பார்த்து வெளியே வா எனச் சைகை செய்கிறான். உடனே எலீனா தன் அம்மாவின் காதில் ஏதோ கிசுகிசுக்கிறாள்.

திரையில்

ஒருவர் : இன்னைக்குச் சாயந்திரம் என்ன நாடகம் போடப் போறீங்க?

மற்றொருவர் : ஒரு நகைச்சுவை நாடகம்

வெளியே வந்த எலீனா கழிவறைக்குள் போகிறாள். அதன் அருகில் இருக்கும் கழிவறையில் டோட்டோ இருக்க; இருவரும் பேசிக் கொள்கின்றனர்.

டோட்டோ : ஒருவேளை உங்கப்பா நான் செய்யிற வேலையைப் பார்த்துதான் நம்ம காதல மறுக்கிறாரா, இல்லை என்னோட ஏழ்மையான குடும்பத்தைப் பார்த்தா?

கழிவறைக்கு வெளியே காத்திருக்கும் எலீனாவின் அம்மா

: எலீனா

எலீனா : இதோ வந்துட்டேன். பள்ளி விடுமுறை தொடங்கியவுடனே நாங்க டஸ்கனிக்குப் போறோம்.

நீ அங்க வந்துட்டேன்னா, நாம ரகசியமா சந்திச்சுக்கலாம்.

டோட்டோ : இந்தக் கோடை முழுவதும் நான் வேலை செஞ்சே ஆகணும். நீ இல்லாம நான் இங்க என்னதான் செய்யப்போறேன்.

எலீனா : கவலைப்படாத. தினமும் உனக்குக் கடிதம் எழுதறேன்.

கோடைக்காலம் முடிஞ்ச உடனே நான் திரும்பி வந்திடுவேன். நான் உன்ன ரொம்ப காதலிக்கிறேன் சல்வடோர்.

அம்மா : எலீனா

அம்மா சந்தேகப்படக் கூடாதென்று டாய்லெட்டில் சத்தமாகத் தண்ணீரைத் திறந்து விட்டுவிட்டு எலீனா வெளியேறுகிறாள்.

எலீனா போனபிறகும் டோட்டோ சிறிதுநேரம் கழிவறையிலே நின்றுகொண்டிருக்கிறான்.

காட்சி – 43A

டோட்டோவின் வீடு / உள் / இரவு

இரவு படுக்கையில் படுத்தபடியே நெடுநேரம் உறங்காமல் எலீனாவைப் பற்றியே டோட்டோ யோசித்துக்கொண்டிருக்கிறான்.

காட்சி – 44

தியேட்டர் / வெளி / பகல்

டோட்டோ ப்ரொஜெக்டர் மெஷினைக் குதிரை வண்டியில் ஏற்றிக் கொண்டு போகிறான்.

தியேட்டர் சுவரில் இருக்கும் அறிவிப்புப் பலகையில்

கோடைக்காலச் சிறப்புத் திரையிடல் 'ஏரினா இம்பீரியலில்' நடை பெறும் என்று எழுதி ஒட்டப்பட்டிருக்கிறது.

திறந்தவெளித் திரையரங்கமாக இருப்பதால் ஆற்றில் படகில் இருந்த படியே நிறைய பேர் படம் பார்க்கின்றனர்.

படகுக்காரர் : நின்று பார்க்கும் வசதி மட்டுமே கொண்டது. உள்ளே வருவதற்கு இலவசம், ஆனா வெளியே போகக் கட்டணம் செலுத்த வேண்டும்.

சிச்சியோ : வாங்க உள்ள வாங்க, இப்பத்தான் படம் ஆரம்பமாச்சு, உங்க டிக்கெட்ட எடுத்துத் தயாரா வச்சுக்கங்க.

ஆற்றில் படகில் நின்றபடியே நிறைய பேர் படம் பார்க்கின்றனர். திரையில் வந்த நகைச்சுவைக் காட்சியைப் பார்த்துச் சிரித்துத் தள்ளாடியபடி படகிலிருந்து ஒருவன் தண்ணீரில் விழுகிறான். படகில் இருக்கும் மற்றவர்கள் அவனைப் பார்த்துச் சிரிக்கின்றனர்.

விழுந்தவன் : என்னைக் காப்பாத்துங்க, ஆக்டோபஸ் என்னைப் பிடிச்சிருச்சு (என்று வேடிக்கையாகக் கத்துகிறான்)

காட்சி – 45

கேபின் வெளிப்புறம் / இரவு

திறந்தவெளித் திரையரங்கின் கேபின் அறைக்கு வெளியே அமர்ந்த படி டோட்டோ எலீனாவிடமிருந்து வந்த கடிதத்தைப் படிக்கிறான்.

எலீனா : என் அன்பே சல்வடோர், நீ இல்லாம இங்கு நாட்கள் மெதுவாக நகர்கின்றன. எதிலும் உன் பெயரைத்தான் பார்க்கிறேன். புத்தகத்தில் குறுக்கெழுத்துப் போட்டியில், செய்தித்தாளில், இப்படி நீ எப்பவும் என் கண் முன்னாலேயே இருக்க.

இன்னைக்கு நான் ஒரு மோசமான செய்தி வச்சிருக்கேன்.

அக்டோபர் மாசத்துல என்னோட பல் கலைக்கழகப் படிப்புக்காக நாங்க பாலெர் மோவுக்குப் போயிடுவோம். அதனால நாம ஒவ்வொரு நாளும் பார்த்துக்கொள்ள முடியாது.

அதுக்காகக் கவலைப்படாத. எப்பவெல் லாம் என்னால வெளியே வர முடியுதோ அப்பவெல்லாம் நான் உன்ன பாரடை சோவில வந்து சந்திக்கிறேன்.

கடிதத்தைப் படித்து முடித்துவிட்டு படம் சரியாக ஓடுகிறதா என கேபின் உள்ளே எட்டிப் பார்த்துக்கொள்கிறான்.

காட்சி – 46

டோட்டோவின் வீட்டுக்கு முன்னால் இருக்கும் ஓரிடம் / பகல்

டோட்டோ தன் வீட்டின் முன்னால் இருக்கும் பெரிய பாறாங்கல்லில் அமர்ந்தபடி படம் பிடித்துக்கொண்டிருக்கிறான்.

தூரத்திலிருந்து தபால்காரர் : உனக்கொரு கடிதம் வந்திருக்கு

என்று குரல் கொடுத்தவாறே சைக்கிளில் வருகிறார்.

தபால்காரர் : தினமும் ஒண்ணு வருது, இந்தாப் புடிச் சிக்கோ என்று கடிதத்தை அவனிடம் தூக்கிப் போடுகிறார்.

டோட்டோ : என்னை நீங்க கிண்டல் பண்றீங்களா?

தபால்காரர் : ஆமா, நிச்சயமா

என்றவாறு போய்விடுகிறார்.

காட்சி – 47

திறந்தவெளித் திரையரங்கம் / இரவு

டோட்டோ உடல்நிலை சரியில்லாத நிலையிலும் படம் ஓட்டிக் கொண்டிருக்கிறான்.

திரையில் ஒருவர் : நான் ஒரு குருடன்

இன்னொருவர் : கடவுளின் வல்லமையால்தான் மனிதன் செயல்படுகிறான், எழுந்திரு.

ஆற்றில் படகில் நின்றபடி நிறைய பேர் படம் பார்க்கின்றனர். டோட்டோ சலிப்புடன் ஆற்றில் கல்லை எறிந்துகொண்டிருக்கிறான். பின் அந்த இடத்திலேயே சாய்ந்து படுக்கிறான்.

மனம் வெதும்பியபடியே

டோட்டோ : எப்ப இந்தப் பாழாப்போன கோடைக் காலம் முடியுமோ. சினிமாவிலேயே எளிதா முடிஞ்சு போகும், சும்மா ஒரு பேட் அவுட், பேட் இன் (மங்கி, பின் ஒளி பெறும் காட்சி) அப்படியே கட் பண்ணினா புயல் மழை தான்.

அவன் தனக்குத்தானே பேசி முடித்த மறுகணமே இடி மின்னல் அடிக்கிறது. பின் சிறிது நேரத்தில் பலத்த மழை பெய்கிறது. மக்கள் மழைக்கு பயந்து எழுந்து ஓடுகின்றனர். டோட்டோ அந்த இடத்தை விட்டு அசையாமல் ஆனந்தமாக மழையில் நனைந்தபடி படுத்துக் கிடக்கிறான்.

திரையில் ஒருவர் : அவங்ககிட்ட சொல்லு; நான்தான் யுலிசஸ்

அப்போது எலீனா, டோட்டோ மீது மெதுவாகப் பரவி அவனுக்கு முத்தம் கொடுக்கிறாள். டோட்டோ வியப்பில் அவளைப் பார்த்து

டோட்டோ : எலீனா, எப்ப வந்த?

எலீனா : இன்னைக்குத்தான் வந்தேன். நான் இங்க வர்றதுக்கு என்ன சொல்லிட்டு வந்திருப்பேன்னு உன்னால கற்பனை பண்ணிக் கூடப் பார்க்க முடியாது.

இருவரும் கட்டி அணைத்தபடி உதட்டில் முத்தமிட்டுக்கொள் கின்றனர். இடி மின்னலுடன் பெருத்த மழை பெய்கிறது. அதைச் சற்றும் பொருட்படுத்தாமல் மழையில் நனைந்தவாறே இருவரும் நெடுநேரம் கட்டி அணைத்து முத்த மழை பொழிந்தவாறே இருக்கின் றனர்.

காட்சி – 48

தியேட்டர் வாசல் / பகல்

சினிமா பாரடைசோ தியேட்டர் வாசலில்
சிச்சியோ (படியில் அமர்ந்திருக்கும் ஒருவனிடம்)

: சோபியா லாரனைத் தோற்கடிக்க இன்னும் ஒருத்தியும் பிறக்கல. அந்த மாதிரி நீளமான கால்கள்; கச்சிதமான மார்பகங்கள்.

படியில் அமர்ந்திருப்பவர்

: லானா டர்னரை மாதிரி இருப்பாளா சிச்சியோ சார்.

அப்போது சைக்கிளில் தபால்காரர் வருகிறார்.

தபால்காரர்   : டோட்டோவுக்குக் கடிதம் வந்திருக்கு, இந்தாங்க. அவன் கிட்ட கொடுத்திடுங்க.

சிச்சியோ (சந்தேகத்துடன்)

: என்ன இது?

சிச்சியோ கடிதத்தைப் படித்துவிட்டு

: அடக் கடவுளே, இப்ப நான் என்ன செஞ்சு தொலைக்கிறது?

என்று பதறுகிறார்.

காட்சி – 49

எலீனா கல்லூரி முன்புறம் / பகல்

டோட்டோ சாலையைக் கடந்து எதிரில் நிற்கும் எலீனாவை நோக்கிப் போகிறான்.

இருவரும் கட்டி அணைத்துக்கொள்கின்றனர்.

எலீனா : என்ன சொன்னாங்க?

டோட்டோ : இராணுவப் பயிற்சி முகாமுக்குப் போக எந்தத் தகுதியும் எனக்கு இல்லாத நிலையிலும் இராணுவ அலுவலக எழுத்தர் பிரிவில நடந்த தவறால நான் போய் ஆக வேண்டிய சூழ்நிலைக்குத் தள்ளப்பட்டுட்டேன். இனிமேல் ஒண்ணும் செய்ய முடியாது.

வர்ற வெள்ளிக்கிழமை நான் ரோமுக்குக் கிளம்புறேன். பத்து நாள் பயிற்சிக்குப் பிறகு என்னைத் திருப்பி அனுப்பிவிடுவதா அவங்க சொல்லி யிருக்காங்க.

சரி, வா என்று எலீனாவை அழைக்கிறான்.

அப்போது எலீனாவின் தந்தை காரில் அங்கே வருகிறார்.

எலீனா : இல்ல சல்வடோர், நீ இங்கிருந்து போறது நல்லது. எங்கப்பா எதிரே காத்துக்கிட்டு இருக்காரு.

டோட்டோ (அவரைப் பார்த்தபடி)

: நல்லது. கடைசியா நாம ஒரு காரணத் தோடதான் பேசிக்கிட்டு இருக்கோம்னு அவருக்குத் தெரியட்டும்.

எலீனா : நான் அதைப்பத்தி பயப்படல சல்வடோர், அவரு எனக்காக வேற ஏற்பாடு ஒண்ணு பண்ணிக்கிட்டு இருக்காரு.

டோட்டோ	: யாரு
எலீனா	: அவரோட பிஸினஸ் பார்ட்னரோட பையன்.
டோட்டோ	: அதுக்காக வருத்தப்படாத, இதப்பத்தி நாம அப்புறம் பேசிக்கலாம்.
எலீனா	: வியாழக்கிழமை பாரடைசோவில எனக் காகக் காத்திரு. அஞ்சு மணி பஸ்சுல வருவேன். உன்ன நான் ரொம்ப நேசிக்கிறேன் சல்வடோர்.

டோட்டோ அவள் போவதைப் பார்த்தபடி இருக்கிறான். எலீனாவும் காரில் இருந்தபடியே அவனைப் பார்க்கிறாள். எலீனா அவன் உருவம் மறையும் வரையில் பின்னால் தலையைத் திருப்பிப் பார்த்தபடியே காரில் போகிறாள். டோட்டோ கார் போவதையே பார்த்தபடி நிற்கிறான்.

காட்சி – 50

தியேட்டர் பால்கனி / பகல்

இன்றே இப்படம் கடைசி என்ற துண்டுப் பேப்பரைப் படப் போஸ்டரின் மீது திரையரங்க ஊழியர் ஒட்டுகிறார்.

பால்கனியில் நின்றிருக்கும் டோட்டோவிடம் கீழே இருந்தபடி

சிச்சியோ : டோட்டோ, இது ரொம்ப கலைப்பூர்வமான படமா இருக்கு, அதனால ஒரே ஒரு நாள் ஓட்டினா மட்டும் போதும். நாளைக்கு ரீலை பேக் பண்ணி வச்சிடு, இன்னொரு ஆளுக்குக் கொடுக்கணும்.

டோட்டோ (கன்னத்தில் கை வைத்தபடி)
: சரி.

சிச்சியோ (உற்சாகத்துடன் சிரித்தபடி)
: ஹே! சிரிச்சுக்கிட்டு சந்தோஷமா இரு. நான் உனக்காகக் காத்துக்கிட்டு இருப்பேன். கவலைப்படாத; உனக்குக் கண்டிப்பா இங்க வேலை இருக்கு. நான் இருக்கேன் புரிஞ்சுதா, கவலையில மூஞ்சிய தூக்கி வச்சுக்கிட்டு இருக்காத, சந்தோஷமா இரு!

இராணுவப் பயிற்சி முகாமுக்குப் போக வேண்டுமென்ற கவலையுடனே இருக்கும்.

டோட்டோ : சரி (எனத் தலையாட்டுகிறான்)

அப்போது சினிமா தியேட்டருக்கு எதிரில் இருக்கும் சதுக்கத்தில் ஒரு பேருந்து வந்து நிற்கிறது. பேருந்தில் எலீனா வராதது கண்டு, வாட்ச்சில் நேரத்தைப் பார்க்கிறான். கடிகாரம் மணி ஐந்தேகால் என்பதைக் காட்டுகிறது. பின் ஏமாற்றத்துடன் கேபினுக்குள் திரும்புகிறான்.

காட்சி – 51

தியேட்டர் கேபின் / பகல்

கேபினில் டோட்டோ எரிச்சலுடன் வேலை செய்துகொண்டிருக்கிறான். கீழே கதவு தட்டப்படும் சத்தம் கேட்டு எலீனாதான் வந்து விட்டாள் எனப் படிக்கட்டுகளில் வேகமாக இறங்கி ஓடிவருகிறான். அல்ஃபிரேதோ அங்கே நிற்பதைக் கண்டு ஏமாற்றமடைகிறான்.

அல்ஃபிரேதோ : டோட்டோ, நீ என்ன எதிர்பார்த்திருக்க மாட்ட இல்லையா?

டோட்டோ (சமாளிக்கும் விதமாக)
: இல்ல அல்ஃபிரேதோ, உங்களுக்கு உதவி செய்யத்தான் ஓடி வந்தேன்.

அல்ஃபிரேதோ : இல்ல, நீ அவளத்தான் எதிர்பார்த்துக் கிட்டு இருந்திருப்ப, தனியாகக் காத்துக் கிடக்கிறது ஒண்ணும் வேடிக்கையான விஷயமில்லையே. யாராவது துணைக்கு இருந்தா கொஞ்சம் எளிதா இருக்கும் இல்லையா. உனக்குத் தொந்தரவா இருந்தா நான் இங்கிருந்து போயிடவா?

என்று அல்ஃபிரேதோ திரும்ப

டோட்டோ : இல்ல, போகாதீங்க, எனக்கு இப்ப உங்க உதவி தேவைப்படுது.

காட்சி – 52

தியேட்டர் கேபின் / நகரத்தின் சாலை /
உள் / வெளி / பகல்

படம் ஓடிக்கொண்டிருக்கிறது. கேபினில் காவலுக்கு அல்ஃபிரே தோவை உட்கார வைத்துவிட்டு எலீனாவைத் தேடி டோட்டோ காரில் வேகமாகப் போகிறான்.

அல்ஃபிரேதோ தன் காதைப் பொத்தியபடி (எலீனாவைப் பற்றியெல்லாம் தன்னிடத்தில் பேசுகிறானே என்று)

அல்ஃபிரேதோ : எப்படி இவனால இதப் பத்தியெல்லாம் என்கிட்ட பேச முடியுது

என்று வேதனையடைகிறார்.

திரையில் ஓர் ஆண், ஒரு பெண்ணைத் துரத்தித் துரத்தி அடிக்கிறார்.

இண்டர்கட்

டோட்டோவின் கார் நகரத்திற்குள் விரைகிறது. டோட்டோ காரை ஓர் அபார்ட்மெண்ட் முன் நிறுத்திவிட்டு மாடிப்படிகளில் வேகமாக ஏறிப்போய் எலீனாவின் வீட்டுக் கதவைத் தட்டுகிறான்.

: திறங்க

இன்னும் கதவைப் பலமாகத் தட்டியபடி

: கதவைத் திறங்க

வீட்டின் உள்ளே இருந்து ஒரு பதிலும் வராதது கண்டு டோட்டோ வெறி பிடித்தவனைப் போலக் கதவை இன்னும் பலமாகத் தட்டித் திறக்கச் சொல்கிறான். வீட்டின் ஹாலில் எலீனாவின் தாயார் மட்டும் இவன் கதவைத் தட்டும் சத்தத்தைக் கேட்டபடி அமைதியாக அமர்ந் திருக்கிறாள். மேலும் மேலும் அவன் பலமாகத் தட்ட அவள் செய்வ தறியாத தன் நிலைமையை நினைத்தும் அவனின் பலத்த கூக்குரலைக் கேட்டும் லேசாகக் கண் கலங்குகிறாள்.

இண்டர்கட்

திரையில்

ஒருவன் உயரமான டவரின் மேலிருந்து கீழே விழுந்து தற்கொலை செய்துகொள்கிறான். அதைப் பார்த்து ஒரு பெண் அலறுகிறாள். அந்தப் பிணத்தின் முன் அந்தப் பெண் அமர்ந்து அழுவதுடன் படம் முடிவடைகிறது.

டோட்டோ தியேட்டருக்குத் திரும்ப வேகமாக காரில் வருகிறான். படம் முடிந்துபோனதும் தியேட்டரில் மக்கள் கூச்சலிடுகின்றனர். மொத்த ரீலும் முடிந்து நின்று போன சத்தம் கேட்டதும் அல்ஃபிரேதோ பதறி எழுந்து

: டோட்டோ

(அவனைத் தேடுகிறார்)

அவரே தட்டுத் தடுமாறி எழுந்து வந்து அடுத்த ரோலை மாட்ட முயற்சி செய்கிறார். அதே வேளையில் டோட்டோவின் கார் தியேட்டரின் முன்னால் வந்து நிற்கிறது.

டோட்டோ : இதோ வந்துட்டேன்.

அல்ஃபிரேதோ : என்ன இவ்வளவு நேரம் எடுத்துக்கிட்ட?

தீராத கோபத்துடன்

: நான் இங்க தனியா இருக்கேன்; நீ எங்க போய்த் தொலைஞ்ச?

டோட்டோ அவரைச் சமாதானப்படுத்தும் விதமாக

டோட்டோ : தயவுசெஞ்சு அமைதியா உக்காருங்க. எல்லாம் சரியாயிடும்.

: அவரை ஸ்டூலில் உக்கார வைக்கிறான்.

டோட்டோ : அவ இங்க வந்தாளா?

அல்ஃபிரேதோ : இல்லை, யாருமே வரலை.

டோட்டோ ஏமாற்றத்தில் தலையில் கை வைக்கிறான். அல்ஃபிரேதோ ஆறுதலாக அவனுடைய தோளைத் தட்டிக்கொடுக்கிறார்.

டோட்டோ புதிய பிலிம் ரோலிலிருந்து ஒரு ரசீதை எடுத்து வேண்டா வெறுப்பாக ஓர் ஆணியில் குத்தி வைக்கிறான்.

காட்சி – 53

இராணுவப் பயிற்சி முகாம் / உள் / வெளி / பகல்

இராணுவப் பயிற்சி முகாமில் டோட்டோ இராணுவ உடையுடன், முடியை ஒட்ட வெட்டிய தோற்றத்தில் பயிற்சியில் இருக்கிறான்.

டோட்டோ அறிவிக்கும் குரலில் சத்தமாக

: ரேடியோ மேன் டி.விட்டா, மூன்றாவது படைப்பிரிவு, ஒன்பதாவது கம்பெனி சார்.

பின் டோட்டோ துப்பாக்கி கொண்டு குறி பார்த்துச் சுடும் பயிற்சி எடுக்கிறான்.

டோட்டோ : கர்னல், நான் எப்ப இங்கிருந்து போகலாம்?

கர்னல் : எங்களுக்கு இன்னும் அந்த மாதிரி உத்தரவு எதுவும் வரல, இப்ப நீ போகலாம்.

அணிவகுப்பு போய்க்கொண்டிருக்கும்போது டோட்டோ விலகி ஓடிப்போய் தபால் பெட்டியில் எலீனாவுக்கு எழுதிய கடிதத்தைப் போடுகிறான்.

எலீனாவின் வீட்டுக்கு டோட்டோ தொலைபேசியில் பேசுகிறான்

அதிர்ச்சியுடன் : என்ன, அவங்கப்பாவ வேற ஊருக்கு மாத் திட்டாங்களா, எப்படி இது நடந்தது?

பின் உரத்த குரலில்

: யாருக்குமே அவங்க எங்க இருக்காங்கனு தெரியலையா?

காட்டுக் கத்தலாய்க் கத்திப் பேசுகிறான்.

: என்கிட்ட உண்மையைச் சொல்லாட்டா உனக்கு ஆப்பு வெச்சிடுவேன், பொட்டை நாய்க்குப் பொறந்தவளே.

இவன் போட்ட பெருங்கூச்சலைக் கேட்டு அங்கு அனைவரும் கூடி நின்று வேடிக்கை பார்க்க டோட்டோ அமைதியாகிறான். எலீனாவுக்கு மறுநாள் போன் பண்ணிப் பார்க்கிறான். பதில் எதுவும் கிடைக்காததால் ஏமாற்றமடைகிறான்.

டோட்டோ ஆறாத கோபத்துடன் கத்திக் கேட்கிறான்.

: கர்னல், பத்து நாளைக்கு இங்க இருக்கிறதுக்குத்தான் நான் கூட்டி வரப்பட்டேன்.

ஆனா, ஒரு வருஷம் ஆகிப்போச்சு, இன்னும் ஒரு தடவகூட நான் ஊருக்குப் போகல. விடுமுறை கொடுத்து என்னை ஊருக்கு அனுப்புங்க.

கர்னலிடமிருந்து எந்தப் பதிலும் வரவில்லை. இதனால் டோட்டோ எங்கேயும் போகாமல் சாப்பிடாமல் அறைக்குள்ளேயே அடைந்து கிடக்கிறான். இதே நிலையில் அவன் தொடர்ந்து இருந்ததால் உடல்நிலை பாதிக்கப்பட்டு ஆஸ்பத்திரியில் சேர்க்கப்படுகிறான். ஓரிரு நாள் கழித்து

நர்ஸ் : டி.விட்டா, எழுந்திருச்சுத் தயாராகுங்க. உங்கள டிஸ்சார்ஜ் பண்ணப் போறோம்.

டோட்டோ மழிக்கப்படாத லேசான தாடியுடன் சோகமாக, பலவீனமாகப் படுத்துக் கிடக்கிறான். நர்ஸின் பேச்சைக் கேட்டு மெதுவாகத் தலையாட்டுகிறான்.

காட்சி – 54

தியேட்டர் எதிரில் இருக்கும் சதுக்கம் / பகல்

பேருந்தில் இருந்து பெட்டி படுக்கையுடன் டோட்டோ தன் ஊருக்குள் வந்து இறங்குகிறான். பெட்டியைத் தூக்கிக்கொண்டு தியேட்டரை நோக்கிப் போகிறான். கீழேயிருந்தவாறு டோட்டோ தியேட்டரைப் பார்க்கிறான். பால்கனியில் புதிதாக நியமிக்கப்பட்ட ஆப்ரேட்டர் ஒருவன் புகைத்தபடி நின்றுகொண்டிருக்கின்றான்.

அவன் வளர்த்த நாய் மட்டும் அவனிடம் அன்பு மாறாமல் வாஞ்சையுடன் வாலாட்டிக்கொண்டே வருகிறது. டோட்டோ நாயைக் கட்டி அணைத்து அரவணைக்கிறான்.

காட்சி – 55

அல்ஃபிரேதோ வீடு / உள் / பகல்

அல்ஃபிரேதோ படுக்கையில் படுத்துக் கிடக்க, அவர் அருகில் டோட்டோ அமர்ந்திருக்கிறான். அல்ஃபிரேதோ வாஞ்சையுடன் அவன் முகத்தைத் தடவியவாறு

அல்ஃபிரேதோ : நீ ரொம்ப மெலிஞ்சு போயிட்ட. நீ சந்தோஷமாவே இல்லைன்னு எனக்குத் தெரியுது.

டோட்டோ : அவங்க சொன்னாங்க, நீங்க வெளியிலேயே போறதில்லை. யாருகூடயும் பேசுறதே இல்லைன்னு. ஏன்?

அல்ஃபிரேதோ : அது ஏன்னு உனக்குத் தெரியும் சீக்கிரமாகவோ இல்லை இன்னும் கொஞ்ச காலத்திலேயோ எனக்குப் போற காலம் வந்திடும். அப்ப எல்லாமே ஒண்ணுதான். பேசுனா என்ன, பேசாட்டா என்ன, அதனால வாயை மூடிக்கிட்டுக் கம் முன்னு இருக்கிறது நல்லது.

அறையில் புழுக்கம் நிலவ

அல்ஃபிரேதோ : இங்க ரொம்பப் புழுக்கமா இருக்கு. என்னைய கடற்கரைக்குக் கூட்டிக்கிட்டுப் போறயா...

காட்சி – 56

கடற்கரை / பகல்

கடற்கரையில் டோட்டோவும் அல்ஃபிரேதோவும் நின்று கொண்டிருக்கின்றனர்.

டோட்டோ (உற்சாகமாகப் புகைத்தபடியே)

: ஒரு விருந்துல துணை கேப்டன் ஒரு பெண்ணோட பின்புறத்துல கிள்ளிட்டார். அவள் திரும்புனவுடனே பார்த்தா, அவ கர்னலோட பொண்ணு.

பயந்துபோன துணை கேப்டன் சொன்னாரு...

இப்ப நான் தொட்டப்ப எவ்வளவு கடினமா உணர்ந்தேனோ; அதுமாதிரி உங்க இதயமும் கடினமாக இருந்துச்சுன்னா, நான் கொஞ்ச நேரத்துல செத்துப் போன மனிதன்தான்னு சொன்னாரு.

டோட்டோ இந்த ஜோக்கைச் சொல்லிவிட்டுச் சிரிக்கின்றான். அல்ஃபிரேதோ மெலிதாகச் சிரித்துவிட்டு

அல்ஃபிரேதோ : நீ அவளைப் பார்க்கவே இல்லையா?

டோட்டோ : இல்லை, அவ எங்க இருக்கான்னு யாருக்குமே தெரியல.

அல்ஃபிரேதோ (பெருமூச்சு விட்டபடி)

: டோட்டோ, என்ன நடக்கணும்னு எழுதியிருக்கோ, அதுதான் நடக்கும். நம்ம ஒவ்வொருவருக்கும் ஒவ்வொரு தலைவிதி; சரி அடுத்து என்ன செய்யப்போறதா உத்தேசம்?

டோட்டோ

(அவர் பேசுவதைக் கண்டுகொள்ளாமல் விளையாட்டாக)

: என்கிட்ட இன்னொரு ஜோக் இருக்கு. கேப்டன் இராணுவ அதிகாரி ஒருத்தரு கிட்ட ரொம்ப நாளைக்கு முன்னால இங்க

ஒரு காற்றாலை இருந்தது உங்களுக்கு ஞாபகமிருக்கான்னு கேட்டாரு.

இராணுவ அதிகாரி: ஆமாம் கேப்டன், எனக்கு நல்லா நினைவிருக்கு. காற்றாலை ஒண்ணு இங்க இருந்துச்சு.

உடனே கேப்டன் : காற்றாலை இப்ப இங்க இல்லை. ஆனா காற்று மட்டும் இன்னும் இங்கேயே இருக்கு.

இந்த ஜோக்கைச் சொல்லிவிட்டு டோட்டோ சிரிக்கிறான். அல்ஃபிரேதோ இறுகிய முகத்துடன் இருக்கிறார். அல்ஃபிரேதோ வெகுநேரம் ஒன்றும் பேசாமல் மௌனமாய் இருக்கவே, டோட்டோவே பேச்சைத் தொடர்கிறான்.

டோட்டோ : அந்தப் படை வீரன், இளவரசி கதை உங்களுக்கு ஞாபகமிருக்கா?

அல்ஃபிரேதோ : உம்...

டோட்டோ : எனக்கு இப்பத்தான் தெரியுது. ஏன் அந்தப் படைவீரன் அவ்வளவு நேரம் காத்திருந்துவிட்டு அந்தச் செயலைக் கைவிட்டுட்டான்னு.

இன்னும் ஒரே ஒரு ராத்திரிதான் பாக்கி, அப்புறம் இளவரசி அவனுக்குச் சொந்தமாகிடுவா.

எலீனா செய்ததை மனதில் வைத்துக்கொண்டு

: ஆனா, அவ செஞ்சு கொடுத்த சத்தியத்தை மீறினாலும் மீறலாம். அப்படி ஒருவேளை மீறிட்டா அதோட விளைவு ரொம்ப மோசமானதா இருக்கும். அது அவனைக் கொன்னுடும்.

குறைந்தபட்சம் இந்தமாதிரி 99 ராத்திரியாவது அவன் இளவரசி தனக்காகத்தான் காத்துக்கிட்டு இருந்தாள்னு கற்பனையிலாவது சந்தோஷமா வாழ்ந்துகிட்டு இருந்திருப்பான்.

அல்ஃபிரேதோ (உறுதியுடன்)

: அந்தப் படை வீரன் என்ன செஞ்சானோ அதையே செய் டோட்டோ; இங்கிருந்து போயிடு. இந்த ஊர்ல ஒரு மண்ணுமில்ல.

நின்றுகொண்டிருந்த இருவரும் கடற்கரைச் சுவரில் அமர்கின்றனர்.

: இங்கேயே நீ இருந்தேன்னா, இதுதான் உலகம்னு நினைக்க ஆரம்பிச்சிடுவ... அப்புறம் எதுவும் எப்பவும் மாறாதுன்னு நம்ப ஆரம்பிச்சிடுவ...

ஒருவேளை நீ ஒண்ணு ரெண்டு வருஷம் வெளியூர் போயிட்டுத் திரும்பி வந்தீன்னா, இங்க எல்லாமே மாறியிருக்கும். உன் எண்ணங்கள் உடைஞ்சு போயிருக்கும்.

நீ எதத் தேடிக்கிட்டு இங்க வந்தயோ அது இங்க இருக்காது. உன்னோடது எதுவோ அது இல்லாமப் போயிருக்கும்.

நீ கண்டிப்பா பல வருஷத்துக்கு வெளி யூர்ல போயி இருந்தாகணும். அப்புறம் வந்து உன்னோட மக்களப் பாரு, நீ பிறந்த மண்ணை வந்து பாரு.

ஆனா இப்ப இல்ல; அது உன்னால இப்ப முடியாது. ஏன்னா, இப்போதைக்கு என்னைவிட நீதான் அதிகக் குருடு.

டோட்டோ (கிண்டலாக)

: இதெல்லாம் யார் சொன்னது. கேரி காப்பரா, ஜேம்ஸ் ஸ்டீவர்ட்டா, ஹென்றி ஃபோண்டாவா

அல்ஃபிரேதோ (உருக்கமாக)

: இல்லை டோட்டோ, இத யாரும் சொல்லல, இந்தத் தடவை இதெல்லாம் என்னோடது தான்.

சினிமாவில் இருக்கிறது மாதிரி நிஜ வாழ்க்கை இல்லை. வாழ்க்கை ரொம்பக் கஷ்டமானது.

டோட்டோ அவர் சொல்வதை அமைதியாகக் கேட்டுக் கொண்டிருக்கிறான்.

: இங்கிருந்து போயிடு; ரோமுக்கே திரும்ப வும் போயிடு...

உணர்ச்சிப்பெருக்குடன்

: நீ இளைஞன், உலகமே உன்னோடதுதான்; ஆனா, நான் வயசானவன்.

டோட்டோ, இனி நீ பேசுறத நான் கேட்க விரும்பல. உன்னப்பத்தி மத்தவங்க பேசுற தத்தான் கேட்க விரும்புறேன்.

காட்சி – 57

சர்ச் அருகே இருக்கும் படிக்கட்டு / இரவு

இரவில் டோட்டோ சர்ச்சின் அருகே தனியே அமர்ந்துகொண்டு அல்ஃபிரேதோ சொன்னதைப் பற்றி ஆழ்ந்து யோசித்துக் கொண்டிருக்கின்றான். அதே நேரத்தில் அவனின் அம்மா வீட்டில் அவனை எதிர்பார்த்துத் தூக்கம் வராமல் புரண்டு புரண்டு படுத்துக் கொண்டிருக்கிறாள். அல்ஃபிரேதோ அவரது வீட்டில் தூங்கிக் கொண்டிருக்கிறார்.

டோட்டோ தன் நெற்றியில் கை வைத்தவாறு ஆழ்ந்து யோசிக்கிறான். காட்சி டிஸ்ஸால்வ் ஆக ஃப்ளாஷ் பேக் முடிந்து சல்வ டோர் பனியனுடன் படுக்கையில் அமர்ந்திருக்கிறார். சல்வடோர் நெற்றியில் கை வைத்தவாறு ஆழ்ந்து எதையோ யோசிக்க மீண்டும் பழைய நினைவு வருகிறது.

காட்சி – 58

ரயில்வே ஸ்டேஷன் / பகல்

டோட்டோ ரோமுக்குக் கிளம்பத் தயாராக இருக்கிறான். ரயில்வே ஸ்டேஷனில் அவனை வழியனுப்ப அவன் அம்மா, தங்கை மற்றும் அல்ஃபிரேதோ இருக்கின்றனர். டோட்டோவை அம்மா கட்டி அணைத்து வழி அனுப்புகிறாள். தங்கையும் கட்டி அணைத்து வழி அனுப்புகிறாள். அல்ஃபிரேதோ பிளாட்பார பெஞ்சில் அமர்ந்திருக்கிறார். அவர் அருகில் டோட்டோ போகிறான். அல்ஃபிரேதோ அவன் காதில் கட்டளையிடும் தோரணையில், ஆனால் பிறருக்குக் கேளாத வண்ணம் அவன் காதில் உணர்ச்சிப்பெருக்குடன் சொல்லுகிறார்.

: டோட்டோ, மறுபடியும் இங்க திரும்பி வராத...

எங்களைப் பத்தி நினைக்காத, முன்னால நடந்ததப் பத்தி யோசிக்காத, லெட்டர் எதுவும் போடாத, வீட்டு ஞாபகத்துக்கு இடங்கொடுக்காத, எங்க எல்லாரையும் மறந்திடு.

தப்பித் தவறித் திரும்பி வந்துட்டேன்னா, என் மூஞ்சியில முழிக்காத. உன்னை என் வீட்டுக்குள்ள நுழைய விடமாட்டேன். புரிஞ்சுதா.

டோட்டோ : நன்றி! எனக்காக நீங்க செஞ்ச அத்தனைக்கும் சேர்த்து.

அல்ஃபிரேதோ : என்ன வேலை செய்ய நேர்ந்தாலும் அதை விருப்பப்பட்டுச் செய். சின்ன வயசில புரொஜெக்‌ஷன் கேபினை எப்படி விரும்பினாயோ அந்த மாதிரி...

இதைச் சொல்லிவிட்டுப் பட்டெனப் போய்விடு என அவனைப் பிடித்துத் தள்ளிவிடுகிறார். ரயில் கிளம்புகிறது. அம்மாவும் தங்கையும் டாட்டா காண்பிக்கின்றனர். ஃபாதர் வழியனுப்ப வருவதற்குள் ரயில் கிளம்பி விட

: அவன் போயிட்டான்.

என்று கூறியபடி ரயிலை நோக்கி ஓடிக்கொண்டே தொப்பியை அசைத்து அவனுக்கு விடைகொடுக்கிறார்.

ஃபாதர் : டோட்டோ, நல்லபடியா போய்ட்டு வா.

அவன் அம்மாவிடம் மன்னிப்புக் கேட்கும் விதமாக

ஃபாதர் : இங்ககூட நான் தாமதம்; அவமானமா இருக்கு.

காட்சி – 59

விமான ரன்வே / ஜியான்கால்டா வரும் சாலை / பகல்

விமானம் ஒன்று உயரத்தில் பறக்கிறது. பின் சற்றுத் தாழ்வாகப் பறந்து ரன்வேயில் இறங்குகிறது. அதில் சல்வடோர் அமர்ந்திருக்கிறார். ஆச்சரியத்துடன் வெளியே எட்டிப் பார்க்கிறார். பின் காரில் ஏறி அவர் தன் ஊருக்குப் போகிறார். போகும் வழியெல்லாம் ஏற்பட்டிருக்கும் மாற்றங்களை ஆச்சரியத்துடன் வேடிக்கை பார்த்தபடியே போகிறார்.

காட்சி – 60

மரியாவின் வீடு / உள் / வெளி / பகல்

டோட்டோவின் அம்மா ஸ்வெட்டர் பின்னிக்கொண்டிருக்கிறாள். அழைப்பு மணி ஒலிக்கும் சத்தம் கேட்டவுடன் மகிழ்ச்சியில்

அம்மா : இது டோட்டோதான், எனக்குத் தெரியும்.

பரபரப்போடும் நீண்ட வருடங்கள் கழித்து டோட்டோவைப் பார்க்கப்போகும் ஆசையோடும், பின்னிய ஊசி நூலுடனும் எழுந்து போகிறாள். இதுவரை அவள் கோத்த நூல் பிரிந்துகொண்டே வருகிறது. பிரிந்த நூல் சிறிது நேரத்தில் நின்றுவிட அவர்கள் சந்தித்து விட்டார்கள் என்பது நமக்குத் தெரிகிறது.

அவள் சல்வடோரைக் கட்டி அணைத்துக்கொள்கிறாள்.

: உன் தங்கச்சி உன்னைப் பார்த்தா ரொம்ப சந்தோஷப்படுவா. அவ பிள்ளைகளும் தான்.

உன்னால அவங்களை அடையாளம் கண்டுபிடிக்கவே முடியாது. அவங்க அவ்வளவு பெரிசா வளர்ந்துட்டாங்க.

சல்வடோரை வீட்டிற்குள் அழைத்து வருகிறாள்.

: அவங்க எப்பவும் உன்னோட இடத்துக்கு வந்து உன்னப் பார்க்கணும்னு சொல்லிக் கிட்டு இருப்பாங்க.

பார்த்தாயா, வீடு எவ்வளவு நல்லா இருக்கு.

எல்லாத்தையும் இடிச்சுப் புதுசாக் கட்டிட் டோம். உனக்குத்தான் அத்தனை பெரு மையும் போய்ச் சேரும். நான் உனக்கொரு இன்ப அதிர்ச்சி வச்சிருக்கேன்.

சல்வடோர் மகிழ்ச்சியில் திளைத்தவாறே அம்மாவின் பேச்சைக் கேட்டுக் கொண்டிருக்கிறார்.

அம்மா : உனக்குக் களைப்பா இருந்தா ஓய்வெடுத்துக்க, சவ ஊர்வலத்துக்கு இன்னும் நிறைய நேரம் இருக்கு.

சல்வடோர் : வேண்டாம்மா, ஒரு மணி நேர விமானப் பயணம்தான்.

இவ்வளவு வருஷம் இவ்வளவு அருகில்தான் இருக்கின்றானா என்ற ஆச்சரியத்துடன்

அம்மா : இத்தனை வருஷமா இத நீ சொல்லவே இல்லையே. வா, உன்னோட பொருள்களையெல்லாம் இங்கதான் வச்சிருக்கேன்.

காட்சி – 61

ஓர் அறை / உள் / பகல்

அம்மா சல்வடோரை ஓர் அறைக்குள் அழைத்துச் செல்கிறாள். அறை முழுவதிலும் டோட்டோ பயன்படுத்திய பொருள்கள் நிரம்ப இருக்கின்றன. அறை சுத்தமாகவும், பொருள்கள் அழகாக அடுக்கி வைக்கப்பட்டும் இருக்கின்றன.

சல்வடோர் வியப்புடன் பார்த்து மகிழ்வதைக் கண்டு அவனின் அம்மா ஆனந்தக்கண்ணீர் விடுகிறாள்.

அவன் பயன்படுத்திய சிறிய கேமரா, சிறிய ப்ரொஜெக்டர் மெஷின், அவன் சிறு வயதில் பிலிமுடன் வைத்திருந்ததால் பாதி எரிந்துபோன அவன் அம்மா, அப்பா இருக்கும் போட்டோ அழகாக ஃபிரேம் போட்டு இப்பொழுது வைக்கப்பட்டுள்ளது. டோட்டோ சிறுவனாக இருக்கும் புகைப்படம், இராணுவ வீரன் உடையில், அல்ஃபிரேதோவும் அவனும் எடுத்துக்கொண்ட புகைப்படம்... என அறையெங்கும் அவனது பால்யமும் இளமைப் பருவமும் நிறைந்து இருக்கிறது. சல்வடோர் சந்தோஷத்திலும் வியப்பிலும் மிதக்கிறார். இதன் பின்னணியில் மனதை உருக்கும் மெல்லிய இசை ஒலிக்கிறது.

காட்சி – 62

ஜியான் கால்டாவின் பிரதான சாலை /
சினிமா பாரடைசோ எதிரில் இருக்கும் சாலை /
சர்ச் / உள் / வெளி / பகல்

அல்ஃபிரேதோவின் சவ ஊர்வலம் போய்க்கொண்டிருக்கிறது. ஒரு காலத்தில் ஃபாதர் அடல்ஃபியோவும் டோட்டோவும் போவது மாதிரி சவ ஊர்வலத்தின் முன்னால் ஒரு ஃபாதரும் ஒரு சிறுவனும் போகின்றனர். சல்வடோர், அவனின் அம்மா சவ ஊர்வலத்தில் கலந்துகொண்டு போகின்றனர்.

அல்ஃபிரேதோவின் மனைவி அழுதபடியே சர்வடோரிடம்

: நீ வந்தது தெரிஞ்சா அவரு ரொம்ப சந்தோஷப்படுவாரு டோட்டோ.

கடைசி மூச்சு நிற்கிற வரைக்கும் அவர் எப்பவுமே உன்னப் பத்தித்தான் பேசிக் கிட்டு இருந்தாரு.

உனக்காக அவரு ஏதோ விட்டுட்டுப் போயிருக்காரு. நீ கிளம்பிப் போறதுக்கு முன்னால அது என்னான்னு வந்து பாரு.

சல்வடோர் கனத்த துயரத்துடன் இருக்கிறார்.

சவ வண்டி சினிமா பாரடைசோ தியேட்டர் முன்னால் சிறிது நேரம் நிற்கிறது. சினிமா பாரடைசோ இப்போது மூடப்பட்டு பாழடைந்தது போல் காட்சியளிக்கிறது. சல்வடோர் தியேட்டரையே நெடுநேரம் உற்றுப் பார்க்கிறார்.

தியேட்டரின் முன்பு அல்ஃபிரேதோவுக்கு இறுதி அஞ்சலி செலுத்துவதற்காகப் பலர் கூடியிருக்கின்றனர். தியேட்டரிலேயே காதலித்து மணம் முடித்த தம்பதிகளுக்கு இப்போது வயதாகிப் போயிருக்கிறது. சல்வடோருக்கு அவர்கள் தலையை அசைத்து வணக்கத்தைத் தெரிவிக்கின்றனர்.

திரையரங்க ஊழியர் மொட்டை அடித்து, முகமெல்லாம் சுருங்கி வயதானவராக இருக்கிறார். வசனத்தை மனப்பாடமாக ஒப்பிப்பவர் சல்வடோரைப் பார்த்து இவன் டோட்டோதானா என்று யோசித்துக் கொண்டிருக்கிறார்.

ஓனர் சிச்சியோ வழுக்கைத் தலையுடன் வயது முதிர்ந்துபோய் இருக்கிறார். சல்வடோர் அவரைப் பார்த்ததும் அவர் அருகில் போய் கைகுலுக்கி நலம் விசாரிக்கிறார். சிச்சியோவும் ஊர்வலத்தில் கலந்துகொள்கிறார்.

சல்வடோர் : தியேட்டரை எப்ப மூடுனீங்க?

சிச்சியோ (வருத்தத்துடன்)

: ஆறு வருஷத்துக்கு முன்னால ஒரு 'மே' மாசத்துல தியேட்டருக்கு யாரும் வராதது னால மூடிட்டேன்.

என்னைவிட உங்களுக்கே நல்லாத் தெரியும். மிஸ்டர் டி.விட்டா, டி.வி., வீடியோனால பழைய பட வியாபாரம் எல்லாம் வெறும் பழைய ஞாபகமாப் போச்சு.

வண்டிகள் நிறுத்துறதுக்காக நகராட்சி இந்த இடத்த வாங்கியிருச்சு. வர்ற சனிக் கிழமை தியேட்டரை இடிக்கப் போறாங்க.

வேதனையுடன்

: இது ரொம்ப மோசம்.

சல்வடோர் : அது என்ன மிஸ்டர் டி.விட்டா; என்னை நீங்க எப்பவும் ஒருமையிலதான கூப்பிடு வீங்க.

சிச்சியோ (சிரித்தவாறு)

: ஆனா, இப்ப நீங்க பெரிய ஆளு. அந்த வித்தியாசம் இருக்கில்ல; இருந்தும் வற் புறுத்தினீங்கன்னா கூப்பிடுறேன்...

டோட்டோ என்று அவன் செல்லப் பெய ரைக் கூப்பிடுகிறார்.

சல்வடோர் மகிழ்ச்சியில் புன்னகைக்கிறார்.

சல்வடோர் : இதோ வரேன்.

அவரிடமிருந்து விடைபெறுகிறார்.

சிச்சியோ (தனக்குத்தானே வியந்துகொண்டு):

: யாரால நம்ப முடியும், இதுதான் அந்தச் சின்னப் பையன் டோட்டோன்னா!

நால்வரில் ஒருவராக சல்வடோர் சவப்பெட்டியைத் தூக்கிக்கொண்டு அடக்கம் செய்யப் போகிறார். சவப்பெட்டியைப் பார்த்து தூரத்தில் வயதான ஒரு பெண்மணி சிலுவைக்குறி இட்டு மரியாதை செய்கிறாள்.

சல்வடோர் அந்தப் பெண்மணியை உற்றுப் பார்த்துவிட்டு பின் இள வயதில் இவளைத்தான் புணர்ந்தோம் எனத் தெரிந்துகொண்டு லேசாகப் புன்னகைக்கிறார்.

காட்சி – 63

மரியாவின் வீடு / உள் / இரவு

டைனிங் டேபிளில் சல்வடோர், அவனின் அம்மா, தங்கை, தங்கை யின் கணவன், மருமகள், மருமகனுடன் அமர்ந்து சாப்பிடுகின்றார்.

தங்கையின் மகள் : மாமா, அடுத்த வாட்டி பாட்டி ரோமுக்கு வரும்போது நானும் கூட வருவேன். நீங்க அங்க எப்படி வேலை செய்றீங்கன்னு பார்க்கறதுக்கு எனக்கு ஆசையா இருக்கு.

சல்வடோர் : நல்லது. ஆனா, நான் ஒண்ணு சொல்லி யாகணும். அங்க பார்க்குறதுக்கு அப்படி ஒண்ணும் பெரிசா இருக்காது. கொஞ்சம்தான் சரக்கு, மத்தது எல்லாம் வெறும் கப்சாதான் விட்டுக்கிட்டு இருக் கேன்.

அனைவரும் சிரிக்கின்றனர்.

தங்கை : ஜாக்கிரதையா இரு சல்வடோர். அவங் களுக்கு ரொம்ப இடங்கொடுத்தா, இவங்க ரெண்டு பேரும் உன்னைய உயிரோடவே சாப்பிட்டு விடுவாங்க.

சல்வடோர் அம்மா சிரிக்கிறாள்.

தங்கையின் மகன் : மாமா, நாளைக்கா ஊருக்குக் கிளம்புறீங்க?

சல்வடோர் : எனக்குத் தெரியாது பிலிப்போ, உண்மை யிலே எனக்குத் தெரியாது.

தோளைக் குலுக்கிக்கொள்கிறார். அப்போது தொலைபேசி மணி ஒலிக்கிறது.

அம்மா : உனக்குத்தான் இருக்கும். மத்தியானத்தி லிருந்து போன் பண்ணிக்கிட்டு இருக் காங்க. நீ இன்னைக்கு ராத்திரி கிளம்பு றியா, இல்லை நாளைக்கான்னு அவங் களுக்குத் தெரியணுமாம்.

அனைவரும் சல்வடோரின் பதிலை ஆவலோடு எதிர்பார்த்துக் காத்திருக்க சல்வடோர் ஒன்றும் சொல்லாமல் அமைதியாக இருக்கி றார்.

காட்சி – 64

சினிமா பாரடைசோ தியேட்டர் / உள் / வெளி / பகல்

சினிமா பாரடைசோ தியேட்டர் கதவுகளை நகராட்சி ஊழியர்கள் சல்வடோருக்குத் திறந்துவிடுகிறார்கள்.

ஊழியர் : உள்ளே போங்க சார்.

சல்வடோர் உள்ளே போகிறார். தியேட்டர் பராமரிப்பற்று பழுதடைந்து காணப்படுகிறது. திரை முற்றிலும் கிழிந்து தொங்கிக் கிடக்கிறது. நாற்காலிகள் உடைந்துபோய்த் தாறுமாறாய்க் கிடக் கின்றன. தியேட்டர் முழுவதும் ஒட்டடை அடைந்துகிடப்பதை சல்வடோர் கனத்த இதயத்துடன் சுற்றிப் பார்க்கிறார். கேபினிலிருந்து திரைக்கு ஒளி வரும் பாதையில் இருக்கும் சிங்கத்தின் தலை உடைபட்டுக் கீழே கிடக்கிறது. அதைப் பார்த்து சல்வடோர் மகிழ்ச்சியுடன் கன்னத்தில் கை வைத்தபடி வியந்து பார்க்கிறார்.

பின் படிக்கட்டுகளின் வழியே மேலேறி கேபினுக்குள் போகிறார். தொங்கிக்கொண்டிருக்கும் பிலிம் துண்டுகளை எடுத்துப் பார்க்கிறார். கேபினும் ஒட்டடை அடைந்து முற்றிலும் சிதைந்து கிடக்கிறது.

காட்சி – 65

பார் / உள் / வெளி / பகல்

சல்வடோர் பார் ஒன்றுக்குள் நுழைகிறார்.

சல்வடோர் : டபுள் விஸ்கி கொடுங்க.

பாரில் அமர்ந்திருக்கும் இருவரில் ஒருவன் சந்தேகத்தோடு அருகில் இருப்பவனிடம்

: இது அவர்தானான்னு பார்த்துச் சொல்லு.

அவன் எழுந்து போய்

: சார், நீங்க டைரக்டர் டி.விட்டாதானே?

அவரிடம் ஆட்டோகிராப் நோட்டை நீட்டுகிறான்.

: நான் உங்க பெரிய விசிறி.

சல்வடோர் கையெழுத்து இட்டுத் தருகிறார்.

விசிறி : நன்றி.

சல்வடோர் பதிலுக்குப் புன்னகைக்கிறார்.

சல்வடோர் விஸ்கியைப் பருக வாயருகே கொண்டு வந்தவர் வாசல் பக்கம் எதையோ பார்த்துவிட்டு அப்படியே ஸ்தம்பித்து நிற்கிறார். பின், அங்கேயே ஆர்வத்துடன் உற்றுப் பார்த்துவிட்டு அதிர்ச்சியில் சல்வடோர் கிளாசைத் தவற விடுகிறார். அவர் எதிரில் எலீனாவைப் போன்ற தோற்றமுடைய இளம் பெண்ணைப் பார்த்ததுதான் மேற் கண்ட அனைத்தும் நிகழக் காரணம். அந்த இளம்பெண் தலையைக் கோதியபடி சிரித்துச் சிரித்துப் பேசிக்கொண்டிருக்கிறாள். அந்தரத்தில் மிதந்த கண்ணாடி கிளாஸ் இப்போது கீழே விழுந்து உடைந்து சிதறு கிறது.

பாருக்கு வெளியே, அந்த இளம் பெண், தன் நண்பனுடன் பேசிவிட்டு ஸ்கூட்டரை எடுத்துக்கொண்டு கிளம்பத் தயாராகிறாள். வெளியே வரும் சல்வடோர்

: மிஸ்

என்று கூப்பிடுகிறார்.

இளம்பெண்   : என்னங்க

அவள் திரும்பியதும் சல்வடோர் நெடுநேரம் அவளையே உற்றுப் பார்த்துவிட்டு

சல்வடோர்   : என்ன மன்னிச்சிருங்க, வேற யாரோன்னு நினைச்சுக்கிட்டு உங்கள கூப்பிட்டுட்டேன்.

இளம்பெண்   : பரவாயில்ல

அந்த இளம் பெண் ஸ்கூட்டரில் கிளம்பிப் போன பிறகும் சல்வடோர் அவள் போகும் திசையையே பார்த்தவண்ணம் இருக்கிறார். அவள் எலீனாவின் மகள்தான் என அவர் கண்டுகொள்கிறார்.

காட்சி – 66

வீட்டின் படுக்கையறை / இரவு

வீட்டின் படுக்கையறையில் சல்வடோர் தன் சின்ன புரொஜெக்டரில், முன்பு எலீனாவைப் படம் பிடித்த படங்களைப் போட்டுப் பார்க்கிறார். திரையில் எலீனா நண்பர்களுடன் பேசிக்கொண்டிருக்கும் காட்சி ஓடுகிறது. சல்வடோர் பழைய நினைவுகள் தந்த சோகத்துடன் படம் பார்க்கிறார். சல்வடோர் அம்மா கதவை லேசாகத் திறந்து பார்த்துவிட்டு, பின் மெதுவாக சத்தமில்லாமல் மூடிவிட்டுச் செல்கிறாள்.

சல்வடோர் கண்ணீர் மல்க எலீனா படத்தையே பார்த்துக் கொண்டிருக்கிறார். படம் முடிந்த பிறகும் சோகத்திலிருந்து மீளாமல் திரையையே வெறித்துப் பார்த்துக்கொண்டிருக்கிறார். இதன் பின்னணியில் மனதை உருக்கும் மெல்லிய இசை ஒலித்துக் கொண்டிருக்கிறது.

காட்சி – 67

கல்லூரியின் முன்புறம் / பகல்

கல்லூரி வாசலின் முன்பு ஒரு காரின் முன்புறக் கண்ணாடியின் வழியே எலீனாவின் மகளின் ஸ்கூட்டர் நிற்பது காண்பிக்கப்படுகிறது. கல்லூரி முடிந்து நிறைய மாணவ மாணவிகள் வெளியே வருகின்றனர். அருகிலிருக்கும் ஒரு போன்பூத்திலிருந்து ஒரு பெண் காதலனுடன் கோபமாகப் பேசுகிறாள்

: நான்தான் ஒவ்வொரு தடவையும் போன் பண்ணி உன்னைக் கூப்பிட வேண்டி இருக்கு.

இப்ப நீ எங்க இருக்க, இந்நேரத்துக்கு நீ என்னைக் கூப்பிட வந்திருக்கணும் இல்ல, என்ன மறந்திடு, இனிமேல் நான் உன்கூட வரமாட்டேன். என் பாதையில நான் போயிக்கிறேன்.

நண்பர்களுடன் பேசியபடி கல்லூரியை விட்டு வெளியே வரும் எலீனாவின் மகள் தன் ஸ்கூட்டர் அருகே போகிறாள். சல்வடோர் காரின் முன்புறக் கண்ணாடியின் வழியே அவளைக் கவனிக்கிறார். இவ்வளவு நேரம் அங்கு நின்றிருந்த காரில் சல்வடோர்தான் எலீனாவின் மகள் வருகைக்காகக் காத்திருந்தார் என நமக்குத் தெரிய வருகிறது. முன்புறக் கண்ணாடியின் வழியே அவள் ஸ்கூட்டரை ஸ்டார்ட் செய்வதைப் பார்த்துவிட்டு அவள் கிளம்பியதும் அவளைப் பின் தொடர்ந்து சல்வடோர் கார் போகிறது.

காட்சி – 68

மரியாவின் வீடு / உள் / இரவு

டைனிங் டேபிளில் உள்ள பொருள்களை சல்வடோரின் அம்மா (மரியா) ஒதுங்க வைத்துக்கொண்டிருக்கிறார். சல்வடோர் நாற்காலியில் உட்கார்ந்து கன்னத்தில் கை வைத்தபடி ஆழ்ந்து எதையோ சிந்தித்துக் கொண்டிருப்பதைக் கவனித்துவிட்டு அவன் எதிரில் வந்து நின்று

அம்மா : என்ன யோசிச்சுக்கிட்டு இருக்க?

சல்வடோர் (உணர்ச்சிப் பெருக்குடன்)
: அம்மா, நீங்களும் நானும் மனசு விட்டுப் பேசிக்கிட்டதே இல்லை, அதைப் பத்தி தான் யோசிச்சுக்கிட்டு இருக்கேன்.

நான் சின்னப் பையனா இருக்கும்போது, அப்பவே உங்களை வயதான பெண்ணாத் தான் பார்த்தேன். யாருக்குத் தெரியும், ஒரு வேளை இந்த மாதிரித்தான் எல்லாக் குழந்தைகளும் நினைச்சுப்பாங்களோ, என்னவோ

அம்மா அவன் அருகில் இருக்கும் நாற்காலியில் அமர்கிறாள்.

சல்வடோர் : சில விஷயங்கள இப்பதான் என்னால புரிஞ்சுக்க முடியுது.

அப்ப நீங்க இளமையாவும் அழகாவும் இருப்பீங்க.

தலையைக் குனிந்துகொண்டு மெலிதாக வெட்கப்படுகிறாள்.

சல்வடோர் : உங்க முன்னால வாழ்வதற்கான மொத்த வாழ்க்கையும் இருந்துச்சு. எப்படி உங்களால தனியா இத்தனை வருஷம் வாழ முடிஞ்சது?

வேதனையுடன் : யாருமே உங்களப் பத்தி நினைச்சுப் பார்க் கவே இல்லையே...

நீங்க இன்னொரு கல்யாணம் பண்ணி யிருக்கலாம்; ஏன் பண்ணிக்கல...

அவன் பேசுவதையெல்லாம் ஆழ்ந்து கேட்டுக்கொண்டு

அம்மா : நீ நினைக்கிற மாதிரி, அப்படி யாரையும் நான் நினைச்சுப் பார்க்கவே இல்ல, அதுல எனக்கு விருப்பமும் இல்ல.

நான் எப்பவும் விசுவாசமா இருக்கணும்னு நினைச்சேன். முதல்ல உங்கப்பாவுக்கும் அப்புறம் உனக்கும். அப்புறம் உன் தங்கை லியாவுக்கும்.

நான் அந்த மாதிரிதான் யோசிச்சேன். அதுக்காக நான் வருத்தப்பட்டதில்லை.

சல்வடோர் அம்மாவின் கையை எடுத்துத் தன் கையில் வைத்துக் கொண்டு வாஞ்சையுடன் தட்டிக்கொடுத்தவாறு

அம்மா : நீ என்ன மாதிரியே இருக்கிற, உன் எண் ணங்களுக்கு ஏத்தபடியே செயல்படுற.

ஒருவேளை இது நல்ல விஷயம்தான்னா விசுவாசமா இருக்கிறது கஷ்டம்தான்.

நீ விசுவாசமா இருக்கிறதுன்னு முடிவு பண்ணிட்டா, காலம் பூரா தனியாத்தான் இருந்தாகணும்.

அப்போது தொலைபேசி ஒலிக்கிறது. சல்வடோர் கோபத்தில் எழுந்துபோய் தொலைபேசி இணைப்பைப் பிடுங்கி எறிகிறார்.

அம்மா (வருத்தத்துடன்)

: நான் வந்து உன்ன பார்க்கவே இல்லை.

சல்வடோர் : அது உங்களோட தப்பு இல்லம்மா. நான் இங்க திரும்பி வர்றதுக்கு எப்பவுமே பயப் பட்டேன். ஆனா இப்ப இவ்வளவு வருஷம் கழிச்சு எனக்குக் கொஞ்சம் தைரியம் வந் திருக்குன்னு நினைக்கிறேன். நிறைய விஷ யங்கள் மறந்திட்டதால இருக்கலாம்.

நான் எந்த இடத்துல மனதார வாழ்ந்து கிட்டு இருந்தேனோ, நான் எந்த இடத்தில இருக்கணுமோ அந்த இடத்திற்கு நான் சரியா திரும்பி வந்துட்டேன்.

சல்வடோர் (கவலையுடன்)

: அப்புறம், நான் லியாவப் பார்த்தவுடனே, அவளப் பத்திக்கூட எனக்கு ஒண்ணும் தெரியாதுன்னு வருத்தப்பட்டேன்.

அப்புறம் அம்மா உங்களையும் தவிக்க விட்டுட்டுப் போயிட்டேன், ஒரு கொள் ளைக்காரன் மாதிரி ஒண்ணும் சொல்லிக் காம ஓடிப் போயிட்டேன்.

அம்மா (சமாதானப்படுத்தும் வகையில்)

: நான் எதையும் கேட்கல.

நீ எதைப் பத்தியும் என்கிட்ட விளக்கம் சொல்ல வேண்டாம். உனக்கு எது சரின்னு தோணுச்சோ அதைத்தான் செஞ்சேன்னு நான் எப்பவும் நினைச்சிப்பேன்.

வருத்தத்துடன்

: ஆனா, ஒரே ஒரு விஷயம்தான் எனக்கு வேதனையை உண்டாக்குச்சு. ஒவ்வொரு ராத்திரியும் படுக்கப் போறதுக்கு முன்னால கதவப் பூட்டும் போதுதான்

சல்வடோர் : நீங்கதான் எப்பவும் கதவப் பூட்ட மாட்டீங் களே.

அம்மா : நீ தியேட்டர்ல ராத்திரி வேலை செய்யி றப்ப எல்லாம், நீ வர்ற வரைக்கும் நான் தூங்காம முழிச்சுக்கிட்டு இருப்பேன். நீ வீட்டுக்கிட்ட வர்ற சத்தம் கேட்டவுடனே நான் ஓடிப்போய் படுத்துக்கிட்டுத் தூங்குற மாதிரி நடிப்பேன். அப்புறம் நீ நல்லாத் துங்கின பிறகு நான் சத்தம் இல்லாம மெதுவா எந்திரிச்சுப் போய்க் கதவச் சாத் துவேன்.

சல்வடோர் இதுவரை தெரியாத விஷயத்தை இப்போது கேட்டு வியப்படைகிறார்.

அம்மா : நீ இங்கிருந்து போன பிறகு, ஒவ்வொரு தடவையும் நான் கதவ மூடுறப்ப எல்லாம் வெளியே யாரையோ விட்டுட்டு மூடுற மாதிரி இருக்கும்.

அவன் பிரிந்து போன துயரத்துடன்

: ரொம்ப தூரத்திற்குப் போயிட்ட...

நீ இங்கிருந்து போனது சரிதான். நீ என்ன செய்ய நினைச்சாயோ அதையே செஞ்சுட்ட...

ஒவ்வொரு தடவையும் உன்ன போனில் கூப்பிடுறப்ப வெவ்வேறு பொண்ணுங்க பேசுவாங்க.

அவங்கள யாருன்னு எனக்குத் தெரியாதது மாதிரி நடிப்பேன். ஏன்னா, என்னைய அறிமுகப்படுத்திக்கும்போது அவங்களுக்குச் சங்கடம் வரக்கூடாது பாரு.

டோட்டோ அமைதியாகக் கேட்டுக்கொண்டிருக்கிறார்.

அம்மா (சிரித்தபடியே)

: எனக்கு நிச்சயமாத் தெரியும், அந்தப் பொண்ணுங்க என்ன பைத்தியக்காரக் கிழவின்னு நினைச்சிருப்பாங்க. ஆனா, நான் ஒருபோதும் உன்னை உண்மையா நேசிக்கிற ஒரு பெண்ணோட குரலைக் கேட்டதில்லை.

நீ யாராவது ஒரு பெண்ணை நேசித்து அவளோட சேர்ந்து வாழணும்.

உன்னோட வாழ்க்கை அங்கதான் இருக்கு; இங்கே நீ வெறும் விருந்தாளிதான்.

உறுதியுடன் : இங்கிருந்து போயிடு டோட்டோ.

காட்சி – 69

எலீனா வீடு / வெளி / இரவு

எலீனா வீட்டின் கேட்டருகே எலீனா மகளின் ஸ்கூட்டர் நின்றிருக்கிறது. சல்வடோர் காரில் அமர்ந்தபடியே எலீனா வீட்டை நோட்டமிடுகிறார். அப்போது அவள் வீட்டிலிருந்து கார் ஒன்று வெளியே கிளம்புகிறது. காரில் யார் போகிறார்கள் என சல்வடோர் பார்க்கிறார். ஒரு நடுத்தர வயதுக்காரர் காரை ஓட்டிச் செல்கிறார். சல்வடோர் அவரை நன்றாக உற்றுப் பார்த்த பிறகு அவர் வாய் முணுமுணுக்கிறது.

: போசியா

காரிலிருப்பவர் தன் பால்ய கால நண்பன் போசியா என்பதையும் அவன்தான் எலீனாவைத் திருமணம் செய்திருக்கிறான் என்பதையும் உணர்ந்துகொண்டு தாங்க முடியாத வேதனையில் சீட்டில் தலை சாய்க்கிறார்.

காட்சி - 70

எலீனா வீட்டெதிரே இருக்கும் டெலிபோன் பூத் / இரவு

டெலிபோன் டைரக்டரியில் எலீனாவின் தொலைபேசி எண்ணைத் தேடுகிறார். எண்ணைக் கண்டுபிடித்த உடன் எலீனாவின் வீட்டெதிரே நின்றுகொண்டு அவளுக்கு போன் செய்கிறார். தொலைபேசி ஒலிக்கிறது. திரையினால் மூடப்பட்டிருக்கும் எலீனா வீட்டு ஜன்னலில் நிழலாக எலீனா நடந்து வந்து போனை எடுப்பது தெரிகிறது.

எலீனா : ஹலோ...

அவள் பேசிய பிறகும் சல்வடோரால் பேச முடியாமல் தவிப்புடன் தொலைபேசியை வைத்துவிடுகிறார். எலீனாவும் பதில் வராததால் தொலைபேசியை வைத்துவிட்டு அறைக்குள் போய்விடுகிறாள்.

காட்சி – 71

எலீனாவின் வீட்டெதிரே இருக்கும் டெலிபோன் பூத் / வெளி / இரவு

சல்வடோர் திரும்பவும் இன்னொரு முறை முயற்சி செய்கிறார். அவள் வீட்டில் தொலைபேசி ஒலிக்கும் சப்தம் கேட்கிறது.

சல்வடோர் கண்களை மூடியபடி பெருந்தவிப்புடன் அவள் குரலுக்காகக் காத்திருக்கிறார்.

எலீனா : ஹலோ யாரது

பெரும் தயக்கத்தைக் கடந்து தனக்குள் பலத்தை உண்டாக்கிக் கொண்டு துணிவுடன்

சல்வடோர் : நான் எலீனாகூடப் பேச விரும்புறேன்.
எலீனா : நான்தான் பேசுறேன். நீங்க யாரு?
சல்வடோர் : சல்வடோர்
எலீனா : சல்வடோர்... அப்படின்னா யாரு?
சல்வடோர் : டி. விட்டா, சல்வடோர் டி. விட்டா

புன்னகையுடன்

: என்னை ஞாபகமிருக்கா என்று கேட்டு விட்டு

உணர்ச்சிப்பெருக்குடன்

: உன் வீட்டு எதிர்த்தாப்லதான் நின்று பேசிக்கிட்டு இருக்கேன், எலீனா.

எலீனா திரைச்சீலையை விலக்கி வெளியே எட்டிப்பார்த்துவிட்டு

எலீனா : ஆமாம், எனக்கு ஞாபகம் இருக்கு.

சல்வடோர் (கொஞ்சும் தொனியில்)

: நான் உன்ன பார்க்கணும் எலீனா, நாம சந்திக்கலாம்.

எலீனா : அதெல்லாம் எப்பவோ நடந்து முடிஞ்சு போச்சு, இப்ப ஏன் நாம சந்திக்கணும். இதனால என்ன பிரயோஜனம்.

சல்வடோர் (தவிப்புடன்)

: தயவு செஞ்சு முடியாதுன்னு சொல்லிராத.

எலீனா : எனக்கு வயசாயிருச்சு சல்வடோர், உங்களுக்கும்தான்; நாம ஒருத்தர ஒருத்தர் பார்க்காம இருக்கிறதுதான் நல்லது.

போன் துண்டிக்கப்பட்டது கண்டு சல்வடோர் மனம் கலங்குகிறார்.

காட்சி – 71A

நகரத்தின் பிரதான சாலை / இரவு

நகரத்தின் சாலை வழியே சல்வடோர் காரை வேகமாக ஓட்டிச் செல்கிறார். அவரின் இறுக்கமான முகத்தில் தாங்க முடியாத வேதனையும் பெருத்த ஏமாற்றமும் தெரிகிறது.

காட்சி – 71B

மரியாவின் வீடு / உள் / இரவு

சல்வடோரின் அம்மா தொலைக்காட்சி பார்த்துக்கொண்டிருக்கிறாள். அப்போது தொலைபேசி ஒலிக்கிறது. அவனின் அம்மா தொலைபேசியை எடுத்து

: ஹலோ

என்று கேட்க, எதிர்முனையில் பதில் வராதது கண்டு சிறிது நேரம் காத்திருந்துவிட்டு போனை அவள் வைத்துவிடுகிறாள்.

காட்சி - 72

ஆற்றங்கரை / இரவு

சல்வடோர் அந்த இரவில் தனி ஆளாக ஆற்றங்கரையில் நின்றிருக்கிறார். அவர் முகத்தில் தாங்க முடியாத வேதனை தெரிகிறது. அவர் இறுக்கமான முகத்துடன் ஆற்றையே உற்றுப் பார்த்தபடி நின்றிருக்கிறார். அப்போது அங்கே வந்த ஒரு காரின் ஹெட்லைட் அணைத்து அணைத்துப் போடப்படுகிறது. சல்வடோர் அதைப் பார்க்கிறார். பின் அந்தக் கார் சல்வடோரை நோக்கி வருகிறது. சல்வடோர் யார் என்று பார்ப்பதற்காக காரின் அருகே போகிறார். காரின் கதவு திறந்து விடப்படுகிறது. சல்வடோர் காரில் ஏறிக் கொண்டு உள்ளே பார்க்க எலீனா இருக்கிறாள். சல்வடோர் அவளை வியப்புடன் பார்த்து,

: உனக்கு எப்படித் தெரியும், நான் இங்கதான் இருப்பேன்னு.

எலீனா : எனக்குத் தெரியல, எவ்வளவு நாளாயிருச்சு; இருந்தாலும் சில விஷயங்கள் இன்னும் எனக்கு ஞாபகத்தில்தான் இருக்கு. இதுபோல ஒண்ணு, ரெண்டு இடத்தை தவிர வேற எங்கேயும் நாம சந்திச்சது இல்லையே.

சல்வடோர் காரின் விளக்கைப் போடுகிறார். இப்போது அவள் முகம் பளிச்சென்று தெரிகிறது. சல்வடோர் அவளையே நெடுநேரம் பார்க்கிறார். சல்வடோர் நினைவில் அவள் இள வயது முகம் வந்து போகிறது.

சல்வடோர் (புன்னகையுடன்)

: நீ இன்னும் அழகாயிருக்க.

எலீனா : என்ன பேசுறீங்க, எனக்கு வயசாயிருச்சு.

சல்வடோர் அவளைக் காதலுடன் பார்க்கிறார்.

எலீனா (கூச்சத்துடன்)

: தயவுசெஞ்சு என்ன அந்த மாதிரிப் பார்க் காதீங்க.

காரின் விளக்கை அணைத்துவிடுகிறாள்.

எலீனா : ஏன் திரும்பி வந்திருக்கீங்க?

சல்வடோர் : அல்ஃபிரேதோ இறந்துபோயிட்டாரு, உனக்கு அவரை ஞாபகமிருக்கா?

எலீனா : ஆமாம், எனக்கு அவரை நல்லாவே ஞாபக மிருக்கு, நீங்க அவர ரொம்ப நேசிச்சீங்க இல்லையா, நான் வருத்தப்படுறேன்.

சல்வடோர் (சிரித்தபடி)

: நான் உன் மகளைப் பார்த்தேன். அவள் ரொம்ப அழகா இருக்கா. நான் பந்தயம் கட்டுறேன்; நிச்சயமா அவள் பின்னால நிறைய சல்வடோர் சுத்துவானுங்க.

எலீனா (சிரித்தபடி)

: ஆமாம், சில பேரு... ஆனா, அவங்க யாரும் உங்கள மாதிரி இல்ல.

சல்வடோர் முகம் மாறுகிறது

அதைக் கவனிக்காத எலீனா

: எனக்குப் பையன்கூட இருக்கான். அவ ளுக்கு மூத்தவன். உங்களுக்கு எப்படி, எத் தனை குழந்தைகள்.

சல்வடோர் (சிரித்தபடி)

: குழந்தைகளா, நான் கல்யாணமே பண் ணிக்கல... நீ சந்தோஷமா இருக்கயா?

எலீனா : எல்லாத்தையும் கூட்டிக் கழிச்சுப் பார்த்தா, ஆமாம். இருந்தாலும் நான் ஒரு காலத்துல கனவு கண்ட வாழ்க்கை இல்லை இது.

(சிரித்தபடி)

: உங்களுக்கு என் கணவரைத் தெரியுமா?

தமிழில் : யுகன் சரவணன் ✱ 153

தலை ஆட்டியபடி

சல்வடோர் : ஆமாம் தெரியும்; போசியா. அவரை எனக்கு ரொம்ப நல்லா ஞாபகமிருக்கு.

மெலிதான கிண்டலுடன் (போசியாவின் இளமைக் காலத்தை நினைத்து)

: அவரு இப்ப என்ன செஞ்சுக்கிட்டு இருக்காரு?

எலீனா (சிரித்தபடி): அவர் அரசியல்ல இருக்காரு. அவர் ஒரு மண்டலப் பிரதிநிதி.

கல்லூரிக்கப்புறம் நாங்க மறுபடியும் பைசா பல்கலைக்கழகத்தில சந்திச்சுக்கிட்டோம்.

சல்வடோர் : உங்கப்பா பார்த்த மாப்பிள்ளைய ஏன் கல்யாணம் பண்ணிக்கல?

எலீனா : எனக்குப் பிடிக்கல, கடைசியில என் விருப்பம்தான் ஜெயிச்சது. அதற்கிடையில, உங்களுக்காகத்தான் நான் காத்திருந்தேன்.

சல்வடோர் (சற்றுக் குரலை உயர்த்தி)

: ஆனா, நான் உன்ன மறக்கவே இல்லை, எப்பவுமே...

எலீனா : நானும் கூடத்தான், இருந்தும் நீங்க என்ன விட்டுட்டுப் போயிட்டீங்க.

எலீனா ஆறுதலாக சல்வடோரின் தலையைக் கோதி விட்டபடி

: சரி, அதைப் பத்தியெல்லாம் இப்பப் பேசி என்ன ஆகப்போகுது.

எலீனா விரக்தியாகச் சிரித்தபடியே

: நம்ம கதை கடைசியில துயரத்தோடும் பரிதாபத்தோடும் முடிஞ்சு போச்சு. நீங்க இன்னும் ரோம்லதான் இருக்கீங்களா...

சல்வடோர் மிகவும் ஆத்திரத்தோடும் கலங்கிய கண்களோடும்

: நீ என்ன பேசிக்கிட்டு இருக்க; நாம கடைசியா பேசிக்கிட்டப்போ, பாரடைசோவில சந்திக்கிறதா ஒரு தேதி முடிவு பண்ணி

னோம்ல, நீ அந்தப்பக்கம் தலை காட்டவே இல்லை; எந்த ஒரு செய்தியும் இல்லாம நீ பாட்டுக்குக் கிளம்பிப் போயிட்ட... அதிலிருந்து எத்தனை வருஷம் போயிருச்சு தெரியுமா? முப்பது வருடத்துக்கு மேல.

என்று உரத்த குரலில் கத்திப் பேசுகிறார்.

அவனது கோபத்தைக் கண்டு கண்களில் கண்ணீர் பொங்கி வர அடக்க முடியாமல்

எலீனா : அன்னைக்கு நான் வந்தேன்; தாமதமாக வந்தேன்.

சல்வடோர் அவள் என்ன புதிதாகச் சொல்கிறாளே என்பதுபோலப் பார்க்கிறார்.

எலீனா (அழுதபடியே) : எங்கப்பா அம்மாவோட ரொம்ப நேரம் சண்டை போட்டேன். அவங்கள சமா தானப்படுத்த எவ்வளவோ முயற்சி செஞ்சேன். எங்களப் பிரிக்காதீங்கன்னு எவ்வளவோ போராடினேன்.

ஆனா, அதனால எந்தப் பிரயோஜனமும் இல்ல, அவங்க சிசிலியவிட்டு ஒட்டுமொத் தமா போறதா முடிவு பண்ணிட்டாங்க.

எனக்கு என்ன பண்ணுறதுன்னு தெரியல. என்ன பேசுறதுன்னும் தெரியல, வேறு வழியில்லாம நான் அவங்க விருப்பப் படியே நடந்துக்கச் சம்மதிச்சுட்டேன்.

நான் மனசு மாறிட்டதால், உங்கள கடை சியா ஒரு தடவ பார்க்குறதுக்கு எங்கப்பா ஒத்துக்கிட்டாரு.

எலீனா கண்களிலிருந்து கண்ணீர் வடிந்து ஓடுகிறது.

: நான் நம்பிக்கையோடதான் இருந்தேன். நாம சந்திக்கிற அந்த நேரத்துக்குள்ள ஏதாவது ஒரு திட்டம் தயார் பண்ணி, எங்கேயாவது ஓடிடலாம்னு நினைச்சுக் கிட்டு இருந்தேன்.

சல்வடோர் கண்களை இறுக்கி மூடியபடி, வேதனையுடன் கார் சீட்டில் சாய்கிறார். அதே நேரம்தான், தான் அவளைத் தேடி அவள் வீட்டுக்குப் போனதை நினைத்துக்கொண்டு...

எலீனா : எங்கப்பா தன் கார்லதான் என்னைய தியேட்டருக்குக் கூப்பிட்டு வந்தாரு. கேபின்ல நீங்க இல்ல. அல்ஃபிரேதோதான் இருந்தாரு... என்னால நீங்க திரும்பி வர்றவரைக்கும் காத்துக்கிட்டு இருக்க முடியல...

இண்டர்கட்

அப்போது கீழே நின்றிருக்கும் எலீனாவின் அப்பா
: எலீனா, சீக்கிரம் வா

(எனக் கூப்பிடுகிறார்)

இண்டர்கட்

எலீனா அதனால என்னோட நிலைமையை அல்ஃபிரேதோகிட்டச் சொன்னேன். நான் அன்னைக்கு ராத்திரியே ஊருக்குக் கிளம்பப் போறதாச் சொன்னேன். நான் சொல்றத உன்கிட்ட சொல்லி விடணும்னு மன்றாடிக் கேட்டுக்கிட்டேன். அவர் என்கிட்ட நல்ல விதமாகத்தான் நடந்துக்கிட்டாரு. ரொம்ப கவனமாக நான் சொன்னதைக் கேட்டாரு.

இண்டர்கட்

அல்ஃபிரேதோ (எலீனாவிடம்)

: அமைதியா இரு. அழாத. நான் இப்ப சொல்றத நல்லாக் கவனி. நீ சொன்னதையெல்லாம் டோட்டோகிட்ட அப்படியே சொல்லணும்னு நீ நினைச்சேன்னா நான் கண்டிப்பா சொல்லிடுவேன். ஆனா, என்னோட அறிவுரை என்னான்னா அவனை நீ மறந்திடு.

நீங்க ஒருத்தர ஒருத்தர் பார்த்துக்காம இருக்கிறதுதான் உங்க ரெண்டு பேருக்கும் நல்லது.

அவளைச் சமாதானப்படுத்தும் விதமாக

: மகளே, நெருப்பு எப்பவுமே சாம்பலா முடிஞ்சுபோயிரும். ஏன், அற்புதமான காதல்கூட ஒருநாள் முடிவுக்கு வந்திரும்; அப்புறம் வேற ஒரு காதல் வந்து அந்த இடத்தைப் பிடிச்சிக்கிரும்.

ஆனா, டோட்டோவுக்கு ஒரே ஒரு எதிர் காலம்தான் இருக்கு. அவனுக்கு இப்பத் தெரியாது, நான் சொன்னாலும் நம்ப மாட்டான். நான் நீ சொன்னதை மறைச் சேன்னு தெரிஞ்சா, என்னைக் கொன் னாலும் கொன்னு போட்டுறுவான்.

அவளைக் கட்டி அணைத்துக் கெஞ்சும் தோரணையில்

: ஆனா, உன்னால இதப் புரிஞ்சிக்க முடி யும். நீ புரிஞ்சிக்கிட்டுத்தான் ஆகணும்.

உறுதியுடன்

: அவனுக்காக இதைச் செய்.

எலீனா சல்வடோரிடம் இதைச் சொல்லிவிட்டு நெடுநேரம் அழுகை யைக் கட்டுப்படுத்த முடியாமல் அழுதுகொண்டே இருக்கிறாள். சல்வடோர் இதுவரை தெரியாத விஷயத்தைத் தெரிந்துகொண்டதால் ஸ்தம்பித்து விடுகிறார்.

எலீனா : இந்த ரகசியத்த நான் இதுவரைக்கும் யாரு கிட்டயும் சொன்னதில்ல.

சல்வடோர் (கோபத்தோடு)

: வீணாப்போன அல்ஃபிரேதோ உன்னை யும் முட்டாளாக்கிட்டாரு...

எலீனா : அவர் அறிவுரையை ஏத்துக்கிறதா அவர் கிட்ட சொன்னேன். இருந்தாலும் அங்கி ருந்து வர்றதுக்கு முன்னால உங்களுக் கொரு குறிப்பு எழுதி வச்சுட்டுத்தான் வந் தேன்.

காரின் வெளியே பார்த்துக்கொண்டிருந்த சல்வடோர் டக்கென அவள்புறம் திரும்பிப் பார்க்கிறார்.

எலீனா : நான் படிக்கட்டுல இறங்கிக்கிட்டு இருந் தப்பதான் அல்ஃபிரேதோவால பார்க்க

முடியாதில்லைன்னு தோணுச்சு. அதனால மறுபடியும் திரும்பிப் போனேன். அவரு அசையாம ப்ரொஜெக்டர் பக்கம் திரும்பி உக்காந்துகிட்டு இருந்தாரு...

சுவத்துல குத்தி வச்சிருந்த பேப்பரிலிருந்து ஒண்ணை எடுத்தேன். நீ இங்க வந்தா பார்க்க முடியுமென்று என் தோழியோட முகவரியை எழுதி வச்சேன். அதனால தான் உனக்காக நான் காத்துக்கிட்டு இருந் தேன்.

ஏமாற்றத்தோடு

: ஆனா நீ, எப்படி இருந்தாலும் கிளம்பிப் போயிட்ட...

சல்வடோர் கலங்கிய மனதுடன், சோகம் ததும்பும் குரலில்

: நான் உன்னத்தான் எதிர்பார்த்துக் காத்துக் கிட்டு இருந்தேன்னு, உனக்குத் தெரிய லேல...

உனக்குக் கடிதம் எழுதினேன்; போன் பண்ணினேன்... ஒரு பதிலும் இல்ல, அதனாலதான் இங்கிருந்து ஓடிப்போயிட் டேன். அதனாலதான் நான் இங்க திரும்பி வரவே இல்லை.

ஆனா, இத்தனை வருஷமா உன்னைப் பத்தித்தான் கனவு கண்டுகிட்டு இருக்கேன்.

இருவரும் கட்டி அணைத்துக்கொள்கின்றனர்.

சல்வடோர் (கட்டி அணைத்தபடியே)

: இத்தனை வருஷம் ஆன பிறகும் நான் ஒவ் வொரு பெண்ணையும் பார்க்கும் போது அவங்கள்ல உன்னத்தான் பார்த்தேன்.

என்னோட தொழில்ல நான் ரொம்ப அதிர்ஷ்டசாலிங்கிறது உண்மைதான். ஆனா, ஏதாவது ஒண்ணு வாழ்க்கையில இல்லாமத்தான் போயிடுது.

கட்டித் தழுவிக்கொண்டவர்கள் சற்று விலகுகிறார்கள்.

சல்வடோர் : நான் கனவிலகூட நினைச்சுப் பார்த்ததில்ல. என்னோட அந்த அற்புதமான காதல், என் அப்பா மாதிரியான அந்த மனிதனால தான் முடிஞ்சு போகும்னு... பைத்தியக்கார மனுஷன்.

எலீனா (அதை மறுக்கும் விதத்தில்)

: அவர் ஒண்ணும் பைத்தியமில்ல, ஆரம் பத்துல நான்கூட அவர வெறுத்தேன். ஆனா, காலப்போக்கில அவரோட வார்த்தை யைப் புரிஞ்சுக்கிட்டேன். அப்புறம் உன் மௌனத்தையும்...

ரீகலெக்ஷன் ஷாட். அந்த நாளில் எலீனா வந்து போனபிறகு, டோட்டோ ஒரு புதிய ரசீதை எடுத்து அவள் குத்திவைத்த அதே ஆணியில் குத்தி வைக்கிறான்.

சல்வடோர் (பரிதாபமாக)

: நீ எழுதிவச்ச குறிப்பை நான் பார்க்கவே இல்ல.

நீ குத்தி வச்ச அதே ஆணியிலதான், நான் கொஞ்ச நேரம் கழிச்சு இன்னொரு ரசீத குத்தி வச்சேன்.

விரக்தியுடன்

: நான் பார்க்கவே இல்ல, இந்த முட்டாள் தனமான விளக்கம் ஒண்ணைத்தான் இப்ப என்னால தர முடியும்.

எலீனா (அவனைத் தேற்றும் விதத்தில்)

: சரி, அதப்பத்தி இப்ப என்ன கவலை? காரணம் கண்டுபிடிக்கிறதா நம்ம வேலை.

நடந்தது என்னவோ நடந்துபோச்சு.

ஆனா, அல்ஃபிரேதோ ஒண்ணும் உங்க ளுக்குத் தவறான வழி காட்டிடலையே, அவர் ஒருத்தருதான் உங்களைச் சரியாப் புரிஞ்சுக்கிட்டாரு.

: சல்வடோர், ஒருவேளை நீங்க என்கூட இருக்கிறதுன்னு முடிவெடுத்திருந்தீங் கன்னா; இந்த மாதிரி நல்ல படங்களை உங்களால உருவாக்கியிருக்க முடியாது. அப்படி ஒருவேளை ஆகியிருந்துச்சுன்னா அது அவமானம்தான்.

எலீனா (நேசத்துடன்): உங்க படங்கள் அற்புதமா இருக்கு. நான் எல்லாப் படத்தையும் பார்த்திருக்கேன். ஆனா, நீங்க சினிமாவுக்காக உங்க பேரை மாத்திக்கிறவே இல்லையே; உண்மையான பெயரையே வச்சுக்கிட்டீங்க, சல்வடோர் டி.விட்டா

பின் இருவரும் உதட்டில் முத்தமிட்டுக்கொண்டு, தீராக் காதலுடன் நெடுநேரம் கட்டி அணைத்தபடி முத்தமிடுகின்றனர். இதன் பின் னணியில் மனதை வருடும் மெல்லிய இசை ஒலிக்கிறது. அவளைக் கட்டி அணைத்து கார் சீட்டில் சாய்கிறார். கேமரா இப்போது லாங்ஷாட்டில் நீண்ட நேரம் காரைக் காண்பித்தவாறே இருக்கிறது.

காட்சி – 73

அல்ஃபிரேதோ வீடு / உள் / பகல்

அல்ஃபிரேதோ மனைவி ஒரு நாற்காலி (அந்த நாற்காலி சல்வடோர் சிறுவனாக இருந்தபோது ஏறி நின்று பிலிம் ரோலை மாட்டப் பயன்படுத்தியது) மற்றும் பிலிம் ரோல் பெட்டியையும் சல்வ டோரிடம் தருகிறாள். இருவரும் டைனிங் டேபிளில் எதிர் எதிரே அமர்ந்துகொண்டிருக்கின்றனர்.

அல்ஃபிரேதோ மனைவி : இந்தப் பொருள்கள்தான் உனக்காக அவர் விட்டுட்டுப் போனது...

டி.வி.யில் உன் படம் போடுறப்ப எல்லாம் அவர் ரொம்ப சந்தோஷப்படுவார். டிவிக்கு முன்னால உட்கார்ந்த உடனே அவரோட சொந்தக் கவலையெல்லாம் பறந்துபோயிரும்.

சல்வடோர் வியப்புடன் கேட்டுக்கொண்டிருக்கிறார்.

: அவருக்கு உன் படத்தில வர்ற ஒவ்வொரு வசனமும் மனப்பாடம், அப்புறம் நான் காட்சிகளைப் பத்தி விளக்கிச் சொல்லு வேன்.

பத்திரிகைகளெல்லாம் உன்னப் பத்தி எழுதினப்ப எல்லாம்; அவரு ரெண்டு, மூணு வாட்டி படிச்சுக் காண்பிக்கச் சொல் வாரு.

சல்வடோர் : அவர் என்னைப் பார்க்கணும்னு சொல் லவே இல்லையா...

மனைவி : இல்ல, எப்பவுமே இல்ல. ஒரு தடவை உங் கம்மா வந்து அவர்கிட்ட சொன்னாங்க; அவன் விரும்புனா ஒருவாட்டி வந்து

போகட்டுமேன்னு. அவர் கோபத்தோட டோட்டோ ஒருபோதும் ஜியான்கால் டாவுக்குத் திரும்பி வரக்கூடாதுன்னு சொல்லிட்டாரு.

சல்வடோர் பிலிம் ரோல் பெட்டியைத் திறந்து பார்க்கிறார். அதில் பேப்பரில் சுத்தப்பட்டு ஏதோ இருக்கிறது. சல்வடோர் அது என்னவென்று தொட்டுப் பார்த்து, அதில் பிலிம் ரோல் இருக்கிற தென்று தெரிந்துகொள்கிறார்.

அல்ஃபிரேதோ மனைவி

: அவர் கெட்ட நோக்கத்தோட ஒண்ணும் சொல்லியிருக்க மாட்டாரு. அவர் ரொம்ப நல்ல மனிதர்.

சல்வடோர் அமைதியாகக் கேட்டுக்கொண்டிருக்கிறார்.

அல்ஃபிரேதோ மனைவி (வேதனையுடன்)

: யாருக்குத் தெரியும், அவர் மனசில என்ன ஓடிக்கிட்டு இருந்ததோ, சாகப்போகுற நேரத்தில அவர் என்னன்னவோ புதுசு புதுசா உளற ஆரம்பிச்சுட்டாரு.

: அவர் கண்ண மூடுறதுக்குக் கொஞ்ச நேரம் முன்னாடி கூட உங்கம்மாகிட்ட இந்த விஷயத்தைப் பத்தி டோட்டோவுக்குத் தெரிவிக்கக் கூடாதுன்னு சொன்னாரு.

காட்சி – 74

சினிமா பாரடைசோ தியேட்டர் கேபின் / உள் / பகல்

சல்வடோர் சினிமா பாரடைசோ தியேட்டர் கேபினுக்குள் எலீனா எழுதி வைத்ததாகச் சொன்ன கடிதத்தைத் தேடுகிறார். கேபின் முழுவதும் குப்பையாய் நிறைந்து கிடக்கிறது. சல்வடோர் அதைக் கிளறிப் பார்க்கிறார். கடிதம் கிடைக்காத ஆத்திரத்தில் பேப்பரை யெல்லாம் அள்ளி எறிகிறார். அங்கிருக்கும் பெட்டி ஒன்றை எட்டி உதைக்கிறார். சுவரில் குத்தி வைக்கப்பட்டிருக்கும் ரசீதுகளைப் பார்க்கிறார். அதில் 1977, 78 என எழுதப்பட்டிருக்கிறது. பேராவேசத் துடன் படபடவென்று அவர் ஒவ்வொன்றாகப் பார்க்கிறார். கடிதம் கிடைக்காததால் அத்தனையையும் கோபத்தில் பிய்த்தெறிகிறார். ஒரு ரசீதுக் கட்டை ஒருவேளை இதில் இருக்குமோ என்ற சந்தேகத் துடன் எடுத்துப் பார்க்கிறார்.

மோபிடிக், சேலஞ்ச், மேக்ஸிஃபிஷண்ட் அப்செஷன் என வரிசை யாகப் படங்களின் பெயர் வருகிறது. இறுதியாக, 'க்ரை' என்ற படத் தின் ரசீதின் பின்னால் எலீனா கடிதம் எழுதியிருப்பதைக் கண்டு பிடிக்கிறார். பின் சல்வடோர் கடிதத்தைப் படிக்கிறார்.

: சல்வடோர், என்ன மன்னிச்சிடு, உன்ன நான் நேரில் பார்க்கிறப்ப என்ன நடந்த துன்னு விளக்கமாச் சொல்றேன். உன்ன இங்க பார்க்க முடியாதது பயங்கரமான பயத்தை ஏற்படுத்தியிருச்சு. நான் இன் னைக்கு இரவே டஸ்கனிக்கு எங்கம்மா வோட போயிடுவேன். நாங்க அங்க போனாக்கூட நான் உன்னை மட்டும்தான் காதலிக்கிறேன். உறுதியாகச் சொல்றேன். நான் எப்பவும் உன்னைத்தவிர இன்னொரு ஆளை நினைச்சுக்கூடப் பார்க்க மாட் டேன். இதுல என் தோழியோட முகவரிய எழுதியிருக்கேன். அந்த முகவரிக்கு நீ கடி தம் எழுது. என்னை நீ கை விட்டு விடாதே.

முத்தத்துடன் முடிக்கிறேன்
உன் எலீனா

காட்சி – 75

எலீனா வீட்டெதிரே இருக்கும் டெலிபோன் பூத் / பகல்

எலீனாவுடன் அவள் வீட்டெதிரே நின்றுகொண்டு சல்வடோர் தொலைபேசியில் பேசுகிறார்.

எலீனா : எப்பக் கிளம்புறீங்க.

சல்வடோர் : இன்னைக்கு மத்தியானம்.

உணர்ச்சித் ததும்பலுடன்

: எலீனா, ஒருவேளை எதிர்காலத்தில நாம...

எலீனா சல்வடோர் பேச்சை இடைமறித்து உறுதியுடன்

: இல்ல சல்வடோர், எதிர்காலமென்று எதுவும் இல்லை. நம்ம உறவுக்கு இறந்த காலம் மட்டும்தான்.

நேத்து ராத்திரி எதிர்பாராம நடந்ததுகூட கனவுதான்; ஒரு அற்புதமான கனவு.

எலீனா (புன்னகைத்தபடியே)

: உங்களுக்கு ஞாபகமிருக்கா, நாம இளமையிலகூட இந்த மாதிரி இருந்தது இல்லை. இந்த மாதிரியான நல்ல முடிவை நான் கற்பனை பண்ணிக்கூடப் பார்த்ததில்லை.

சல்வடோர் (வேதனையுடன்)

: நான் எப்பவும் உன்னோட இந்தக் கருத்தை ஒத்துக்கவே மாட்டேன்; எப்பவுமே.

காட்சி – 76

சினிமா பாரடைசோ தியேட்டர் / வெளி / பகல்

சினிமா பாரடைசோ தியேட்டரின் முன்னால் மக்கள் நிறைய பேர் பெருத்த அமைதியுடன் கூடி இருக்கின்றனர். சிச்சியோ மற்றும் ஊழியர் கவலையுடன் கூட்டத்தில் நின்றுகொண்டிருக்கின்றனர். சல்வடோர் சற்றுத் தள்ளி காரில் சாய்ந்து நின்றபடி பார்த்துக் கொண்டிருக்கிறார்.

திடீரென டம்மென்ற பெருத்த சப்தத்துடன் வெடி வெடிக்க தியேட்டர் வெடித்துச் சிதறுகிறது. சிச்சியோ தன் உடம்பு வெடித்ததுபோல் பதறுகிறார். இரண்டாவது வெடி வெடித்தபோது சல்வடோர் (இளம் வயது) எலீனாவை உள்ளே வைத்து தியேட்டருக்கு வெடி வைப்பது போல் பதறுகிறார். பாரடைசோ என்ற பெயர்ப் பலகை, கீழே விழ திரையரங்க முன்னாள் ஊழியர் வேதனையுடன் கண்ணை மூடிக் கொள்கிறார். மொத்த தியேட்டரும் இப்போது இடிந்து தரைமட்டமாகிறது. சிச்சியோ அதைப் பார்த்துக் கண்ணீர் விட்டு அழுகிறார். சல்வடோர் மனம் பதறுகிறார். வாய்விட்டு அழுகிறார்.

இளைஞர்கள் சிலர் தியேட்டர் இடிபட்டதும் தடைப்பகுதியைத் தாண்டி இடிந்த தியேட்டர் அருகே போய் விளையாடுகிறார்கள். கூட்டத்தில் நின்றிருந்த எலீனாவின் மகள் அதைப் பார்த்துச் சிரிக்கிறாள். எலீனா மகளை சல்வடோர் சோகத்துடன் பார்க்கிறார்.

அந்தப் பகுதியில் வழக்கமாகச் சுற்றித் திரியும் பைத்தியம் (இப்போது அவருக்கு வயதாகிப்போயிருக்கிறது)

: இது என்னோட சதுக்கம், சதுக்கம் என்னோடது.

என்றவாறு கையில் நிறைய பைகளைச் சுமந்தபடி அவர் போகிறார். அவரை அடையாளம் கண்டுகொண்டு சல்வடோர் புன்னகை புரிகிறார்.

காட்சி – 77

ரன்வே, சல்வடோர் அலுவலகம் / உள் / வெளி / பகல்

சல்வடோர் பயணம் செய்யும் விமானம். ரன்வேயிலிருந்து எழுந்து வானில் பறந்து போகிறது. ரோமில் தன் அலுவலகத்தை அடைந்ததும் அல்ஃபிரேதோ தனக்குப் பரிசாக விட்டுச் சென்ற பிலிம் ரோலை ஆப்ரேட்டரிடம் தருகிறார்.
அங்கே நின்றிருந்த ஒருவர்

: எனக்கு உங்க படங்கள ரொம்பப் பிடிக்கும். மிகவும் நேர்த்தியா இருக்கும்.

சல்வடோர் : நன்றி

மானேஜர் : சார், நீங்க தயாரான உடனே முதல் பிரதியைச் சரிபார்த்திடுங்க...

சல்வடோர் பதில் எதுவும் சொல்லாமலிருப்பது கண்டு

மானேஜர் : விநியோகஸ்தர்கள் படத்தை சீக்கிரம் வெளியிடச் சொல்றாங்க. இன்னைக்கு மத்தியானம் பத்திரிகையாளர் சந்திப்பு இருக்கு. நடிகர்களும் உடன் இருக்காங்க; தயாரிப்பாளரும்கூடத்தான்.

பெண் உதவியாளர் : சார், நம்ம படத்துக்கு விருது கிடைச்சதுக்கான அதிகாரபூர்வ அறிவிப்பு வெளிவந்திருச்சு... ஆனா, அதுக்கு முன்னாடியே டன் கணக்குல வாழ்த்துத் தந்திகள் வந்து குவிஞ்சிருச்சு...

சல்வடோர் இதையெல்லாம் பெரிதாக எடுத்துக்கொள்ளாததைப் பார்த்து...

பெண் : சார், இதெல்லாம் உங்களுக்குச் சந்தோஷத்தைத் தரலயா?

சல்வடோர் (இறுக்கத்துடன்)

: நல்லது... இதப்பத்தி நாம அப்புறம் பேசுவோம்.

என்று கூறிவிட்டுக் கிளம்புகிறார். மானேஜரும் உதவியாளரும் இவருக்கு என்ன ஆயிற்று என்பது மாதிரி ஒருவரையொருவர் பார்த்துக் கொள்கின்றனர்.

காட்சி – 78

பிரத்யேகத் திரையரங்கம் / உள்/ பகல்

சல்வடோர் பிரத்யேகமான சிறிய திரையரங்குக்குள் நுழைந்து ஓர் இருக்கையில் அமர்கிறார். விளக்கு அணைக்கப்படுகிறது. ஆப் ரேட்டர் சல்வடோர் கொடுத்த படச்சுருளை ஓட்டத் துவங்குகிறார்.

தொகுக்கப்பட்ட வெவ்வேறு படத்தின் முத்தக் காட்சிகள் நிறைய ஒன்றன் பின் ஒன்றாக வருகிறது.

சிறு வயதில் அல்ஃபிரேதோவிடம் தான் வேண்டுமென்று அடம் பிடித்த பிலிம் துண்டுகள்தான் அவை. இதை அல்ஃபிரேதோ தனக்குப் பரிசாக விட்டுச் சென்றிருக்கிறார் என்பதை நினைத்து சல்வடோர் உணர்ச்சிப் பெருக்கில் மிதக்கிறார்.

எண்ணற்ற முத்தக் காட்சிகள் வந்துகொண்டே இருக்கிறது. அந்த அற்புதமான மனிதரை நினைத்து வியந்து சல்வடோர் சந்தோஷத்தில் கண்கலங்க கண்களில் நீர் பெருகுகிறது.

இன்னும் முத்தக் காட்சிகள் வந்துகொண்டே இருக்கின்றன. சல்வ டோர் கண்கள் கலங்கியபடி பெருமிதத்துடன் நாற்காலியில் பின்னுக்குச் சாய்ந்து தன் கைகளைத் தலைக்குப் பின்னால் கட்டிக் கொண்டு மகிழ்ச்சியோடு முத்தக் காட்சிகளைப் பார்த்துக்கொண்டி ருப்பதோடு படம் முடிவடைகிறது.

●

சில்ட்ரன் ஆஃப் ஹெவன்

திரைக்கதை

மஜித் மஜிதி (1959)

மஜித் மஜிதி (Majid Majidi) ஈரானில் உள்ள டெஹ்ரானில் ஒரு நடுத்தரக் குடும்பத்தில் பிறந்தார். தனது 14ஆவது வயதில் அமெச்சூர் தியேட்டர் குழுக்களில் நடிக்கத் துவங்கினார். 1978இல் ஈரானில் நடந்த இஸ்லாமிய புரட்சிக்குப்பின் திரைப்படங்களில் நடிக்கத் தொடங்கினார். நடிப்பதில் விருப்பம் கொண்டிருந்தபோதிலும் கூடவே ஆவணப் படங்களையும், குறும்படங்களையும் இயக்கிக் கொண்டிருந்தார். 1992இல் 'பாதக்' என்கிற தனது முதல் முழுநீளத் திரைப்படத்தை இயக்கினார். அது கான் திரைப்பட விழாவில் சிறப்புப் படமாகத் திரையிடப் பட்டதுடன், தேசிய அளவில் விருதுகளையும் பெற்றது. அதன் பிறகு அவர் இயக்கிய ஃபாதர் (1996), சில்ட்ரன் ஆஃப் ஹெவன் (1997), கலர் ஆஃப் பாரடைஸ் (1999), பரான் (2001) ஆகிய படங்கள் பல்வேறு விருதுகளைக் குவித்ததுடன் உலக அளவில் பெரும் அங்கீகாரத்தையும் அவருக்குப் பெற்றுத்தந்தது. இதில் சில்ட்ரன் ஆஃப் ஹெவன், 1997இல் சிறந்த வெளிநாட்டுத் திரைப்படத்திற்கான ஆஸ்கர் விருதுக்குத் தேர்வு செய்யப்பட்டது. இவரின் முக்கியமான படங்கள் ஃபாதர், சில்ட்ரன் ஆஃப் ஹெவன், கலர் ஆஃப் பாரடைஸ், பரான், சாங் ஆஃப் ஸ்பேரோஸ்.

சில்ட்ரன் ஆஃப் ஹெவன்
1997, ஈரான்

ஈரானியத் தலைப்பு	:	பச்சேஹா – யே – ஆஸ்மான்
ஒளிப்பதிவு	:	பர்விஷ் மாலிக்சாதே
படத்தொகுப்பு	:	ஹசன் ஹசன்டோஸ்ட்
இசை	:	கெய்வான் ஜஹான்ஷாஹி
தயாரிப்பு	:	அமிர் எஸ்ஃபான்டயாரி முகம்மது எஸ்ஃபான்டயாரி
எழுத்து–இயக்கம்	:	மஜித் மஜிதி
படப்பதிவு	:	வண்ணம்
நேரம்	:	*85* நிமிடங்கள்

கதாபாத்திரங்கள்

அமிர் ஃபரூக் ஹஸிமியான்	:	அலி
பஹாரே சித்திக்கி	:	ஜாரா
முகம்மது அமிர் நஜி	:	அலியின் தந்தை
ஃபெரஷ்டி சரபேன்டி	:	அலியின் தாயார்
ஜாபர் செய்ஃபோலாஹி	:	காய்கறிக் கடைக்காரர்
ஃபைஸ் ஜாபர் முகம்மதி	:	ரோயா
தாரியுஷ் மிர்காரிமிர்	:	அலியின் ஆசிரியர்
கோலம்ரேஜா மலிக்கி	:	உப்பு விற்பவர்

மற்றும் பலர்

காட்சி – 01

தெருவோரத்தில் இருக்கும் செருப்புத் தைக்கும் கடை

உள் / வெளி / பகல்.

செருப்புத் தைப்பவர் ரோஸ் நிற 'ஷூவின் கிழிந்த பகுதியில் பசையைத் தடவுகிறார். கிழிந்த பகுதியை மறுபடியும் பார்த்து உறுதி செய்துகொண்டு ஊசியில் நூலைக் கோர்த்து தைக்க ஆரம்பிக்கிறார். இதன் மேல் படத்தின் டைட்டில் ஓட ஆரம்பிக்கிறது.

தூரத்தில் பழைய பேப்பர், பிளாஸ்டிக்குகளுக்கு, உப்பு என்று ஒருவர் கத்திக்கொண்டு போவது கேட்கிறது.

செருப்புத் தைப்பவர் 'ஷூ' வைத் தைத்து முடித்தபின் சுத்தியலால் தட்டுகிறார். எதிரில் சிறுவன் அலி அமர்ந்திருக்கிறான். தைத்து முடித்தபின் அலியிடம் 'ஷூ'வைத் தந்தபடியே

: 30 தொமான்ஸ் ஆச்சு.

அலி பணத்தைக் கொடுக்கிறான்.

செருப்புத் தைப்பவர் : இந்தா மீதிச் சில்லறை.

அலி : நன்றி.

செருப்புத் தைப்பவர் : ரொம்ப சந்தோஷம், போய்ட்டு வாங்க.

அலி 'ஷூ'வை வாங்கி ஒரு பாலித்தீன் பையில் போட்டுக்கொண்டு கிளம்புகிறான்.

காட்சி – 02

ஒரு சிறிய ஹோட்டல் \ உள் \ வெளி \ அதே வேளை.

குழி போன்ற அடுப்பினுள், நீளமாக, பெரிதாக உருட்டப்பட்ட ரொட்டியை ஒருவர் சுட்டு டேபிளில் போடுகிறார். அலி சுட்டுச் சுட்டுப் போட்ட ரொட்டியை எடுத்து, தான் ஏற்கனவே கீழே விரித்து வைத்துள்ள துணியில் வைத்து அடுக்குகிறான். அந்த ஹோட்டலில் ஒருவர் மாவைத் தேய்த்துத்தர, இன்னொருவர் அதை எடுத்து அடுப்பினுள் வைக்க, மற்றொருவர் தன் கையிலிருக்கும் இடுக்கியால் சுடப்பட்ட ரொட்டியை எடுத்துப்போகிறார்.

அலி தனக்குத் தேவையான ரொட்டியை வாங்கித் துணியில் கட்டிக் கொண்டு வெளியே வருகிறான். வெளியே இன்னும் நிறையப் பேர் ரொட்டி வாங்குவதற்காகக் காத்திருக்கின்றனர்.

காட்சி – 03

காய்கறிக் கடை \ உள் \ வெளி \ அதே வேளை

அலி ஒரு கையில் ரொட்டிப் பொட்டலத்துடனும் இன்னொரு கையில் தைத்த 'ஷூ' இருக்கும் பாலித்தீன் கவரையும் வைத்துக் கொண்டு நடந்து போய்க்கொண்டு இருக்கிறான். தூரத்தில் பழைய பேப்பர், பிளாஸ்டிக்குகளுக்கு உப்பு, உப்பு என்று ஒருவர் கத்திக்கொண்டு போவது கேட்கிறது. அலி, இப்போது காய்கறிக் கடை அருகே போகிறான். கடைக்குள் நுழையும் முன்பு, தன் உணவுப் பொட்டலத்தை வெளியே இருந்த மரப்பெட்டியின் மேலேயும், 'ஷூ' இருக்கும் பாலித்தீன் பையை மரப்பெட்டியின் இடைவெளியிலும் வைத்துவிட்டுக் கடைக்குள் போகிறான். தூரத்தில் உப்பு... உப்பு என்று கத்துபவரின் குரல் கேட்டுக் கொண்டே இருக்கிறது.

அலி : சலாம் அக்பர் அக்வா, எனக்குக் கொஞ்சம் உருளைக்கிழங்கு வேணும்.

கடைக்காரர் பாலித்தீன் கவரை எடுத்து அலியிடம் தருகிறார். பழைய பேப்பர், பிளாஸ்டிக்குகளுக்கு உப்பு ... என்று கத்துபவரின் குரல் சற்று அருகில் இருந்து கேட்பதுபோல இருக்கிறது. அலி உருளைக்கிழங்கைப் பொறுக்கி எடுத்து பையில் போட்டுக் கொண் டிருக்கும் போது, ஏதோ வேலையாய் இருந்த கடைக்காரர் இப்போது நிமிர்ந்து பார்த்துவிட்டு;

கடைக்காரர் : தம்பி, அதிலிருந்து எடுக்காதே, அங்க கீழே இருக்குபாரு . . . அதிலிருந்து எடுத்துக்கோ.

அலி தன் பையில் எடுத்துப்போட்ட உருளைக்கிழங்குகளை மீண்டும் கூடையில் கொட்டிவிட்டுக் கீழே சுமாரான தரத்தில் இருக்கும் உருளைக்கிழங்குகளிலிருந்து நல்லவையாகப் பார்த்துப் பொறுக்கு கிறான்.

பழைய பேப்பர், பிளாஸ்டிக்குகளுக்கு உப்பு ... என்று கத்திக்கொண்டு வந்தவர், இப்போது தள்ளுவண்டியுடன் கடைக்கு முன்னால் வந்து நிற்கிறார்.

பழைய பேப்பர்க்காரர் 'வணக்கம் சார்! உங்க அனுமதியோட இதை எடுத்துக்கிறேன்' என்றதும் கடைக்காரர் அவர் பக்கம் திரும்பாமலே சரியெனத் தலையாட்டுகிறார். அவர் கடையின் வெளியே குவிந்து கிடக்கும் பாலித்தீன் கவர்களை அள்ளித் தன் வண்டியில் போட்டுக் கொள்கிறார்.

அங்கேயிருந்த வீணாய்ப் போன குப்பைக் காகிதப் பைகளையும் எடுத்துக்கொள்கிறார். பின், மரப்பெட்டியினுள் கைவிட்டுத் தேடு கிறார். அதில் உள்ளே இருந்த பாலித்தீன் பைகளோடு, அலி 'ஷூ'வை வைத்திருந்த பாலித்தீன் பையையும் தவறுதலாக எடுத்து வண்டியில் போட்டுக்கொண்டு 'ரொம்ப நன்றி வரேன்' என்று கடைக்காரரிடம் சொல்லிவிட்டுத் தள்ளுவண்டியைத் தள்ளியபடியே அவ்விடத்தை விட்டு நகர்கிறார்.

அலி பொறுக்கி எடுத்த உருளைக்கிழங்குப் பையைக் கடைக்காரரிடம் எடை போடுவதற்குத் தருகிறான். கடைக்காரர் பையைக் கையால் தூக்கிப் பார்த்துத் தோராயமாக எடை போடுகிறார்.

க.காரர் : அறுபத்து அஞ்சு தொமான்ஸ்.

அலி : எங்கம்மா, கணக்குல வச்சுக்கச் சொன்னாங்க.

க.காரர்(கடுகடுப்புடன்)

: கடன் எக்கச்சக்கமா ஏறிப் போச்சு, கொஞ்சப் பணத்தையாவது உங்கம்மாவ கொண்டு வந்து கொடுக்கச் சொல்லு.

அலி : சரிங்க.

வெளியே வந்த அலி, உணவுப் பொட்டலத்தைக் கையில் எடுத்துக் கொண்டு, 'ஷூ'வைப் பார்க்கிறான். வைத்த இடத்தில் 'ஷூ' இல்லாதது கண்டு பரபரப்புடன் அங்குமிங்கும் தேடுகிறான். கையி லிருக்கும் உணவுப் பொட்டலத்தை மரப்பெட்டியில் வைத்துவிட்டுப் பெட்டிக்கு அடியில் 'ஷூ' கிடக்கிறதா எனத் தேடிப் பார்க்கிறான். மரப்பெட்டிகளுக்கு இடையேயும் தேடுகிறான். பெட்டிகளுக் கிடையே தன்னை நன்றாக நுழைத்துக்கொண்டு அவன் தேட முயற்சி செய்தபோது, மரப் பெட்டிகள் சரிந்து அதன் மேல் அடுக்கி வைக்கப் பட்டிருந்த காய்கறிக் கூடைகள் கீழே விழ, காய்கறிகள் கீழே சிதறு கின்றன. சத்தம் கேட்டுத் திடுக்கிட்டுக் கடைக்காரர் வெளியே ஓடி வந்து பார்க்கிறார். காய்கறிகள் கீழே சிதறிக்கிடப்பதைப் பார்த்து அவர் கோபத்துடன்

	: என்ன கண்றாவிக்கு இப்படிப் பண்ணின? ஏன் இதையெல்லாம் இப்படிக் கீழே கொட்டி விட்டுட்ட. உனக்கென்ன பைத்தியமா பிடிச்சிருக்கு.
அலி (அழுகிற பாவனையில்)	
	: என் தங்கையோட 'ஷூ' தொலைஞ்சு போச்சு.
க.காரர் (கோபத்துடன்)	
	: இங்கிருந்து போய்த் தொலை.
அலி	: என் தங்கையோட 'ஷூ'வை இங்கதான் வச்சிருந்தேன்.
க.காரர் (கோபம் தீராமல்)	
	: இங்கிருந்து போய்த் தொலைன்னு சொல்றேன்ல.

அதற்குப் பிறகும் அலி அசையாமல் நின்றுகொண்டிருக்க, கடைக் காரர் கோபத்தில் தக்காளியை எடுத்து அவன்மேல் எறிகிறார். அலி ஓடிவிடுகிறான். கடைக்காரர், துடைப்பம் எடுக்க உள்ளே போன சமயத்தில், உணவுப் பொட்டலத்தையும், உருளைக்கிழங்கையும் எடுக்க அலி திரும்ப வருகிறான். கடைக்காரர் அவனைப் பார்த்துவிட்டு ஆத்திரத்துடன்

: என்ன, இன்னுமா இங்க இருக்க.

அலி உணவுப் பொட்டலத்தையும் உருளைக்கிழங்கையும் எடுத்துக் கொண்டு ஓடுகிறான்.

காட்சி – 04

வீட்டை நோக்கி வரும் தெரு \ வீட்டு முற்றம் \
வெளி \ அதே வேளை

'ஷூ'வைத் தொலைத்துவிட்ட வேதனையுடன் அலி கண் கலங்கியபடி வீட்டுக்கு ஓடி வருகிறான். வீட்டின் அருகே நெருங்கிய போது, வீட்டு முற்றத்தில், வீட்டுக்காரர் கத்திக்கொண்டிருப்பது வெளியே கேட்கிறது.

வீட்டுக்காரர் (அலியின் அம்மாவிடம்)

: நீங்க வாடகையே தர்றதில்லை, அதோட, இருக்கிற அத்தனை தண்ணியையும் கொட்டுறதுனால இந்த முற்றமே நாசமாயிருச்சு.

அலியின் அம்மா : நான் என்ன செய்யிறது, துணியில அவ்வளவு அழுக்கு இருக்கு.

தயங்கியபடி வெளிக் கதவருகே நின்றுகொண்டிருந்த அலி இப்போது உள்ளே நுழைகிறான்.

வீட்டுக்காரர் : உங்க துணி அழுக்குங்கிறதுக்காக என்னோட இடத்தை நாசமாக்குவீங்களா.

அம்மா : நீங்க, என்னவோ துணியே துவைக்காத மாதிரி பேசுறீங்க.

வீட்டுக்காரர் : (கிண்டலாக) ஏன், பக்கத்து வீட்டுக்காரங்க துணியெல்லாம் கூட வாங்கித் தொவைச்சுத் தண்ணியக் காலி பண்ணுங்களேன்.

அம்மா : நீங்க மட்டும் துணியே துவைக்காத மாதிரி என்ன ஏன் குற்றம் சொல்றீங்க.

வீட்டுக்காரர் : (கோபத்தோடு) நாத்தம் புடிச்சவங்க ... உங்களால இந்த இடமே குட்டிச் சுவராப் போச்சு. அதோட இல்லாம கடந்த அஞ்சு மாசமா வாடகையே தரல ... ஏன், இத்தன தண்ணியைச் செலவழிக்கிறீங்க.

அம்மா	: இந்த வருசம் முழுக்க நீங்க, உங்க துணியைத் துவைக்காத மாதிரி ஏன் இப்படி அட்டகாசம் பண்றீங்க ...
வீட்டுக்காரர்	: நான் உங்களை எச்சரிக்கிறேன். இதுதான் கடைசித் தடவை.
அம்மா	: வீட்டுல ஆம்பளைங்க இருக்கிற நேரத்தில ஏன் வரமாட்டேங்கிறீங்க, அப்ப வந்தா உங்க கதை என்னான்னு தெரியும்.

வீட்டுச் சொந்தக்காரர் திட்டிக்கொண்டிருந்ததால் அங்கேயே நின்றுவிட்ட அலி, இப்போது முற்றத்தைக் கடந்து தன் வீட்டுப் படியருகே போகிறான்.

அம்மா : அலி.

அலி அம்மாவைப் பார்க்கிறான்.

அம்மா : குழந்தை தூங்கிருச்சுன்னா, ஜாராவ உருளைக்கிழங்க உரிக்கச் சொல்லு.

அலி வீட்டுப் படியேறி மேலே வந்து, பூட்டப்பட்ட கதவருகே நின்று கண்ணாடியின் வழியே சோகத்துடன் தன் தங்கை ஜாராவைப் பார்க்கிறான். தன் மடியில் குழந்தையை வைத்தபடி அமர்ந்திருக்கும் ஜாரா அலியைப் பார்த்துச் சிரிக்கிறாள். அலி, முகத்தில் வேதனையுடன் கதவைத் திறந்துகொண்டு உள்ளே நுழைகிறான்.

காட்சி – 05

அலியின் வீடு \ உள்

அலி, தான் வாங்கிவந்த ரொட்டியை, பொட்டலத்திலிருந்து ஒவ்வொன்றாக எடுத்து மற்றொரு விரிப்பில் வைத்துக் கொண்டிருக் கிறான். எதிரில் அமர்ந்திருக்கும் ஜாரா

: அலி, என்னோட 'ஷூ'வை வாங்கிட்டு வந்திட்டயா.

அலி அவள் முகத்தை ஏறிட்டுப் பார்க்காமல் ரொட்டியை எடுத்து வைத்தபடியே

அலி : பாப்பா, தூங்கிருச்சுன்னா, அம்மா உன்னை உருளைக்கிழங்கை, உரிக்கச் சொன்னாங்க.

ஜாரா : நீ, என்னோட 'ஷூ'வை வாங்கிட்டு வந்திட்டியான்னு கேட்டேன்.

அலி : வாங்கிட்டேன்.

ஜாரா : (பெருமகிழ்ச்சியுடன்) 'ஷூ'வை நல்லா தச்சு இருக்காங்களா.

அலி : ஆமா ...

ஜாரா தன் மடியில் இருந்த குழந்தையைத் தூக்கிப் படுக்கையில் போடப் போகும்போது அலி, அவள் என்ன செய்கிறாள் என ஓரக் கண்ணால் ஏறிட்டுப் பார்க்கிறான். குழந்தையைப் படுக்கையில் கிடத்திவிட்டு ஜாரா வெளியில் எழுந்துபோகப் பார்க்கிறாள். அலி அவளைத் தடுத்து நிறுத்தி,

: எங்க போற.

ஜாரா : 'ஷூ' எப்படி இருக்குன்னு நான் பார்க்க ணும்.

அலி : (அழும் தோரணையில்) உன்னோட 'ஷூ' அங்க இல்லை.

ஜாரா : என்னை நீ கிண்டல் பண்றயா?

அலி : இல்ல, சத்தியமா நான் உண்மையைத்தான் சொல்றேன். நான் கடைக்குப் போயிருந் தப்ப 'ஷூ' தொலைஞ்சு போச்சு. எல்லா இடத்திலேயும் பார்த்தேன். ஆனா, என் னால கண்டுபிடிக்க முடியல.

அழத் தயாரான நிலையில் இருக்கும் அவன் முகத்தில் ஜாராவின் குரல் பதிவு செய்யப்பட்டு இருக்கிறது.

ஜாரா : 'ஷூ' தொலைஞ்சு போச்சுன்னு சொல்றயா,

அலி : அம்மாகிட்ட இதப்பத்தி எதுவும் சொல்லி டாத, நான் கண்டுபிடிச்சு கொடுத்தி டுறேன்.

ஜாரா : (கண் கலங்கியபடி) நாளைக்கு, நான் பள்ளிக்கூடத்திற்கு எப்படிப் போவேன்?

அழத் தொடங்கிய ஜாராவின் முகத்தில் அலியின் குரல் பதிவு செய்யப்பட்டு இருக்கிறது.

: அழாத, நான் இப்பவே போயி, 'ஷூ'வைக் கண்டுபிடிக்கிறேன்.

ஜாரா கண்ணைக் கசக்கியவாறு அழுதபடியே

: அதான் நீ எல்லா இடத்திலயும் பாத்துட் டதா சொன்னயே.

அலி : இல்ல, எல்லா இடத்திலயும் பார்க்கல.

வெளியே கிளம்பியவன், பின் திரும்பி நின்று

: அம்மாகிட்ட சொல்லிடாத.

ஜாரா அழுகிறாள். அவளைப் பார்த்து அலியும் அழுகிறான். பின், அவளை ஒரு பார்வை பார்த்துவிட்டுக் கதவைத் திறந்துகொண்டு வெளியேறுகிறான். வீட்டுப் படிகளில் வேகமாக இறங்கிவந்து தன் 'ஷூ'வை மாட்டிக்கொண்டு, பின்னால் திரும்பி அம்மா தன்னைப் பார்க்கிறாளா என ஒரு பார்வை பார்த்துவிட்டுப் பின் வேகமாக ஓட ஆரம்பிக்கிறான். ஜமுக்காளத்தைத் துவைத்துக்கொண்டிருக்கும் அலியின் அம்மா, அலி ஓடும் சப்தத்தைக் கேட்டு நிமிர்ந்து பார்த்து

: அலி, எங்க போற.

அவள் கூப்பிடுவது காதில் விழாத மாதிரி ஓடி விடுகிறான்.

அம்மா : இந்த ஜமுக்காளத்தைப் பிழியிறதுக்கு உதவி செய்யாம எங்க போற?

அலி வீட்டைக் கடந்து சிறிது தூரம் வந்துவிட்ட பிறகும் அவனின் அம்மா அலி, அலி என்று கத்திக் கூப்பிடுவது கேட்டபடியே இருக் கிறது.

காட்சி - 06

காய்கறிக் கடைக்குப்போகும் தெரு \ பகல்

அலி தெருவைக் கடந்து ஓடிக்கொண்டிருக்கிறான். வழியில், ஒரு இடத்தில் சிறுவர்கள் நிறையப் பேர் கால்பந்து விளையாடிக் கொண்டிருக்கின்றனர். அதில் கோல் கீப்பராக நின்றுகொண்டிருக்கும் அவனின் நண்பன்

: அலி

ஓடிக்கொண்டிருக்கும் அலி என்ன விஷயமென்று கேட்க நிற்கிறான்.

நண்பன் : அலி, நாங்க ஷாஹின்னுக்கு எதிரா நாளைக்கு விளையாடப்போறோம்.

அலி அவனுக்குப் பதில் சொல்லாமல் ஓட ஆரம்பிக்கிறான்.

நண்பன் : அலி, எங்க போற?

நண்பன் மீண்டும் விளையாட்டில் தன்னை ஈடுபடுத்திக் கொள்கிறான். ஓடியபடியே வந்த அலி, காய்கறிக் கடைக்கு அருகில் வந்ததும் சற்று நின்று கடையைப் பார்த்தவாறு பதுங்கிப் பதுங்கி நடந்துவந்து அங்கே இருந்த ஒரு வண்டியின் பின்னால் போய் ஒளிந்து கொள்கிறான். பின் தலையை லேசாகத் தூக்கிக் காய்கறிக் கடையை நோட்டமிடுகிறான். கடையின் உள்ளே, கடைக்காரர் வாடிக்கையாளர்களுக்குக் காய்கறிகளை எடை போட்டுத் தந்து கொண்டிருக்கிறார். நோட்டமிட்டபடியே இருக்கும் அலி, கடைக்காரர் மறுபக்கம் திரும்பி நின்ற சமயம் பார்த்து, மறைவிலிருந்து வெளிப்பட்டுக் கடையை நோக்கி ஓடுகிறான். மரப்பெட்டிகளிடையே 'ஷூ' இருக்கிறதா எனப் பார்க்கிறான். மரப்பெட்டிகளின் மேல் காய்கறிக் கூடைகள் அடுக்கிவைக்கப்பட்டு இருக்கின்றன. அலி, மரப்பெட்டியைச் சிறிது நகர்த்திக் கையை நன்றாக உள்ளே விட்டு 'ஷூ' இருக்கிறதா எனப் பார்க்கிறான். அப்போது காய்கறிக் கழிவுகளை வெளியே

போட வந்த கடைக்காரர், அலி மும்முரமாகத் தேடிக் கொண்டி ருப்பதைப் பார்த்து விட்டுக் கோபத்துடன்

: இங்க, மறுபடியும் என்ன பண்ணிக்கிட்டு இருக்க?

அலி அவரை ஏறிட்டுப் பார்க்கிறான்.

: இங்கிருந்து போய்த் தொலைன்னு சொன் னேன்ல.

அவர் திட்ட ஆரம்பித்ததும் அலி அங்கிருந்து ஓடுகிறான்.

கடைக்காரர் : (சலிப்புடன்) இவனோட, பெரிய தொல் லையாப் போச்சு

என்று முணுமுணுக்கிறார்.

காட்சி – 07

காய்கறிக் கடை \ வெளி \ பகல்

காய்கறிக் கடையிலிருந்து ஓடியவாறே வந்த அலி, மசூதி அருகே இருக்கும் தண்ணீர்க் குழாயைப் பார்த்ததும் நிற்கிறான். அங்கே, நின்றிருக்கும் பெரியவரைப் பார்த்து.

                    : சலாம், அக்வா சயீத்.
பெரியவர்   : குழந்தை, எப்படி இருக்க?

என்று விசாரிக்கிறார்.

அலி தண்ணீர் குடிக்கிறான்.

பெரியவர்   : அலி, நீ வீட்டுக்கா போற?
அலி   : ஆமா.
பெரியவர்   : அப்ப, கொஞ்சம் பொறு, உன்னால எனக்கொரு காரியம் ஆகணும்.

மசூதியின் உள்ளே போகிறார். உள்ளே போனவர் ஒரு சிறிய மூட்டையோடு வெளியே வருகிறார்.

பெரியவர்   : இதுல கற்கண்டு இருக்கு. அடுத்த வாரம் நடக்கப் போற சமயச் சடங்குக்காக, இத உங்கப்பாகிட்டக் குடுத்துத் துண்டு துண்டா உடைக்கச் சொல்லு.

பெரியவர் அலியிடம் அந்த மூட்டையைத் தருகிறார். அலி வாங்கிக் கொண்டு கிளம்புகிறான்.

பெரியவர்   : பார்த்துப் போடா தம்பி ...

காட்சி – 08

அலியின் வீடு \ உள் \ இரவு

அலியின் தந்தை கற்கண்டுக் கட்டிகளைச் சிறு கைக்கோடாரியால் உடைத்தபடியே, தன் மனைவியை நோக்கிக் கோபத்துடன்,

: உனக்கு வீட்டு ஓனர் கிட்ட என்ன பேச்சு வேண்டிக் கெடக்கு? அவர் கூடப் பேசிக்க வேண்டியது என்னோட வேலை. நீ ஏன், தேவையில்லாம அவர்கூட வாக்குவாதம் பண்ணின.

அலியின் அம்மா துயரமான முக பாவனையுடன் அவர் பேசுவதைக் கேட்டபடி அமர்ந்திருக்கிறாள்.

கோபத்துடன் கற்கண்டை உடைத்தபடியே

(தனக்குத்தானே)   : அவனுக்கு நான் பாடம் கற்பிக்கிறேன். அவன் கழுத்த முறிக்கத்தான் போறேன். அவனோட தகுதி என்னான்னு அவனுக்குப் புரிய வைக்கணும்.

கற்கண்டை உடைத்துக்கொண்டிருந்தவர் அதை நிறுத்திவிட்டு அலியின் அம்மாவை நோக்கி அதே கோபத்துடன்,

: நீ ஏன் என்னோட பேச்சைக் கேட்கவே மாட்டேங்கிற உன்னை வேலை செய்யக் கூடாதுன்னு டாக்டர் சொல்லியிருக்காரு இல்லையா.

அலியின் அம்மா சோகமான முகத்துடன் அவரையே பார்த்தபடி இருக்கிறாள்.

: என்னைப் பைத்தியமாக்காதே! ஏன், அத்தனை துணியையும் நீயே துவைச்ச..?

ஈரமான ஜமுக்காளம் எவ்வளவு கனம் கனத்திருக்கும்.

அவள் தவறு செய்ததை உணர்ந்து தலைகுனிந்து கொள்கிறாள்.

தந்தை (பின் அலியை நோக்கி)

: அம்மா, உங்கிட்ட உதவி செய்யச் சொல்லியும் நீ ஏன் உங்கம்மாவுக்கு உதவி பண்ணல?

அப்பா திட்டுவதைக் கேட்டு அலி அழுகிறான்.

: உங்கம்மா, ஒரு நோயாளிங்கிறத ஏன் மறந்திட்ட...
வெளியில அத்தனை வேலையையும் செஞ்சிட்டு வீட்டுக்கு வந்தா, அப்புறம் இங்கிருக்கிற வேலையையும் நானே பார்க்க வேண்டி இருக்கு.

பின் அலியைப் பார்த்து

(கடுங்கோபத்துடன்): இந்த வீட்டுல உனக்கென்ன வேலைன்னு நினைச்சுக்கிட்டு இருக்க சாப்பிட, தூங்க, விளையாடுறதுன்னா.

அலி அழுதபடியே அவர் திட்டுவதைக் கேட்டுக்கொண்டிருக்கிறான்.

: நீ ஒண்ணும் இன்னும் சின்னப் பையன் இல்ல; உனக்கு ஒன்பது வயசாயிருச்சு.
நான் ஒன்பது வயசுப் பையனா இருந்தப்ப, என் அப்பா, அம்மாவுக்கு ஒத்தாசையா இருப்பேன்.
ஏன், என்னைப் பைத்தியமாக்குற நீ என்ன முட்டாளா, இல்ல செவிடா, ஏன் புரிஞ்சிக்க மாட்டேங்கிற.

அப்போது குழந்தை அழுகிறது.

அம்மா : சரி விடுங்க, உங்கள நீங்களே ரொம்பக் கஷ்டப்படுத்திக்காதீங்க.

தீராத கோபத்துடனே அவர் மறுபடியும் கற்கண்டை உடைக்க ஆரம்பிக்கிறார்.

(புலம்புகிற தொனியில்)

: என்னைப் பைத்தியமாக்குறாங்க

என்று முணுமுணுக்கிறார்.

காட்சி – 09

அலியின் வீடு \ உள் \ வெளி \ அதே இரவு

ஜாரா வெளிக்கொடியில் காய்ந்துகொண்டிருக்கும் துணிகளை எடுத்துக் கொண்டிருக்கிறாள். துணிகளை எடுத்துக்கொண்டு வீட்டுப் படியில் ஏறியவள், கீழே கிடக்கும் அலியின் 'ஷூ'வைப் பார்க்கிறாள். வீட்டின் உள்ளே குழந்தை அழும் சத்தம் கேட்கிறது. நாளை அந்த 'ஷூ'வைத் தான், தான் போட்டுப்போக வேண்டி இருக்குமோ என்ற எரிச்சலில் தன் செருப்பை 'ஷூ'வின் மீது உதறிவிட்டு வீட்டுக்குள் போகிறாள். துணிகளை ஓரிடத்தில் வைக்கிறாள். அழுதுகொண்டிருக்கும் குழந்தையை அம்மா சமாதானப்படுத்திக் கொண்டிருக்கிறாள். ஜாரா, புத்தகத்தை எடுத்துக்கொண்டு படித்துக்கொண்டிருக்கும் அலியின் அருகில் வந்து அமர்கிறாள்.

அழும் குழந்தையைப் பார்த்து அம்மா வேதனையுடன்

: குழந்தை, ஏன் நாள் பூராவும் அழுதுகிட்டு இருக்குன்னு தெரியலையே?

பின் ஜாரா பக்கம் திரும்பி

: ஜாரா, அப்பாவுக்குக் கொஞ்சம் டீ ஊத்திக் கொடேன்.

எழுதிக்கொண்டிருந்த ஜாரா எழுந்து கேனிலிருந்த டீயை ஊற்றுகிறாள். அதே சமயம் அலியின் அம்மா தாங்க முடியாத வேதனையை அனுபவிப்பவள் போலத் தலையில் கை வைக்கிறாள். ஜாரா டீக் கிளாஸை ஒரு தட்டில் வைத்து எடுத்துக்கொண்டு போய்த் தந்தையிடம் தருகிறாள்.

அப்பா : நன்றிடா கண்ணு கம்பெனியில நாள் பூராவும் நான்தான் எல்லாருக்கும் டீ தர்றேன்; இருந்தாலும் ஜாராவோட டீன்னா ... அது தனி சுவைதான். ஜாரா கண்ணு, நீ சர்க்கரை டப்பாவ எடுத்துக்கிட்டு வர்றலையே!

ஜாரா அங்கு குவிந்து கிடக்கும் கற்கண்டுகளைக் காட்டிய படி

: இதோ, இத்தனை இருக்கே!

தந்தை : இது மசூதிக்குச் சொந்தமானது. இத நம்மள நம்பித்தான் கொடுத்திருக்காங்க?

அம்மா : ஜாரா, டப்பாவிலிருந்து கொஞ்சம் கற்கண்டை எடுத்துக்கிட்டு வந்து கொடேன்.

அப்பா : (அம்மாவைப் பார்த்து) வீட்டுல சர்க்கரை தீர்ந்து போச்சா?

அம்மா : நான் கூப்பன எடுத்துக்கிட்டுக் கடைக்குப் போனேன், அங்க இன்னும் சர்க்கரை வரலையாம்.

அப்பா : அவனப் பத்தி மறந்திடு, அவன் எதைப் பத்தியும் கண்டுக்க மாட்டான். அவனுக்கா எப்பத் தோணுதோ அப்பத்தான் விநியோகம் பண்ணுவான்.

பேசாம, கூப்பன என்கிட்ட கொடுத்திரு, நான் எங்க கம்பெனி ஸ்டோரிலிருந்து சர்க்கரை வாங்கிக்கிட்டு வந்துடுறேன்.

அம்மா : கூப்பன் ஜமுக்காளத்துக்கு அடியில இருக்கு.

குழந்தை சிணுங்குகிறது.

அம்மா : (கவலையுடன்) உனக்கு என்ன ஆச்சு?

ஜாரா தேநீர்க் குவளையை மூடி வைத்துவிட்டு மீண்டும் படிக்க அமர்கிறாள். 'ஷூ' பற்றி அலியிடம் சத்தமாகப் பேசினால் எதிரில் இருக்கும் அப்பா, அம்மாவுக்குத் தெரிந்துவிடுமென்று

: அலி, நாளைக்கு 'ஷூ' இல்லாம, நான் எப்படிப் பள்ளிக்கூடத்திற்குப் போவது?

என்று நோட்டில் பென்சிலால் எழுதி, எழுதிய நோட்டை அவன் பக்கம் தள்ளிவிடுகிறாள்.

அம்மா : (அப்பாவிடம்) கம்பெனி ஸ்டோருக்குப் போங்க.

அம்மா குரல் கேட்டதும் ஜாரா, அவள் இங்கு பார்க்கிறாளா என அம்மாவைப் பார்க்கிறாள்.

அம்மா : நம்மளுக்கு வேற வழி இல்லை. குழந்தைக் காகவாவது கொஞ்சம் வாங்கித்தான் ஆகணும்.

அப்பா : கவலைப்படாத.

எழுதிக்கொண்டிருந்த அலி, ஜாரா நோட்டைத் தன் பக்கம் வைத்த தும் என்னவென்று பார்க்கிறான். விசயத்தைப் படித்ததும் ஜாரா வைப் பார்க்கிறான். ஜாரா அலியைத் திருதிருவென விழித்தவாறு பார்க்கிறாள். அலி, பின் தந்தையின் பக்கம் பார்க்கிறான்.

அப்பா : ரஹீம் அக்வாவோட மனைவிக்கு, மூட்டு விலகினதுக்கு நடந்த அறுவைச் சிகிச்சை, அவளை இன்னும் மோசமாக்கியிருச்சு, பேசாம, நீ இதே நிலைமையில வாழப் பழகிக்கணும்.

அம்மா : (கோபத்துடன்) என்னை என்ன செய்யச் சொல்றீங்க? இப்படி ஒண்ணுமே செய்யாம நான் உட்காந்தே கிடக்கவா?

அப்பா : அப்படியிருந்தாக்கூட நல்லதுதான். டாக்டர் தான் உன்னைய வேலை எதுவும் செய்யக் கூடாதுன்னு சொல்லியிருக்காருல்ல.

அலி : நீ, செருப்பு போட்டுக்கிட்டுப் பள்ளிக் கூடத்துக்குப் போகலாமே.

என்று அலி எழுதிய நோட்டை அவளிடம் தள்ளுகிறான். அம்மா வின் பேச்சு ஜாராவின் மீது பதிவு செய்யப்பட்டிருக்கிறது.

அம்மா : கோகப் ஹனோம் தங்கச்சி ஆப்ரேஷன் பண்ணிக்கிட்டு இப்ப நல்லாத்தான இருக்கா...

அப்பா : (கடுப்புடன்) ஆப்ரேஷன் பண்ணிக்கிறதப் பத்திக் கனவிலகூட நினைச்சுப் பார்க்காத.

ஜாரா அலி எழுதியதைப் படித்துவிட்டு அவனை முறைத்துப் பார்க்கிறாள்.

அப்பா : உன்னை மேலும் நோயாளியாக்க நான் விரும்பல.

ஜாரா : உனக்கு என்ன தைரியமிருந்தா, என் 'ஷூ'வையும் தொலைச்சுட்டு இந்த மாதிரி பேசுவ?

என்று நோட்டில் எழுதி நோட்டை அவனிடம் தள்ளியபடியே
   கிசுகிசுத்தபடி   : நான் அப்பாகிட்ட சொல்லிடப் போறேன்.

அலியும் ஜாராவும் குசுகுசுவென்று பேசுவதை அப்பா ஏறிட்டுப் பார்க்கிறார். அலி நோட்டில் பதிலுக்கு எழுதி அவளிடம் நோட்டைத் தள்ளுகிறான். ஜாரா அலி எழுதியதைச் சன்னமான குரலில் வாய்விட்டுப் படிக்கிறாள்.

                        : ஜாரா ஒருவேளை நீ அப்பாகிட்ட சொன்னேன்னா, அவரு நம்ம ரெண்டுபேரையும் தான் அடிப்பாரு. ஏன்னா, அவர்கிட்ட புதுசா 'ஷூ' வாங்க இப்ப பணம் இல்லை.

   ஜாரா   : அப்புறம், நான் என்னதான் பண்ணுறது?

என்று எழுதி நோட்டை அவனிடம் நகர்த்துகிறாள்.

   அலி   : நீ என்னோட 'ஷூ'வைப் போட்டுக்கிட்டுப் போ, பள்ளிக்கூடம் விட்டு நீ வந்ததும் நான் அதைப் போட்டுக்கிட்டுப் போறேன்

என்று அலி எழுதுகிறான். ஜாரா அதைப் படித்துப் பார்த்துவிட்டு, ஏற்றுக்கொள்ளவும் முடியாமல், ஏற்றுக்கொள்ளாமல் இருக்கவும் முடியாத மனநிலையில், அடுத்து என்ன எழுதுவது என்று தெரியாமல், பென்சிலைச் சுரண்டுகிறாள். அப்போது அலி, ஒரு புது பென்சிலை அவள் நோட்டில் வைத்துக் கிசுகிசுக்கும் குரலில் இது உனக்குத்தான் என்கிறான். அவன் கொடுத்ததைச் சிறிது நேர யோசனைக்குப் பின் தயக்கத்துடன் ஏற்றுக்கொள்கிறாள். இதன் பின்னணியில் மனதை வருடும் மெல்லிய இசை ஒலிக்கிறது.

காட்சி – 10

அலியின் வீடு / பள்ளிக்குப் போகும் வழியில் இருக்கும் தெருக்கள் / பகல் / வெளி

ஜாரா பள்ளிக்குச் செல்ல வீட்டுக் கதவைத் திறந்துகொண்டு படிகளில் இறங்கி வருகிறாள். காலுறை அணிந்த கால்கள் படிகளில் இறங்கி வருவது அண்மைக் காட்சியாகக் காட்டப்படுகிறது. அவள் தயக்கத்துடன் ஒவ்வொரு படியாக மெதுவாக இறங்குகிறாள். கடைசிப் படிக்கு வந்தவள் படிக்குக் கீழே கிடக்கும் அலியின் 'ஷூ'வைக் குனிந்து எடுத்துக் காலில் போட்டுக் கொண்டு மிக மெதுவாகத் தளர்ச்சியுடன் நடந்துபோகிறாள்.

தூரத்தில் பழைய பேப்பர், பிளாஸ்டிக் வாங்குபவர் கத்திக்கொண்டிருப்பது கேட்கிறது. வெளிவாசலுக்கு வந்தவள், யாராவது தான் அணிந்திருக்கும் 'ஷூ'வைப் பார்த்துவிட்டால் அவமானமெனக் கருதி, தெருவை எட்டிப் பார்க்கிறாள். அவள் கண்களில் சோகம் தெரிகிறது. அப்போது தெருவில் சற்று தூரத்தில்.

: பிளாஸ்டிக் பைகளுக்கு, பழைய செருப்புகளுக்கு உப்பு ... உப்பு

என்று கத்தியவாறு தள்ளுவண்டியைத் தள்ளிக்கொண்டு போகிறார். ஜாரா தயங்கியபடியே வீட்டை விட்டு வெளியேறி நடந்து போகிறாள். பள்ளிக்கூடத்திற்குச் சற்று அருகில் வந்ததும் நின்றுவிடுகிறாள். தான் அணிந்திருக்கும் 'ஷூ'வை அவமானமாகக் கருதுவதுபோல் 'ஷூ'வைக் குனிந்து பார்க்கிறாள். அவள் முகத்தில் சோகம் அப்பிக் கிடக்கிறது. அந்த இடத்திலேயே நின்றுகொண்டு பள்ளிக்கூடத்திற்குள் மாணவிகள் நுழைவதைப் பார்த்தபடி இருக்கிறாள். பின், வேறு வழியில்லாமல் தயக்கத்தை விடுத்து வேகமாக நடந்து போய் மாணவிகளோடு கலந்து கொண்டு பள்ளிக்குள் நுழைகிறாள்.

காட்சி – 11

பள்ளிக்கூட விளையாட்டு மைதானம் / பகல்

பள்ளியில் விளையாட்டு வகுப்பு நடந்துகொண்டிருக்கிறது. ஜாரா, சிறுமிகள் அணிந்திருக்கும் 'ஷூ'வைப் பார்த்துத் தன்னோடு ஒப்பிட்டுக் கொண்டு அவமானத்தால் வரிசையிலிருந்து சற்று நகர்ந்து 'ஷூ'வை மறைக்க முயல்கிறாள். ஆசிரியை கூப்பிடக் கூப்பிட ஒவ்வொரு சிறுமியாக வந்து நீளம் தாண்டுகின்றனர். நீளம் தாண்டும் அளவை ஆசிரியை குறித்துக்கொள்கிறாள். ஒரு சிறுமி நீளம் தாண்டும்போது வழுக்கித் தலைகுப்புற விழுகிறாள். சிறுமிகள் ஐயோ என்று பதறுகின்றனர். ஆசிரியை மாணவியைத் தூக்கிவிட்டு

: உனக்கொண்ணும் அடி எதும் படலையே, இப்படி வந்து நின்னுக்கோ.

என்றவாறு அச்சிறுமியின் ஆடையில் ஒட்டியிருந்த தூசியைத் தட்டி விடுகிறாள். பின் மாணவிகளைப் பார்த்து

ஆசிரியை : இங்க பாருங்க சிறுமிகளே!

ஃபெரஸ்டியால அவள் போட்டிருந்த 'ஷூ' வினால தான் சரியா நீளம் தாண்ட முடியாமப் போச்சு... தாண்டும்போது கேன்வாஷ் 'ஷூ' போட்டிருந்தா நல்லது.

துரதிர்ஷ்டம் என்னான்னா, இங்க நிறையப் பேரு கேன்வாஸ் போட்டுக்கிட்டு வரலைங்கிறதுதான். ஆனா, சில பேரு போட்டுக் கிட்டு வந்திருக்கிறீங்க.

என்று ஆசிரியை சொன்னதும் ஜாரா மகிழ்ச்சியில் சிரிக்கிறாள்.

ஆசிரியை : சரி, பஹ்ரா, இப்ப நீ தாண்டு.

ஜாரா அவமானமாகக் கருதி முன்னர் மறைத்து வைக்க முயன்ற தன் 'ஷூ'வை இப்பொழுது எல்லாச் சிறுமிகளைப் போலச் சற்று வரிசையில் முன்னகர்ந்து தைரியமாக வெளியே காட்டுகிறாள். அவள் முகம் மகிழ்ச்சியில் திளைத்திருக்கிறது.

இண்டர்கட்:

அலி தெரு முனையில் ஜாராவுக்காகக் காத்திருக்கிறான். ஜாராவை எதிர்பார்த்து தெருவையே பார்த்துக்கொண்டிருக்கிறான்.

காட்சி – 12

பள்ளிக்கூடத்தின் வெளிப்புறம் / வீட்டுக்குப் போகும் வழியில் இருக்கும் தெருக்கள் / பகல்

ஜாராவின் பள்ளிக்கூடம் முடிந்து சிறுமிகள் சலசலவென்று பேசியபடியே வெளியே வருகின்றனர். ஜாராவும் உடன் வெளிப்படு கிறாள். பின் ஓடத் தொடங்குகிறாள். நீண்ட பிரதான சாலையைத் தாண்டி ஓடி, மற்றொரு தெருவுக்குள் நுழைந்து பின் மற்றொரு தெருவென ஓடிக்கொண்டிருக்கிறாள்.

அலி பொறுமையின்றித் தவித்தபடி அவளுக்காகக் காத்திருக்கிறான். ஜாரா தூரத்தில் ஓடி வருவதைப் பார்த்துவிட்டு, வேகமாக வா என்கிறான். ஜாரா இன்னும் வேகமாக அவனை நோக்கி ஓடி வருகிறாள். அலி வேகமா என்கிறான் மறுபடியும்.

அலி : ஏன் இவ்வளவு தாமதம்.

ஜாரா : நான் ஒண்ணும் தாமதம் இல்ல . . . பள்ளிக் கூடத்திலிருந்து ஓடியே வந்தேன்.

அலி : சீக்கிரம் 'ஷூ'வக் கழட்டு; எனக்கு நேர மாயிருச்சு.

ஜாரா தன் ஷூவைக் கழட்டிக் கொடுக்க, அலி தான் போட்டிருந்த செருப்பை அவளிடம் கொடுக்கிறான். ஜாரா ஏதோ சொல்ல முற் படுகிறாள். அதைக்கூடக் கண்டுகொள்ளாமல் அலி ஓடத் தொடங்கு கிறான். அலி ஓடி வரும் சந்தில் நான்கு சிறுவர்கள் கால்பந்து விளை யாடிக்கொண்டிருக்கின்றனர். அலி ஒரு சந்திலிருந்து மற்றொரு சந்து, பின் மற்றொரு தெரு, அதைத் தாண்டிப் பிரதான சாலையில் நீண்ட ஓட்டம் என நெடு நேர ஓட்டத்திற்குப் பின்னர் பள்ளிக்கூடத்திற்கு அருகில் வந்து சேர்கிறான். கேட்டின் வழியே பள்ளியை எட்டிப் பார்க்கிறான். பள்ளி தொடங்கி விட்டதற்கு அறிகுறியாகப் பள்ளியின் முன்புறம் காலியாக இருக்கிறது. கேட்டைத் திறந்து வேகமாக ஓடி பள்ளிக்குள் நுழைந்து மாடியில் இருக்கும் தன் வகுப்பை அடைய, படிக்கட்டில் தபதபவென்று ஏறி ஓடுகிறான். எதிர்த் திசையில் போய்க்கொண்டிருந்த தலைமை ஆசிரியர் சத்தம் கேட்டுத் திரும்பிப் பார்த்து அவனைக் கூப்பிட நினைப்பதற்குள் அலி மேலே ஏறி ஓடி விடுகிறான்.

காட்சி – 13

அலியின் வீடு / வெளி / மாலைப்பொழுது

அலி சோர்வுடன் பள்ளிமுடிந்து வீடு திரும்புகிறான். வீட்டு முற்றத்தில் இருக்கும் நீர்த்தொட்டி அருகே அமர்ந்து ஜாரா பாத்திரம் தேய்த்துக் கொண்டிருக்கிறாள். அலி சோர்வுடன் நடந்து போய்த் தன் பையை நீர்த்தொட்டியருகே வைத்துவிட்டுப் பைப்பில் தண்ணீர் குடிக்கிறான். பின் நீர்த்தொட்டியின் சுவரின் மேல் அமர்கிறான்.

ஜாரா : (பாத்திரத்தைத் தேய்த்தபடி) சரியான நேரத்திற்குப் பள்ளிக்கூடத்திற்குப் போயிட்டியா?

அலி : நான் தாமதமாத்தான் போனேன். நீ இன்னும் கொஞ்சம் சீக்கிரமா வரணும்.

ஜாரா : நான் வகுப்பு முடிஞ்சதும் நேரா இங்கதான் வந்தேன்.

அலி : ஏன், நீ அம்மாகிட்ட சொல்லல; இல்ல சொல்லிட்டயா?

ஜாரா : நான் சொல்ல மாட்டேன்னு சொல்லிட்டேன்னா கண்டிப்பாச் சொல்ல மாட்டேன்.

ஜாரா அலி அணிந்துகொண்டிருக்கும் 'ஷூ'வைப் பார்க்கிறாள்.

ஜாரா : இந்த 'ஷூ' ரொம்ப அழுக்கா இருக்கு. இதப் போட்டுக்கவே எனக்கு வெட்கமா இருக்கு.

அலி : நீ மறுபடியும் ஏதோ சாக்குப் போக்குச் சொல்ல ஆரம்பிச்சுட்ட.

ஜாரா : இல்ல, உண்மையைத்தான் சொல்றேன். அது ரொம்ப அழுக்கா இருக்கு.

அலி : (மகிழ்ச்சியுடன்) அப்படின்னா, நாம அதைக் கழுவிடலாம்.

பாத்திரத்தில் ஒட்டிக் கிடக்கும் உணவை அள்ளி நீர்த் தொட்டிக்குள் இருக்கும் மீன்களுக்குப் போடுகிறான். தங்க நிற மீன்கள் கூட்டமாக வெளிப்பட்டு உணவை உண்ணுகின்றன.

அலியும் ஜாராவும் ஆளுக்கொரு 'ஷூ'வை சோப்புப் போட்டுக் கழுவுகின்றனர். அலி 'ஷூ'வில் இருக்கும் நுரைகளை ஊதுகிறான். அதைப் பார்த்து ஜாராவும் தன் 'ஷூ'வில் இருக்கும் நுரையை ஊதுகிறாள். ஜாரா கொஞ்சம் நுரையை எடுத்துப் பெரியக் குமிழ் களாக ஊதித் தன் கையில் வைத்து ரசித்தவள், பின் அதை ஊதிப் பறக்கவிடுகிறாள். குமிழ் பறக்கிறது. அலியும் நுரையைக் கையில் எடுத்து ஊதுகிறான். பெரிய பெரியக் குமிழ்கள் நிறைய உருவாகின் றன. அதைக் கையில் ஏந்தி ஊதிக் காற்றில் பறக்க விடுகிறான். ஜாராவும் குமிழ்களாக ஊதிப் பறக்கவிடுகிறாள். இப்படி மாறி மாறி இருவரும் ஊதி ஊதிப்பறக்கவிட, அந்த இடமே சோப்புக் குமிழ்களாக மாறுகிறது. இதன் பின்னணியில் ரம்மியான இசை ஒலிக்கிறது.

கழுவி முடித்த 'ஷூ'வைத் தன் வீட்டுச் சுவரில் அலி காயவைக் கிறான். அப்போது கதவு தட்டப்படும் சத்தம் கேட்கிறது. அலி கத வைத் திறந்து பார்க்க, அவன் நண்பன் கால்பந்துடன் நின்று கொண் டிருக்கிறான்.

நண்பன் : அலி, வா விளையாடப் போகலாம்.
அலி : எனக்கு நிறைய வேலை இருக்கு.
நண்பன் : பரவாயில்லை வா.
அலி : இல்ல, என்னால வர முடியாது?
நண்பன் : ரொம்ப நேரம் ஆகாது. சீக்கிரமே திரும்பி டலாம்.
அலி : எங்கம்மாவுக்கு உடம்பு சௌகரியம் இல்லை.
நண்பன் : (சலிப்புடன்) போய்த் தொலைடா.

என்றபடி போய்விடுகிறான். அலி, அவன் போவதை ஏக்கத்துடன் பார்க்கிறான். விளையாடப் போக முடியாத சோகம் அவன் முகத்தில் தெரிகிறது. கதவைச் சாத்திவிட்டு வீட்டுக்குள் திரும்புகிறான். ஓரிடத் தில் சோர்வுடன் அமர்ந்து, சுவரில் சாய்த்து வைக்கப்பட்டிருக்கும் 'ஷூ'வைப் பார்க்கிறான். 'ஷூ'வினால்தான், தான் விளையாடப் போகவில்லை என்ற வருத்தம் அவன் முகத்தில் தெரிகிறது.

காட்சி – 14

அலியின் வீடு / உள் / இரவு

அலி, ஜாரா, அலியின் தந்தை, அம்மா அனைவரும் அமர்ந்து இரவு உணவு சாப்பிட்டுக்கொண்டிருக்கின்றனர். அலியின் தந்தை மடியில் குழந்தையை வைத்தபடி சாப்பிட்டுக்கொண்டிருக்கின்றார். பின்னால் சிறிய கருப்பு வெள்ளை தொலைக்காட்சி ஓடிக்கொண்டிருக்கிறது.

அலியின் அம்மா : இன்னைக்கு என்னோட அருமைப் பொண்ணு எல்லா வீட்டு வேலையையும் செஞ்சா. அலியும் அவளுக்கு உதவி செஞ் சான்.

பாராட்டும் விதத்தில் ஜாராவைத் தந்தை பார்க்கிறார்.

அலி : நான் ரொட்டியும் காய்கறியும் வாங்கிக் கிட்டு வந்தேன்.

ஜாரா : நான் வீடு பெருக்கினேன், காய்கறிகளைக் கழுவினேன். அப்புறம் உருளைக்கிழங்கை உரிச்சேன்.

தந்தை : நல்ல பொண்ணு நீ. எனக்குப் பணம் எதா வது கிடைச்சா, உங்க ரெண்டு பேருக்கும் நல்லதா எதாவது வாங்கித் தரேன்.

டி.வி.யில் 'ஷூ' விளம்பரம் ஒன்று வருகிறது. அலி, அதைப் பார்த்து விட்டுப் பின் ஜாராவைப் பார்க்கிறான்.

அலியின் தந்தை : (அம்மாவிடம்) ரெண்டு மூணு நாள் ஓய் வுக்குப் பிறகு, இப்ப நீ கொஞ்சம் தெம்பாத் தெரியிற.

ஜாராவும் டி.வி. விளம்பரத்தைப் பார்க்கிறாள். திடீரென டி.வி.யில் ஒளிபரப்பு துண்டிக்கப்பட்டுப் புள்ளி புள்ளியாகத் தெரிகிறது.

அலியின் தந்தை : நீ மட்டும் படிக்கட்டுல ஏறி இறங்காம இருந்தா இன்னும் சீக்கிரமாவே குண மாயிடுவ ...

அலியும் ஜாராவும் டி.வி.யில் புள்ளி புள்ளியாகத் தெரிவது கண்டு ஏமாற்றம் அடைகின்றனர்.

காட்சி – 15

அலியின் வீடு / உள் / வெளி / இரவு

வெளியே இடி இடித்து, மின்னல் வெட்டி மழை பெய்துகொண்டிருக்கிறது. எல்லாரும் தூங்கிக்கொண்டிருக்க ஜாரா மட்டும் தூங்காமல் எழுந்து உட்கார்ந்துகொண்டிருக்கிறாள். மின்னல் வெட்டின் வெளிச்சம் ஜாராவின் மேல் விழுகிறது. அலியை எழுப்புகிறாள். அலி தூக்கக் கலக்கத்துடன் எழுந்து.

: என்ன விஷயம்.

ஜாரா : அலி, வெளியே மழை பெய்யுது, 'ஷூ' நனைஞ்சாலும் நனைஞ்சிடும். எனக்கு வெளியில போகப் பயமாக இருக்கு.

அலி தூக்கக் கலக்கத்துடன் கதவுக் கண்ணாடி வழியே வெளியே பார்க்கிறான். மின்னல் வெட்டி, இடி இடித்து மழை பெய்துகொண்டிருக்கிறது. மின்னலின் வெளிச்சம் இருவர்மீதும் விழுகிறது.

அலி தலையில் துணி ஒன்றைப் போர்த்தியபடி வெளியே வந்து வேகமாக ஓடிப் போய்ச் சுவரின் மீதிருக்கும் 'ஷூ'வை எடுக்கிறான். நனைந்துபோயிருந்த 'ஷூ'வை நன்றாக உதறிவிட்டு வீட்டுப் படியருகே வைக்கிறான். இன்னும் இடி இடித்துக்கொண்டிருக்கிறது. பின், கதவைச் சாத்திவிட்டு வீட்டின் உள்ளே போய் விடுகிறான்.

காட்சி – 16

அலியின் வீடு / பள்ளிக்குப் போகும் வழியில் இருக்கும் ஷூக்கடை / வெளி / பகல்

ஜாரா பள்ளிக்குக் கிளம்ப வீட்டுக் கதவைத் திறந்துகொண்டு படிகளில் இறங்குகிறாள். 'ஷூ'வை ஒரு முறை பார்த்துவிட்டுப் பின் அணிந்து கொண்டு கிளம்புகிறாள். அவள் பள்ளிக்குப் போய்க் கொண்டிருக்கும் வழியில் இருக்கும் ஒரு 'ஷூ'க்கடை முன் நின்று, கண்ணாடி வெளியே ஒவ்வொரு 'ஷூ'வாக உற்றுப் பார்க்கிறாள்.

காட்சி – 17

வகுப்பறை / உள் / பகல்

பள்ளிக்கூடத் தேர்வு அறையில் ஜாரா மற்ற மாணவிகளுடன் அமர்ந்து தேர்வு எழுதிக்கொண்டிருக்கிறாள். தேர்வு அறையில் ஆசிரியை குறுக்கும் நெடுக்குமாக நடந்துகொண்டிருக்கிறாள். ஜாரா, ஆசிரியையின் பர்தாவை மீறி வெளியே தெரியும் கைக்கடிகாரத்தில் மணி பார்க்க முயற்சி செய்கிறாள். ஆசிரியை இப்படியும் அப்படியும் நகர்ந்துகொண்டே இருப்பதால் அவளால் மணி பார்க்க முடியாமல் போகிறது. வேறு வழியில்லாமல் ஆசிரியையிடம் (கையை உயர்த்திய வாறு).

: மேடம், இப்ப மணி என்ன ஆகுது?

ஆசிரியை ஜாராவை ஒரு பார்வை பார்த்துவிட்டு, பின் தன் கைக் கடிகாரத்தைப் பார்க்கிறாள்.

ஆசிரியை : இன்னும் எழுதறதுக்கு நிறைய நேரம் இருக்கு, எழுது.

ஜாரா ஏமாற்றமடைகிறாள்.

இண்டர்கட்:

அலி, ஜாராவை எதிர்பார்த்துப் பொறுமையின்றித் தவிப்புடன் தெரு முனையில் காத்துக்கொண்டிருக்கிறான்.

ஜாரா அவசர அவசரமாக எழுதி முடித்துப் பேப்பரை எடுத்துக் கொண்டு வந்து ஆசிரியையிடம் தருகிறாள்.

ஜாரா : மேடம், இப்ப நான் போகலாமா?
ஆசிரியை : ஏன், நீ இவ்வளவு அவசரமா கிளம்ப ணும்னு தவிச்சுக்கிட்டு இருக்க

என்றபடி தேர்வு எழுதிய பேப்பரை நன்றாகப் பார்க்கிறார். பார்த்து விட்டு,

: சரி, போ என்கிறார்.

காட்சி – 18

வீட்டுக்குப் போகும் வழியில் இருக்கும் தெருக்கள் / பகல்

ஜாரா ஓட ஆரம்பிக்கிறாள். பிரதான சாலையைத் தாண்டி ஓடி, மற்றொரு தெருவுக்குள் நுழைகிறாள். வேகமாக ஓடியபடியே தெருவில் இருந்த நீரோட்டம் நிறைந்த சாக்கடையைத் தாண்டிய போது அவளின் லூசான ஒரு 'ஷூ' கழன்று சாக்கடைத் தண்ணீரில் விழுகிறது. சாக்கடையில் தண்ணீர் அதிகமாகப் போய்க்கொண்டிருப்பதால் 'ஷூ'வை அடித்துச் செல்கிறது. ஜாரா பரிதவித்தபடியே சாக்கடையில் விழுந்த ஷூவை எடுக்க ஓடுகிறாள். சாக்கடைத் தண்ணீரில் ஷூ அவளைக் கடந்து வேகமாக ஓடிக்கொண்டிருக்கிறது. பலமுறை எடுக்க முயன்றும் அவளைத் தாண்டி ஷூ ஓடிக்கொண்டிருக்கிறது. ஜாரா ஷூவின் பின்னாலேயே ஓடுகிறாள். சாக்கடைத் தண்ணீரில் இருக்கும் ஷூவிற்கு மிக நெருக்கமாகக் கை வைக்க, அதற்குள் ஷூ அவளைத் தாண்டுகிறது. பலமுறை ஷூவுக்கு அருகில் அவள் கை வைத்தும் அவளால் எடுக்க முடியாமல் போகிறது. இப்போது ஷூ பாலத்துக்கு அடியில் இருந்த குப்பைகளில் போய் மாட்டிக்கொள்கிறது.

ஜாரா குனிந்து பார்த்துவிட்டுத் தன்னால் இனி எடுக்க முடியாதென நினைத்து, சாக்கடை அருகில் மண்டியிட்டு அமர்ந்தபடி தேம்பித் தேம்பி அழுகிறாள். அருகே இருக்கும் கடைக்காரர் எதேச்சையாய் வெளியே வர, ஜாரா அழுதுகொண்டிருப்பதைப் பார்த்து அவள் அருகே போகிறார்.

க.காரர்	: ஏன் அழுகிற? என்ன ஆச்சு, குட்டிப் பொண்ணே?
ஜாரா (அழுதபடி)	: என்னோட 'ஷூ' தண்ணியில விழுந்திருச்சு,
	அது இப்ப பாலத்துக்கு அடியில போய் மாட்டிக்கிச்சு.
க.காரர்	: சரி, அழாத கண்ணு, நான் அதை உனக்கு எடுத்துத் தர்றேன்.

என்றபடி பாலத்திற்கு அடியே அவர் குனிந்து பார்க்கிறார். பின் ஒரு பெரிய கம்பை எடுத்துக்கொண்டு வந்து சாக்கடையின் அடைப்பைக் குத்திவிடுகிறார். அவர் நெடுநேரம் குத்திக்கொண்டே இருப்பதைப் பார்த்து இனி தனக்கு ஷூ கிடைக்காதோ என்று அழும் பாவனையில் அவரைப் பார்த்தபடி இருக்கிறாள். கடைசியில் அவர் அடைப்பை எடுத்துவிட்டு விட 'ஷூ' தண்ணீரில் ஓடுகிறது.

க.காரர் : ஓடிப் போய் எடு.

என்றதும் ஜாரா ஷூவின் பின்னால் ஓடுகிறாள். அவரும் உடன் ஓடுகிறார். ஷூ நீரின் வேகத்தால் வேகமாக ஓடுகிறது. அவர்கள் இருவரையும் தாண்டிச் சற்றுத் தூரத்தில் போய்க்கொண்டிருக்கிறது. அதே நேரத்தில் சற்றுத் தொலைவில் தொழிலாளி ஒருவர் சாக்கடை அள்ளிக்கொண்டு இருக்கிறார். அதைப் பார்த்த கடைக்காரர் 'அந்த ஷூவ எடுங்க, பெரியவரே எடுத்திடுங்க' என்று கத்துகிறார். அவர் தன் கையில் இருக்கும் மண்வெட்டியால் ஷூவை எடுத்துவிடுகிறார்.

காட்சி – 19

அலியின் வீட்டருகே இருக்கும் தெரு முனை / பகல்

அலி தெரு முனையில் பரிதவிப்புடன் காத்துக் கிடக்கிறான். ஜாரா அவனை நோக்கிச் சோர்வுடன் நடந்துவருகிறாள்.

அலி : எங்க போயிருந்த?

ஜாரா அவன் கேள்விக்குப் பதில் சொல்லாமல் அமைதியாக இருக்கிறாள்.

அலி : (சற்றுக் குரலை உயர்த்தி) ஏன், இவ்வளவு தாமதமா வந்த?

ஜாரா எதுவும் பேசாமல் ஷூவைக் கழட்டி அவன் முன்னால் தூக்கிப் போட்டுவிட்டு, அவனுக்கு முதுகு காட்டியபடி கோபத்துடன் திரும்பி நின்றுகொள்கிறாள். 'ஷூ'வைப் பார்த்த அலி

: ஏன், ஈரமா இருக்கு?

ஜாரா : (கோபத்துடன்) நான் இனிமே இந்த 'ஷூ' வைப் போடவே மாட்டேன்.

அலி : (கோபத்துடன்) ஏன், இது ஈரமா இருக்கு?

ஜாரா : அது சாக்கடையில விழுந்திருச்சு.

அலி : இந்த ஈரமான ஷூவப் போட்டுக்கிட்டு நான் எப்படிப் பள்ளிக்கூடத்துக்குப் போறது?

ஜாரா : அது எனக்குப் பெரிசா இருக்கு. அதனால தான் கழன்று விழுந்திருச்சு.

அலி : இல்ல, இது நல்ல ஷூதான்.

ஜாரா : (கோபத்துடன்) என்னோட ஷூவத் தொலைச்சது உன்னோட தப்பு, ஒழுங்கா கண்டுபிடிச்சுக் கொடுத்திரு, இல்லாட்டா அப்பாகிட்ட சொல்லிடுவேன்.

அலியும் : *(பதில் கோபத்தோடு)* நான் ஒண்ணும் அடி கிடைக்கும்னு பயப்படல. அப்பாகிட்ட இந்த மாதக் கடைசி வரைக்கும் பணம் இருக்காது. நாம ஷூ வேணும்னு கேட்டா, அவர் யாருகிட்டயாவது கடன்தான் வாங்கணும்.

ஜாரா எதுவும் பேசாமல் அழும் பாவனையில் அவனைப் பார்க்கிறாள். ஷூ ஈரமாக இருப்பதால், அலி காலுறையைப் பேண்ட் பாக்கெட்டில் திணித்துக்கொண்டு வெறுங்காலில் ஷூவை மாட்டிக் கொள்கிறான். பின் அவளைப் பார்த்து 'நான் சொன்னது உனக்குப் புரியும்னு நினைக்கிறேன்' என்கிறான். ஜாரா அமைதியாக இருக்க, அவளைச் சிறிது நேரம் பார்த்தபடி நின்ற அலி, பின் பள்ளிக்கூடத்திற்கு ஓட ஆரம்பிக்கிறான். ஜாரா அதேயிடத்தில் நின்றபடியே இருக்கிறாள்.

காட்சி - 20

பள்ளிக்கூடம் / உள் / பகல்

அலி பள்ளிக்கூடத்திற்குள் ஓடியபடியே நுழைந்து, வகுப்புக்கு விரைந்துகொண்டு இருக்கிறான். அவன் படிகளில் ஏறும்போது, தன்னுடைய அறையின் வெளியில் நின்றிருந்த தலைமையாசிரியர் அவனைப் பார்த்து 'கொஞ்சம் நில்லு' என்கிறார். அலி திரும்பி அவரைப் பார்க்கிறான்.

தலைமை ஆசிரியர் : இங்க இறங்கி வா.

என்றதும் அலி பயந்தபடியே அவரை நோக்கிப் போகிறான். தலைமை ஆசிரியரும் அவனை நோக்கி வந்து,

: எங்க போயிருந்த, ஏன், இவ்வளவு தாமதமா வர்ற?

அலி : நான் ரொம்ப தூரத்திலிருந்து வர்றேன் சார்.

த. ஆசிரியர் : வர்ற வழியில விளையாடிட்டு வந்தியா, நேத்துக்கூட நீ தாமதமாத்தான வந்த.

(பின் எச்சரிக்கும் விதத்தில்)

: இது மாதிரி அடுத்த தடவை வந்தா, உன்னை உள்ளவே விடமாட்டேன்.

அலி : சரிங்க சார்.

எதேச்சையாய்க் கீழே குனிந்து அவன் 'ஷூ'வைப் பார்த்தவர்

த. ஆசிரியர் : ஏன் ஷூவெல்லாம் நனைஞ்சு இருக்கு?

அலி : நான் சாக்கடையில விழுந்துட்டேன் சார்.

அவர் அவனை ஒரு மாதிரி பார்த்துவிட்டு,

: அப்படின்னா, உன் பேண்ட் எல்லாம் ஏன் நனையல.

அலி   : ஆழமில்லாத சாக்கடை சார்.

அலி பேண்ட் பாக்கெட்டில் திணித்துவைத்திருந்த காலுறையை வெளியே எடுத்துக் காட்டியபடி

                           : ஏன், இந்தக் காலுறை மட்டும் நனையவே இல்லை.

அலி அமைதியாக நிற்கிறான்.

அவன் ஏதோ பொய் சொல்கிறான் என்பதைத் தெரிந்து கொண்டவர்,

                           : மறுபடியும் இந்த மாதிரி பண்ணாத, இப்ப வகுப்புக்குப் போ.

அலி   : சரிங்க சார்.

அவன் கிளம்பியபோது அவன் தோளில் தன் கையில் இருக்கும் பிரம்பால் லேசாக அடிக்கிறார். அவன் படிகளில் ஏறி ஓடுகிறான். அவன் போவதைப் பார்த்தபடி தலைமை ஆசிரியர் நிற்கிறார்.

காட்சி – 21

அலியின் வகுப்பறை / உள் / பகல்

அலி வராந்தாவில் வேகமாக ஓடி வகுப்பை அடைகிறான்.
கதவைத் திறந்து உள்ளே வந்த அலி

: சார், நான் உள்ளே வரலாமா.

ஆசிரியர் : வந்து உட்காரு.

அலி வகுப்பின் உள்ளே நுழைந்து, இரண்டு மாணவர்கள் எழுந்து வழி கொடுக்கத் தன் இருக்கையில் போய் அமர்கிறான். தன் பையிலிருந்து புத்தகங்களை எடுத்து மேஜைமீது வைக்கிறான். அப்போது அவன் பின்னால் அமர்ந்திருந்த சிறுவன், கடைசி பெஞ்சிலிருந்து கொடுத்து விடப்பட்ட துண்டுச் சீட்டை அலியிடம் தருகிறான். அலி அதைப் பிரித்துப் படிக்கிறான்.

: நாங்க ஷாஹின்னுக்கு எதிரா இன்னைக்கு
விளையாடப் போறோம்

என்று எழுதியிருக்கிறது. அலி பின்னால் திருப்பிப் பார்க்க, துண்டுச் சீட்டுக் கொடுத்த நண்பன் வருகிறாயா என்பதைப் போலச் சைகையால் கேட்கிறான். அலி அவனுக்குப் பதில் சொல்ல, அந்தத் துண்டுச் சீட்டின் பின்னால் எழுதத் தொடங்குகிறான். அந்தச் சிறுவன் அங்கிருந்தபடியே அலி என்ன செய்கிறான் என்று பார்க்கிறான்.

அலி : என்னால வர முடியாது; எங்கம்மாவுக்கு
உடம்பு சௌகரியமில்லை.

என்று எழுதி, துண்டுச் சீட்டைப் பின்னால் கொடுத்து அனுப்புகிறான். அலி எழுதியதைப் படித்த அந்தச் சிறுவன், எழுந்து நின்று அலியை நோக்கி உணர்ச்சிவசப்பட்டு

(சத்தமாக) : இது இறுதிப் போட்டி.

மாணவர்கள் அனைவரும் சிரிக்கின்றனர். பேப்பர் திருத்திக் கொண்டிருந்த ஆசிரியர் வகுப்பில் எழுந்த சிரிப்பொலியைக் கண்டு

: என்ன நடக்குது அங்க? நான் என் வேலைய முடிக்கிறவரைக்கும் கொஞ்சம் அமைதி யாக இருக்க மாட்டீங்களா.

என்றபடி வகுப்பைப் பார்த்தவர், ஒரு மாணவன் ஒரு பக்கமாகச் சாய்ந்து உட்கார்ந்திருக்க அவனைப் பார்த்து

: நேரா, ஒழுங்கா உட்காரு.

நின்றுகொண்டிருக்கும் துண்டுச் சீட்டுக் கொடுத்த சிறுவனையும் உட்காரச் சொல்கிறார். பின் சிறிது நேரத்தில் தன் வேலை முடிந்து விட்டது என்பதுபோல் அவர் தொண்டையைக் கனைத்தபடி மாணவர்களைப் பார்த்து

: யார் யாரெல்லாம் சிரிச்சீங்களோ, அவங் கெல்லாம் இப்ப அழப் போறீங்க, பதினைஞ்சு பேரைத் தவிர மற்ற எல்லாரும் ஃபெயில். இருந்தாலும் மூணு பேரு நல்ல மார்க் வாங்கி யிருக்காங்க கரீம்னன்வா, அலி மண்டீகர். (தன் பெயரைச் சொன்னதும் அலி சிரிக்கி றான்.) சல்மான் நஜ்மா.

வகுப்பு முடிஞ்ச பிறகு அவங்ககிட்ட நான் கொஞ்சம் பேசணும்.

காட்சி – 22

வீட்டுக்கு வரும் வழியில் இருக்கும் தெருக்கள் /
மாலைப் பொழுது

அலி பள்ளி முடிந்து வீட்டுக்கு ஓடுகிறான். பிரதான சாலையைத் தாண்டி மற்றொரு தெரு, பின் இன்னொரு சந்து என இன்று மிகவும் சந்தோஷத்துடன் ஓடிக்கொண்டிருக்கிறான். தூரத்தில் அவன் தங்கை ஜாரா கையில் ஒரு பாத்திரத்தை வைத்தபடி வருவதைப் பார்க்கிறான்.

அலி : ஜாரா, ஜாரா

என்று அவளைக் கூப்பிடுகிறான். அலி கூப்பிடக் கூப்பிடக் காது கேளாததுபோல ஜாரா போய்க்கொண்டே இருக்கிறாள். ஜாரா என்று கூப்பிட்டவாறு அலி அவளை நோக்கி ஓடுகிறான். ஓடிப் போய் அவளை வழி மறித்து

: நான் கூப்பிடக் கூப்பிட ஏன் நிக்காமலே போய்க்கிட்டு இருக்க?

ஜாரா பதில் சொல்லாமல் அமைதியாகத் தலைகுனிந்தபடி நிற்கிறாள்.

அலி : எங்க போய்க்கிட்டு இருக்க?

ஜாரா : (அவன் முகத்தை ஏறிட்டுப் பார்க்காமலே) கோப்ரா ஹனோம் சமைக்கிறதுக்காகக் கொடுத்த பாத்திரத்தைத் திருப்பிக் கொடுக்கப் போய்க்கிட்டு இருக்கேன்.

அலி : என் மேல் கோபமா இருக்கியா

என்று கேட்டுவிட்டு அவளையே சிறிது நேரம் பார்த்தபடி நிற்கிறான். பின் தன் பையைத் திறக்க முயற்சி செய்கிறான். ஜாரா, அவன் என்ன செய்கிறான் என ஓரக் கண்ணால் பார்க்கிறாள். அலி பையிலிருந்து ஒரு புதுப் பேனாவை எடுத்து ஜாராவிடம் காட்டியபடி

: இது நல்லா இருக்குல்ல?

இப்போது ஜாரா சற்று அவன் முகம் பார்த்து

                    : இதை எங்க வாங்கின?

அலி   : இது, எங்க சார் எனக்குப் பரிசாக் கொடுத்தது இந்தா இது உனக்குத்தான்.

பேனாவை அவளிடம் நீட்டுகிறான்.

ஜாரா தயக்கத்தை விடுத்து சிரித்த முகத்துடன் பேனாவை வாங்கிக் கொண்டு,

                    : இது உண்மையிலேயே எனக்குத்தானா?

அலி   : ஆமாம்.

ஜாரா   : (சந்தோஷத்துடன்) உனக்குத் தெரியுமா? நான் அம்மாகிட்ட சொல்லவே இல்ல.

அலி   : (மகிழ்ச்சியுடன்) எனக்குத் தெரியும். நீ சொல்லியிருக்க மாட்டேன்னு?

ஜாரா   : நான் போயிட்டுச் சீக்கிரம் வந்துடுறேன்.

சிரித்தபடி அவனிடமிருந்து விடைபெற்று ஓடுகிறாள்.

காட்சி – 23

அலியின் வீடு \ உள் \ இரவு

அலியின் அம்மா 'சூப்' வைத்துக்கொண்டிருக்கிறாள். தயாரான சூப்பி லிருந்து கொஞ்சம் எடுத்துப் பாத்திரத்தில் ஊற்றுகிறாள். அலியின் தந்தை வானொலியைச் சரியான அலைவரிசையில் வைக்க முள்ளைத் திருகிக்கொண்டிருக்கிறார். அவர் அருகில் அமர்ந்து அலி படித்துக்கொண்டிருக்கிறான். ஜாரா தன் கையில் குழந்தையை வைத்துக்கொண்டு அங்குமிங்கும் நடந்து குழந்தைக்கு விளையாட்டுக் காட்டுகிறாள்.

அம்மா : அலி கண்ணா, எனக்கு அந்தத் தட்ட எடுத்துக் கொடேன்.

ரேடியோ பாட ஆரம்பிக்கிறது. அலி தட்டை எடுத்துக்கொண்டு போய் அம்மாவிடம் கொடுக்கிறான்.

அம்மா : இந்த சூப்பை கோகப் ஹனோம் கிட்டக் கொடுத்திட்டு வந்திரு.

அலி தட்டில் சூப் கிண்ணத்தை வைத்து ஏந்தியபடி கிளம்புகிறான். அலியின் தந்தை ரேடியோவை வேறொரு அலைவரிசைக்கு மாற்று கிறார். ஜாரா குழந்தையைத் தோளில் தட்டிக்கொடுத்தபடி இங்கு மங்கும் நடைபோடுகிறாள்.

காட்சி – 24

ஹனோம் வீடு / உள் / வெளி / அதே வேளை

அலி தன் வீட்டிலிருந்து இறங்கி, தன் வீட்டு அருகிலேயே இருக்கும் ஹனோம் வீட்டு முன்னால் போய்க் கதவைத் தட்டுகிறான். உள்ளே இருந்து 'யாரது' என்ற குரல் கேட்கிறது.

அலி : நான் தான் அலி.
: கோகப் ஹனோமிற்குக் கொஞ்சம் சூப் கொண்டுவந்திருக்கேன்.
பெரியவர் : உள்ளே வா, மகனே!

அலி கதவைத் திறந்துகொண்டு உள்ளே போகிறான். வயதான பெண்மணி ஹனோம் படுக்கையில் சாய்ந்தபடி உட்கார்ந்திருக்கிறாள். அருகில் வயதானவர் ஒருவர் (ஹனோமின் கணவர்) அமர்ந்திருக்கிறார்.

அலி : வணக்கம்.
பெரியவர் : வாடா... அலி செல்லம்.

அலி சூப்பை அவர் முன் வைக்கிறான்.
பெரியவர் : உங்கப்பா எப்படி இருக்காருடா கண்ணு.
அலி : நல்லா இருக்காரு.

கிளம்பப்போன அலியை ஹனோம் கையமர்த்தி உட்காரச் சொல்கிறாள்.

ஹனோம் : (பாராட்டும் விதத்தில்) அலி கண்ணு, உங்கம்மா ரொம்பத் தங்கமானவங்க.
அலி : இது ஒண்ணும் பெரிசில்ல.
ஹனோம் : உங்கம்மாவுக்கு எப்படி இருக்கு.
அலி : பரவாயில்லை.

ஹனோம் : சீக்கிரம் குணமாகணும்னு நான் வாழ்த்துச் சொன்னேன்னு உங்கம்மாகிட்டச் சொல்லு.
அலி : சரிங்க.

அப்போது பெரியவர் கட்டிலுக்கு அடியில் எதையோ எடுக்கக் கை விட்டுத் தேடுகிறார். கிளம்பத் தயாரான அலியை

பெரியவர் : அலி கொஞ்ச நேரம் இரேன்.

எழுந்தவன் மறுபடியும் உட்காருகிறான்.

பெரியவர் : இந்தா இதை வாங்கிக்கோ.

என்றபடி எதையோ கொடுக்க நினைக்கிறார்.

அலி : இல்லை இல்லை

(வேண்டாமென மறுக்கிறான்)

அவர் வற்புறுத்தி அலிக்குக் கை கொள்ளும் அளவுக்கு முந்திரிப் பருப்பும், உலர் திராட்சையும் தருகிறார்.

பெரியவர் : வாங்கிக்கோ கண்ணு, கடவுள் உன்ன ஆசீர்வதிக்கட்டும். உங்கப்பாவ நான் விசாரிச்சதாச் சொல்லு.

பின் அலி அங்கிருந்து கிளம்புகிறான்.

காட்சி – 25

பள்ளிக்கூடப் பிரார்த்தனை மைதானம் / பகல்

ஜாராவின் பள்ளிக்கூடப் பிரார்த்தனை நேரம். அனைத்து வகுப்பு மாணவிகளும் வகுப்பு வாரியாக வரிசையாக நின்றிருக்கின்றனர்.

ஆசிரியை : கையை உயர்த்துங்கள்.

என்றதும் மாணவிகள் கையை உயர்த்துகின்றனர்.

ஆசிரியை : நான் இந்த நாட்டின் மலர் போன்றவள்

என்று உறுதிமொழியைக் கூற

மாணவிகள் : (அனைவரும் கோரஸாக) நான் இந்த நாட்டின் மலர் போன்றவள்.

ஆசிரியை : நேரா நில்லுங்க.

மாணவிகள் நேராக நிற்கின்றனர்.

ஆசிரியை : தலைவருக்குக் கீழ்ப்படிந்து நடக்க வேண்டும்.
மாணவிகள் : தலைவருக்குக் கீழ்ப்படிந்து நடக்க வேண்டும்.
ஆசிரியை : தேர்வு வரப் போற இந்த நேரத்துல, நான் உங்களுக்குச் சில ஆலோசனைகளைச் சொல்லப் போறேன்.

நல்லா கவனியுங்க மாணவிகளே, தேர்வு காலங்கள்ல உங்களை நீங்க கடின உழைப்புக்கு உட்படுத்திக்கணும். அதற்காக நீங்க நேரத்த வீணாக்காமல் கஷ்டப்பட்டுப் படிக்கணும்.

ஜாரா குனிந்தபடி நின்றுகொண்டு, மாணவிகள் அணிந்திருக்கும் 'ஷூ'க்களைப் பார்த்தபடி இருக்கிறாள்.

: நீங்க வீட்டுல பிரச்சனையில்லாமப் படிக்கிறதுக்கு வேண்டிய வசதிகளைச் செஞ்சு தரச் சொல்லி உங்கப்பா அம்மாகிட்டச் சொல்றேன்.

ஜாரா மாணவிகள் அணிந்திருக்கும் ஷூக்களை மறுபடியும் பார்க்கிறாள். அந்த 'ஷூ'க்களின் மீது ஆசிரியையின் குரல் பதிவு செய்யப்பட்டு இருக்கிறது.

| ஆசிரியை | : நீங்க பாடத்த நல்லாப் புரிஞ்சிக்கிறதுக்கு, உங்கம்மாவையும் உங்களோடு சேர்ந்து உட்கார்ந்து படிக்கச் சொல்லுங்க. |

ஜாரா மறுபடியும் ஷூக்களைப் பார்க்க ஆரம்பிக்கிறாள். அதன் மீது ஆசிரியையின் குரல் பதிவுசெய்யப்பட்டிருக்கிறது.

| ஆசிரியை | : நான் உங்களுக்கு ஏற்கனவே சொல்லியிருக்கேன். நீங்க தவறாம, உங்க நகங்களைப் பெரிசா வளரவிடாம வெட்டிடணும். ஒவ்வொரு வாரமும் வெள்ளிக்கிழமை ஓய்வா இருக்கிற நேரத்துல நகங்களை வெட்டிடுங்கள். அப்பத்தான் சனிக்கிழமை நகங்கள் எல்லாம் சுத்தமா இருக்கும். |

ஷூக்களைப் பார்த்தபடியே வந்தவள், தன் 'ஷூ'வை ஒருத்தி அணிந்திருப்பதைக் கண்டு திகைத்து மறுபடியும் உற்றுப் பார்க்கிறாள்.

| ஆசிரியை | : ஏன்னா, நகங்களுக்கு அடியில பாக்டீரியா சேர்ந்திடும். அதே கையோட நீங்க சாப்பிடும் போது, பாக்டீரியா வயித்துக்குள்ள போயி, உடம்பைக் கெடுத்திடும். |

ஜாரா மறுபடியும் ஷூவைப் பார்க்கிறாள். பின் அவள் முகத்தைப் பார்க்க முயற்சி செய்கிறாள். அவள் முகம் சரியாகத் தெரியாமல் போக, சற்றுத் தள்ளி நின்று முகத்தைப் பார்க்க முயற்சி செய்கிறாள். அந்தச் சிறுமியின் முகம் பக்கவாட்டில்தான் தெரிகிறது. அதனால் அவளை ஜாராவால் சரிவர அடையாளம் கண்டுகொள்ள முடியவில்லை.

| ஆசிரியை | : சரி, இப்ப நீங்க எல்லாரும் வகுப்புக்குப் போகலாம். |

ஆசிரியை வகுப்பு வாரியாக வரிசையாகக் கலைந்துபோகச் சொல்கிறார். மாணவிகள் கலைந்து போய்க்கொண்டு இருக்கின்றனர். ஜாரா முகத்தில் பதற்றத்துடனும், சோகத்துடனும் அந்த ஷூவை அணிந்த பெண்ணின் காலைப் பார்த்தபடி இருக்கிறாள். சில பேர் வரிசையிலிருந்து கலைய

| ஆசிரியை | : வரிசையாப் போங்க செல்லங்களா

ஏய், பொண்ணே வரிசையில போ. |

ஜாரா அந்தச் சிறுமி தூரத்தில் போவதைப் பார்த்தபடி இருக்கிறாள்.

காட்சி – 26

வகுப்பறை / உள் / பகல்

ஜாரா உட்பட மாணவிகள் ஆசிரியை சொல்லச் சொல்ல எழுதிக் கொண்டிருக்கின்றனர்.

ஆசிரியை : பறக்கத் தொடங்கிய வாத்துகள், திரும்பும் போது நிறைய புழுக்களோடு வந்தன.

வகுப்பு முடிந்ததை அறிவிக்கும் மணி ஒலிக்கிறது.

ஆசிரியை : எழுதி முடிச்சவங்க எல்லாம் பேப்பரை உயர்த்திக் காட்டுங்க.

மாணவிகள் நிறையப் பேர் உயர்த்திக் காட்டுகின்றனர்.

ஆசிரியை எழுதி முடிக்காதவர்களைப் பார்த்து

: சீக்கிரமா முடிங்க, என் கண்ணுங்களா.

பின் ஒரு மாணவியைப் பார்த்து

: ஃபரோக்கி, எழுதி முடிச்சவங்க பேப்பரை யெல்லாம் வாங்கிடு.

மாணவிகளைப் பார்த்து

: வகுப்புக்கு இடையே இருக்கிற இடை வேளை நேரத்தை வீணடிக்காம அடுத்த கிளாஸ்ல செய்யப்போறதப் பத்தி யோசிங்க... ஞாபகம் வச்சுக்கங்க, அடுத்து கணக்கு வகுப்பு.

காட்சி – 27

விளையாட்டு மைதானம் / அதே வேளை

பள்ளி மைதானத்தில் மாணவிகள் விளையாடிக்கொண்டிருக்கின்றனர். ஜாரா விளையாடாமல் தன் ஷூவை அணிந்திருக்கும் அந்தச் சிறுமியைத் தேடுகிறாள். அவள் முகத்தில் சோகம் தெரிகிறது. கீழே குனிந்து ஒவ்வொரு ஷூவாகப் பார்த்தபடி கூட்டத்தின் ஊடே நடக்கிறாள். மாணவிகள் சிலர் கயிறு தாண்டி விளையாடிக்கொண்டிருக்கின்றனர். கயிறு தாண்டும்போது அந்தரத்தில் பறக்கும் அவர்கள் கால்களை ஜாரா உற்றுப் பார்க்கிறாள். வெவ்வேறு வகையான ஷூக்களை அணிந்த மாணவிகளின் கால்கள் காட்டப்படுகின்றன.

இவ்வாறு நெடுநேரம் பார்த்தபடியே வந்துகொண்டிருந்தவள் இப்போது மாணவிகள் கூட்டத்தைக் கடந்துவிட்டாள். பின் அப்படியே அவள் சற்றுத் தள்ளிப் பார்க்க, ஒரு ஓரத்தில் ஒரு சிறுமி தன் ஷூவை அணிந்திருப்பதைக் கண்டுபிடிக்கிறாள். ஜாரா முகத்தில் சோகம் பரவுகிறது. பின் அவளை நோக்கிப் போகிறாள்.

அந்தச் சிறுமி சுவரில் சாய்ந்து நின்றபடி எலந்தைப் பழ ஜாமைச் சாப்பிட்டுக்கொண்டிருக்கிறாள். ஜாரா அவள் அருகில் போய்ப் பக்கவாட்டில் சற்றுத் தள்ளி நின்று அவள் முகத்தையே பார்க்கிறாள். பின், அவள் கால்களில் அணிந்திருக்கும் தன் ஷூவைப் பார்க்கிறாள்.

அந்தச் சிறுமி தன்னிச்சையாக ஜாமைப் பாக்கெட்டோடு சேர்த்துச் சப்பிச் சப்பிச் சாப்பிட்டுக்கொண்டிருக்கிறாள். அவள் தாடையில் ஜாம் ஒட்டிக் கிடக்கிறது. அப்போது வகுப்பு தொடங்குவதற்கான மணி ஒலிக்கிறது. அந்தச் சிறுமி சாப்பிடாமல் இன்னும் மீதமிருக்கும் ஜாம் பாக்கெட்டைத் தன் பைக்குள் வைத்துக் கொண்டு அந்த இடத்தை விட்டு நகர்கிறாள். ஜாரா சோகத்துடன் அவள் போவதைப் பார்த்தபடியே நிற்கிறாள்.

காட்சி – 28

வீட்டுக்குப் போகும் வழியில் இருக்கும் தெருக்கள் / பகல்

மாணவிகள் பள்ளிக்கூடம் முடிந்து வெளியே வருகின்றனர். ஜாரா சற்று முன்னரே வந்து ஒரு தூணின் மறைவில் நின்றுகொண்டு தன்னு டைய ஷூவை அணிந்த அந்தச் சிறுமி வருகிறாளா எனப் பார்க்கி றாள். அந்தச் சிறுமி வெளியே வர ஜாரா தன்னைத் தூணின் பின் னால் மறைத்துக்கொண்டு, அவள் போகும் பாதையைக் கவனிக் கிறாள். சிறுமி துள்ளித்துள்ளிக் குதித்து நடந்து போய்க் கொண்டி ருக்கிறாள். சிறிது நேரம் காத்திருந்த ஜாரா பின்னர் அவளைப் பின் தொடர்கிறாள். சிறுமி சந்தோஷத்துடன் நடந்து போய்க்கொண்டி ருக்கிறாள். ஜாரா பதுங்கியபடி அவளைப் பின்தொடர்கிறாள். தனக்கும் அந்தச் சிறுமிக்குமான இடைவெளி குறைவாக இருப்பது போல் உணர்ந்ததால் ஓரிடத்தில் ஒதுங்கி நின்று அவள் போவதைப் பார்த்துக்கொண்டிருக்கிறாள். அந்தச் சிறுமி துள்ளித் துள்ளிக் குதித்தபடியே ஓடுகிறாள். ஜாரா இடைவெளி விட்டே பின் தொடர் கிறாள். ஓரிடத்தில், அந்தச் சிறுமி வேகமாக ஓடத்துவங்க, ஜாராவும் பின் தொடர்ந்து ஓடுகிறாள். ஓடியவாறே தன் வீட்டை அடைகிறாள் அந்தச் சிறுமி. பின்னால் போய்க் கொண்டிருக்கும் ஜாரா ஒரு சுவரின் பின்னால் மறைந்து நின்று கொண்டு அவளைக் கண்காணிக் கிறாள். சிறுமி கதவைத் தட்டுகிறாள். கதவின் முன்னால் நின்று கொண்டு, சீக்கிரம் திறங்க என்பது போல லேசான துள்ளலுடன் குதித்துக்கொண்டிருக்கிறாள். அவளின் அம்மா வந்து கதவைத் திறந்த தும் ஒளிந்து நின்று கொண்டு விளையாட்டு காண்பிக்கிறாள். சிறுமி யின் அம்மா, வெளியே யாரும் இல்லையே என எட்டிப் பார்க்க இதோ இருக்கேம்மா என்றபடி சந்தோஷத்துடன் அவள் முன் வருகி றாள். அம்மா, அவளை உள்ளே அழைத்துக்கொண்டு கதவைச் சாத்து கிறாள்.

காட்சி - 29

அலியின் பள்ளிக்கூடம் / உள் / வெளி / பகல்

அலி பள்ளிக்கூட மைதானத்தின் வழியே வகுப்புக்குப் போக வேகமாக ஓடிக்கொண்டிருக்கிறான். அப்போது தலைமை ஆசிரியர் அறையில் தொலைபேசி ஒலிப்பது கேட்கிறது. தொடர்ந்து ஒலித்துக் கொண்டே இருக்கிறது. மூச்சு வாங்கியபடி நின்ற அலி, தலைமை ஆசிரியர் இருக்கிறாரா என அவர் அறையை எட்டிப் பார்த்துக் கொண்டு மெதுவாகப் பதுங்கிப் பதுங்கி நடக்கிறான். பின் சட்டெனப் படிகளில் ஏறி ஓடுகிறான். வேகமாக ஓடியவன் ஓரிடத்தில் தயங்கி நிற்கிறான். தலைமை ஆசிரியர் மேலே இருந்து கீழே இறங்கி வந்து கொண்டிருப்பதைப் பயத்துடன் பார்க்கிறான்.

தலைமை ஆசிரியர் : இந்தத் தடவை ஏன் தாமதம்?

அலி மூச்சு வாங்கியபடி பரிதாபமாக அவரைப் பார்த்தபடி நிற்கிறான். அலியின் ஷூவைத் தன் பிரம்பால் சுட்டிக்காட்டி

: இந்தத் தடவை, ஷூ நனைஞ்சு போச்சுன்னு எந்தக் கதையும் என்கிட்ட சொல்ல முடியாது.

அலி மௌனமாக நிற்கிறான். இப்படிக் கீழே இறங்கி வா என்றபடி நடக்கிறார். அலியும் அவரைப் பின் தொடர்ந்து போகிறான். வாசலருகே போனவர் வெளியே கை காட்டி,

தலைமை : சரி, வீட்டுக்குக் கிளம்பு! சீக்கிரம்.

அலி கண் கலங்கியபடி நிற்கிறான்.

தலைமை ஆசிரியர் (கோபத்துடன்)

: நான் உன்கிட்டத்தான் பேசிக்கிட்டு இருக்கேன். வீட்டுக்குப் போ, திரும்பி வரும் போது உங்கப்பாவக் கூட்டிக்கிட்டு வா.

அலி கண்ணீர் பொங்க

: மன்னிச்சிருங்க சார்... எங்கப்பா வேலைக்குப் போயிருப்பாரு.

தலைமை ஆசிரியர் : நாளைக்கு அவர வரச் சொல்லு. இப்ப இங்கிருந்து கிளம்பு.

அலி : நாளைக்கும் அவர் வேலைக்குப் போயிடு வாருங்க சார் ...

அவனைச் சிறிது நேரம் பார்த்தவர்,

: அப்படின்னா உங்கம்மாவக் கூட்டிக் கிட்டு வா.

அலி : எங்கம்மாவுக்கு உடம்பு சுகமில்லை சார்.

அவன் முகத்தில் கண்ணீர் வழிந்து ஓடுடியது.

தலைமை ஆசிரியர் (கடும் கோபத்துடன்)

: நீ எந்தக் காரணம் சொன்னாலும் ஏத்துக்க மாட்டேன். பொறுப்பில்லாம நடந்துக்கிற பசங்கள இப்படித்தான் நாங்க நடத்து வோம்.

கோபத்துடன் தன் கையிலிருக்கும் பிரம்பால் அவன் தோளில் தட்டி

: நீ போகலாம். வெளியே போ.

அலி கிளம்ப அவன் முதுகில் கம்பால் லேசாகத் தட்டுகிறார். அலி அழுதபடியே வெளியே போகிறான்.

சற்றுத் தூரத்தில் அவன் வகுப்பு ஆசிரியர் வந்துகொண்டிருக்கிறார். அலி வெளியே போவதைப் பார்த்தவர் அவனருகில் நின்று

: என்ன ஆச்சு அலி, என்ன இது?

அவர்கள் பேசிக்கொள்வதைப் பார்த்து, ஆசிரியர் என்ன செய்கிறார் என்பதைப் போலத் தலைமை ஆசிரியர் பார்க்கிறார். ஆசிரியர், அலியை 'உள்ளே வா' என அழைத்துவருகிறார். ஓரிடத்தில் அவனை நிற்க வைத்துவிட்டுத் தலைமை ஆசிரியரிடம் போகிறார்.

ஆசிரியர் : வணக்கம் சார்.

தலைமை ஆசிரியர் : வணக்கம்.

ஆசிரியர் : (அலியைக் கைகாட்டி) நல்லா படிக்கிற பையன், ஒழுங்கான பையன்கூட சார்

என்று அவனுக்கு சிபாரிசு செய்கிறார். பின், அலியை இங்க வா என்று அழைக்கிறார். அலி அவர்கள் முன்னால் போய் நிற்கிறான்.

தலைமை ஆசிரியர் : ஜபாரி சார் சொன்னதுனால இந்தத் தடவை உன்னை மன்னிச்சு உள்ள விடு றேன். மறுபடியும் இந்த மாதிரி நடந்துக் காத சரி, வகுப்புக்குப் போ.

மன்னிப்புக் கேட்கும் தோரணையில் அலி கையை உயர்த்த,

தலைமை ஆசிரியர் : சரி போ.

ஆசிரியர் : உங்க கனிவுக்கு ரொம்ப நன்றி சார்.

தலைமை ஆசிரியர் (புன்னகையுடன்) : இருக்கட்டும் ...

காட்சி - 30

ரோயா வீட்டுக்குப் போகும் பாதை / பகல்

ஜாரா, அலி இருவரும் விறைப்புடன் விறுவிறுவென ஒரு தெருவின் வழியே நடந்து போய்க்கொண்டு இருக்கின்றனர். சிறிது நேரத்தில் அந்தச் சிறுமியின் வீட்டை வந்தடைகின்றனர். ஜாரா, அலியிடம் தன் ஷூவை அணிந்திருக்கும் அந்தச் சிறுமியின் வீட்டைக் காட்டி

ஜாரா : அந்தா இருக்கே, அதுதான் அவங்களோட வீடு.

வீடு பூட்டப்பட்டிருக்கிறது. இருவரும் வீட்டை நோக்கி நடக்கின்றனர். கதவு திறக்கப்படும் சத்தம் கேட்டதும் இருவரும் வேகமாக ஓடி வந்து ஒரு சுவரின் பின்னால் ஒளிந்து நின்று கொண்டு அங்கே நடப்பதைப் பார்க்கின்றனர். அந்தச் சிறுமி கதவைத் திறந்து வெளியே வந்து ஒரு தூணின் பின்னால் ஒளிந்து கொள்கிறாள். வெளியே வந்த அவளின் தந்தை

: ரோயா, ரோயா (தேடுகிறார்) அடி, குட்டிப் பிசாசே, மறுபடியும் விளையாட்டுக் காண் பிக்கிறாயா.

அலியும் ஜாராவும் அங்கு நடப்பதைப் பார்த்துக்கொண்டிருக்கின் றனர். அவர்கள் மேல் தந்தையின் குரல் பதிவுசெய்யப்பட்டு இருக் கிறது.

: டேய், கண்ணு எங்கடா இருக்க?

சிறுமி வேகமாக ஓடிவந்து தந்தையை அணைத்துக்கொள்கிறாள்.

தந்தை : குட்டிப் பிசாசே!

என்றபடி குனிந்து அவளைப் பாசத்துடன் அணைத்துக்கொண்டு 'குறும்புக்காரப் பிள்ளை' என்கிறார்.

அப்போது வீட்டின் உள்ளே இருந்து வந்த சிறுமியின் தாய், விற் பனைப் பொருட்கள் அடங்கிய ஒரு பெட்டியை அவரின் தோளில் மாட்டிவிடுகிறாள்.

அலி, ஜாராவைப் பார்க்கிறான். சிறுமியின் தந்தை பார்வையற்றவர் என்பதை உணருகிறாயா என்பதைப் போலப் பார்க்கிறான். அவர்களின் மீது தாயின் குரல் பதிவுசெய்யப்பட்டு இருக்கிறது.

தாய் : வேற, ஏதாவது உங்களுக்கு வேணுமா?

தந்தை : இல்ல, வேண்டாம்.

தாய் : ரோயா, ரொட்டி வாங்கிக்கிட்டு உடனே வீட்டுக்குத் திரும்பி வந்திடணும்.

தந்தை அந்தச் சிறுமியின் கையைப் பிடித்தபடி நடந்துபோகிறார். ஜாரா அமைதியாக, அவர்கள் போவதைப் பார்த்துக்கொண்டிருக்கிறாள். பின் சோகத்துடன் தலையைக் குனிந்துகொள்கிறாள்.

அலியும் ஜாராவும் ஏமாற்றத்துடனும் சோகத்துடனும் தளர்வுடனும் திரும்பி நடந்து போய்க்கொண்டிருக்கின்றனர். தூரத்தில் யாரோ ஒருவர் சோகமாகப் பாடுவது தெருவில் கேட்கிறது. இருவரும் பக்க வாட்டில் இடைவெளிவிட்டு நடந்து செல்கின்றனர். அலி அவளை ஏறிட்டுப் பார்க்கிறான். ஜாரா திரும்பாமல் அவள் பாட்டுக்கு, சோகத்துடன் தலை குனிந்து நடந்துகொண்டிருக்கிறாள்.

காட்சி – 31

மசூதி / உள் / வெளி / பகல்

அப்போது கேட்ட சோகமான பாட்டு இப்பொழுதும் தொடர்கிறது. அலியின் தந்தை பல கண்ணாடி டம்ளர்களில் கறுப்பு தேநீரை ஊற்றுகிறார். பின் ஒரு பாத்திரத்தில் நொறுக்கிய கற்கண்டை எடுத்துப் போடுகிறார். அலியின் தந்தை அந்தப் பாட்டோடு சேர்ந்து தானும் பாடுகிறார். பாடியபடியே அழ ஆரம்பிக்கிறார். தன் கைக் குட்டையால் கண்ணை மூடிக்கொண்டபடி சிறிது நேரம் அழுது கொண்டிருக்கிறார்.

அலியும் இன்னொரு சிறுவனும் வந்திருந்தவர்கள் அலங்கோலமாகப் போட்டுவிட்டுப் போயிருந்த ஷூக்களை ஒழுங்குபடுத்தி வரிசையாக அடுக்கிவைக்கின்றனர். அப்போது ஜன்னலின் வழியே எட்டிப் பார்த்த அலியின் தந்தை

: அலி, வந்து எல்லாருக்கும் டீ கொடு.

அலி ஷூக்களை ஒழுங்குபடுத்தியபடி அருகிலிருக்கும் சிறுவனிடம்

: முஸ்தபா, வா போகலாம்.

சோகமான பாட்டு தொடர்ந்துகொண்டே இருக்கிறது. அலி கையில் கற்கண்டு பாத்திரத்துடனும் அந்தச் சிறுவன் 'டீ' கிளாஸ் களைத் தட்டில் வைத்து ஏந்தியபடியும் அங்கு கூடியிருந்த அனை வருக்கும் 'டீ' கொடுக்கின்றனர்.

உள்ளே, அலியின் தந்தை செடிகள் வெட்டும் கத்திரிக்கோலை நன்றாக வேலை செய்கிறதா எனப் பரிசோதித்துக்கொண்டே

: நிச்சயமா, இது உங்களுக்குத் தேவை யில்லையா?

எதிரில் நின்றிருக்கும் வயதானவர்,

: இல்லை, எனக்கு வேண்டாம். நீங்களே வச்சுக்கங்க.

அலியின் தந்தை : அல்லாவின் அருள் உங்களுக்குக் கிடைக் கட்டும்.

பெரியவர் : நன்றி.

அலியின் தந்தை செடிகளுக்கு மருந்து தெளிக்கும் கருவியையும் நன்றாக இருக்கிறதா எனச் சோதித்துப் பார்க்கிறார்.

காட்சி – 32

அலியின் வீடு / உள் / இரவு

அலியின் அம்மா ஒரு பெரிய நூல் ராட்டையிலிருந்து நூலைப் பிரித்துச் சிறிய பந்தாகச் சுற்றியபடியே அலியின் அப்பாவை நோக்கி,

: உங்களால, நிச்சயமா இந்த வேலையைச் செய்ய முடியுமா?

தந்தை : மரங்களுக்கு மருந்தடிக்கிறதும் தோட்டத்தைக் கொத்திச் சீரமைக்கிறதும் ஒண்ணும் பெரிய வேலை இல்லையே. எப்படி இருந்தாலும் இதனால நமக்கொரு நஷ்டமும் ஏற்படப் போறதில்லை.

ஒரு தடியான குச்சியின் முனையைக் கூராகச் சீவியபடியே,

: நான், இந்தக் கருவிகளையெல்லாம், ஹுசைன் கிட்ட இருந்துதான் வாங்கியிருக்கேன்.

சில சமயம், ஹுசைன் வேலைக்கு லீவ் போட்டுட்டு, அப்படியே நகரத்திற்குள்ளே போயி வேலை தேடுவாரு ... இந்த மாதிரி வேலையை அவர் செஞ்சதுனால கொஞ்சம் பணம்கூடச் சேர்த்துட்டாரு.

நாளைக்கு வெள்ளிக்கிழமை. அதனால நானும் அலியும் நகரத்திற்குள்ளேயும், அதைச் சுத்தியும் போய்ப் பார்க்கிறோம்.

பின் அலியைப் பார்த்து

: இது ஒண்ணும் கஷ்டமான வேலை இல்லை. ஒருவேளை நாம இதன் மூலமா பணம் சம்பாதிக்கக் கூட வாய்ப்பிருக்கு.

கூராகச் சீவிய குச்சியில் களைக் கரண்டியைப் பொருத்துகிறார். அலியின் தாய் நூலைப் பந்துபோல் சுற்ற, ஜாரா பெரிய நூல் திரட்டையைக் கையில் பிடித்தபடி இருக்கிறாள்.

காட்சி – 33

நகரத்தின் பிரதான சாலை / பகல்

நகரத்தின் சாலைகளில் கார்கள் விரைந்தோடிக்கொண்டிருக்கின்றன. சாலைக்குச் சற்றுத் தள்ளி இருக்கும் பூங்காவில் பெரிய நீர் ஊற்று ஒன்று இருக்கிறது. நகரத்தில் இருக்கும் பெரிய உயரமான கட்டடங்களின் பிரம்மாண்டமான தோற்றத்தை கேமரா காண்பிக்கிறது. சைக்கிளின் பின்னே தோட்ட வேலைக் கருவிகளையும் முன்னால் அலியையும் வைத்துக்கொண்டு அலியின் தந்தை சைக்கிளை மிதித்துக்கொண்டு போகிறார். அலி வேடிக்கை பார்த்தபடி வருகிறான். கொளுத்தும் வெயிலில் மூச்சிறைத்தபடியே அலியின் தந்தை சைக்கிள் ஓட்டுகிறார். அலியின் முகத்திலும் சோர்வும், களைப்பும் தெரிகிறது. நகரத்தில் இருக்கும் பெரிய கட்டடங்களும் நகரத்துச் சாலைகளின் நெரிசலான போக்குவரத்தும் காட்டப்படுகிறது.

அலியும் அவன் தந்தையும் நகரத்தின் தோற்றத்தைப் பார்த்து வியந்தபடியே சைக்கிளில் போய்க்கொண்டிருக்கின்றனர். கேமரா இப்பொழுது உயரத்திலிருந்து சாலையின் மேம்பாலத்திலும் கீழேயும் போகும் கார்களையும் பிற வாகனங்களையும் காட்டுகிறது. மேம்பாலத்தின் மேலே அலியும் அவன் தந்தையும் சைக்கிளில் போய்க்கொண்டிருப்பதும் காட்டப்படுகிறது. சாலைகளில் நூற்றுக்கணக்கான கார்கள் வேகமாகப் போய்க்கொண்டிருக்கையில், அலியும் தந்தையும் சைக்கிளில் மெதுவாகச் சாலையின் ஓரத்தில் போய்க் கொண்டிருக்கிறார்கள்.

காட்சி – 34

அலியும், தந்தையும் வேலை தேடும் நகரத்தின் ஒரு பகுதி / பகல் / உள் / வெளி

மேடான பகுதியாக இருப்பதால், சைக்கிளை ஓட்ட முடியாமல் அலியின் தந்தை களைப்புடன் சைக்கிளைத் தள்ளிக்கொண்டு வர, அலியும் சோர்வுடனும், களைப்புடனும் பின்னால் நடந்து வருகிறான். நெடு நேரம் சைக்கிளை ஓட்டிக்கொண்டு வந்த களைப்பு அலியின் தந்தை முகத்தில் தெரிகிறது. ஓரிடத்தில் நின்று வழியும் வியர்வையைத் துடைத்துக்கொள்கிறார். அலி மேல் மூச்சு, கீழ் மூச்சு வாங்கியபடி நிற்கிறான். நிறைய, பெரிய பெரிய வீடுகள் அந்தப் பகுதியில் நிறைந்திருக்கின்றன. அலியும், தந்தையும் மூச்சு வாங்கியபடியே வீடுகளின் தோற்றத்தைப் பார்க்கின்றனர்.

அலியின் தந்தை 'வா போகலாம்' என்றபடி சைக்கிளைத் தள்ளிய படி நடந்துபோகின்றார். வீடுகளைப் பார்த்தவாறே அலியும், அலியின் தந்தையும் போய்க்கொண்டிருக்கின்றனர்.

அலியின் தந்தை
(அலியிடம்) : நான் வீட்டின் காலிங்பெல்லை அழுத்துவேன். அப்புறம், மத்ததையெல்லாம் நீதான் பேசணும்.

அலி
(தயக்கத்துடன்) : நான் என்ன சொல்லணும்?

தந்தை : உங்களுக்குத் தோட்ட வேலை செய்யிறவங்க தேவையான்னு கேட்கணும்.

இருவரும் ஒரு வீட்டருகே நிற்கின்றனர்.

அலியின் தந்தை : இப்ப நான் என்ன செய்யிறேன்னு கவனி, அப்புறம் அதே மாதிரி நீயும் செய்... இப்படி வா

என்றபடி ஸ்டாண்டு சரியில்லாத சைக்கிளை ஒரு மரத்தில் சாத்தி வைத்துவிட்டு வீட்டருகே போகிறார்கள். 'மைக்'குடன் கூடிய காலிங்

பெல்லை அலியின் தந்தை அழுத்துகிறார். உள்ளேயிருந்து ஒரு பெண்ணின் குரல் கேட்கிறது. பதிலுக்கு இவரும் பேசுகிறார்.

பெண் : சொல்லுங்க.

அலியின் தந்தை : நான்தான்.

பெண் : யாரது.

தந்தை : கரீம் மேடம்.

பெண் : கரீம்? யாரு வேணும் உங்களுக்கு?

தந்தை : யாருமில்லை மேடம் ...

பெண்
(எரிச்சலுடன்) : யார் நீங்க?

தந்தை : அது வந்து ... நாங்க

பெண்
(கோபத்துடன்) : ஏன், இப்படித் தொந்தரவு பண்றீங்க.

அலி, இப்படி ஆகிவிட்டதே என்று தந்தையைப் பரிதாபத்துடன் பார்க்கிறான்.

தந்தை
(பதற்றத்தோடு) : ஒரு நிமிஷம் பொறுங்க மேடம்.

பெண் : பர்விஷ், வெளியே போய், யார் நம்மள தொந்தரவுபடுத்துறாங்கன்னு பாரு.

தந்தை
(பயந்து போய்) : அலி வா ஓடிடலாம் ...

உள்ளேயிருந்து
ஆண்குரல் : யாரது?

(கோபமாக) : நீ உண்மையான ஆம்பளையா இருந்தா அங்கேயே நில்லு.

அலி சைக்கிளில் முன்னால் அமர்ந்துகொள்ள, தந்தை சைக்கிளை வேகமாகத் தள்ளி, பின் ஏறி மிதித்து அந்த இடத்தை விட்டுத் தப்பி ஓடுகின்றனர். அலியின் தந்தை வேக வேகமாக சைக்கிளை மிதித்து இரண்டொரு தெரு தாண்டிவிடுகிறார். ஓரிடத்தில் சைக்கிளை நிறுத்தி அலியை 'இறங்கு' என்றபடி,

: என்ன மாதிரி ஆளுங்க, நாம என்ன சொல்லிட்டோம்னு இப்படிக் கோவிச்சுக்கிறாங்க ...

சினிமா பாரடைசோ

சில்ட்ரன் ஆஃப் ஹெவன்

லைஃப் இஸ் பியூட்டிஃபுல்

டயரில் காற்று சரியாக இருக்கிறதா எனச் சரிபார்த்துக்கொள்கிறார். பின் அருகில் இருக்கும் இன்னொரு வீட்டுக்குப் போய் அழைப்பு மணியை அழுத்துகிறார்.

உள்ளேயிருந்து

ஆண்குரல்	: யாரது?
அலியின் தந்தை	: சலாம் அலைக்கும்.
ஆண்	: நான் உங்களுக்கு எதாவது உதவி செய்ய ணுமா.
தந்தை	: ஆமாம், நன்றி.
ஆண்	: யார் நீங்க?
தந்தை	: என் பேரு கரீம்.
ஆண்	: கரீம், யாரு வேணும் உங்களுக்கு!
தந்தை	: வந்து...

அவர் திணறுவதைப் பார்த்த அலி உடனே சுதாரித்துக்கொண்டு,

: நாங்க தோட்ட வேலை செய்யறவங்க சார். மரங்களுக்கு மருந்தடிப்போம், தோட்டத்தைக் கொத்திச் சரிசெய்வோம், தேவைக்கு அதிக மான கிளைகளை வெட்டி விடுவோம் சார்.

அலி இவ்வாறு சரளமாகப் பேசியது கண்டு அலியின் தந்தைக்குப் பெரும் மகிழ்ச்சியும் உற்சாகமும் ஏற்படுகிறது.

ஆண்	: உங்களோட பணி எங்களுக்குத் தேவை யில்லை.

வேலை கிடைக்காவிட்டாலும் தான் இவ்வளவு தெளிவாகப் பேசி விட்டோமென்ற மகிழ்ச்சியுடனும் பெருமிதத்துடனும் தந்தையைப் பார்க்கிறான். தந்தை அவனைப் பெருமையுடன் பார்த்து,

: அற்புதம், உனக்கு நிறைய விஷயம் தெரிஞ் சிருக்கு.

அலி பெரும் மகிழ்ச்சியுடன் சிரிக்கிறான். அலியின் தந்தையும் மகிழ்ச்சி பொங்கச் சிரித்தவாறு 'வா போகலாம்' என்கிறார். அங்கி ருந்து நகர்ந்து பக்கத்து வீட்டுக்குப் போகின்றனர்.

தமிழில் : யுகன் சரவணன்

அலி அழைப்பு மணியை அழுத்துகிறான். முன்பிருந்த பதற்றம் இப்போது அவனிடத்தில் இல்லை. அந்த வீட்டின் முன்னே இருந்த சிறு திண்டில் இயல்பாக அமர்ந்தபடியே,

            : உங்களுக்குத் தோட்ட வேலை செய்யற வங்க தேவையா?

உள்ளேயிருந்து ஒரு குரல்

            : இல்லை. எங்களுக்கு வேண்டாம்.

அலி இன்னொரு வீட்டுக்குப் போகிறான்.

உள்ளேயிருந்து பெண் குரல்

            : இல்லை, எங்களுக்கு வேண்டாம்.

அலியின் தந்தை ஒருபுறமும் அலி மறுபுறமும் எனப் பல்வேறு வீடுகளில் அழைப்பு மணியை அழுத்தி விஷயத்தைச் சொல்வதும், அவர்கள் வேண்டாமென்பதுமாக நேரம் கழிந்துகொண்டிருக்கிறது. அலி இப்போது ஒரு வீட்டில் அழைப்பு மணியை அழுத்துகிறான். அலியின் தந்தை சற்றுத் தள்ளி கேட் அருகே நின்றுகொண்டு காத்திருக்கிறார்.

உள்ளேயிருந்து : என்ன வேணும்?

அலி : உங்களுக்குத் தோட்ட வேலை செய்யற வங்க தேவைப்படுமா?

பெண் : இல்லை. வேண்டாம்.

அதே நேரத்தில் வீட்டின் உள்ளே இருந்த நாய், கேட் அருகே வந்து வலையின் வழியாக அலியின் தந்தையைப் பார்த்துக் குரைக்கிறது. நாய், மூடிய கேட்டின் பின்னால் தான் இருக்கிறது. தன்னைக் கடிக்க முடியாது என்பதைக்கூட உணராமல் பயத்தில் தடுமாறித் தலை குப்புற விழுந்தெழுந்து, 'அலி, ஓடியாந்திரு' என்று கூப்பிட்டவாறு சைக்கிளைத் தள்ளிக்கொண்டு வேகமாக ஓடத் தொடங்குகிறார். அலி, தந்தை என்ன செய்கிறார் என்பது புரியாமல் நிற்க,

            : அலி, வேகமா ஓடி வந்திடு

என்றபடி தந்தை சைக்கிளை இன்னும் வேகமாகத் தள்ளிக்கொண்டு போகிறார். அலியும், அவரைப் பின்தொடர்ந்து ஓடுகிறான். பயத்தில் அலியின் தந்தை வெகுதூரம் திரும்பிப் பார்க்காமலே ஓட, அலியும் பின்னாலேயே ஓடுகிறான். ஓரிடத்தில் மூச்சு வாங்க நிற்கின்றனர். அலியின் தந்தை நாய் வருகிறதா எனப் பின்னால் திரும்பிப் பார்த்துக்

கொள்கிறார். பின் சைக்கிளின் முன்புறச் சக்கரத்தில் காற்று சரியாக இருக்கிறதா எனச் சோதித்துப் பார்க்கிறார். பின் சைக்கிளைக் கீழே படுக்க வைத்துக்கொண்டு, அருகில் ஒரு சிறு சுவரில் மூச்சு வாங்கிய படி உட்காருகின்றனர். தந்தை தன் கைக்குட்டையால் வழியும் வியர்வையைத் துடைத்துக்கொள்கிறார்.

அலி மூச்சு வாங்கியபடி தந்தையையே பார்க்கிறான். பின் அப்படியே சற்று தலையைத் திருப்பி, சுற்றும்முற்றும் பார்க்கிறான். தூரத்தில் தண்ணீர்க் குழாய் இருப்பதைப் பார்த்து, எழுந்து போய்த் தண்ணீர் குடிக்கிறான். அலியின் தந்தை சைக்கிளின் சிறிய பழுதைச் சரி செய்துவிட்டு, முன்புறச் சக்கரத்தில் கை பம்பால் காற்று அடிக்கிறார்.

அலி (தண்ணீர் குடித்தபடியே)
: அப்பா, உங்களுக்குத் தண்ணி வேணுமா?
தந்தை : வேண்டாம்.

அலி வயிறு நிறையத் தண்ணீர் குடிக்கிறான். அப்போது அருகிலிருக்கும் பங்களாவிலிருந்து மைக்கின் வழியாக யாரது, யாரது என ஒரு சிறுவனின் குரல் கேட்கிறது. பதில் எதுவும் வராததால்

சிறுவன் : டேய், பையா, ஏன் பதில் சொல்ல மாட் டேங்கிற?

அலி சிரித்தவாறு மூடிய கேட்டின் பக்கம் பார்க்கிறான். சிறுவன் சத்தமில்லாமல் அமைதியாக இருக்கவும்,

: என்ன, போயிட்டயா?
அலி : இல்ல, இங்கதான் இருக்கேன். எதாவது தோட்ட வேலை இருக்கான்னு உங்கப்பா கிட்டக் கேளேன்.
சிறுவன் : எங்கப்பா வீட்டுல இல்ல...
அலி : அப்ப, உங்கம்மாகிட்டக் கேளு.
சிறுவன் : அவங்களும் வீட்ல இல்லை. நானும் தாத்தாவும் மட்டும்தான் இருக்கோம்.
அலி : தோட்ட வேலைக்காரங்க, தேவையான்னு உங்க தாத்தாகிட்ட கேளேன்.

மைக் காலிங் பெல் அண்மைக் காட்சியாகக் காட்டப்படுகிறது.
சிறுவன் : நீ தோட்ட வேலை செய்யிறவனா.

அலி	: நானில்ல. எங்க அப்பா.
சிறுவன்	: உங்கப்பா எங்க இருக்காரு.
அலி	: எதிர்த்தாப்ல தான் உட்காந்துக்கிட்டு இருக்காரு. இப்பவாவது உங்க தாத்தா கிட்டக் கேளேன்.

சிறுவன் (அலியின் பொறுமையைச் சோதிக்கும் விதமாக)

                         : முதல்ல உன் பேரச் சொல்லு.

அலி	: என் பேரு அலி.
சிறுவன்	: என்னோட பேரு அலி ரேஜா.
	: எந்த வகுப்பு படிக்கிற?
அலி	: நான் மூணாவது வகுப்பு.
	: இப்பவாவது உங்க தாத்தாகிட்டக் கேளேன்.
சிறுவன்	: எங்க தாத்தா தூங்குறாரு.
அலி	
(லேசான எரிச்சலுடன்) :	இத, ஏன் முன்னாடியே சொல்லல?

அலியின் தந்தை கிளம்பத் தயாராகிறார்

                         : அலி, வா போகலாம்.

அலி பின்னால் திரும்பித் தன் தந்தையைப் பார்க்கிறான்.

சிறுவன்	: அலி, நீ உள்ள வந்து, என் கூட விளையாட வர்றியா?
அலி	: இல்லை, நான் போகணும். வர்றேன்.
சிறுவன்	: அலி, போகாத... அங்கயே இரு.

அலியின் தந்தை சைக்கிளைத் தள்ளிக்கொண்டு நடக்க, உடன் அலியும் நடந்துபோகிறான்.

அந்தச் சிறுவன் வீட்டிலிருந்து தன் தாத்தாவுடன் வெளியே வருகிறான். அலியும், அவன் தந்தையும் தூரத்தில் போய்க் கொண்டிருப்பதைப் பார்க்கிறான்.

| சிறுவன் | |
| (சத்தம் போட்டு) | : அலி, அலி |

அலி நின்று திரும்பிப் பார்க்கிறான். தந்தையும் திரும்பிப் பார்க்கின்றார். தாத்தாவும், பேரனும் இங்கே வாருங்கள் என சைகையால் கூப்பிடுகின்றனர். அலியும், தந்தையும் வேலை கிடைத்துவிட்டதென மகிழ்ச்சியுடன் சிரிக்கின்றனர். இப்போது இருவரும் பங்களாவுக்குள் இருக்கின்றனர்.

சிறுவனின் தாத்தா : என்கிட்டப் பூச்சிக்கொல்லி மருந்திருக்கு, அதை நீங்க பயன்படுத்தி இருக்கிற மரத்திற்கு எல்லாம் மருந்தடிக்கணும்.

அலியின் தந்தை சரியெனத் தலையாட்டுகிறார். தாத்தா, தன் வாக்கிங் ஸ்டிக்கால் சுட்டிக்காட்டியபடி,

: குறிப்பா இந்த செர்ரி, மற்றும் ஆப்ரிகாட் மரங்களுக்கு.

நான்தான் இதை நட்டேன். ஒவ்வொரு வருஷமும் மருந்து தெளிப்பேன். போன ஒரு வருஷமா மருந்து தெளிக்கவே இல்லை. அதனால ரெண்டு மரம்கூடப் பட்டுப் போச்சு.

அலியின் தந்தை : சரி, எல்லாத்தையும் நான் செஞ்சிடுறேன்.

சிறுவன் (அலியிடம்) : அலி, வா நாம விளையாடப் போகலாம்.

அலி, தந்தைக்கு உதவ வேண்டுமென்பதற்காகத் தயங்கி நிற்கிறான். சிறுவன், அவன் கையைப் பிடித்துக்கொண்டு

: சீக்கிரம் வா, விளையாடப் போகலாம்.

தாத்தா (அலியைப் பார்த்து)

: அவனோட போய் விளையாடு தம்பி ... நான் உங்கப்பாகூட இருக்கேன்.

அலியின் தந்தை : போடா ... கண்ணு

அலி அந்தச் சிறுவனோடு போகிறான்.

அலியும், அந்தச் சிறுவனும் ஊஞ்சலில் அமர்ந்து விளையாடுகின்றனர். அலியின் தந்தை மரங்களுக்கு மருந்தடிக்கிறார். பின் ரோஜாச் செடிகளுக்கு மருந்தடிக்கிறார். அலியும் சிறுவனும் சந்தோஷமாக விளையாடிக்கொண்டிருக்கின்றனர். அந்தச் சிறுவன் படு குஷியில் இருக்கிறான். விளையாடத் தனக்கு இணையான சிறுவர்கள் இல்லாத ஏக்கத்தை இப்போது தீர்ப்பது போல மகிழ்ச்சியுடன் அவன் அலி

யுடன் விளையாடுகிறான். அலியின் தந்தை ஒரு மரத்தின் கீழே மண்ணைக் கிளறி விட்டு உரமிடுகிறார். அலியும், சிறுவனும் பெருஞ் சிரிப்புடன் ஊஞ்சலில் ஆடிக்கொண்டிருக்கின்றனர். அலியின் கையில் கால்பந்தும், சிறுவனின் கையில் யானைப் பொம்மையும் இருக்கின்றது. அலியின் தந்தை நெடுநேரம் கடுமையாக வேலை செய்து அத்தனை வேலைகளையும் முடிக்கிறார். சிறுவனின் தாத்தா, ரொம்ப நன்றி என்றவாறு அலியின் தந்தைக்குப் பணம் தருகிறார். அலியின் தந்தை கூச்சத்தோடு,

      : பணம் வேண்டாங்க.

தாத்தா   : தயவு செய்து வாங்கிக்கங்க.

அலியின் தந்தை பணத்தை வாங்கி எண்ணிப் பார்த்தபடி

      : எனக்கு இந்தப் பணம் ரொம்ப அதிகம்.

தாத்தா   : நீங்க செஞ்ச வேலைக்கு இது ஈடாகாது. இருக்கிற, அத்தனை வேலைகளையும் செஞ்சிட்டீங்க, நான்தான் உங்களுக்கு நன்றி சொல்லணும்.

தந்தை   : அலி, வா போகலாம்.

அலி கால்பந்தைத் தட்டி விளையாடிக்கொண்டிருக்கிறான். சிறுவன் ஊஞ்சலிலே தூங்கிவிடுகிறான். இதன்மீது தந்தையின் குரல் பதிவு செய்யப்பட்டு இருக்கிறது.

      : நான், இந்தப் பக்கமா வரும்போது, ஏதாவது வேலை இருக்கான்னு உங்கள வந்து பார்க்கிறேன். இப்ப வரேன்.

அலி தூங்கும் சிறுவனைப் பார்க்கிறான். அந்தச் சிறுவனின் காலடியில் கிடக்கும் யானைப் பொம்மையை எடுத்து அவன் அருகில் வைத்து விட்டு அவனைப் பார்த்து மகிழ்ச்சி பொங்கச் சிரிக்கிறான். பின் தந்தையை நோக்கி ஓடுகிறான்.

காட்சி – 35

நகரப் பகுதியின் ஒரு சாலை / பகல் (அதே வேளை)

அலியும், தந்தையும் சைக்கிளில் வீட்டுக்குப் புறப்படுகின்றனர். அலி முன்னால் அமர்ந்துகொள்ள, தந்தை சைக்கிளை ஓட்டியபடி போகிறார். தந்தை சந்தோஷமாக அலியிடம் பேசியவாறே சைக்கிளை ஓட்டிச் செல்கிறார்.

: இப்ப நான் ஒரு மாசம் வேணுன்னாலும் விடுமுறை எடுத்துக்கலாம், மத்தியானத் திலும்கூட. ஓவர் டைம் வேலை செய்யிறதுக்குப் பதிலா, இந்த மாதிரி பக்கத்து வீடுகள்ல வேலை செய்யலாம்.

அலியின் தந்தை (தாங்க முடியாத சந்தோஷத்துடன்)

: இனி நமக்கு நல்ல வசதியான வாழ்க்கை கிடைக்கப்போகுது ... நாம, நமக்கு வேணுங்கிற அத்தனையையும் வாங்கப் போறோம்.

நான் மோட்டார் சைக்கிள் ஒண்ணு வாங்கப் போறேன். அப்புறம், வீட்டுக்குத் தேவையான பெரிய பிரிட்ஜ், நாம ஒரு பெரிய வீட்டைக்கூட வாடகைக்கு எடுத்துக்கலாம். நான் எல்லாத்தையும் வாங்கப் போறேன்.

அலி : ஜாராவுக்கு ஒரு 'ஷூ' வாங்கணும்

தந்தை : அதென்ன பெரிய விஷயம்? உனக்கும் சேர்த்து ஒண்ணு வாங்கித் தர்றேன்.

அலி : முதல்ல, ஜாராவுக்கு வாங்கிக் கொடுங்க; அவ 'ஷூ'தான் கிழிஞ்சு ரொம்ப மோசமாயிருக்கு.

தந்தை : சரி.

சந்தோஷமாகப் பேசிக்கொண்டே வந்தவர்களின் சைக்கிள் இப்போது சற்றுத் தாழ்வான பகுதியில் போகிறது. பெடலை மிதித்து அழுத்த வேண்டிய தேவையில்லாமல் சைக்கிள் வேகமாகப் போய்க்கொண்டிருக்கிறது. அந்தச் சாலை மிகவும் தாழ்வான பகுதியில் இருப்பதால் சைக்கிள் படுவேகமாகப் போகிறது. வேகத்தைக் கட்டுப்படுத்த அலியின் தந்தை பிரேக்கைப் பிடிக்கிறார். பிரேக் சுத்தமாகப் பிடிக்காமல் போகிறது. சைக்கிள் படுவேகமாகப் போய்க்கொண்டிருக்கிறது. பிரேக் பிடிக்காத பதற்றத்திலும் பயத்திலும்.

அலியின் தந்தை : அலி, நல்லா கெட்டியாப் பிடிச்சுக்கோ.

அலி (அலறியபடி) : அப்பா, சைக்கிளை நிறுத்துங்க.

தந்தை : பிரேக் பிடிக்கல, ஹேண்டில் பாரைக் கெட்டியாப் பிடிச்சுக்கோ.

அலி பயத்தில் கண்களை மூடியபடி

அலி : அப்பா, நிறுத்துங்க (அலறுகிறான்).

சைக்கிள் படுவேகமாகப் போய்க்கொண்டிருக்கிறது. கெட்டியாப் பிடிச்சுக்கோ என்று கத்தியபடி, தன் கால்களைத் தரையில் தேய்த்து சைக்கிளின் வேகத்தை மட்டுப்படுத்த முயற்சி செய்கிறார். வேகத்தைக் குறைக்க முடியாமல், சைக்கிள் போய்க்கொண்டே இருக்கிறது.

அலி : அப்பா, தயவு செஞ்சு எப்படியாவது நிறுத்துங்க (அலறுகிறான்).

சைக்கிள் வேகமாகப் போய்க்கொண்டிருக்கிறது. ஒன்றும் செய்ய முடியாமல் தந்தை, நல்லாப் புடிச்சுக்கோ என்று கத்தியவாறு சைக்கிளைக் கொஞ்சம் திருப்ப முயற்சிசெய்ய சைக்கிள் சாலையிலிருந்து சற்று விலகிப் போய் ஒரு மரத்தில் படுவேகமாக மோதுகிறது. இரு வரும் பெருத்த அலறலுடன் கீழே விழுகின்றனர்.

காட்சி – 36

நகரத்தின் பிரதான சாலை / பகல்

நகரத்தின் பிரதான சாலையில் இருக்கும் பெரும் கட்டடங்கள் காட்டப்படுகிறது. சாலையின் போக்குவரத்தும் காட்டப்படுகிறது. கேமரா மேலிருந்து சற்று அப்படியே நகர்ந்து கீழே இறங்க ஒரு டெம்போவின் பின்புறத்தில் அலியின் தந்தை தலையில் கட்டுப் போட்டபடி அமர்ந்திருக்க, அவர் தோளில் சாய்ந்து அலி உறங்கிக் கொண்டிருக்கிறான். அருகில் சைக்கிள் படுக்கவைக்கப்பட்டிருக் கிறது. அலியின் தந்தை வேதனையுடன் தூங்கும் அலியைப் பாசத் துடன் கட்டி அணைத்துக்கொள்கிறார். பின் பரிவுடன் அவன் தலையைத் தடவிக்கொடுக்கிறார். அவர்கள் வேன் போவதை கேமரா சிறிது நேரம் பார்த்தபடியே இருக்கிறது. பின்னணியில் மனதை வருடும் சோக இசை ஒலிக்கிறது.

காட்சி – 37

அலியின் வீடு / உள் / இரவு

அலியின் தந்தை மாத்திரையை எடுத்து வாயில் போட்டுக் கொண்டு தண்ணீர் குடிக்கிறார். தலையில் கட்டுப் பிரிக்கப்படாமல் இருக் கிறது. வேதனையில், சோர்வுடன் பின்னால் இருக்கும் மெத்தையில் தலை சாய்க்கிறார். குழந்தைகள் அனைவரும் தூங்கிக்கொண்டி ருக்கின்றனர்.

அம்மா : வீட்டு ஓனர் வாடகை கேட்டு மறுபடியும் வந்தாரு.

தந்தை : மகா திமிர் புடிச்ச ஆளு, கொஞ்ச நாளைக்கு முன்னாலதான் அவரப் போயிப் பார்த்துச் சீக்கிரம் தந்துடுறேன்னு சொல்லிட்டு வந்தேன்.

அம்மா : அந்த மனுசன் காரணத்தையெல்லாம் கேட்க மாட்டாரு.

அலி தூங்காது முழித்தபடி இவர்கள் பேசுவதைக் கேட்டுக் கொண்டி ருக்கிறான். அவன்மேல் அம்மாவின் குரல் பதிவு செய்யப்பட்டுள் ளது.

: ரெண்டு, மூணு மணி நேரமா வீட்டுக்கு முன்னால இருக்கிற முற்றத்தில உங்களுக் காகக் காத்துக்கிட்டு இருந்தாரு.

தந்தை : முட்டாள். நாளைக்குப் போயி அவரைப் பார்க்கிறேன்.

அம்மா : ஆனா, நீங்க வெறுங்கையோட போக முடியாதே!

தந்தை : கடவுள் இருக்காரு, கவலைப்படாத.

அம்மா : இதே நிலைமையில நீங்க போக முடியுமா?

தந்தை : எனக்கொண்ணும் பெரிய பிரச்சினை இல்லை.

அலி, தாய் தந்தை பேச்சைக் கேட்டு மிகுந்த கவலையுறுகிறான். தந்தையை நினைத்து அழும் நிலைக்கு அவன் முகம் மாறுகிறது. தூரத்தில் இடி இடிக்கும் சத்தம் கேட்கிறது. பின் அப்படியே அயர்ந்து தூங்கிவிடுகிறான்.

காட்சி – 38

பள்ளியின் முன்புறம் / பகல்

ஜாராவின் பள்ளிக்கூட இறுதி மணி ஒலிக்கிறது. மாணவிகள் அனைவரும் வெளியே வருகின்றனர். ஜாரா வழக்கம்போல ஓடத் தொடங்குகிறாள். ஓடும்போது அலி தனக்குப் பரிசாகக் கொடுத்த அந்தப் பேனாவைத் தவறவிடுகிறாள். தவறியதுகூடத் தெரியாமல் ஓடுகிறாள். சற்று தூரம் ஓடியவள், லூசான தன் ஷூ கழன்று கொண்டதால், உட்கார்ந்து அதை நன்றாக மாட்டிக்கொண்டு மீண்டும் ஓட ஆரம்பிக்கிறாள். ஜாராவின் பின்னால் வந்து கொண்டிருந்த ரோயா (ஜாராவின் ஷூவை அணிந்து கொண்டிருப்பவள்) அந்தப் பேனாவை எடுக்கிறாள். பின் சற்றுத் தொலைவில் ஓடிக்கொண்டிருக்கும் ஜாராவை நோக்கி,

(சப்தம் போட்டு) : ஏய், பொண்ணே நில்லு ... இந்தா உன்னோட பேனா.

ஜாரா கூப்பிட்டது காதில் விழாமல் வேகமாக ஓடுகிறாள். ரோயாவும் அவளிடம் கொடுத்துவிடலாமென அவளைப் பின்தொடர்ந்து சிறிது தூரம் ஓடுகிறாள். அதற்குள் ஜாரா மறைந்துவிட, அவள் போன திசையைப் பார்க்கிறாள். பின் கையிலிருக்கும் அந்தப் பேனாவைப் பார்த்தபடி இருக்கிறாள்.

காட்சி - 39

தெரு முனை / பகல்

அலி, ஜாராவை எதிர்பார்த்துத் தெருமுனையில் நின்றுகொண்டிருக்கிறான். ஜாரா வந்ததும் தன் செருப்பை அவளிடம் கொடுத்து விட்டு, ஷூவை வாங்கிப் போட்டுக்கொண்டு ஓடுகிறான். ஜாரா வீட்டுக்கு நடக்க ஆரம்பிக்கிறாள்.

காட்சி – 40

அலியின் பள்ளிக்கூடம் / உள் / பகல்

அலியின் பள்ளிக்கூடம். விளையாட்டு வகுப்பு நடந்துகொண்டிருக் கிறது. மாணவர்கள் சலசலவென்று பேசிக்கொண்டிருக்கின்றனர். விளையாட்டு ஆசிரியர் மாணவர்களைப் பார்த்து மைக்கில் பேசு கிறார். மாணவர்கள் பேசிக்கொண்டே இருக்க அவர் மாணவர்களை நோக்கி,

ஆசிரியர் : நான் உங்ககிட்டதான் பேசிக்கிட்டு இருக் கேன். அனைத்து வயது சிறுவர்களுக்கான நீண்ட தூர ஓட்டப் பந்தயப் போட்டி நம்ம மாகாணத்துல நடக்கப்போகுது. முதல் போட்டி, மூணாவது, நாலாவது வகுப்பு படிக்கிறவங்களுக்காக நடக்கப்போகுது.

அதைக் கேட்டுக்கொண்டிருக்கும் அலி குனிந்து தன் பழையதாகிக் கிடக்கும் ஷூவைப் பார்க்கிறான். தனக்கு ஆர்வமிருந்தும் தான் இதில் கலந்துகொள்ள முடியாமல் போகிறதே என்ற வேதனை அவன் முகத்தில் தெரிகிறது.

ஆசிரியர் : போட்டியில் கலந்துக்கிற ஆர்வமுள்ள வங்க, தங்களோட பெயரை வந்து பதிவு செஞ்சுக்கலாம். நான் நடத்தப்போற தகுதிச் சுற்றுப் போட்டியில, குறிப்பிட்ட நேரத்திற் குள்ள யார் யாரெல்லாம் ஓடி வர்றாங் களோ அவங்கதான் இறுதிப் போட்டிக்குத் தேர்ந்தெடுக்கப்படுவாங்க.

அதைக் கேட்ட மாணவர்கள் அனைவரும் (அலியைத் தவிர) கை தட்டியும் குதித்தும் ஆரவாரம் செய்கின்றனர்.

காட்சி – 41

ரோயாவின் வீடு / உள் / இரவு

சிறுமி ரோயா தன் பையிலிருந்து, கீழே கிடந்து எடுத்த ஜாராவின் பேனாவை வெளியே எடுத்துப் பார்க்கிறாள். பேனாவை ரசித்துப் பார்த்துச் சிரிக்கிறாள். பின் தன் நோட்டில் பேனாவால் எழுதிப் பார்க்கிறாள். பேனா நன்றாக எழுத, அதைக் கையில் வைத்துப் பார்த்தபடி இருக்கிறாள்.

காட்சி – *42*

பள்ளிக்கூட விளையாட்டு மைதானம் / பகல்

ஜாராவின் பள்ளிக்கூடம். மாணவிகள் அனைவரும் விளையாடிக் கொண்டிருக்கின்றனர். ஜாரா விளையாடாமல் ஒரு ஓரத்தில் ஒதுங்கி நின்று வேடிக்கை பார்த்தபடி நிற்கிறாள். சிறுமி ரோயா, ஜாராவைப் பார்த்துவிட்டு, அவளை நோக்கிப் போகிறாள். அவள் முன் போய் நின்று பேனாவை நீட்டுகிறாள்.

ரோயா : இந்தா உன்னோட பேனா, நேத்து இதை நீ கீழே போட்டுட்டுப் போயிட்ட.

ஜாரா பேனாவைப் பார்க்கிறாள். பின் அவள் முகத்தைப் பார்க் கின்றாள். பின் குனிந்து அவள் காலில் அணிந்திருக்கும் தன் 'ஷூ'வைப் பார்க்கிறாள். பின் சிரித்தபடி அந்தப் பேனாவை வாங்கிக் கொள் கிறாள். சிறுமி ரோயாவும் சிரிக்கிறாள். மணியடிக்கும் சத்தம் கேட்க, ரோயா அங்கிருந்து ஓடிவிடுகிறாள். ஜாரா அந்தப் பேனாவைத் தன் கையில் வைத்தபடி புன்னகையுடன் ரசித்துக் கொண்டிருக்கிறாள்.

காட்சி – 43

ஷூக்கடை / உள் / வெளி / பகல்

கண் பார்வையற்ற ரோயாவின் தந்தையை ஒரு முதியவர் கையைப் பிடித்தபடி ஒரு ஷூ கடைக்குள் கூட்டி வந்து விட்டுவிட்டுக் கடைக் காரரிடம்

: அஹா தாவூத், இவரு என்ன கேக்குறாருன்னு பார்த்துக் கொடுங்க... பின் அவர் கிளம்புகிறார்.

ரோயாவின் தந்தை : வணக்கம்.
க.காரர் : வணக்கம்.
தந்தை : நீங்க, நல்லா இருக்கணும்.
க.காரர் : நன்றி, நான் உங்களுக்கு என்ன செய்ய ணும்?
தந்தை : மலிவான விலையில, சிறுமிங்க போட்டுக்கிற ஒரு ஜோடி ஷூ எனக்கு வேணும்.
க.காரர் : என்ன அளவு?
தந்தை : அளவு என்னான்னு எனக்குத் தெரியாது. அவ முதல் வகுப்பு படிக்கிறா.

கடைக்காரர் 'ஷூ'க்களை எடுத்துக்கொண்டு வந்து காட்டுகிறார்

: இரண்டு வகையான 'ஷூ'க்கள் இருக்கு. இதில எது வேணும் உங்களுக்கு.

அதே நேரத்தில் அலியின் தந்தை கடைக்கு வெளியே நின்று கொண்டு கண்ணாடி வழியாக அங்கே இருக்கும் 'ஷூ'க்களைப் பார்க்கிறார். அவர்மேல் இவர்களின் குரல் பதிவுசெய்யப்பட்டு இருக்கிறது.

தந்தை : என்னென்ன நிறத்தில் இருக்கு?

க.காரர் : ஒரு ஜோடி, சிவப்புக் கலர், சிவப்பு நிறப் பூ வேலைப்பாடு இன்னொன்னு வயலட் கலர் சிவப்பும், மஞ்சளும் கலந்த பூ வேலைப் பாடு.

தந்தை : வயலட் கலர்ல, சிவப்பு மஞ்சள் நிறப் பூ வேலைப்பாடு உடையது, குறைஞ்ச விலையா?

அலியின் தந்தை சிறிது நேரம் பார்த்துவிட்டுக் கிளம்பிவிடுகிறார்.

க.காரர் : விலை, பார்த்துப் போட்டுத் தரேன்.

தந்தை : அப்ப, அந்த 'ஷூ'வையே கொடுங்க.

காட்சி – 44

ரோயாவின் வீட்டு முன்புறம் / பகல்

பழைய பிளாஸ்டிக் செருப்புகளுக்கு உப்பு உப்பு என்று குரல் கொடுத்தவாறே தள்ளு வண்டிக்காரர் வருகிறார். ரோயாவின் அம்மா வெளியே வர அந்த வண்டிக்காரர் நிற்கிறார். ரோயாவின் அம்மா தன் மகள் அணிந்திருந்த ரோஸ் நிற ஷூவை (ஜாராவின் ஷூ) அவரிடம் கொடுக்கிறார்.

: இதுக்குப் பதிலா வேறென்ன வேணும்?

ரோயாவின் அம்மா : ஒரு கூடை.

ரோயாவின் அம்மா சிறு பிளாஸ்டிக் கூடையை எடுத்துக் கொள் கிறாள். தள்ளு வண்டிக்காரர் ரோஸ் நிற ஷூவை வாங்கிப் போட்டுக் கொண்டு கிளம்புகிறார்.

காட்சி – 45

ரோயாவின் வீடு / பள்ளிக்குப் போகும் வழியிலிருக்கும் தெருக்கள் / பகல் / உள் / வெளி

ரோயா வயலட் நிற, மஞ்சள் சிவப்பு பூ வேலைப்பாடு உடைய தன்னுடைய புதிய ஷூவை அணிந்துகொள்கிறாள். ஷூவைக் கையாலேயே துடைத்துச் சுத்தம் செய்கிறாள். பின் பள்ளிக் கூடத்திற்கு ஓடத் துவங்குகிறாள். அதேவேளையில் ஜாரா ஒரு சந்தில் திரும்பி மெதுவாக நடந்து போய்க்கொண்டிருக்கிறாள். வேகமாக ஓடியபடியே வந்த ரோயா, ஜாராவைப் பார்த்ததும் நின்று, அவளோடு சேர்ந்து நடக்கிறாள்.

ரோயா	: ஹாய்.
ஜாரா	: ஹாய்.
ரோயா	: உன்னோட வீடு இந்தப் பக்கம்தான் இருக்கா, எங்க வீடும் இங்கதான் இருக்கு.

ஜாரா அவள் காலில் அணிந்திருக்கும் புது ஷூவைப் பார்க்கிறாள்.

	: இந்த 'ஷூ' ரொம்ப அழகா இருக்கு, புதுசா வாங்கினியா?
ரோயா	: எங்கப்பா, எனக்காக வாங்கிக்கிட்டு வந்தாரு!
ஜாரா	: உன்னோட அந்தப் பழைய ஷூவை என்ன பண்ணின?
ரோயா	: எங்கம்மா அத வெளியில தூக்கி எறிஞ் சுட்டாங்க.

இதைக் கேட்டதும் ஜாரா கோபமடைந்து உரத்தகுரலில்

	: அதைத் தூக்கி எறிஞ்சுட்டாங்களா, ஏன் ... எதுக்காக அப்படிப் பண்ணிணாங்க.

தமிழில் : யுகன் சரவணன்

ரோயா : (ஏன் கத்துகிறாள் என்று புரியாமல்) அந்த 'ஷூ' ரொம்ப பழசாகி, மோசமா இருந்துச்சு.

ரோயா அவ்வாறு சொல்லியதும் ஜாரா எதுவும் பேசாமல் அமைதியாகிவிடுகிறாள். பின் ஜாரா அவள் முகத்தைப் பார்க்கிறாள் பின்னர் குனிந்து அவளின் புதிய ஷூவைச் சிறிது நேரம் பார்த்தபடி இருக்கிறாள். பின் நிமிர்ந்து ரோயாவின் முகத்தைச் சோகத்துடன் பார்த்து விட்டு ஒன்றும் பேசாமல் நடக்க ஆரம்பிக்கிறாள். அவளைப் பின் தொடர்ந்த ரோயா

: நான் நல்ல மார்க் எடுக்குறப்ப எல்லாம், என்னோட அப்பா எனக்கு எதாவது வாங்கித் தருவாரு. இந்தத் தடவ எனக்கு ஷூ வாங்கித் தந்திருக்காரு.

ஜாரா எதுவும் பேசாமல் அமைதியாக நடக்கிறாள். கேமராவுக்கு முதுகு காட்டியபடி அவர்கள் நடந்துபோகின்றனர். பின்னணியில் சோக இசை ஒலிக்கிறது.

காட்சி – 46

மாண்டேஜ்

இடி இடித்துக்கொண்டிருக்கிறது. லேசான மழை பெய்த அந்தத் தெருவில் அலி பள்ளிக்குப் போக ஓடிக்கொண்டிருக்கிறான்.

ஜாரா பள்ளியை விட்டு வேகமாக அலியை நோக்கி ஓடி வருகிறாள்.

அலி சந்து முனையில் தவிப்புடன் ஜாராவுக்காகக் காத்திருக்கிறான். ஓடியபடியே அவள் வந்தவுடன் அவசர அவசரமாக அந்த ஷூவை வாங்கி மாட்டிக்கொண்டு அலி பள்ளியை நோக்கி ஓட ஆரம் பிக்கிறான்.

இதன் பின்னணியில் இடிச்சத்தமும், சிறு மணி எழுப்பும் ஓசையும் சோகமான இசையும் ஒலிக்கின்றன. பல்வேறு நேரங்களில் நடை பெறுவதை ஒன்றாகத் தொகுத்து மான்டேஜாகக் காட்டப்படுகிறது.

காட்சி – 47

அலியின் வகுப்பறை / பள்ளி மைதானம் / உள் / வெளி / பகல்

மாணவர்கள் தகுதிச்சுற்றில் ஓடிக்கொண்டிருப்பதை, கலந்து கொள்ளாத இயலாமையுடன் வகுப்பிலிருந்தவாறே அலி எட்டிப் பார்க்கிறான். விளையாட்டு ஆசிரியர் ஒவ்வொரு மாணவனாக ஓடச் சொல்லி ஓடும் நேரத்தைக் குறித்துக்கொள்கிறார். அலி வகுப்பி லிருந்தவாறே விசில் சத்தத்தைக் கேட்டுக்கொண்டும் அவர்கள் ஓடுவதைப் பார்த்துக்கொண்டும் பரிதவிப்புடன் அமர்ந்திருக்கிறான்.

காட்சி – 48

தெருமுனை / பகல்

ஜாரா பள்ளி முடிந்து அலியை நோக்கி வேகமாக ஓடி வருகிறாள். பொறுமையின்றி அலி சந்தில் அங்குமிங்கும் நடந்துகொண்டிருக்கிறான். அவள் வந்ததும் செருப்பை உதறிவிட்டு, ஷூவை வாங்கி அவசர அவசரமாக அணிந்துகொண்டு பள்ளியை நோக்கி ஓடுகிறான். மணிச்சத்தமும், சோக இசையும் பின்னணியில் ஒலிக்கின்றன.

காட்சி – 49

அலியின் பள்ளி / உள் / பகல்

அலியின் பள்ளி முடிந்து மாணவர்கள் அனைவரும் சலசலவெனப் பேசியபடியே பெரும் இரைச்சலுடன் படிகளில் இறங்கிக்கொண்டிருக்கின்றனர். அறிவிப்புப் பலகையில் விளையாட்டு ஆசிரியர் தேர்வானவர்களின் பெயரையும், பரிசு விவரங்களையும் எழுதி ஒட்டிக்கொண்டிருக்கின்றார். அவரைச் சுற்றி மாணவர்கள் கும்பலாகத் திரண்டு நின்றிருக்கின்றனர்.

கூட்டத்தில் ஒருவன்

: சார், என்னோட பேரு இல்லையே!

இன்னொருவன் : சார், நான் தேர்வாகவில்லையே! நல்லாத் தான் ஓடினேன்.

மற்றொருவன் : என்னோட பேரும் இல்லை.

முதுகு காட்டியபடி ஒட்டிக்கொண்டிருந்தவர், மாணவர்கள் பக்கம் கூச்சல் தொடர்ந்ததால், அவர் திரும்பி மாணவர்களைப் பார்த்து

: ஏன், இப்படி எல்லாரும் கத்துறீங்க? உங்க எல்லாரையும் தேர்வு செய்ய முடியாது. ஒவ்வொரு பள்ளியிலிருந்தும் அஞ்சு அல்லது ஆறு மாணவர்களை மட்டும் தான் தேர்ந்தெடுக்கணும். அடுத்த வாட்டி நல்லா ஓடிவந்திடுவோம்னு நினைச்சுக்கங்க... விலகுங்க... வழியை விடுங்க.

அவர் அங்கிருந்து கிளம்புகிறார். அலி கூட்டத்திற்குள் புகுந்து என்னவென்று பார்க்கிறான்.

மாணவன் ஒருவன் : ஜெயிக்கிறவங்க அதிர்ஷ்டசாலி, சார்லரம் ரெண்டு வாரம், நல்ல ஜாலிதான்.

இன்னொருவன் : தஹ்றி சேத் லிஸ்ட்டுல இருக்கான். இங்க பாரு ஹூசைனி கூட இருக்கான்.

அலி மாணவர்களை இடித்துக்கொண்டு முன்னேறி அறிவிப்புப் பலகை அருகே வருகிறான். பரிசு விபரத்தைப் படித்துப் பார்க்கிறான். முதல் பரிசு இரண்டு வார விடுமுறை முகாம் மற்றும் ஒரு ஜோடி விளையாட்டு உடைகள். இரண்டாவது பரிசு, இரண்டு வார விடுமுறை முகாம், அப்புறம் பள்ளிக்குத் தேவையான நோட்டுப் புத்தகங்கள். மூணாவது பரிசு ஒரு வார விடுமுறை முகாம் அப்புறம் ஒரு ஜோடி 'ஷூ.' அலி, ஆசிரியர் போய்விட்டாராயெனப் பின்னால் திரும்பிப் பார்க்கிறான். ஒரு ஜோடி 'ஷூ' என்பதைத் திரும்பவும் படிக்கிறான்.

காட்சி – 50

விளையாட்டு ஆசிரியர் அறை / உள் / அதே வேளை

அலி கதவைத் தட்டிவிட்டு, விளையாட்டு ஆசிரியர் அறைக்குள் நுழைகிறான்.

அலி : சார், உள்ளே வரலாமா.

ஆசிரியர் : உள்ளே வா.

அலி ஆசிரியரை நோக்கிப் போகிறான். அவர் ஏதோ எழுதிக் கொண்டிருக்கிறார். எழுதியபடியே 'என்ன வேணும்' என்கிறார்.

அலி : சார், நான் ஓட்டப்பந்தயத்துல கலந்துக்க விரும்புகிறேன்.

ஆசிரியர் : சீரியஸாகத்தான் பேசுறயா, இருந்தாலும் கொஞ்சம் தாமதமா வந்திருக்க? இவ்வளவு நாளா எங்க இருந்த, தூங்கிக்கிட்டு இருந்தயா?

ஆசிரியர் எழுதிக்கொண்டிருந்த ஃபைலை எடுத்துப் பீரோவில் வைக்கிறார்.

அலி : சார், நான் மறந்துட்டேன்.

ஆசிரியர் : நீ உன்னோட வாய்ப்பத் தவற விட்டுட்ட, அடுத்த வாட்டி மறந்திடாமக் கலந்துக்கோ.

அலி : சார், நான் இந்தப் பந்தயத்திலேயே கலந் துக்க விரும்புறேன்.

ஆசிரியர் : வாய்ப்பே இல்லை தம்பி.

அலி : சார், தயவு செஞ்சு சேர்த்துக்கங்க.

கால்பந்துகளை எடுத்துப் பீரோவில் வைத்துப் பூட்டிவிட்டு

: அதான், முடியாதுன்னு சொன்னேன்ல.

அலி : நான் இந்த ஓட்டப் பந்தயத்துல நிச்சயமா கலந்துக்கிட்டே ஆகணும் சார்.

ஆசிரியர் : நீ முடிவு பண்ணிட்டா மட்டும் போதாது பையா; நீ தேர்வில கலந்துக்காம விட்டுட்ட, இப்ப அதுக்கான காலக்கெடுவும் முடிஞ்சு போச்சு.

அலி (தளராமல்) : சார், இந்தப் பந்தயத்துல நான் கலந்துக்கிறதுக்குத் தயவு செஞ்சு எதாவது செய்யுங்க.

பீரோவில் எதையோ வைத்தபடி இருந்தவர், அலி இவ்வாறு பேசியதும் பட்டெனக் கோபத்துடன் திரும்பி

: நீ ரொம்ப பிடிவாதம் பிடிச்சவனா இருக்கிறயே, நான் முடியாதுன்னு சொல்லிட்டேன்னா முடியாது தான் . . .

பின் “இங்கிருந்து போ” என்கிறார்.

அலி (அழுதபடியே) : சார், நான் கலந்துக்கிட்டா நிச்சயமா ஜெயிச்சிருவேன். தயவுசெஞ்சு, என் பேரப் பதிவுசெஞ்சுக்கங்க.

அழும் அவனைப் பார்த்த ஆசிரியர், ஏன் இப்படி நடந்துகொள்கிறான் என்பதைப் போலப் பார்க்கின்றார்.

அலி (அழுதபடியே): நான் வேகமா ஓடுவேன் சார். தயவு செஞ்சு என்னைச் சேர்த்துக்கங்க; நான் எல்லாரையும் பின்னுக்குத் தள்ளிட்டு ஓடுவேன் சார். நான் நிச்சயமாக ஜெயிச்சிடுவேன்.

அழுதபடியே இருக்கும் அவனைப் பார்த்து, ஆசிரியருக்கு என்னவோ போல ஆகிவிடுகிறது.

அலி : தயவு செஞ்சு, என் பேரைப் பதிவு பண்ணிக்கங்க சார்.

அலி விடாது அழுதுகொண்டிருக்கிறான்.

காட்சி – 51

மைதானம் / அதே வேளை

அலி மைதானத்தில் வேகமாக ஓடிக்கொண்டிருக்கிறான். அவன் ஓடும் வேகத்தைப் பார்த்து ஆசிரியர் வியப்படைகிறார். அவன் ஒவ்வொரு சுற்று ஓடி முடித்த பிறகும் அவன் ஓடிய நேரத்தைக் குறிக்கும் போது ஆச்சர்யப்படுகிறார். முதல் சுற்றைவிட, அடுத்த சுற்று வேகம், அடுத்த சுற்று அதைவிட வேகம் என அலி தன் முழு பலத்தையும் திரட்டி ஓடுகின்றான். ஆசிரியர் முகத்தில் புன்னகை தவழ்கிறது.

காட்சி – 52

வீட்டுக்கு வரும் வழியில் இருக்கும் தெருக்கள் /
வீட்டுமுற்றம் / வெளி / மாலைப்பொழுது

சாயந்திரம், அலி மகிழ்ச்சியுடனும் துள்ளலுடனும் வீட்டுக்கு ஓடி வருகிறான். கதவைத் திறந்துகொண்டு பெரும் மகிழ்ச்சி வெள்ளத்தில் மிதந்தபடியே நீர்த்தொட்டி அருகே பாத்திரம் கழுவிக்கொண்டிருக்கும் ஜாரா அருகே வருகிறான்.

அலி : ஜாரா, நான் ஒரு நல்ல செய்தி வச்சிருக்கேன்.

ஜாரா : என்ன செய்தி?

நீர்த்தொட்டி சுவரில் அமர்ந்தபடி

அலி : நான் ஓட்டப் பந்தயத்துல கலந்துக்கத் தேர்வு பெற்றுட்டேன்.

ஜாரா : என்ன பந்தயம்?

அலி : நீண்ட தூர ஓட்டம், மூன்றாவதாக ஓடி வர்றவங்களுக்கு, ஒரு ஜோடி ஷூ பரிசாகக் கொடுக்குறாங்க.

ஜாரா : அது என்ன மூணாவது?

அலி (அக்கறையின்றி): முதல், இரண்டாவது பரிசு வேற ஏதோ

ஜாரா அலியைப் பார்த்தபடி இருக்கிறாள். அலி பெரும் சந்தோஷத்துடன் அவளைப் பார்த்துச் சிரித்தபடியே

: ஒருவேளை, நான் மூணாவதா வந்துட்டா, அந்த 'ஷூ'வ உங்கிட்டயே கொடுத்திடுறேன்.

ஜாரா : ஆனா, அந்த ஷூ பசங்க போடுறது இல்லையா?

தமிழில் : யுகன் சரவணன்

அலி	: நான் கடையில கொடுத்து மாத்திட்டு அதுக்குப் பதிலா சின்னப் பொண்ணுங்க போடுற புது ஷூ ஒண்ணு உனக்கு வாங்கித் தந்துடுவேன்.
ஜாரா	: நீ ஒருவேளை, மூணாவதா வராட்டா என்ன பண்றது?

அலி (மகிழ்ச்சிப் பெருக்குடன் உறுதியாக)

: நான் நிச்சயமா மூணாவதா வந்திருவேன்.

ஜாரா அவனைப் பார்த்து இப்போது மகிழ்ச்சியுடன் சிரிக்கிறாள். அலியும் சிரிக்கிறான், பின் பைப்பில் வாய் வைத்துத் தண்ணீர் குடிக்கிறான். குடித்துவிட்டுப் பைப் தண்ணீரை நீர்த் தொட்டியில் பீய்ச்சி அடிக்கிறான். ஜாரா மகிழ்ச்சி பொங்கும் முகத்தோடு அதைப் பார்க்கிறாள்.

காட்சி – 53

போட்டி நடக்கும் சாலை / பகல்

போட்டி நடக்கும் இடத்திற்கு அருகில் வெவ்வேறு பள்ளி மாணவர்கள் ஓட்டத்திற்குத் தயாராகிக்கொண்டிருக்கின்றனர். விதவிதமான வண்ண ஆடைகளை மாணவர்கள் அணிந்திருக்கிறார்கள். சிலர் குனிந்து, நிமிர்ந்து பயிற்சிசெய்கின்றனர். சிலர் ஓடிப் பயிற்சி எடுத்துக் கொண்டிருக்கின்றனர்.

தூரத்தில் டெம்போ ஒன்று வருகிறது. டெம்போவின் முன்னால் விளையாட்டு ஆசிரியர் அமர்ந்திருக்க, தலைமை ஆசிரியர் வண்டியை ஓட்டிக்கொண்டு வருகிறார். டெம்போவை ஒரு ஓரத்தில் நிறுத்துகிறார் தலைமை ஆசிரியர். அலியுடன் இன்னும் ஐந்து மாணவர்கள் டெம்போவில் பின்னால் நின்றுகொண்டிருக்கின்றனர். கீழே இறங்கிய தலைமை ஆசிரியர், விளையாட்டு ஆசிரியரிடம்

: தாமதமாயிருச்சு, சீக்கிரம் பையன்களைத் தயார்ப்படுத்துங்க.

வி.ஆசிரியர் : கீழே இறங்குங்க, சீக்கிரம்.

அவர்கள் கீழே இறங்க உதவி செய்கிறார்.

வி.ஆசிரியர் : உங்க சட்டையெல்லாம் கழட்டிட்டு இந்த டி-ஷர்ட்டைப் போட்டுக்கங்க.

என்றபடி தன் பையிலிருந்து டி-ஷர்ட்டை எடுத்துத் தருகிறார்.

அலி ஏக்கத்துடன் அங்கு கூடியிருக்கும் மாணவக்கூட்டத்தைப் பார்க்கிறான். சிறுவர்களை அவரவர் அம்மாக்கள் தயார்படுத்துகிறார்கள். ஒரு தாய் தன் மகனைப் புகைப்படம் எடுக்கிறாள். மற்றொரு தாய் மகனுக்கு உற்சாகமூட்டியபடி அவனின் ட்ராக் சூட்டின் கயிறைக் கட்டி விடுகிறாள். இவைகளையெல்லாம் அலி ஏக்கத்தோடு பார்த்துக் கொண்டிருக்கும் வேளையில், விளையாட்டு ஆசிரியர் அவன் தோளில் தட்டிச் சீக்கிரமா தயாராகு என்று நீல நிற டி-ஷர்ட்டைத் தருகிறார்.

ஒரு அம்மா, தன் மகன்கள் பயிற்சி செய்வதைக் கேமராவில் படம் பிடிக்கிறாள். சற்றுத்தள்ளி ஒரு தந்தை மகனுக்கு எப்படி ஓடுவதெனச் சொல்லிக் கொடுக்கிறார். அருகில் மற்றொரு தந்தை தன் மகனின் 'ஷூ' லேஸைக் கட்டிவிடுகிறார். ஏக்கத்தோடு வேடிக்கை பார்த்துக் கொண்டிருந்த அலி, இப்போது தனக்குக் கொடுக்கப்பட்ட நீல நிற டி-ஷர்ட்டைப் போட்டுக்கொள்கிறான். பின் கீழே அமர்ந்து தன் "ஷூ"வின் கயிறை நன்றாகக் கட்டிக் கொள்கிறான்.

அனைத்து மாணவர்களும் ஓடத் தயாராய் இருக்கின்றனர். கண்ணுக்கு எட்டிய தொலைவு வரை மாணவர்கள் கூட்டம் கூட்டமாகக் காட்சியளிக்கின்றனர். ஒருவர் ஒலிபெருக்கியில் ஓட்டப் பந்தயத்தைப் பற்றி விளக்கிச் சொல்கிறார்.

: கவனியுங்க, அருமைக் குழந்தைகளா ஓட்டப் பந்தய தூரம் நாலு கிலோமீட்டர். எல்லைக்கோடு அந்த ஏரியைத் தாண்டி இருக்கு. ஓடும்போது பக்கத்தில ஓடுற வங்களத் தள்ளிவிடக் கூடாது. ஜெயிக்கிறது மட்டுமே முக்கியமில்லை. முக்கியமான விஷயம் என்னான்னா விளையாட்டுல நாம காட்டுற நேர்மைதான். எல்லோருக்கும் வாழ்த்துக்கள்.

அலி அவர் பேசுவதை உற்றுக் கவனித்தபடி இருக்கிறான். எல்லோரும் தயாராகுங்க ரெடி ஒன்று ... இரண்டு ... மூன்று என்றதும் ஒருவர் துப்பாக்கியை உயர்த்திச் சுடுகிறார். பெரும் கூச்சலுடன் நூற்றுக் கணக்கான மாணவர்கள் ஓட ஆரம்பிக்கின்றனர். கேமரா, இப்போது பக்கவாட்டிலிருந்து அவர்கள் ஓடுவதைக் காண்பிக்கிறது. பின் சற்று உயரத்திலிருந்து மாணவர்கள் மொத்தமாகப் பெரும் கூச்சலுடன் ஓடி வருவது காட்டப்படுகிறது. மொத்தமாக ஓடிக்கொண்டிருந்த கூட்டத்தில் ஒரு நூறு பேர் சற்று முன்னோக்கி ஓடுகிறார்கள். நீண்ட தொலைவிலிருந்து மாணவர்கள் ஓடிக்கொண்டிருப்பதைப் பக்கவாட்டிலிருந்து கேமரா பார்க்கிறது. கூட்டத்தில் மாணவர்கள் கொஞ்சம் பேர் குறைகின்றனர். பெரிய கூட்டமாக ஓடிக்கொண்டு இருந்தவர்கள் இப்போது வரிசைக்குப் பத்துப் பேராக ஓடிக் கொண்டிருக்கின்றனர். ஓடும் வேகத்தில் கால் தடுக்கிக் கீழே விழப்போன மாணவன் பின் சுதாரித்துக்கொண்டு ஓடுகிறான். கூட்டத்தில் ஒருவனாக அலி ஓடிக்கொண்டிருக்கிறான். வேகமாக ஓடிவரும் சிறுவர்கள் கூட்டம் சற்றே குறைந்திருக்கிறது. ஒரு நூறு சிறுவர்கள் மட்டுமே முன்னணியில் ஓடிக் கொண்டிருக்கிறார்கள்.

ஒரு சிறுவன் கீழே விழுந்துவிடுகிறான். எழுந்து பின் அந்த இடத்தி லேயே உட்கார்ந்துவிடுகிறான்.

அலி முன்னோக்கி ஓடிக்கொண்டிருக்கிறான். அவன் முன்னால் நூற்றுக்கணக்கான மாணவர்கள் ஓடிக்கொண்டிருக்கின்றனர். அலி மூச்சுவாங்கியபடி ஓடி சில பேரை முந்துகிறான். மேலும் சிலரை யும் முந்தித்தாண்டி ஓடுகிறான். ஓடிக்கொண்டிருக்கும் அலி களைப்படைந்து சற்றுத் தளர்கிறான். இப்போது அவன் ஓட்டத்தில் ஒரு தொய்வு தெரிகிறது.

ஏரி நீர் நிரம்பிக் காட்சியளிக்கிறது. பறவைகள் சப்தம் கேட்கிறது. ஏரிக்கரையோரம் மாணவர்கள் இப்போது ஓடிக்கொண்டிருக் கிறார்கள். அலி களைப்பு மேலிட மூச்சு வாங்கியபடி ஓடிக் கொண்டி ருக்கிறான். அலியின் ஓடும் கால்கள் மட்டும் காட்டப்படுகின்றன. அதற்கு இணையாக ஜாரா பள்ளியிலிருந்து அலியை நோக்கி வேகமாக ஓடி வரும் காட்சி காட்டப்படுகிறது. அலியின் ஓடும் கால்கள் மட்டும் மறுபடியும் காட்டப்படுகிறது. ஜாரா பள்ளியி லிருந்து திரும்பி, அலியை நோக்கி வேகமாகத் தெருக்களில் ஓடிவருவது காண்பிக்கப்படுகிறது.

அலி சோர்வுடன் ஓடுகிறான். அவனைச் சிலர் முந்திச் செல்கின்றனர். ஜாரா மூச்சிறைக்க அலியை நோக்கி வேகமாக ஓடி வரும் காட்சி இண்டர்கட்டாக காண்பிக்கப்படுகிறது. அலி மேலும் களைப் படைந்து, மூச்சு வாங்கியபடி ஓடிக்கொண்டிருக்கின்றான். ஓட்டத் தின் வேகம் குறைந்துவிட்டாலும் விடாது ஓடிக்கொண்டிருக்கிறான்.

அலி : ஏன் தாமதமா வர்ற.

ஜாரா : நான் ஒண்ணும் தாமதம் இல்ல, ஸ்கூலி லிருந்து ஓடியேதான் வந்தேன்.

அலி : சீக்கிரம். என் ஷூவக் கொடு. எனக்கு லேட்டாகுது

என்று அவர்களுக்குள் நடந்த உரையாடல் அவனுக்கு நினைவு வருகிறது.

ஜாரா : இந்த ஷூ ரொம்ப அழுக்கா இருக்கு. எனக்கு இதப் போடவே வெட்கமா இருக்கு. இனிமே இந்த ஷூவைப் போடவே மாட் டேன்.

என்று ஜாரா வருத்தப்பட்டதும் அவன் நினைவுக்கு வருகிறது.

ஜாரா   : எல்லாம் உன்னோட தப்புதான். நீ தான் என்னோட ஷூவைத் தொலைச்ச. கண்டு பிடிச்சுக் கொடுத்திடு, இல்லாட்டி அப்பா கிட்டச் சொல்லிடுவேன்.

(என்று அவள் சொன்னதையும் நினைத்துப் பார்க்கிறான்)

அலி   : ஒருவேளை, நான் மூணாவதா வந்தா, பரிசுப் பொருளான ஷூவை உனக்குக் கொடுத்துடறேன்

என்று தான் ஜாராவிடம் சொன்னது நினைவுக்கு வந்ததும், தன் னெழுச்சி கொண்டு ஓடத் தொடங்குகிறான். வெறிகொண்டு ஓட்டத்தின் வேகத்தை அதிகரிக்கிறான். சில மாணவர்களை முந்துகிறான். மேலும், முன்னேறி இன்னும் தாண்டி ஓடிக்கொண்டே வந்தவன், இப்போது தனக்கு முன்னால் யாருமே இல்லாது முதல் ஆளாக ஓடிக்கொண்டிருக்கிறான்.

'மூன்றாவதா வராட்டா என்ன பண்ணுறது' என்று ஜாரா கேட்டதும் 'நான் நிச்சயமா மூணாவதா வருவேன்' என்று அவன் சொன்னது அவன் நினைவுக்கு வர சற்றுப் பின்னால் திரும்பிப் பார்க்கிறான். மற்றவர்கள் எல்லாம் தூரத்தில் ஓடி வந்துகொண்டிருக்கிறார்கள். தன்னுடைய வேகத்தைக் குறைத்து ஓடுகிறான். முதலில் ஒருவனை முந்த விடுகிறான். பின்னர் திரும்பிப் பார்த்தபடி இன்னொரு வனையும் முந்த விடுகிறான். இப்போது அவன் மூன்றாவதாக ஓடிக் கொண்டிருக்கிறான்.

அலிக்கு சற்றுத்தள்ளி நான்காவதாக ஒருவன் ஓடி வந்துகொண்டி ருக்கிறான். அவன் அலியை முந்தப் பெருமுயற்சி செய்கிறான். அவர்களிடையே கடும் போட்டி நடந்துகொண்டிருக்கிறது. இப்போது நான்கு பேர் மட்டுமே முன்னணியில் ஓடிக்கொண்டிருக்கின்றனர். அலியை முந்த அந்த நாலாவது சிறுவன் பெரும் பிரயத்தனம் செய்கிறான். அலி அவனை முந்த விடாமல் கடுமையாக ஓடிக் கொண்டிருக்கிறான். நெடுநேரம் அவனை முந்த முயற்சி செய்து முடியாமல் போனதால் அந்தச் சிறுவன் பொறுமையிழந்து ஆத்திரத் தில் அலியின் டி –ஷர்ட்டைப் பிடித்திழுத்துப் பின் அவன் மீது மோதிக் கீழே விழத்தட்டுகிறான். டம்மென்று அலி சாலையில் கீழே விழுகிறான். உடனே எழுந்து ஓடும் முன் அவனைப் பலர் முந்திச் செல்கின்றனர்.

அலி எழுந்து ஓடும்போது, பின்னணியில் மெல்லிய இசை ஒலிக் கிறது. விழுந்த நேரத்தில் தன்னை முந்திச் சென்ற சிலரில், இப்போது ஒருவனைத் தாண்டுகிறான். இன்னும் வேகங்கொண்டு ஓடி இன் னொரு சிறுவனையும் தாண்டுகிறான். எல்லைக்கோடு இப்போது கண்ணுக்கு எட்டிய தொலைவில் தெரிகிறது. இப்போது ஐந்து மாணவர்கள் மட்டுமே முன்னணியில் ஓடிக்கொண்டிருக்கின்றனர். அலி நடுவில் ஓடி வந்து கொண்டிருக்கிறான். ஓடுபவர்களை வெளி யிலிருக்கிறவர்கள் உற்சாகப்படுத்தக் குரல் எழுப்புகிறார்கள். இன்னும் எழுபது மீட்டர்கள் என ஒருவர் கொடி அசைத்துச் சொல்கிறார்.

பார்வையாளர்கள் சீக்கிரம், சீக்கிரம் எனச் சிறுவர்களை உற்சாகப் படுத்துகிறார்கள். இன்னும் 50 மீட்டர்தான் பாக்கி என்கின்றனர். அலியின் விளையாட்டு ஆசிரியரும், தலைமை ஆசிரியரும் அலி முன்னணியில் ஓடிவருவதைப் பார்த்துத் துள்ளிக்குதித்துத் கையைத் தட்டி ஆரவாரம் செய்து சீக்கிரம் வேகமா என்கின்றனர். அலி வெறி கொண்டு ஓடிக்கொண்டிருக்கிறான். அஞ்சு சிறுவர்களும் யார் முத லில் வருவார்கள் என்று சொல்ல முடியாது சரிசமமாக ஓடிக் கொண் டிருக்கின்றனர். 30 மீட்டர்கள் என்றபடி அலியின் விளையாட்டு ஆசிரியரும், தலைமை ஆசிரியரும் அலியை உற்சாகப்படுத்துகின் றனர்.

அலி தன் முழு சக்தியையும் பிரயோகித்து ஓடுகிறான். விளையாட்டு ஆசிரியர் அவனை உற்சாகப்படுத்தியபடியே அவன் பக்கவாட்டில் ஓடுகிறார். சரிசமமாக ஓடிய அலி இப்போது அவர்களைச் சற்று முந்துகிறான். தலைமை ஆசிரியரும், விளையாட்டு ஆசிரியரும் சீக் கிரம் வேகமா என்று சைகையால் அவனை அழைக்கின்றனர். எல்லைக்கோடு வெகு அருகில் வந்துவிட்டது. மேலே ஹெலிகாப்டர் பறக்கும் சப்தம் கேட்கிறது.

இப்போது அலி தன் முழு பலத்தையும் திரட்டிச் சற்று வேகம் எடுத்து முதல் ஆளாகக் கோட்டைத் தாண்டுகிறான். ஓடியபடியே வந்தவன் அப்படியே சாலையில் கீழே விழுகிறான். அந்த மற்ற நான்கு சிறுவர் களும் கீழே விழுகின்றனர். பலத்த கைதட்டல்களும், உற்சாகக் குரல் களும் கூட்டத்தில் எழுகின்றன.

தலைமையாசிரியரும், விளையாட்டு ஆசிரியரும் கீழே விழுந்து விட்ட அலியை ஓடி வந்து தூக்குகின்றனர். தலைமை ஆசிரியர் அலியைக் கட்டி அணைத்து நெற்றியில் முத்தமிடுகிறார்.

: பிரமாதம் அலி, பிரமாதம்

அலி பெரும் களைப்புடனும் சோர்வுடனும் கால் வலியினால் ஏற்
பட்ட வேதனையுடனும் இருக்கிறான். இருந்தபோதிலும் மூச்சு
வாங்கிய படி பரிதவிப்புடன் தலைமையாசிரியரிடம்

: சார், நான் மூணாவதா வந்துட்டேனா

தலைமை ஆசிரியர் : மூணாவது எதுக்கு; என் கண்ணே நீ
முதலாவதாகவே வந்துட்ட பிரமாதம், நீ
ஓட்டப் பந்தயத்தில ஜெயிச்சுட்ட.

இருவரும் அவனைத் தூக்குகின்றனர். விளையாட்டு ஆசிரியர்
அலியை தூக்கித் தன் தோளில் வைத்துக்கொள்கிறார். வீடியோக்
காரர்கள் அலியைப் படம் பிடிக்கின்றனர். கை தட்டுகளும், உற்சாக
விசில்களும் அலிக்குக் கிடைக்கின்றன. விளையாட்டு ஆசிரியர் பெரு
மிதத்துடன் சிரித்தபடியே, அவனைத் தோளில் வைத்தபடி சுற்று
கிறார்.

தோற்ற சிறுவன் ஒருவன் விரக்தியால் அப்படியே சாலையில் படுத்து
விடுகிறான். ஒரு தாய், தன் மகனின் 'ஷூ' மற்றும் காலுறையை
அவிழ்த்துவிட்டு அவன் காலைத் தேய்த்துக் கொடுக்கிறாள். இன்
னொரு தாய், முழங்காலில் தலை புதைத்தபடியே அழும் மகனை,
அடுத்த வாட்டி நீதான் ஜெயிப்ப என்று தேற்றுகிறாள். அந்தச் சிறு
வன் சமாதானத்தை ஏற்றுக்கொள்ளாது தொடர்ந்து அழுதபடி இருக்
கிறான்.

அலி மூச்சு வாங்கியபடி, உடம்பு முழுதும் வேர்வை மழையாய்
இருக்க, பெரும் களைப்புடன் அவர் தோளில் அமர்ந்தபடி இருக்கி
றான். மூன்றாவது பரிசை வாங்க முடியாத சோகம் அவன் முகத்தில்
தெரிகிறது. மூன்றாவது பரிசான 'ஷூ' ஒரு பெட்டியின் மீது வைக்
கப்பட்டு அழகாகக் காட்சியளிக்கிறது.

பரிசளிப்பவர் கோப்பையைக் கையில் எடுத்தவுடன், தலைமை
ஆசிரியர் "அலி" என்கிறார். விளையாட்டு ஆசிரியர் அவனைக் கீழே
இறக்கிவிடுகிறார். தலைமை ஆசிரியர் முதலில் கை தட்ட, பின்
பரிசளிப்பு விழாவில் கூடியிருக்கும் மற்ற அத்தனை பேரும் கை தட்டு
கின்றனர். பரிசளிப்பவர் அலியின் கன்னத்தில் முத்தமிட்டு வெற்றிப்
பதக்கத்தை அவன் கழுத்தில் போடுகிறார்.

அலி இப்படித் திரும்பு என்று, பரிசளித்தவர் அவனோடு சேர்ந்து
புகைப்படம் எடுத்துக்கொள்கிறார். அலி குனிந்த தலை நிமிராமல்
நின்றுகொண்டிருக்கிறான். புகைப்படக்காரர் அந்தப் புகைப்படம்
எடுத்தவுடன், தலைமை ஆசிரியர் கையில் வெற்றிக் கோப்பையுடன்

அவனுடன் சேர்த்து புகைப்படம் எடுத்துக்கொள்கிறார். பின் விளை யாட்டு ஆசிரியர் தலைமை ஆசிரியர் கையிலிருந்த கோப்பையை வாங்கித் தான் வைத்தபடி அலி அருகில் நின்று பெருமிதத்தோடு சிரித்தபடி புகைப்படம் எடுத்துக்கொள்கிறார்.

அலி இன்னும் குனிந்த தலை நிமிராமலே நின்றுகொண்டிருக்கிறான். தலைமை ஆசிரியர் பெரும் மகிழ்ச்சியுடன் இன்னொரு முறை அலி யோடு சேர்ந்து நின்று புகைப்படம் எடுத்துக்கொள்கிறார்.

புகைப்படக்காரர் : நீங்க கொஞ்சம் விலகிக்கங்க. எனக்கு அந்தப் பையனோட போட்டோ மட்டும் தனியா வேணும்.

பரிசளித்தவரும் தலைமை ஆசிரியரும் விலகி நிற்கின்றனர். அலி தலைகுனிந்து நின்றுகொண்டிருப்பதைப் பார்த்து

புகைப்படக்காரர் : தலையைக் கொஞ்சம் உயர்த்து என்கிறார். அலி தலை குனிந்த படியே இருக்க

: நிமிர்ந்து நின்னு நேராப் பாரு தம்பி.

அலி இப்போது நேராக நிமிர்ந்து பார்க்கிறான். அவன் அழுதபடி நிற்கிறான். அவன் இவ்வளவு நேரம் தலைகுனிந்தபடி அழுது கொண்டு தான் இருந்திருக்கிறான் என்பது தெரியவருகிறது. புகைப் படக்காரர் ஒருபடம் எடுத்துவிட்டு, மறுபடியும் இன்னொன்று என்று இன்னொரு படம் எடுத்துக்கொள்கிறார். அலி கண்களில் கண்ணீர் நிரம்பிக் கிடக்க, அழுத முகத்துடனே புகைப்படத்திற்கு 'போஸ்' கொடுத்துக்கொண்டிருக்கிறான்.

காட்சி – 54

கடை / உள் / வெளி / பகல்

அலியின் தந்தை ஒரு கடையில் ரொட்டி பாக்கெட் வாங்கிக் கொண்டு மீதிச் சில்லறையை எண்ணிப் பார்த்தபடியே கடைக்கு வெளியே நிறுத்திவைத்திருந்த சைக்கிளை நோக்கி வருகிறார். சைக்கிள் கேரியரில் கட்டிவைக்கப்பட்டிருக்கும் பெட்டியில், வீட்டுக்குத் தேவையான பொருட்களுடன், அலிக்கு ஒரு ஷூவும் ஜாராவுக்கு ஒரு ஷூவும் அவர் வாங்கிப் பெட்டியில் வைத்திருப்பது தெரிகிறது. வாங்கிய 'பிரெட் பாக்கெட்டை' பக்கவாட்டில் இருக்கும் பையில் திணித்துக்கொண்டு சைக்கிளைத் தெரு வழியே தள்ளியபடியே போகிறார்.

காட்சி – 55

வீட்டு முற்றம் / பகல்

ஜாரா நீர்த்தொட்டியருகே இருக்கும் குழாயில் குழந்தையின் பால்புட்டியைக் கழுவிக்கொண்டு இருக்கிறாள். அப்போது 'கேட்' திறக்கப்படும் சத்தம் கேட்டதும் ஜாரா மகிழ்ச்சியுடன் வாசல் பக்கம் பார்க்கிறாள். அலி மெதுவாகத் தளர்வுடன் நடந்து வந்து வாசற் படியருகே இருக்கும் சுவரில் சாய்ந்து நிற்கிறான். ஜாரா அவனைப் பார்த்துப் புன்னகைக்கிறாள். உட்கார்ந்திருந்தவள் இப்பொழுது எழுந்து சிரித்தபடியே அவனைப் பார்க்கிறாள். அலி அதே இடத்தில் நின்றபடி, சோகத்துடன் இவளைப் பார்த்தவன், பின் தலை குனிந்து கொள்கிறான். ஜாராவின் சிரித்த முகம் மாறுகிறது.

அலி தலையைக் குனிந்தபடி மிகவும் மெதுவாக அவளை நோக்கி அடிமேல் அடி எடுத்துவைத்து வருகிறான். ஜாரா சோகத்துடன் அவனைப் பார்க்கிறாள். பின் குனிந்து அவன் காலைப் பார்க்கிறாள். காலில் அதே பழைய "ஷூ" இருப்பதைக் காண்கிறாள். பின் அவனைப் பார்க்கிறாள். போட்டியில் அவன் ஷூவை ஜெயிக்க வில்லையென உணர்ந்துகொண்டவளைப் போலச் சோகமாகிறாள்.

அலி மெதுவாகத் தலையைத் தூக்கிச் சோகத்துடன் ஜாராவைப் பார்க்கிறான். பின் நீண்ட ஏக்கப் பெருமூச்சுவிட்டு விட்டு மீண்டும் தலையைக் குனிந்துகொள்கிறான். அப்போது வீட்டின் உள்ளே குழந்தை அழும் சத்தம் கேட்டவுடன், ஜாரா டக்கெனத் திரும்பி, கழுவி வைத்த பால்புட்டியை எடுத்துக்கொண்டு வீட்டுக்குள் ஓடுகிறாள். அலி அவள் போவதைப் பார்க்கிறான். பின் நீர்த் தொட்டி யருகே வந்து, பைப்பில் தண்ணீர் குடிக்கிறான். குழந்தை இன்னும் அழுதுகொண்டிருப்பது கேட்கிறது.

பின் அலி, நீர்த்தொட்டிச் சுவரில் அமர்ந்து தன் ஷூவைக் கழற்றிப் போடுகிறான். 'ஷூ'வின் அடிப்பாகம் மொத்தமாகப் பிய்ந்து தொங்கிக் கொண்டிருக்கிறது. இனிமேல் பயன்படுத்த முடியாத நிலைக்கு மாறுகிறது. இன்னொரு ஷூவையும் கழட்டிப் போடுகிறான்.

காலுறையைக் கழட்டும்போது வேதனையில் கண்ணைச் சுருக்கு கின்றான். மிக மெதுவாக இன்னொரு காலுறையையும் கழற்று கிறான். இரண்டு கால் விரல்களும் புண்ணாகி இருக்கின்றன. வேதனையுடன் கால்களைத் தொட்டுத் தடவிக் கொடுக்கிறான். புண்களினால் உண்டான வேதனையையும் எரிச்சலையும் போக்க தன் இரண்டு கால்களையும் நீர்த்தொட்டிக்குள் வைக்கிறான். கால் விரல்களை மடக்கி விரிக்கிறான்.

கேமரா இப்போது அவனை உயரத்திலிருந்து பார்க்கிறது. முழங் காலில் தலைபுதைத்தபடி அலி சோகமாக அமர்ந்திருக்கிறான். நீர்த் தொட்டியில் சூரியக் கதிர்கள் பட்டு நீர்த்தொட்டி மினு மினுக் கின்றது. இப்போது நீர்த்தொட்டிக்குள் இருந்த தங்க நிற மீன்கள் மொத்தமாக வெளியே வருகின்றன. அலியின் காலைச் சுற்றி அத் தனை மீன்களும் முத்தமிட்டபடியே வலம் வந்து கொண்டே இருக்க, பெருகும் பின்னணி இசையோடு படம் முடிவடைகிறது.

●

லைஃப் இஸ் பியூட்டிஃபுல்

திரைக்கதை

ராபர்டோ பெனினி (1952)

ராபர்டோ பெனினி இத்தாலியில் உள்ள டஸ்கனில் ஓர் ஏழைக் குடும்பத்தில் பிறந்தார். இவர் தந்தை ஒரு விவசாயி, சில சமயம் தச்சனாகவும், கொத்தனாராகவும் வேலை செய்திருக்கிறார். தன் தந்தையின் அனுபவத்தைத் தான் லைஃப் இஸ் பியூட்டிஃபுல் படத்திற்கு அடிப்படையாகக் கொண்டுள்ளார்.

ராபர்டோ பெனினி தனது திரைப்பட வாழ்க்கையை நடிகராகத் தான் துவங்கினார். திரைப்பட இயக்குநர் ஃபெலினியிடம் உதவி இயக்குநராகவும் பணியாற்றி இருக்கிறார். 1978இல் ‘பெர்லிங்கர் டி வாக்லியோ பீன்’ என்ற படத்தின் மூலம் நடிகரானார். 1983இல் ‘யு அப்செட் மீ’ என்ற தனது முதல் படத்தை இயக்கினார். அவர் நடித்து இயக்கி ஜானி ஸ்டெச்சினோ, மான்ஸ்டர் போன்ற படங்கள் இத்தாலியில் அவருக்கு பேர் பெற்றுத் தந்த போதிலும், உலகப் புகழையும், பெரும் அங்கீகாரத்தையும் 1997இல் அவர் நடித்து இயக்கிய லைஃப் இஸ் பியூட்டிஃபுல் என்ற படம்தான் பெற்றுத் தந்தது.

லைஃப் இஸ் பியூட்டிஃபுல் ஏழு ஆஸ்கர் விருதுக்கு தேர்வு செய்யப்பட்டு, சிறந்த நடிகர், சிறந்த வெளிநாட்டுத் திரைப்படம், சிறந்த இசை என மூன்று விருதுகளை வென்றது. மேலும் கான் விருது என ஐம்பதுக்கும் மேற்பட்ட விருதுகளை வென்றிருக்கிறது.

ஆங்கிலம் அல்லாத பிறமொழி படத்தில் நடித்து சிறந்த நடிகருக்கான ஆஸ்கர் விருது பெற்ற ஒரே நடிகர் இவர்தான்.

இவரின் பிற படங்கள்: தி டைகர் அண்டு தி ஸ்நோ (2005), பினோச்சியோ (2002), மான்ஸ்டர் (1994), ஜானி ஸ்டெச்சினோ (1991), தி லிட்டில் டெவில் (1988), யு அப்செட் மீ (1983).

லைப் இஸ் பியூட்டிஃபுல்
1997, இத்தாலி

இத்தாலியத் தலைப்பு	:	லா விட்டா இ பெல்லா
முதல் உதவி இயக்குநர்	:	ஜியோனி ஆர்டுனி
கலை இயக்குநர்	:	டேனிலா டோனாட்டி
படத்தொகுப்பு	:	சிமோனா பாகி
ஒளிப்பதிவு	:	டொனினோ டெல்லி கொலி
இசை	:	நிக்கோலா பயோவனி
தயாரிப்பு	:	எல்டா ஃபெரி, ஜியான்லுகி பிராசி
திரைக்கதை	:	ராபர்டோ பெனினி வின்சென்சோ செராமி
இயக்கம்	:	ராபர்டோ பெனினி
படப்பதிவு	:	வண்ணம்
நேரம்	:	112 நிமிடங்கள்

கதாபாத்திரங்கள்

ராபர்டோ பெனினி	:	கியதோ
நிக்கோலெட்டா பிராசி	:	தோரா
ஜியார்ஜியோ கன்ட்டாரினி	:	ஜோஸ்வா
செர்ஜியோ பஸ்ட்ரிக்	:	ஃபெருச்சியோ
ஜிஸ்டினோ துரானோ	:	எலிசியோ மாமா
மரிசா பரேடெஸ்	:	தோராவின் அம்மா
ஹார்ஸ்ட்	:	டாக்டர் லெஸ்ஸிங்
அமிரிகோ ஃபோன்டனி	:	ருடால்ப்
பியட்ரோடி டிசில்வா	:	பார்த்தோலோமே

மற்றும் பலர்

காட்சி – 01

பனிமூட்டம் நிறைந்த பகுதியொன்றில், தூங்கிக் கொண்டிருக்கும் தன் மகன் ஜோஸ்வாவைத் தோளில் சுமந்தபடி கிய்தோ போய்க் கொண்டிருக்கிறார். அவரின் மீது கதை சொல்லியின் குரல் பதிவு செய்யப்பட்டு இருக்கிறது.

கதை சொல்லியின் குரல்
(இளைஞன் ஜோஸ்வா)

: இது ஓர் எளிமையான கதை ஆனால், சொல்வதற்கு அத்தனை எளிதான ஒன் றல்ல. ஒரு புனைவு போன்று சோகம் நிறைந்தது, ஒரு புனைவு போன்று ஆச்சர் யங்களும் சந்தோஷங்களும் நிறைந்தது.

காட்சி – 02

அரிஸ்ஸோ, இத்தாலி.

1939

என்று திரையில் எழுத்துக்கள் வருகின்றது.

டஸ்கன் குன்றுகளின் வழியே ஒரு திறந்த கார் ஒன்று போகிறது. காரில் ஃபெரூச்சியோவும் கிய்தோவும் போய்க்கொண்டிருக்கின்றனர். ஃபெரூச்சியோ காரை ஓட்டிச் செல்ல, முன்னிருக்கையில் கிய்தோ, முகத்தை தொப்பியால் மறைத்தபடி இருக்கையில் சாய்ந்து கொண்டு காருக்கு முன்னால் வலது காலை நீட்டியவாறு அமர்ந்திருக்கிறார். ஃபெரூச்சியோ கவிதை ஒன்றை உரத்தகுரலில் கூறியபடி வண்டியை ஓட்டிக் கொண்டிருக்கிறார்.

ஃபெரூச்சியோ : நான் எதைப் பார்க்கிறேனோ
அதையே பாடுகிறேன்
எதுவும் என் கண்பார்வையிலிருந்து
தப்புவதில்லை

என்ற கவிதை வரியைச் சொல்லியபடி வருகிறார்.

ஃபெரூச்சியோ : பிரேக் செயலிழந்து போயிருப்பதைக் கவனிக்காது ரயில் கிளம்பிவிட்டது. ஐயோ, பிரேக் செயலிழந்து போய் விட்டது.

மீண்டும் ஒரு முறை கவலை தோய்ந்த குரலில்.

: ஐயோ. பிரேக் செயலிழந்து விட்டது.

தொப்பியால் முகத்தை மறைத்தபடி இருக்கும் கிய்தோ

: சொல்லு, நான் கேட்டுக்கிட்டுத்தான் இருக்கேன்

ஃபெரூச்சியோ (பதற்றத்துடன்)

: இல்லை நம்ம காரோட பிரேக் செயலிழந்து விட்டது. பிரேக் பிடிக்கல...

என்றபடி செயலிழந்து போய்விட்ட பிரேக்கை மிதித்து காரை நிறுத்த முயற்சி செய்கிறார்.

கிய்தோ : நீ கவிதைதான் சொல்லிக்கிட்டு இருக்கேன்னு நினைச்சேன்.

ஃபெரூச்சியோ : பிரேக் பிடிக்கல

வேகமாகப் போய்க் கொண்டிருந்த கார், இப்போது சாலையிலிருந்து விலகி, சரிவு நிறைந்த பகுதிக்குள் போகிறது.

கிய்தோ (பதற்றத்துடன்)

: பிரேக்க நல்லா அழுத்து.

கார் பள்ளத்தில் பாய்ந்து ஓடிக்கொண்டிருக்கிறது.

ஃபெரூச்சியோ (உரத்தகுரலில்)

: ஐயோ, நிறைய மரங்களா இருக்கு. நாம சாகத்தான் போறோம்.

கிய்தோவும், ஃபெரூச்சியோவும் 'ஆ'வென பெருங்குரலெடுத்து அலறுகின்றனர். கார் பள்ளத்திலிருந்து வெளிப்பட்டு ஒரு சாலை அருகில் வருகிறது.

அப்போது அந்தச் சாலையில் சீருடை அணிந்த வீரர்கள் இருவர் பைக்குகளில் போகிறார்கள். கிய்தோவின் கார், சாலையில் இறங்கி அந்த இருவரின் பைக்குகளின் பின்னால் செல்கிறது. சற்று தூரத்தில் மன்னரை வரவேற்பதற்காக அந்தப் பகுதி மக்கள் நிறையப் பேர் சாலையின் இரு புறங்களிலும் நின்றிருக்கின்றனர். தோரணங்கள் கட்டப்பட்டு, மலர்களால் வளைவு ஒன்றும் அமைக்கப்பட்டிருக்கிறது.

பைக்கில் வந்து கொண்டிருக்கும் வீரர்களில் ஒருவன் (அறிவிக்கும் குரலில்)

: மன்னர் வந்து கொண்டிருக்கிறார்.

பேண்டு வாத்தியம் முழங்க ஆரம்பிக்கிறது. சிறுவர்கள் அதோ வந்து கொண்டிருக்கிறார் என்கின்றனர்.

சற்றுத் தொலைவில் கிய்தோவின் கார் சீறிப்பாய்ந்து வந்து கொண்டிருக்கிறது. சிறுவர்கள் காரைப் பார்த்ததும் உற்சாகத்தில் ஆரவாரம் செய்கின்றனர்.

கிய்தோ(பதற்றத்துடன்)

: அங்கே நிறையப் பேர் நின்னுக்கிட்டு இருக்காங்க, வண்டியை வளைக்காம நேராப் போ

ஃபெரூச்சியோ
(பதற்றத்துடன்) : கிய்தோ

கிய்தோ கூட்டத்தை நோக்கி, விலகிப் போங்கள், விலகிப் போங்கள் என்று கைகளை ஆட்டி சைகை செய்கிறார்.

கிய்தோ : பிரேக் பிடிக்கல. விலகிப் போங்க. பிரேக் பிடிக்கல விலகிப் போங்க.

கிய்தோ விலகிப் போங்கள் என்று கை காட்டுவதை பாசிச சல்யூட் என்று நினைத்து, கூட்டத்தினரும் கையை அசைத்து மகிழ்ச்சியுடன் பதில் சல்யூட் செய்கின்றனர். கிய்தோ வியப்புடனும் மகிழ்ச்சியுடனும் அவர்களைப் பார்க்கிறார்.

கிய்தோவின் மேல் 'லைஃப் இஸ் பியூட்டிஃபுல்' என்ற எழுத்துக்கள் வருகிறது.

சிறிது தூரம் அவர்களைக் கடந்து வந்த பிறகு கிய்தோ பின்னால் திரும்பி அவர்களைப் பார்க்கிறார். மக்கள் அவரை நோக்கி இன்னும் உற்சாகத்துடன் கையசைத்தபடி இருக்கின்றனர்.

சிறிது நேரத்தில் பேண்டு வாத்தியங்கள் இசைப்பது நிறுத்தப்படுகிறது. மக்கள் இயல்பு நிலைக்குத் திரும்புகிறார்கள். அப்போது அரசனின் கார் அங்கு வந்து சேர்கிறது. மக்கள் அவரை வெறுமனே பார்த்தபடி நிற்கிறார்கள். யாரும் வரவேற்காததைக் கண்டு, அரசனும் அரசியும் ஒருவரையொருவர் ஏமாற்றத்துடன் பார்த்துக்கொள்கின்றனர்.

காட்சி – 03

ஒரு தோட்டத்தின் அருகில் / பகல்

கிய்தோ, ஃபெரூச்சியோ இருவரும் காருக்கு அடியில் படுத்துக் கொண்டு காரின் ரிப்பேரை சரி செய்ய முயற்சி செய்து கொண்டிருக்கின்றனர்.

ஃபெரூச்சியோ : (கிய்தோவிடம்) நீ கொஞ்சம் அப்படியே நடந்து போய்ட்டு வாயேன் இல்லாட்டி, நாளைக்கு வரைக்கும் அங்க போய்ச் சேர மாட்டோம்.

கிய்தோ : நான் ஸ்க்ரூவ கண்டுபிடிச்சுட்டேன், இப்ப நான் என்ன செய்யணும்.

ஃபெரூச்சியோ : ஒண்ணும் செய்ய வேண்டாம், என்னைய ஒரு பத்து நிமிஷத்திற்கு தனியா விடு.

கிய்தோ : சரி, நான் உன்னையத் தனியா விடுறேன், ஸ்க்ரூவ கண்டுபிடிச்சா உனக்குத் தரவா.

ஃபெரூச்சியோ : வேண்டாம், என்னையத் தனியாவிடு

காரிலிருந்து வெளியே வரும் கிய்தோ தன் கோட்டைக் கழற்றியபடி

: அப்படியின்னா, ஸ்க்ரூ கிடைச்சா, தூக்கி எறிஞ்சுடவா.

ஃபெரூச்சியோ பதிலேதும் சொல்லவில்லை. கிய்தோ தன் கைகள் அழுக்காக இருப்பதை உணர்ந்தவர், சுற்றும் முற்றும் பார்க்கிறார், சற்றுத் தூரத்தில் அடிபம்ப் ஒன்று இருப்பதைப் பார்க்கிறார்.

கிய்தோ : நான் கை கழுவப் போறேன்.

ஃபெரூச்சியோ : போ

அடிபம்ப் அருகே போன கிய்தோ, அருகிலிருந்த ஒரு குச்சியில் தன் கோட்டை மாட்டி வைத்துவிட்டு, அடி பம்ப்பை அடிக்கிறார். சத்தம் கேட்டு, சற்றுத் தூரத்தில் பால் கறந்து கொண்டிருக்கும் இளம்பெண் ஒருத்தி கிய்தோவை திரும்பிப் பார்க்கிறாள்.

கையைக் கழுவியபடி அவளைப் பார்த்த கிய்தோ

: அழகான குட்டிப் பெண்ணே, எப்படி இருக்கிறாய்.

என்றபடி அவளை நோக்கிப் போனவர் 'என்ன பண்ணிக்கிட்டு இருக்க' என்கிறார். பின் அங்கே வண்டியில் கூடை கூடையாய் அடுக்கி வைக்கப்பட்டிருக்கும் காய்கறிகளைப் பார்த்து

: ரொம்ப அழகா இருக்கு, இதெல்லாம் உங்கம்மா வச்சிருக்காங்களா

இளம்பெண் : இல்லை, தோட்டக்காரம்மா வச்சிருக் காங்க

கிய்தோ *(படபடவென்று)* : இதெல்லாம் எங்க போகுது? விற்பனைக்கா? என்ன விலை, புத்தம் புதுசா இருக்கே, உங் கம்மா எங்க இருக்காங்க? உன்னோட வயது என்ன? நான் நிறைய கேள்வி கேட் கிறேன், சரி, உன்னோட பேரென்ன?

இளம்பெண் : எலினோரா

கிய்தோ : நான் இளவரசன் கிய்தோ. உங்களைச் சந்திப்பதில் மகிழ்ச்சியடைகிறேன்.

எலினோரா *(சந்தேகத்துடன்)*

: என்னது? இளவரசனா

கிய்தோ : ஆமாம், இளவரசன் தான். இந்த இட மெல்லாம் என்னோட ஆளுகைக்கு உட் பட்டது. நாங்க இந்த இடத்தை அடிஸ் அபான்னு சொல்லுவோம். நான் நினைச்சா, இங்கிருக்கிற எல்லாத்தையும் மாத்திடு வேன், பசுக்களையெல்லாம் வெளியே அனுப்பிச்சுட்டு, ஒட்டகங்களை உள்ள அனுப்பிடுவேன்.

எலினோரா *(வியப்புடன்)*

: என்னது ஒட்டகமா

கிய்தோ : தேவைன்னா, சில நீர்யானைகளைக்கூட அனுப்புவேன். சரி நான் இப்பப் போயா கணும், நான் இளவரசிய சந்திக்கிற நேரம் இது.

எலினோரா : எப்ப

கிய்தோ : இப்பத்தான்

அப்போது, சற்று அருகில் இருக்கும் உயரமான பரணிலிருந்து ஆவென அலறியபடி தோரா கீழே குதிக்கிறாள். கிய்தோ ஓடிப் போய் அவளைப் பிடிக்கிறார். எடை தாங்க முடியாமல் இருவரும் வைக்கோல் போரில் விழுகின்றனர். தன் மேல் விழுந்து கிடக்கும் தோராவைப் பார்த்து

கிய்தோ : வணக்கம் இளவரசியே.

கிய்தோ மேலிருந்து எழுந்து அருகில் அமர்ந்தபடி

தோரா : ஐயோ, நான் செத்தே போயிருப்பேன். நான் உங்களைக் காயப்படுத்திட்டேனா.

கிய்தோ (படுத்தபடி)

: அற்புதம், நான் இது மாதிரி சுகமா இருந்ததே இல்லை. நீங்க எப்பவும் இந்த மாதிரித் தான் வீட்டை விட்டு வெளியே வருவீங்களா.

தோரா : நான் அந்த குளவிக் கூட்டை எரிக்கத்தான் போனேன், ஆனா ஒரு குளவி ஒண்ணு கொட்டிருச்சு

பதற்றத்துடன் உடனே எழுந்த கிய்தோ

கிய்தோ : என்னது குளவி கொட்டிருச்சா எங்கே

என்றபடி அவள் தொடையில் குளவி கடித்த இடத்தில் வாயை வைத்து உறிஞ்சித் துப்புகிறார். எலினோரா வியப்பில் வாயைப் பிளக்கிறாள்.

கிய்தோ : குளவியோட விஷம் ரொம்ப மோசமானது. அதை உடனே எடுத்தாகணும். பேசாம, அரைமணி நேரம் அப்படியே படுத்திருங்க நான் எடுத்திடுறேன்.

தோரா : இல்லை, நன்றி

தோரா எழுகிறாள்

கிய்தோ : உறுதியாகத் தான் சொல்றீங்களா, இன்னும் வேற எங்கேயாவது கடிச்சிருக்கா

தோரா : இல்ல.

கிய்தோ : என்ன அற்புதமான இடம் இது. மாயா ஜாலம் நிறைந்ததா இருக்கு. புறா பறக்கிறது. வானத்திலிருந்து பெண் குதிக்கிறாள்.

எலினோரா (தோராவிடம்)

: இந்த இடமெல்லாம் அவரோடதாம், இந்த இடம் முழுவதையும் ஒட்டகத்தால் நிறைக்கப் போறாராம், அவர் ஒரு இளவரசன்னு சொல்றாரு

கிய்தோ : (தொப்பியை எடுத்து, தோராவை குனிந்து வணங்கியபடி) நிச்சயமா. இளவரசர் கிய்தோ, உங்கள் உத்தரவுக்காக காத்திருக்கிறேன் இளவரசியே.

அப்போது கார் ஹாரன் ஒலிக்கிறது.

காரின் பக்கம் திரும்பிப் பார்த்த கிய்தோ

: இதோ வந்திட்டேன்.

பின் தோராவின்

பக்கம் திரும்பி : சரி, நான் கிளம்புறேன். மறுபடியும் பார்க் கலாம்

தோரா : நான், உங்களுக்கு எப்படி நன்றி சொல்றது.

கிய்தோ

(புன்னகையுடன்) : அதுக்கெல்லாம் அவசியமே இல்லை.

குச்சியில் மாட்டி வைத்திருந்த கோட்டை எடுத்து அணிந்து கொண்ட படி நடக்கத் தொடங்கியவர் எதிரில் இருக்கும் கூடையைப் பார்க்கிறார்.

கிய்தோ : நீங்க கண்டிப்பா, எனக்கு நன்றி சொல் லியே ஆகணும்னு நினைச்சீங்கன்னா, நான் கொஞ்சம் முட்டைகளை, ஆம்லெட் போடுறதுக்காக எடுத்துக்கிறேன்.

தோரா : உங்களுக்கு எவ்வளவு வேணுன்னாலும் எடுத்துக்கங்க, இதெல்லாம் உங்களோடது தான்.

கிய்தோ : நன்றி. நான் இரண்டு, இல்லை ஆறு முட்டை எடுத்துக்கிறேன். நான் அழகான ஆம்லெட் போடப் போறேன். சரி, இப்ப நான் கிளம்புறேன். இளவரசிக்கு மறு படியும் என் வணக்கத்தைத் தெரிவிச்சுக் கிறேன்.

தோரா புன்னகையுடன் தலையசைக்கிறாள்.

கிய்தோ காரை நோக்கி உரத்த குரலில்

: இதோ வந்துட்டேன். இன்றைய இரவு சிறப்பு உணவு ஆம்லெட்

என்று கூறியபடி காரை நோக்கிப் போகிறார்.

தோராவும் எலினோராவும் ஒருவரையொருவர் பார்த்துக் கொள் கின்றனர்.

கார் கிளம்பும் போது கிய்தோ அவர்களின் பக்கம் திரும்பி

: எலினோரா, ஞாபகம் வச்சுக்க; ஒட்டகம், நீர்யானைகளைக் கொண்டு எல்லா இடத் தையும் நிரப்பிரலாம்.

கார் அவ்விடத்தைவிட்டுக் கிளம்புகிறது.

காட்சி – 04

நகரத் தெருக்கள் / மாமாவின் வீடு. உள் / வெளி. இரவு

கார் நகரத்தின் சில தெருக்களைக் கடந்து ஒரு திருப்பத்தில் திரும்புகிறது.

ஃபெரூச்சியோ : உங்க மாமாவோட வீடு எங்க இருக்கு

கிய்தோ : இடது பக்கம் திரும்பு, நாம கிட்டத்தட்ட அவர் வீட்டுக்கிட்டே வந்துட்டோம்.

ஃபெரூச்சியோ : உங்க மாமா நம்ம கூடத்தான் தங்குவாரா?

கிய்தோ : இல்லை. அவர் 30 வருஷமா ஹோட்டல்ல தான் தங்கி இருக்காரு. அவரு அங்க தலைமை நிர்வாகியா இருக்கிறாரு. அவர், இந்த வீட்டை பொருள்களைப் போட்டு வைக்கிறதுக்காகத்தான் பயன்படுத்திக் கிட்டு இருக்காரு. இப்ப, நமக்கு இதை வாடகைக்கு தரப்போறாரு. கொஞ்சம் வண்டியோட வேகத்தைக் குறை, இந்த இடம் தான்.

எதிரில் குதிரை ஒன்று சாரட்டில் பூட்டப்பட்டு நிற்கிறது.

கிய்தோ : இதுதான் எங்க மாமாவோட குதிரை ராபின் ஹீட், இது தான் எங்க மாமா வோட சாரட், இதுதான் எங்க மாமா வோட வீடு, வீட்டுக்குள்ளே எங்க மாமா இருப்பாரு

இருவரும் காரிலிருந்து இறங்கி, வேகமாக வீட்டை நோக்கிப் போகின்றனர்.

கிய்தோ : மாமா, இதோ நாங்க வந்துட்டோம். வர்ற வழியில் கார் ரிப்பேர் ஆயிடுச்சு

என்றபடி அவர்கள் கதவருகே நெருங்கிய போது வீட்டின் உள்ளே இருந்து திமுதிமுவென வெளியேறிய மூவர் அவர்களைத் தள்ளிவிட்டு ஓடி விடுகின்றனர்.

கிய்தோ : மாமா, மாமா

என்றழைத்தபடி பரபரப்புடன் வீட்டுக்குள் ஓடுகின்றார். ஃபெரூச்சியோவும், பின்தொடர்கிறார்.

வீட்டினுள்ளே மாமா தரையில் விழுந்து கிடக்கிறார்.

கிய்தோ : உங்களுக்கு ஒண்ணும் ஆகலயே..

என்றபடி அவரைத் தூக்கி விடுகிறார்.

கிய்தோ : அவங்க யாரு

எலிசியோ மாமா : காட்டுமிராண்டிகள்

கிய்தோ

(பதற்றத்துடனே) : என்ன ஆச்சு, யார் அவங்க

மாமா : அவங்களைப் பொருட்படுத்தாத, வெறும் காட்டுமிராண்டிகள்,

கிய்தோ : நீங்க ஏன் உதவி கேட்டு கத்தல

மாமா : அமைதிதான் வலிமை வாய்ந்த கூக்குரல். சரி இப்ப எனக்கு சரியாயிடுச்சு

பின் எதிரில் நின்றிருக்கும் ஃபெரூச்சியோவைப் பார்த்து

: இவர்தான் உன்னோட கவிஞன் நண்பனா

ஃபெரூச்சியோ (தொப்பியைக் கழற்றியபடி)

: ஆமாம், என்னோட பேர் ஃபெரூச்சியோ நான் மரச்சாமான்களைப் பழுது பார்ப்பவன் கூட

மாமா : சரி, நல்லது. இது பழைய பொருள்களைப் போட்டு வச்சிக்கிற இடம். நான் பழைய பேஷன் பொருள்களையெல்லாம் சேகரிச்சு வச்சிருக்கேன்.

ஃபெரூச்சியோ பழைய பொருள்கள் நிறைய குவிந்திருப்பது கண்டு

: இந்த பொருள்கள் எல்லாம் எதுக்காக

(பெரூச்சியோ கேட்டது காதில் விழாதது போல்) மாமா

: நீங்க விரும்புறவரைக்கும் இங்க தங்கியிருக்கலாம்.

பின் கிய்தோவைப்

பார்த்து : ஆனா, இங்க வெயிட்டரா வேலை பார்ப்பது அவ்வளவு சுலபமில்லை.

மாமா : அதோ படுக்கை அங்க இருக்கு. அந்தப் படுக்கை லெஜண்டு கரிபால்டி ஒரு தடவை படுத்திருந்த படுக்கை.

பின் ஃபெரூச்சியோவைப் பார்த்து

: இந்த மாதிரி தேவையில்லாத பொருள்கள் தான் ரொம்பத் தேவையானது.

என்று சொல்லியபடி நடக்கத் துவங்கியவர், ஒரு சிறிய படியேறும் போது வலியெடுத்ததால் காட்டுமிராண்டிகள் என்று முணு முணுக்கிறார்.

கிய்தோவைப் பார்த்து

: டவுன்ஹால் வயா செஸ்டனியில் இருக்கு, கொலனேடு போயி வலது பக்கம் திரும்பணும். காலையில அங்க போறது தான் நல்லது.

பின் அவர்களிடம் குளியலறையைக் காட்டி

: இது தான் குளியலறை பிதெத் கண்டறிந்த பொருள்கள் பொருத்தப்பட்டிருக்கு

புத்தக அலமாரியைக் காட்டி

: இங்க லாரொன்சோ பயோலினோவிட 'லைஃப் ஆஃப் பெட்ராக்' புத்தகம் உட்பட பல புத்தகங்கள் இருக்கு. சமையலறை அங்க இருக்கு. அங்கிருக்கும் சைக்கிளைக் காட்டி இது ஆரம்ப காலத்து சைக்கிள், பொதுவா இது பைக்கின்னு சொல்லு வாங்க.

மடமடவென்று சொல்லி முடித்தவர்

: சரி, ரொம்ப நேரமாயிடுச்சு. நான் ஹோட்டலுக்கு திரும்பிப் போயாகணும். வீட்டுக்கு ஒரே ஒரு சாவி தான் இருக்கு, தொலைச்சு ராதீங்க.

வெளியேறப் போனவர், வாசலருகே நின்று மகிழ்ச்சியுடன் கையை விரித்து

: உங்களை இங்க பார்க்கிறதுல நான் ரொம்ப சந்தோஷப்படுறேன்.

அப்போது குதிரை கனைக்கும் சத்தம் கேட்கிறது

மாமா : இதோ வந்துட்டேன் ராபின்ஹீட்

என்றபடி வெளியேறுகிறார்.

கிய்தோவும் ஃபெரூச்சியோவும் ஒருவரையொருவர் ஆச்சரியத்துடன் பார்த்துக் கொள்கின்றனர்.

ஃபெரூச்சியோ (வியப்புடன்)

: என்ன மாதிரி மாமாய்யா.

காட்சி – 05

நகரத்துத் தெருக்கள் / பகல்

கிய்தோ ஃபெரூச்சியோ இருவரும் ஒரு தெருவில் நடந்து வந்து கொண்டிருக்கின்றனர்.

கிய்தோ (வியப்புடன்)

: இங்கபாரு அங்கபாரு நான் சொல்லல, இப்ப நாம நகரத்தில் இருக்கோம். நாம சுதந்திரமா, என்ன நினைக்கிறோமோ அதைச் செய்யலாம். நீ கத்தனும்னு நினைச் சாக்கூட கத்தலாம் யாரும் நம்மளைத் தடுக்க மாட்டாங்க.

மறுகணமே ஃபெரூச்சியோ குதித்தபடி பலமாக கத்த ஆரம்பிக்கின்றார். சத்தம் கேட்டு அவர்களைக் கடந்து போய்க் கொண்டிருந்தவர்கள் திரும்பிப் பார்க்கின்றனர்.

கிய்தோ : நிறுத்து, நிறுத்து நீ என்ன செய்யிற, ஏன் பைத்தியம் மாதிரி கத்துற, நடுத்தெருவில் நின்னுக்கிட்டு, ஊர்ல செய்யிற மாதிரி யெல்லாம் இங்க கத்தக் கூடாது.

என்று அவர்கள் பேசியபடி நடந்து வந்து கொண்டிருக்கும் பாதையில், வந்த தொழிலாளி ஒருவர் ஒரு வீட்டின் மாடியைப் பார்த்து சத்தமாக

: மேரி, சாவி

ஒரு பெண் மாடியிலிருந்து சாவியைக் கீழே தூக்கிப் போடுகிறார். சாவி கிய்தோவின் கால் அருகே விழத் திடுக்கிடுறார்.

சாவியைக் குனிந்து எடுத்த தொழிலாளி கிய்தோவிடம்

: என்னை மன்னிச்சுடுங்க

கிய்தோ : பரவாயில்லை

பின் ஃபெரூச்சியோவைப் பார்த்து கிய்தோ

: கத்துனா, இந்த மாதிரித்தான் சாவியத் தூக்கி மேலே எறிவாங்க

காட்சி – 06

பர்னிச்சர்கள் பழுதுபார்க்கும் கடை / உள் / பகல்

சிறுவர்கள் இருவர் சோபாவில் அமர்ந்துகொண்டு, தலையணையால் அடித்து சண்டை போட்டுக்கொண்டிருக்கிறார்கள்.

சிறுவர்களில் ஒருவன்

: புரிஞ்சதா, கவிதையைப் பத்தி சிந்திக்க நிறுத்திட்டேன்னா..

கடையின் முதலாளியும் சிறுவர்களின் தந்தையுமான ஓரஸ்டி அவர்கள் பேச்சை இடைமறித்தபடி ஓர் அறையின் உள்ளே இருந்து வருகிறார்.

ஓரஸ்டி : நீங்க உங்கப்பாவ சந்தோஷப்படுத்தணும்னா, கவிதையை எல்லாம் மறந்துட்டு, அவரைவிட அதிகமாக சம்பாதித்துக் காட்டணும்

கிய்தோ, ஃபெரூச்சியோவை நோக்கி வந்தவர் தன் தொப்பியைக் கழட்டி அருகிலிருக்கும் மேஜையில் வைக்கிறார்.

கிய்தோ ஃபெரூச்சியோவைக் காட்டி

: அதுதான் சரி, நானும் இதைத்தான் இவன் கிட்ட மாசக்கணக்கில் சொல்லிக் கிட்டு இருக்கேன்.

பின் கிய்தோ மேஜையில் இருக்கும் ஓரஸ்டியின் தொப்பியைப் பார்த்துவிட்டு என்ன அழகான தொப்பி என்றபடி தனது தொப்பியைக் கழட்டி மேஜையில் வைத்துவிட்டு, அவரின் தொப்பியை எடுத்து அணிந்து கொள்கிறார்.

ஃபெரூச்சியோ : பார்க்குறதுக்கு நல்லா இருக்கு

கிய்தோ

(ஓரஸ்டியிடம்)

: எப்படி இருக்கு

ஓரஸ்டி : நல்லாத் தான் இருக்கு, ஆனா அது என்னோட தொப்பி.

கிய்தோ அணிந்திருக்கும் தன் தொப்பியை எடுத்துக்கொண்டு, அவரின் தொப்பியைப் போட்டு விடுகிறார்.

ஃபெரூச்சியோ : சார், நான் எப்ப வேலைய ஆரம்பிக்கிறது.

ஓரஸ்டி : நீங்க ஏற்கனவே தாமதம். உடனே ஆரம்பிங்க, இந்த நாற்காலிய ஒர்க்ஷாப்புக்கு எடுத்துக்கிட்டு போயி சரி பண்ணுங்க

ஃபெரூச்சியோ : இந்த நாற்காலியா

ஓரஸ்டி : ஆமாம் இதுதான். கவனமாகத் தூக்கணும்

அவர் எதிர்பக்கம் திரும்பி ஃபெரூச்சியோவிடம் பேசிக்கொண்டிருந்த நேரத்தில் கிய்தோ தனது தொப்பியை வைத்துவிட்டு, அவரின் தொப்பியை எடுத்து அணிந்து கொள்கிறார்.

கிய்தோ : சரிங்க சார், நான் டவுன் ஹாலுக்குப் போகணும் கிளம்புறேன். நாம மறுபடியும் பார்க்கலாம்.

அவரிடம் கிய்தோ கை குலுக்கிறார்.

ஓரஸ்டி கை குலுக்கியபடி

: போயிட்டுவாங்க. ஆனா, ஒழுங்கா நடந்துக்கணும் ஏன்னா, இது கடினமான சூழ்நிலை நண்பா.. கடினமான சூழ்நிலை

என்றபடி தனது தொப்பியை எடுத்துக் கொண்டு, அவரின் தொப்பியைப் போட்டு விடுகிறார்.

கிய்தோ : இங்க, எந்த மாதிரியான அரசியல் சூழ்நிலை இருக்குன்னு எனக்குச் சொல்வீங்களா

சண்டை போட்டபடி இருக்கும் தன் பையன்களை நோக்கி

ஓரஸ்டி : பெனிட்டோ, அடால்ப் சத்தம் போடாம அமைதியா இருங்க

பையன்கள் அமைதியாகின்றனர்.

ஓரஸ்டி
(கிய்தோவிடம்) : என்ன கேட்டீங்க.

தயங்கியபடி நின்ற கிய்தோ பின்

: இங்க விஷயங்கள் எல்லாம் எப்படி போய்க்கிட்டு இருக்குன்னு கேட்டேன்.

அப்போது தான் தூக்கி வரும் நாற்காலியை ஃபெரூச்சியோ சுவரில் இடித்துவிட, சத்தம் கேட்டு பதற்றத்துடன் அவரை நோக்கிப்போன ஓரஸ்டி

: பார்த்து கவனமாக எடுத்துட்டுப்போ. இப்பவே நீ காலை உடைச்சுடாத

இந்தச் சமயத்தில் கிய்தோ தனது தொப்பியை வைத்துவிட்டு, அவரின் தொப்பியை எடுத்து அணிந்துகொண்டு, நான் போயிட்டுவர்றேன் என்றபடி அவ்விடத்தைவிட்டு ஓடுகிறார்.

ஓரஸ்டி (திரும்பிப் பார்க்காமல்)

: போய்ட்டு வாங்க

என்று கையசைத்தவர், மேஜையில் தன் தொப்பி மாற்றப் பட்டிருப்பதைக் கண்டு, கிய்தோ தொப்பியை எடுத்துக்கொண்டு வாசல் வரை வந்தவர், கிய்தோ போய்விட்டதையறிந்து வெறுப்புடன்

ஓரஸ்டி : கடைசியில, என் தொப்பிய எடுத்துக் கிட்டுப் போயிட்டான். ஆனா, நான் எப்படியும் அவனைக் கண்டுபிடிச்சிடு வேன்.

சிறுவர்கள் இன்னும் சண்டை போட்டுக்கொண்டிருக்கின்றனர்.

ஓரஸ்டி (கோபத்துடன்)

: பெனிட்டோ, அடால்ப் நீங்க ரெண்டு பேரும் என்கிட்ட இப்ப அடிதான் வாங்கப் போறீங்க.

காட்சி – 07

டவுன்ஹால் / உள் / பகல்.

இது ஒரு கட்டடத்தின் இரண்டாவது மாடியில் இருக்கும் பெரிய அறை. தெருவைப் பார்க்கும் படியாக இரண்டு பெரிய ஜன்னல்கள் அங்கே இருக்கின்றது. ஜன்னலருகே பூந்தொட்டிகள் வைக்கப் பட்டிருக்கின்றன. பெண் செயலாளரின் எதிரில் கிய்தோ அமர்ந் திருக்கிறார்.

கிய்தோ : புத்தகக் கடை திறக்கிறதுக்கு வேண்டிய அத்தனை படிவங்களையும் பூர்த்தி செய்து கொடுக்க விரும்புகிறேன். கடை திறக்க நீண்ட நாள் ஆகுமா?

செயலாளர் : வருடக் கணக்காகும்

கிய்தோ : அப்படியின்னா, நாம உடனே அதற்கான கோப்பு ஒன்றைத் தொடங்கிடுறது நல்லது.

செயலாளர்
(எரிச்சலுடன்) : முதலில் நீங்க முறைப்படி விண்ணப்பிக் கணும். அப்புறம் அதில துறைத்தலைவ ரோட கையெழுத்து வாங்கியாகணும்.

பின் கோட் அணிந்து புறப்படத் தயாராகயிருக்கும் துறையின் தலை வர் ருடால்ப்பை காட்டுகிறாள். கிய்தோ அவரைப் பார்க்க எழுந் திரிக்க முயன்ற போது, முன்தினம் கோட் பாக்கெட்டில் போட்ட முட்டைகள் இன்னும் அப்படியே இருக்கிறது என்பதைத் தெரிந்து கொள்கிறார். முட்டையை மெதுவாக எடுத்தபடி

: நல்ல வேளை நான் இங்கேயே ஆம்லெட் போட இருந்தேன்.

கிய்தோ
(செயலாளரிடம்) : சரி படிவத்தை எடுத்து எழுதுங்க. உடனே அவர்கிட்ட கையெழுத்து வாங்கிடலாம். என் பெயர் கிய்தோ ஓரிபிசே.

அவரை இடைமறித்த செயலாளர்
: அவர், உடனேயெல்லாம் கையெழுத்தைப் போட மாட்டாரு.

துறைத்தலைவர் ருடால்ப், தலையில் தொப்பியணிந்து, கையில் ப்ரீப்கேசுடன் தன் அறையிலிருந்து வெளிவருகிறார்.

கிய்தோ : இதோ வந்துட்டாரு. இதோ வந்துட்டாரு.

ருடால்ப்
(செயலாளரிடம்) : இங்க என்ன நடக்குது.

கிய்தோ (எழுந்து) : புத்தகக் கடை திறக்கிறதுக்காக, உங்களோட கையெழுத்து வேணும்.

ருடால்ப், முட்டையுடன் நின்றிருக்கும் கிய்தோவை ஒரு முறை ஏறிட்டுப் பார்த்துவிட்டு, செயலாளரிடம்

ருடால்ப் : நீங்க இவர்கிட்ட விஷயத்தைச் சொல்ல லையா.

செயலாளர் : நான் அவர்கிட்ட சொல்லிட்டேன். ஆனா, அவர் தான் வற்புறுத்துறாரு.

கிய்தோ
(ருடால்பிடம்) : ஒரே ஒரு கையெழுத்து

ருடால்ப் : என்னால முடியாது. இன்னும் ஒரு மணி நேரத்தில எனக்குப் பதிலா இன்னொரு அதிகாரி வருவாரு, அவர்கிட்ட கேளுங்க.

கிய்தோ : ஆனா, ஒரே ஒரு கையெழுத்துதானே.

ருடால்ப் : நாங்க ஒரு மணிக்கு அலுவலகத்தை மூடிடு வோம் புரிஞ்சுதா

கதவை நோக்கி நடக்கத் துவங்குகிறார்.

நேரத்தைப் பார்த்த கிய்தோ அவரைப் பின் தொடர்ந்து போய்
: இப்ப 12.50 தானே ஆகுது.

ருடால்ப் : அப்ப, புகார் பண்ணுங்க

கிய்தோ (கையில் இன்னும் முட்டையை வைத்தபடி)
: என்ன மாதிரியான ஆளு இவர். இப்படி எரிஞ்சு விழுறாரு. எனக்குத் தேவையான

தெல்லாம், பேப்பர்ல அவரோட ஒரே ஒரு கையெழுத்து

செயலாளர் சலிப்புடன் அவனைப் பார்க்கிறாள்.

கிய்தோ : இப்ப நான் அதுக்காக இன்னொரு அதிகாரி வர்ற வரைக்கும் இன்னும் ஒரு மணி நேரம் காத்துக் கிடக்கணும்.

என்று பேசியபடியே ஜன்னலருகே வருகிறார். பின் செயலாளரைப் பார்த்து

: நான் புகார் பண்ணப்போறேன், எழுதிக் கங்க. என் பெயர் கிய்தோ

என்றபடி ஜன்னலின் பூந்தொட்டியில் சாய்ந்துவிட, பூந்தொட்டி கீழே விழுகிறது. ஓ என்று அலறியபடி, தள்ளாடி கீழே விழப் போனவர், ஒரு சுவரைப் பிடித்து நிற்கிறார்.

கீழே எட்டிப் பார்த்த கிய்தோ

: கடவுளே, செம அடிபட்டிருச்சு

என்றபடி அவருக்கு உதவி செய்ய கீழே ஓடுகிறார்.

ருடால்ப் தட்டுத் தடுமாறி நடந்து அருகில் இருந்த ஜீப்பைப் பிடித்துக் கொண்டு பெரும் வலியுடன் எப்படி தொட்டி விழுந்ததென்று மேலே பார்க்கிறார். தலையைக் காரில் சாய்ந்துகொண்டு வலியில் முனகு கிறார். மயக்கம் வரும் நிலைக்குப் போகிறார். அவர் தலையைப் பின்னால் சாய்க்க அவர் தொப்பி ஜீப்பின் மேல் விழுகிறது. அவரின் ஆடை, தலை முழுவதும் மண்ணாக இருக்கிறது.

தட்டுத்தடுமாறி நின்று கொண்டிருக்கும் அவரை நோக்கி ஓடிவந்த கிய்தோ

: என்னைய மன்னிச்சிடுங்க. உங்களுக்கு அடிகிடி பட்டுச்சா. இருங்க உங்களுக்கு உதவி பண்றேன்.

கிய்தோ அவருக்கு உதவி செய்ய விரும்புகிறார். ஆனால், அவர் கையில் முட்டை இருப்பதால் முடியவில்லை. பின் சுற்றும் முற்றும் பார்த்தவர் ஜீப்பின் மீதிருந்த தொப்பியில் முட்டையை வைத்துவிட்டு அவர் தலை, கோட் மீதிருந்த மண்ணைத் தட்டி விடுகிறார்.

கிய்தோ : நான் வேணும்னே பண்ணலை. இது ஒரு விபத்துதான்.

ருடால்ப் கோபத்துடன் கிய்தோவின் கையைத் தட்டிவிட்டு

: என்னைத் தொடாதே. நானே செஞ்சுக்
கிறுவேன்.

பின் கடும் கோபத்துடன்

: நான் இங்க இருக்கிற வரைக்கும் நீ புத்தகக்
கடை திறக்கிறதப் பத்தி மறந்திடு

பின், மண் துகள்களைத் தட்டிவிட்டுவிட்டு, ஜீப்பில் இருந்த தொப்பியை எடுத்து அணிந்து கொள்ளப் போகிறார். 'வேண்டாம், அதுல முட்டை இருக்கு' என்று கிய்தோ சொல்லி முடிப்பதற்குள், அவர் தொப்பியைப் போட்டுவிட முட்டை உடைந்து அவர் காது, முகமெல்லாம் முட்டையாகிறது. ருடால்ப் கொலைவெறியுடன் தன்னைப் பார்ப்பதை உணர்ந்த, கிய்தோ பின் வாங்கி ஓடத் துவங்குகிறார்.

ருடால்ப் : வீணாப் போனவனே, நீ என் கையில்
கிடைச்ச, உன்னை கொன்னே போட்டு
றுவேன்.

கத்தியபடியே கிய்தோவைத் துரத்துகிறார்.

தெருவின் சற்றுத் தூரத்தில், ஒருவர் ஒரு சைக்கிளை ஓட்டிக்கொண்டு, மற்றொரு சைக்கிளை இன்னொரு கையில் பிடித்தபடி போய்க் கொண்டிருக்கிறார். ஓடிக்கொண்டிருந்த கிய்தோ, அவரின் இன்னொரு சைக்கிளைப் பிடுங்கிக்கொண்டு அதில் ஏறி ஓட்டிச் செல்கிறார்.

கிய்தோ : சைக்கிளைத் திரும்பிக் கொண்டுவந்து
தந்துடுறேன்.

என்று கத்திச் சொல்லியபடியே போகிறார்.

திடீரென்று சைக்கிள் பிடுங்கப்பட்டதால் அவர் தடுமாறுகிறார். தன் சைக்கிள் திருடப்பட்டுவிட்டதை உணர்ந்தவர், சைக்கிளில் இருந்து இறங்கி, திருடன் திருடன் பிடிங்க என்று கத்துகிறார். சைக்கிளை வேகமாக அழுத்தியபடி கிய்தோ ஒரு திருப்பத்தில் மறைந்து விடுகிறார்.

ஓடி வந்த ருடால்ப், இன்னொரு சைக்கிளையும் பிடுங்கிக்கொண்டு வேகமாக ஏறி, கிய்தோவைத் துரத்துகிறார். சைக்கிள்காரர், திருடன் திருடன் என்று மறுபடியும் கத்தியபடி இருவரின் பின்னாலும் ஓடுகிறார்.

காட்சி – 08

நகரத்துத் தெருக்கள் / பகல்

ஒரு திருப்பத்தில் திரும்பி, கிய்தோ சைக்கிளில் வேகமாகப் போய்க் கொண்டிருக்கிறார். சற்றுத் தூரத்தில் மாணவர்களை வரிசையில் அழைத்துக்கொண்டு ஒரு டீச்சர் போவதைப் பார்த்து, விலகிப் போங்க விலகிப் போங்க என்று மணியை அடித்தபடி போகிறார். டீச்சர் ரோட்டைக் கவனிக்காமல் மாணவர்களைக் கவனித்தபடியே போய்க் கொண்டிருக்கிறார்.

படுவேகமாக வரும் கிய்தோ

: இங்க பாருங்க, விலகி ஓரமாப் போங்க.

கத்தியபடி வந்தவர், சைக்கிளின் வேகத்தைக் கட்டுப்படுத்த முடியாமல் டீச்சரின் மீது மோதி விழுகிறார். இதைப் பார்த்த சிறுவர்கள் அனைவரும் பலமாகச் சிரிக்கின்றனர்.

கிய்தோ, டீச்சர் யாரெனக் கவனித்துவிட்டு சிரிப்புடன்.

: வணக்கம் இளவரசியே

கீழே விழுந்து கிடக்கும் தோரா அவரை வியப்புடன் பார்க்கிறார். புன்னகையுடன் எழுந்த கிய்தோ அவளுக்கு கை கொடுத்து தூக்கு கிறார்.

கிய்தோ : நாம ஒரு நாள், ஒருத்தர்மேல ஒருத்தர் மோதிக்காம சந்திச்சுக்கிருவோம்னு நினைக் கிறேன். என்னை மன்னிச்சிடுங்க இள வரசி. இப்ப நான் இங்கிருந்து ஓடியாக ணும். போய் வருகிறேன் இளவரசி

கிய்தோ ஓடத்துவங்குகிறார். தோரா வியப்புடனும் மகிழ்ச்சியுடனும் அவர் போவதையே பார்த்தபடி இருக்கிறாள்.

காட்சி – 09

கிராண்ட் ஹோட்டல் / உள் / பகல்.

ஹோட்டலின் மிகப் பெரிய லாபியை ஊழியர்கள் சிலர் கழுவித் துடைத்துக் கொண்டிருக்கின்றனர். சிலர் ஆங்காங்கே பூங்கொத்துக் களை வைக்கின்றனர். சிலர், மேஜையில் காலை உணவு மெனு கார்டை வைக்கின்றனர்.

கிய்தோ, தன் கோட்டை அணிந்தபடியே ஹோட்டலுக்குள் நுழை கிறார். அவரது சட்டையில் பட்டன்கள் தவறாகப் போடப்பட்டிருக் கிறது. டை கட்டப்படவில்லை. கிய்தோ தன் மாமாவை நோக்கி நடந்து போகிறார். மாமா ஒரு மேஜையின் முன்னால் அமர்ந்திருக் கிறார். மேஜையில் உள்ள தட்டில் ஷாம்ப்பெயின் பாட்டிலும் இரண்டு கிளாஸ்களும் இருக்கிறது. கிய்தோ மாமாவின் முன்னால் போய் நிற்கிறார்.

மாமா : சிக்கன்

கிய்தோ : அது ரொம்ப எளிதானது. சிக்கன் முழுசா பரிமாறப்படணும், அதன் பின்புறம், தட் டின் அடியில் இருக்கிறமாதிரி வைக்கணும்.

மாமா : அதை எப்படி வெட்டுறதுன்னு எனக்குச் சொல்வாயா?

கிய்தோ : நிச்சயமா, இறக்கைகளுக்கு அடியில் கத்திய வச்சு வெட்டி, இறக்கைகளையெல்லாம் நீக்கிடணும். பிறகு மார்பு...

திருப்தியற்ற மாமா இடைமறித்து

: நண்டு (என்கிறார்)

கிய்தோ : இது ரொம்ப எளிதானது மாமா.

மாமா என்று சொல்லிவிட்டதால், யாராவது அருகில் இருக்கிறார் களா எனச் சுற்றும் முற்றும் பார்த்துக் கொள்கிறார்.

கிய்தோ : இறக்கைக்கு அடியில கத்திய வச்சு, இறக்கை களை வெட்டிடணும்.

என்ற கிய்தோவின் பேச்சில் மாமா ஏமாற்றம் அடைந்து முகம் சுருங்குகிறது.

கிய்தோ (தயக்கத்துடனே)

: பின் காலை வெட்டணும், பிறகு நண்டை ரெண்டா வெட்டி பிரிக்கணும். நண்டு மேல கெட்டியான மேல் தோல் இருக்கும். அதை நீக்கிடணும். இப்போ எங்களிடம் நண்டு இல்லை. சுவை மிகுந்த சிக்கன் மட்டுமே இருக்கு.

மாமா ஏமாற்றத்துடன் கிய்தோவைப் பார்க்கிறார்.

கிய்தோ : நண்டை எப்படிப் பரிமாறுறதுன்னு எனக்குத் தெரியாது மாமா

மாமா : நண்டு சமையலறையிலிருந்து எப்படி வருதோ அப்படியே பரிமாறணும். நீ அதை தொடக்கூடக் கூடாது.

கிய்தோ : இது ரொம்பச் சுலபம். அதானாலதான் எனக்கு நினைவில் இல்லாமல் போச்சு

மாமா : வெயிட்டருக்கான நடத்தை

கிய்தோ தன் கைகளைப் பின்னால் கட்டிக்கொண்டு, சாப்பிட வருப வர்கள் அழைப்பது போன்று வெயிட்டர்

: யெஸ் சார் இதோ வந்துட்டேன்

மற்றொரு டேபிளில் இருந்து இன்னொருவர் அழைப்பது போல் வெயிட்டர்

: தோ வந்துட்டேன் சார்

(என்று செய்து காண்பிக்கிறார்.)

: எல்லாருமே என்னையே ஏன் கூப்பிடுறீங்க மத்த வெயிட்டர்களையும் கூப்பிடுங்க.

பிறகு வாடிக்கையாளர்களை எப்படி வணங்குவது என்று செய்து காண்பிக்கிறார்.

கிய்தோ : தலை குனிந்து வணங்குவது எளிதானது. கைகளை இடுப்பில் வைத்துக்கொண்டு ஷாம்ப்பெயின் பாட்டிலைப் போல முன் னால் குனிய வேண்டும். இது 45 டிகிரி, 50 டிகிரி, இது 90 டிகிரி

என்று குனியும் கிய்தோவைப் பார்த்து மிகவும் ஏமாற்றமடைந்த மாமா, கிய்தோவின் அருகில் வந்து அவரின் முதுகில் தட்டி நிமிரச் சொல்கிறார்.

மாமா	: சூரியகாந்தியைப் பாரு. அது சூரியனைப் பார்த்து காலையில் மட்டும் தலை வணங்கும். ஆனா சில சூரியகாந்திகள் எப்பவுமே தலை வணங்கிட்டு இருக்கும். அப்படின்னா, என்ன அர்த்தம் அது இறந்திடுச்சுன்னு அர்த்தம். நீ பரிமாறத் தான் செய்யிற, வேலைக்காரன் இல்லை. பரிமாறுதல் என்பது உன்னதமான கலை, கடவுள் மனிதர்களுக்குப் பரிமாறுகிறார். அதுக்காக, கடவுள் மனிதர்களோட வேலைக்காரன் இல்லை.

என்றபடி கட்டப்படாத டையை கட்ட முயற்சி செய்கிறார்.

கிய்தோ	: அதுல பட்டன் இல்லை மாமா
மாமா	: இதுக்கெல்லாம் பட்டன் தேவையில்லை, மடையா

கிய்தோவின் பின் தலையில் செல்லமாகத் தட்டுகிறார்.

காட்சி – 10

கிய்தோவின் வீடு / படுக்கையறை / இரவு.

கிய்தோவும், ஃபெரூச்சியோவும் அருகருகே படுத்திருக்கிறார்கள். இரவு விளக்கு எரிந்து கொண்டிருக்கிறது. ஃபெரூச்சியோ கவலையுடன் காணப்படுகிறார்.

ஃபெரூச்சியோ : காரை, எடுத்துக்கிட்டுப்போயி எங்கப்பா கிட்டக் கொடுக்கணும். அவர் எதிர் பார்த்துக்கிட்டு இருப்பாரு.

கிய்தோ : நீ இன்னும் ஒரு மாசத்தில போயிரலாம்.

ஃபெரூச்சியோ : இல்லை, நான் சீக்கிரமே காரை திருப்பி எடுத்துக் கிட்டு வர்றதா எங்கப்பாகிட்ட சொல்லியிருந்தேன். ஏன் தெரியுமா?

கிய்தோ : ஏன்?

ஃபெரூச்சியோ பதிலளிக்காமல் அமைதியாக இருப்பதைக்கண்டு, பக்கவாட்டில் படுத்திருந்த கிய்தோ எழுந்து பார்க்க, ஃபெரூச்சியோ தூங்கிக் கொண்டிருக்கிறார். கிய்தோ ஃபெரூச்சியோ என்றபடி அவரை எழுப்புகிறார். ஆழ்ந்த தூக்கத்திலிருந்து திடுக்கிட்டு விழித் தெழுந்த ஃபெரூச்சியோ அரக்க பரக்கப் பார்க்கிறார்.

ஃபெரூச்சியோ : என்ன இது. இப்ப என்ன நேரம்

கிய்தோ : என்ன நீ இப்படிப் பேசுற, ஒரு நொடிக்கு முன்னால என் கூட நீ பேசிக்கிட்டு இருந்த, அப்புறம் அப்படியே தூங்கிட்ட

ஃபெரூச்சியோ : ஆமாம் தூங்கிட்டேன்

கிய்தோ (வியப்புடன்)

: நீ என்கிட்ட ஒரு கேள்வி கேட்ட. அப்புறம் தலையைச் சாய்ச்சு நீ பாட்டுக்குத் தூங்க ஆரம்பிச்சுட்ட. இது எப்படி முடிஞ்சது

ஃபெரூச்சியோ : சோபென்ஹெவர்

கிய்தோ : யாரது

ஃபெரூச்சியோ : சோபன்ஹெவர், மன உறுதியால் எதையும் சாதிக்க முடியும்னு சொல்றாரு, நான் எப்படி இருக்க விரும்புறேனோ, அப்படியே இருக்கிறேன். இப்ப நான் தூங்கணும்னு எங்கிட்ட சொன்னேன். தூங்கிட்டேன்.

கவனத்துடன் அதைக்கேட்ட கிய்தோ

: ரொம்ப ஆச்சர்யமா இருக்கு, அதே சமயத்துல எளிமையாகவும் இருக்கு. நான் கூட முயற்சி பண்ணிப்பார்க்கிறேன்.

தன் இரு கைவிரல்களையும் தன் முகத்திற்கு நேரே மாயாஜாலம் செய்வது போல ஆட்டியபடி, குரலையும் மர்மக்குரலாக மாற்றிக் கொண்டு

: தூங்கு... தூங்கு... தூங்கு....

வெறுப்படைந்த ஃபெரூச்சியோ

: கையை ஆட்டுறதை நிறுத்து. நீ ஒண்ணும் மந்திரவாதியில்லை. இது ரொம்ப சீரியஸான விஷயம், கொஞ்ச நேரம் எடுத்துக்கத் தான் செய்யும். சரி, நாம இதைப்பத்தி நாளைக்குப் பேசிக்கலாம். இரவு வணக்கம்.

ஃபெரூச்சியோ மீண்டும் தூங்கிவிடுகிறார். கிய்தோ அதைப் பார்த்து வியப்படைகிறார். பின் ஃபெரூச்சியோவின் முகத்திற்கு நேராக விரல்களை ஆட்டியபடி

கிய்தோ : எழுந்திரு. எழுந்திரு

பின் குரலை உயர்த்தி

: எழுந்திரு

திடுக்கிட்ட ஃபெரூச்சியோ கண்விழிக்கிறார்

: என்ன இது? என்ன செஞ்சுக்கிட்டு இருக்க

கிய்தோ (உற்சாகத்துடன்)

: ஆஹா ! இது வேலை செய்யுது

ஃபெரூச்சியோ	: என்ன வேலை செய்யுது
கிய்தோ	: சோபென்ஹெவர், நான் எழுந்திரு, எழுந்திருன்னு சொன்னேன். நீ உடனே எழுந்திட்ட. மன உறுதி, ஆச்சர்யமானதாக இருக்கு. இதெல்லாம் எப்படி நடந்தது.
ஃபெரூச்சியோ	: நீ என் காதுல வந்து எழுந்திரு எழுந்திருன்னு கத்தினதுனால எந்திரிச்சேன்.
கிய்தோ	: அப்படின்னா நான் மெதுவாகச் சொல்லனும்னு சொல்றயா
ஃபெரூச்சியோ	: இல்ல, இதை நீ வாய் விட்டே சொல்லக் கூடாது. ஆழ்ந்து சிந்திக்கணும்.

ஃபெரூச்சியோ கிய்தோவுக்கு முதுகு காட்டியபடி, திரும்பிப்படுத்து மீண்டும் தூங்கிவிடுகிறார். கிய்தோ, மீண்டும் தன் நண்பனை எழுப்பலாமா என்று யோசித்தவர், பின் வேண்டாமென விட்டு விடுகிறார்.

காட்சி – 11

நகரத்துத் தெரு / பகல்

ஒரு நீண்ட தெருவின் வழியாக கிய்தோவும் ஃபெரூச்சியோவும் நடந்து வந்து கொண்டிருக்கின்றனர்.

ஃபெரூச்சியோ வேகமாக நடந்து போவதால்,

அவரைப் பின் தொடர முடியாத கிய்தோ

: ஏன், இப்படி ஓடுற, மெதுவாப்போ

ஃபெரூச்சியோ : எனக்கு, ஏற்கனவே தாமதம் ஆகியிருச்சு

என்றபடி வேகமாக நடந்து கொண்டிருக்கிறார்.

அதே நேரத்தில் தெருவில் சற்றுத் தூரத்தில் வழக்கமாக மேரி சாவி என கீழிருந்தே கேட்கும் தொழிலாளி, அந்த வீட்டின் கீழே நின்றபடி உரத்த குரலில்

: மேரி, சாவி

இரண்டாவது மாடியின் ஜன்னலிருந்து யாரோ சாவியைத் தூக்கி எறிகிறார்கள். அது நடந்து வந்து கொண்டிருந்த கிய்தோவின் தோளில் பட்டு கீழே விழுகிறது.

கிய்தோ : ஐயோ

தொழிலாளி : மன்னிச்சுக்கங்க

கிய்தோ (ஃபெரூச்சியோவிடம் சிரித்தபடி)

: ஒவ்வொரு நாள் காலையிலும் யாரோ மேலிருந்து இவர்கிட்ட சாவியைத் தூக்கிப் போடுறாங்க. நல்லவேளை அது என் தலை யிலே விழத் தெரிஞ்சது.

என்று பேசியபடி அவ்விடத்தைக் கடந்து செல்கின்றனர்.

காட்சி – 12

நகரத்துத் தெருக்கள் / பகல்

நடந்து போய்க்கொண்டிருக்கும் கிய்தோ, ஃபெரூச்சியோவை நோக்கி எதிர்புறத்திலிருந்து தோராவும் அவளின் சக ஆசிரியை எலீனாவும் நடந்து வந்து கொண்டிருக்கின்றனர். அவர்கள் வருவதைக் கவனித்து விட்ட

கிய்தோ (ஃபெரூச்சியோவிடம் தோராவைக்காட்டி)

: அங்கபாரு அந்த டீச்சர். அவ எவ்வளவு அழகா இருக்கா பாரு. நான் கூட அவளைப் பத்தித்தான் நினைச்சுக்கிட்டு இருந்தேன். வா, நான் உன்னை அவங்ககிட்ட அறிமுகப்படுத்தி வைக்கிறேன்.

கிய்தோவும் ஃபெரூச்சியோவும் அவர்களை நெருங்கிய சமயத்தில், எதிர்புறமிருந்து ருடால்ப் காரில் வருகிறார். அவரைப் பார்த்துவிட்ட கிய்தோ, சட்டென அவ்விடத்திலே நின்று, ஃபெரூச்சியோவின் முதுகின் பின்னால் ஒளிந்து கொள்கிறார்.

கிய்தோ (ஃபெரூச்சியோவிடம்)

: அசையாம நில்லு. முட்டைய தலையில உடைச்சுக்கிட்ட துறைத்தலைவர்தான் அந்த ஆளு. அவர் என்னைப் பார்த்தா கொன்னே போட்டுடுவாரு. அவர் என்ன செய்யிறாரு, போயிட்டாரா

ஃபெரூச்சியோ : இல்லை. அங்க தான் நின்னு பேசிக்கிட்டு இருக்கிறாரு

கிய்தோ : என்ன பேசிக்கிட்டு இருக்காரு

ஃபெரூச்சியோ : அது எப்படி எனக்குத் தெரியும்

கிய்தோ : அவர் என்ன செய்யிறாரு

ஃபெரூச்சியோ : அவர் குட்டை சொல்லிக்கிட்டு இருக்காரு

ருடால்ப் இருவரின் கன்னத்திலும் முத்தமிட்டு தன் காரை நோக்கிப் போகிறார்.

ஃபெரூச்சியோ : இப்ப கிளம்பிட்டாரு. அவரோட காரு, என் காரு போலவே இருக்கு

கிய்தோ : அசையாத என்னைப் பார்த்தா கொன்னு டுவாரு.

தோராவும் எலீனாவும் அசையாது சிலைபோல் நின்று கொண்டி ருக்கும் ஃபெரூச்சியோவை நோக்கி நடந்து வந்து கொண்டிருக் கின்றனர். அவர்கள் ஃபெரூச்சியோ அருகில் வந்ததும், திடுமென கிய்தோ பின்னாலிருந்து வெளிப்பட்டு தொப்பியை எடுத்து தலை தாழ்த்தியபடி

: வணக்கம் இளவரசியே

தோரா ஆச்சர்யத்தில் ஆழ்கிறாள். எலீனா திடுக்கிடுகிறாள்.

தோரா (வியப்புடனே சிரித்தபடி)

: மறுபடியும் நீங்களா, என்னை எப்பவும் ஆச்சர்யத்துல ஆழ்த்துறீங்க

கிய்தோ (ஃபெரூச்சியோவிடம்)

: இவங்க தான் வானத்திலிருந்து என் கையில வந்து விழுந்த இளவரசி

எலீனா (வியப்புடனே)

: இவர் தான் உன் தொடையிலிருந்து குளவி கொட்டுன விஷத்தை உறிஞ்சினவரா?

தோரா (சிரிப்புடன்) : ஆமாமாம்.

பின் கிய்தோவைப் பார்த்து

: நீங்க எப்பவும் எங்கிருந்தோ திடீரென்று வந்து என் முன்னால தோன்றுறீங்க. நாம எப்பவும் இப்படித்தான் சந்திச்சுக்கிறோம்.

கிய்தோ : அடுத்த தடவை வேண்ணா, திட்டமிட்டு சந்திக்கலாம். இன்னைக்கு இரவு எட்டு மணிக்கு சந்திக்கலாமா.

தோரா (சிரிப்புடன்)

: இல்லை வேண்டாம், இது மாதிரி சந்திக் கிறதுதான் நல்லா இருக்கு

எலீனா : தோரா, வா போகலாம், பள்ளிக்கு தாமத மாகிவிடும்

தோரா (கிய்தோவிடம்)

: இன்னொரு சந்தர்ப்பத்தில் நாம இதே மாதிரித்தான் சந்திப்போம்னு நான் நம்பு றேன். வரேன்

கிய்தோ (சந்தோஷமாக)

: மகிழ்ச்சியுடன் போய்ட்டு வாங்க, இள வரசியே

இருவரும் அங்கிருந்து தங்கள் வழியில் போகிறார்கள். சிறிது தூரம் போன தோரா பின்னால் ஒரு முறை திரும்பி கிய்தோவைப் பார்த்து சிரித்துவிட்டுப் போகிறாள்.

கிய்தோ (உணர்ச்சி வயப்பட்டவராய்)

: நீ அவளைப் பார்த்தாயா. எவ்வளவு அழகா இருக்கா, நான் திடீர்னு அவள் முன்னால தோன்றுறது அவளுக்குப் பிடிச் சிருக்கு.

காட்சி – 13

கிராண்ட் ஹோட்டல் / உள் / இரவு

நேரம் நள்ளிரவை நெருங்கிக்கொண்டிருக்கிறது. ஹோட்டல் லாபியில் ஒரு சில விளக்குகள் மட்டுமே எரிந்து கொண்டிருக்கிறது. கிய்தோ சமையலறையிலிருந்து உணவுத் தட்டை ஏந்தியபடி வருகிறார். ஹோட்டலில் டாக்டர் லெஸ்ஸிங்கைத் தவிர வேறு வாடிக்கை யாளர்கள் யாரும் இல்லை. டாக்டர் லெஸ்ஸிங் நடுத்தரவயது ஜெர்மானியர். அவர் மேஜையில் அமர்ந்து மது அருந்திக் கொண்டிருக்கிறார்.

கிய்தோ கையில் தட்டுடன் லெஸ்ஸிங் முன்னால் போய் நின்று அவரைப் பார்த்து அர்த்தத்துடன் புன்னகைக்கிறார். லெஸ்ஸிங், அவரின் புன்னகைக்கான அர்த்தத்தைக் கண்டறிந்தவர் போல, கிய்தோவைப் பார்த்து

லெஸ்ஸிங் : என்னால நம்பவே முடியல

கிய்தோ : இருட்டு

லெஸ்ஸிங் : கிய்தோ, நீங்கள் ஒரு மேதை

கிய்தோ : இது அதிகமாக இருக்கும்போது, உங்களால் குறைவாகத் தான் பார்க்க முடியும். அதற்கான விடை இருட்டு. இது அற்புதமான விடுகதை. டாக்டர், இந்த விடுகதையை நீங்கதான் உருவாக்குனீங்களா.

லெஸ்ஸிங் : இல்லை. நீங்க அஞ்சு நிமிஷத்துல இதற்கான விடையைக் கண்டு பிடிச்சிட்டீங்க. ஆனா எனக்கு எட்டு நாள் ஆயிருச்சு.

என்று அலுத்தபடி, தன் முகத்திற்கு முன் விரல்களை வைத்து பார்த்தபடி, இருட்டு என்கிறார்.

கிய்தோ, மேஜையின் மீது உணவுத்தட்டை வைத்தபடி

: இதோ உணவு வந்தாச்சு, சல்மான் மீன், சாலட், ஒரு கிளாஸ் வெள்ளை ஒயின்

டாக்டர் லெஸ்ஸிங் உணவைக் கண்டு கொள்ளாமல் தீவிரமாக எதையோ யோசித்துக் கொண்டிருந்தவர், பின்

	: கிய்தோ இதைக் கேளுங்க
கிய்தோ அவரை இடைமறித்து	
	: இது என்னோட முறை, நீங்க அனுமதிச் சீங்கன்னா, நான் ஒரு விடுகதை சொல்றேன். நான் சின்னப் பையனா இருந்தப்ப எங்கப்பா எனக்குச் சொன்னது. ஸ்நோ வொயிட்டும் (தேவதை) ஏழு சித்திரக் குள்ளர்களும் சாப்பிட உட்கார்றாங்க. அவள் எவ்வளவு நேரத்தில அவங்களுக்கு உணவு பரிமாறி முடிப்பாள்?
டாக்டர்	: விடுகதை, கேட்கிறதுக்கே நல்லா இருக்கே, இதற்கான விடையை நான் உடனே கண்டு பிடிக்கப்போறேன்.

பேனாவை எடுத்து அந்த விடுகதையைப் பேப்பரில் எழுதிக் கொள்கிறார்.

கிய்தோ	: சரி, முதல்ல சாப்பிட்டு விடுங்கள். இல்லாட்டா ஆறிப்போயிடும்

உணவுத் தட்டை ஏறிட்டுப் பார்த்த டாக்டர்

	: கிய்தோ, மன்னிச்சிடுங்க. உணவு பார்க்குறதுக்கு நல்லாத்தான் இருக்கு. ஆனா, என்னால சாப்பிட முடியாது. ரொம்ப நேரமாயிடுச்சு.
கிய்தோ	: சல்மான் மீன், சாலட், வெள்ளை ஒயின் இது மிதமான உணவு தானே.

டாக்டர் லெஸ்ஸிங் ஸ்நோ வொயிட்டும், ஏழு சித்திரக் குள்ளர்களும் என்று தனக்குத் தானே சொல்லியபடி அதற்கான விடையைத் தீவிரமாக யோசித்துக்கொண்டிருக்கிறார்.

அப்போது, ஹோட்டலின் இரவு நேர ஊழியர் கிய்தோவை நோக்கி வந்து

	: கிய்தோ
கிய்தோ	: சொல்லுங்க.
இரவு நேர ஊழியர்	: சமையலறை மூடியாச்சா?
கிய்தோ	: எல்லாருமே போய்ட்டாங்க, ஏன்?
ஊழியர்	: ரோம், கல்வி அமைச்சரகத்திலிருந்து அதிகாரி ஒருவர் வந்திருக்காரு, அவர் சாப்பிடணுமாம்.
கிய்தோ	: சமையலறை மூடியாச்சே.

ஊழியர் : இது ரொம்ப மோசம். அவர் நிறைய டிப்ஸ் தர்றவரு.

கிய்தோ (உடனடியாக)

: சமையலறை திறந்திருக்கு. அவர் எங்க இருக்காரு.

ஊழியர் சற்றுத் தள்ளி நின்று கொண்டிருந்த அதிகாரியைப் பார்த்து வாங்க சார், என்றதும் கல்வி அதிகாரி உள்ளே வருகிறார். அவர் கையில் மழைக் கோட்டும் மற்றொரு கையில் கோப்புகளும் மார்புக்கு குறுக்காக அணியும் ஒரு வண்ணத் துணியையும் வைத்திருக்கிறார்.

கிய்தோ : இப்படி உட்காருங்க சார்.

டாக்டர் லெஸ்ஸிங்கிற்கு முன்னால் இருக்கிற மேஜையில் அவரை அமரச் செய்கிறார். பின் கிய்தோ விரைவாக டாக்டரின் மேஜைக்குப் போய் கிசுகிசுக்கும் குரலில்

: டாக்டர், உறுதியாகத் தான் சொல்றீங்களா, உங்களுக்கு சாப்பிட எதுவும் வேணாம்ல

விடுகதையில் மூழ்கிக் கிடக்கிற டாக்டர், மதுவைச் சுவைத்தபடி

: வேண்டாம்.

ஸ்நோவொயிட்டும், ஏழு சித்திரக் குள்ளர்களும் என்று தனக்குத் தானே சொல்லிக்கொண்டிருக்கிறார். கிய்தோ கல்வி அதிகாரியின் மேஜைக்குத் திரும்புகிறார்.

கல்வி அதிகாரி : சமையலறையெல்லாம் மூடியாச்சுன்னு எனக்குத் தெரியும். அதனால, ஆறின உணவு ஏதும் இருந்தாக்கூடப் போதும்.

கிய்தோ : அந்தக் கவலைய என்கிட்ட விடுங்க. உங்களுக்கு என்ன வேணுமோ அதைக் கேளுங்க. எல்லாமே சுவையானது

கல்வி அதிகாரி : எதாவது மிதமான உணவு.

கிய்தோ : நல்லது. எங்ககிட்ட மாமிச உணவு இருக்கு. சுவையான வறுத்த கறி, கிட்னி, வறுத்த ஈரல், அப்புறம் மீன்

கல்வி அதிகாரி : மீன்... மீன்...

கிய்தோ : நல்லது. எங்ககிட்ட நல்ல கொழுத்த டர்போ வகை மீன்கள் இருக்கு, அப்புறம் மசாலாவில் தோய்க்கப்பட்ட விலாங்கு மீன், அப்புறம் மெலிதான சல்மான் மீன் வகை இருக்கு, எது வேணுமோ அதைக் கேளுங்க.

கல்வி அதிகாரி : சல்மான் மீன்

கிய்தோ : கூட எதாவது தொட்டுக்க

கல்வி அதிகாரி : இதற்கு தொட்டுக்க வேற இருக்கா

கிய்தோ : தாராளமாக, எதை வேண்டுமானாலும் கேளுங்க. எங்ககிட்ட நன்கு வறுக்கப்பட்ட காளான்கள், அப்புறம் வெண்ணையில் தோய்க்கப்பட்ட உருளைக்கிழங்குகள் இருக்கு.

முகம் சுளித்த அதிகாரி

: உங்ககிட்ட எதாவது மிதமான சாலட் மாதிரி எதாவது இருக்கா, இல்லாட்டா பரவாயில்லை.

கிய்தோ : மிதமான சாலட், இது ரொம்ப மோசம், வறுக்கப்பட்ட காளான்கள் ரொம்பச் சுவையா இருக்கும். அப்படியின்னா, உங்களுக்குத் தேவை வேகவைக்கப்பட்ட சல்மான் மீன், சாலட், அப்புறம் ஒரு கிளாஸ் வெள்ளை ஒயின்

அதிகாரி : கச்சிதம்

பின் தன் கைக்கடிகாரத்தைப் பார்த்தபடி

: எவ்வளவு சீக்கிரம் முடியுமோ. அவ்வளவு சீக்கிரத்துல கொண்டு வாங்க.

கிய்தோ : என்னால முடிஞ்சதைச் செய்யுறேன்

கிய்தோ டாக்டர் லெஸ்ஸிங் மேஜையில் இருக்கும் உணவுத் தட்டை எடுத்து வந்து அதிகாரியின் முன்னால் வைக்கிறார். பேப்பர் படித்துக் கொண்டிருந்தவர், உணவுத் தட்டைப் பார்த்ததும் வியப்பில் வாயடைத்துப் போகிறார். தான் நேரம் போவது தெரியாமல் படித்துக் கொண்டிருந்தோமோ எனக் கைக்கடிகாரத்தைப் பார்த்தவர், பின் அதிர்ச்சியுடனே கிய்தோவைப் பார்க்கிறார். கிய்தோ அவரைப் பார்த்து புன்னகை செய்கிறார். இதற்கிடையில் டாக்டர் லெஸ்ஸிங் தன் இருக்கையிலிருந்து எழுந்து, தன் அறைக்குப் போக மாடிப்படியை நோக்கிப் போகிறார். படியருகே நின்றவர், கிய்தோவைப் பார்க்கிறார். கிய்தோவும் டாக்டரைப் பார்க்கிறார்.

டாக்டர் : அவள் எவ்வளவு வேகத்தில் விருந்தாளிகளுக்கு உணவைப் பரிமாறி இருப்பாள், சரியா

கிய்தோ : சரி. இரவு வணக்கம் டாக்டர்.

டாக்டர் : இரவு வணக்கம் மேதையே.

அந்த விடுகதையைத் தனக்குத்தானே சொல்லியபடி படிகளில் ஏறிப் போகிறார்.

கல்வி அதிகாரி (கிய்தோவிடம்)

	: அவர் என்ன சொன்னாரு? ஸ்நோ வொயிட், அவர் குடிச்சிருக்காரா என்ன.
கிய்தோ	: இல்ல, இது ஒரு விடுகதை ஏழு நொடி என்கிறதுதான் இதனோட விடை. ஸ்நோ வொயிட்டும், ஏழு சித்திரக்குள்ளர்களும். ஏழு சித்திரக் குள்ளர்கள் சாப்பிட உட்காரு றாங்க. அவள் ஒவ்வொரு சித்திரக்குள்ள னுக்கும், ஒரு நொடியில உணவைப் பரிமாறுகிறா, அப்படியின்னா மொத்தம் ஏழு நொடி. லெஸ்ஸிங் ஒரு டாக்டர். ரொம்ப சீரியஸான நபர். ஆனால், அவர் ஒரு விடுகதைப் பைத்தியம், விடுகதைக் கான விடையை யோசிக்க ஆரம்பிச் சுட்டா, தூக்கத்தையே மறந்திடுவாரு.

சிவப்பு, வெள்ளை, பச்சை இந்த மூன்று நிறமும் கொண்ட, மார்புக்கு குறுக்காக அணியும் அந்த மூவர்ணத்துணி கோப்புகளின் மீது இருப்பதை கிய்தோ பார்க்கிறார்.

அதிகாரி	: இங்க ஃபிரான்செஸ்கோ பெட்ராக்கா பள்ளி எங்க இருக்கு

கிய்தோவின் கண்கள் பளிச்சிடுகிறது

	: ஃபிரான்செஸ்கோ ஆரம்பப்பள்ளி
அதிகாரி	: ஆமாம்,
கிய்தோ	: இங்க, பக்கத்துல தான் இருக்கு. என்னோட தோழி ஒருத்தங்க அங்க டீச்சரா இருக் காங்க. அற்புதமான பள்ளிக்கூடம்.
கல்வி அதிகாரி	: ரொம்ப நல்லதாப் போச்சு. நான் இன்னும் கூடுதலாக அரைமணி நேரம் தூங்கலாம்.
கிய்தோ	: நாளைக்கு காலையில நீங்க அந்த பள்ளிக்குப் போகணுமா.
கல்வி அதிகாரி	: ஆமாம். அவங்க என்னைய எட்டரை மணிக்கு எதிர்பார்ப்பாங்க.

கிய்தோ அந்த மூவர்ணத்துணியைக் கவனிக்கிறார். அந்த மூவர்ணத் துணி அண்மைக் காட்சியாக காட்டப்படுகிறது.

காட்சி – 14

ஃபிரான்செஸ்கா பெட்ராக்கா ஆரம்பப்பள்ளி வகுப்பறை / உள் / பகல்

பெரிய வகுப்பறை. நூற்றுக்கும் மேற்பட்ட மாணவர்கள் அமர்ந்திருக் கின்றனர். மாணவர்கள் சலசலவென்று பேசிக்கொண்டிருக்கிறார்கள். தோரா, உள்ளிட்ட பள்ளி ஆசிரியர்கள் மற்றும் தலைமை ஆசிரியை மாணவர்களின் முன்னால் நின்றிருக்கின்றனர்

தலைமை ஆசிரியை (கையைத் தட்டியபடி)

: பசங்களா கொஞ்ச நேரம் அமைதியாக இருங்க. இப்ப நான் சொல்லப் போறதைக் கவனமாக் கேளுங்க. ரோமிலிருந்து வந்தி ருக்கிற கல்வி அதிகாரி இன்னும் கொஞ்ச நேரத்தில இங்க வந்திடுவாரு. அவர்கிட்ட நம்மளைப்பத்தி நல்லதொரு எண்ணத்தை ஏற்படுத்த விரும்புறேன். அதனால அமைதி யாகவும் கவனமாகவும் அவர் சொல்றதைக் கேட்கணும். அவர் நம்முடைய அழகான நாட்டைப்பத்தி சில முக்கியமான விஷயங் களைச் சொல்லப் போறாரு

அப்போது பள்ளி ஊழியர் ஒருவர் பரபரப்புடன் ஓடி வந்து

: மேடம், கல்வி அதிகாரி வந்திட்டாரு.

தலைமை ஆசிரியை (வியப்புடன்)

: சீக்கிரமாவே வந்திட்டாரே.

கல்வி அதிகாரியைப் பார்ப்பதற்காக ஒரு சிறுவன் எழுந்து வாசலைப் பார்க்கிறான்.

தலைமை ஆசிரியை (சத்தமாக)

: ராபர்டோ உட்காரு

கல்வி அதிகாரி வரும் காலடியோசை கேட்கிறது. தலைமை ஆசிரியை உள்ளிட்ட ஆசிரியர்கள் அனைவரும் தயார் நிலையில் நிற்கிறார்கள்.

கிய்தோ கம்பீரமாக உள்ளே நுழைகிறார். அவர் அணிந்திருக்கும் கோட்டின் மீது, மார்புக்கு குறுக்காக மூவர்ணத்துணியை அணிந் திருக்கிறார். தலைமை ஆசிரியை தன் கையைத் தட்டி

: எல்லாரும் எழுந்திருங்க.

மாணவர்கள் அனைவரும் ஒரே நேரத்தில் எழுந்து நிற்கும் ஓசை கேட்டு, அவர்களைக் கடந்து கம்பீரத்துடன் நடந்து வந்து கொண்டி ருந்த கிய்தோ சற்றுத் திடுக்கிடுகிறார். தோரா, கிய்தோவைப் பார்த்த தும் பெரும் வியப்படைகிறார். கிய்தோ தோரா அருகில் வந்து நின்று புன்னகையுடன்

கிய்தோ : வணக்கம் இளவரசியே.

தோரா ஆச்சர்யத்துடனே புன்னகைக்கிறாள்.

கிய்தோ தோரா அருகிலேயே நின்று கொண்டிருப்பதைப் பார்த்த தலைமை ஆசிரியை

: காலை வணக்கம் சார். நான்தான் இந்தப் பள்ளியோட தலைமை ஆசிரியை. எங்கள் ஆசிரியர்கள் சில பேரை உங்களுக்கு அறிமுகப்படுத்த என்னை அனுமதிக்கனும்.

கிய்தோ : நல்லது.

என்றபடி வரிசையில் முதலில் நின்றிருந்த ஆசிரியையின் அருகில் போய், நான் இவங்ககிட்டயிருந்து ஆரம்பிக்கிறேன்.

கிய்தோ : நீங்க இந்த ஸ்கூல்ல எவ்வளவு வருஷமா வேலை பார்த்துக்கிட்டு இருக்கீங்க

ஆசிரியை : 16 வருஷமா...

பின் அருகிலிருக்கும் ஆசிரியரிடம் நகர்ந்த கிய்தோ

: அமைச்சரகம் இந்த வருஷம் அங்கீகரித்த நடப்பு, பள்ளிசெயல் திட்டம் வரைக்கும் தெளிவா தெரிஞ்சு வச்சிருக்கீங்களா

ஆசிரியர் : ஆமாம் சார்

இன்னொரு ஆசிரியையிடம் நகர்கிறார்.

: குழந்தைகளின் சுகாதாரம் பற்றிய அரசு அறிக்கையைப் படிச்சிட்டீங்களா

ஆசிரியை : படிச்சிட்டேன் சார்.

தோராவின் அருகில் வந்ததும்

: இந்த ஞாயிற்றுக்கிழமை நீங்க ஃப்ரீயா?

தோரா (அதிர்ச்சியுடன்)
: என்ன
கிய்தோ (சிரிப்புடன்)
: வந்து, வர்ற ஞாயிற்றுக்கிழமை கன்னி மேரியோட திருவிழா, அதான் என்ன பண்ணப் போறீங்கன்னு கேட்டேன்.
தோரா : நான் தியேட்டருக்குப் போறேன்.
கிய்தோ : என்ன பார்க்கப் போறீங்க.
தோரா : இசைக் கச்சேரிக்கு
கிய்தோ : ஆமாம், நல்லாயிருக்கும்

கிய்தோ நெடுநேரம் தோராவிடமே கிசுகிசுக்கும் குரலில் பேசிக் கொண்டிருப்பதைப் பார்த்து தலைமை ஆசிரியை செருமுகிறார்.

கிய்தோ : சரி, இங்க எல்லாமே நல்லா நடக்குது, ரொம்ப நன்றி, நான் வர்றேன். நான் எதுக்கு வந்தேன்னா

இடைமறித்த தலைமை ஆசிரியை, கிய்தோவைப் பார்த்து
: எங்களுக்குத் தெரியும் சார்.

என்றவர், பின் மாணவர்களை நோக்கி
: தலைசிறந்த இத்தாலிய விஞ்ஞானிகள் கையெழுத்திட்ட, இனக் கொள்கையைப் பற்றி பேசுறதுக்காகத்தான் கல்வி அதிகாரி இங்க வந்திருக்கிறாரு. நமது இனம் தான் மற்ற எல்லா இனத்தையும் விட மேன்மை யானது என்பதை நம்ம எல்லாருக்கும் விளக்கிச் சொல்லப் போறாரு.

மாணவர்களைப் பார்த்து
: எல்லாரும் உட்காருங்க.

கிய்தோவிடம் நீங்க பேசலாம் சார் என்ற படி உயரமான மேடையைக் காண்பிக்கிறார்.

கிய்தோ (சிரித்தபடி) : நம்ம இனத்தைப் பற்றி நான் விளக்கிச் சொல்லணும்
தலைமை ஆசிரியை : மேலானது என்று

கிய்தோ சிரித்தபடி தோராவைப் பார்க்கிறார். தோரா தலை குனிந்த படி நின்றிருக்கிறாள்.

கிய்தோ : நமது இனம் மேலானது, என்றபடி மேடை
யில் இருக்கும் ஒரு மேஜையின் முன்னால்
போய் நிற்கிறார்.
பின் மாணவர்களைப் பார்த்து
: நமது இனம் தான் மேலானது என்கிறதில
உங்களுக்கு எந்தக் குழப்பமும் வேண்டாம்
நண்பர்களே, இதைப் பற்றி சொல்வதற்
காகத்தான் ரோமிலிருந்து நான் வந்திருக்
கேன். நிச்சயமா, நமது இனம் மேன்மை
யானது தான்.
தலைமை ஆசிரியை புன்னகைக்கிறார்.
கிய்தோ : உலகத்திலே நமது இனம் தான் உயர்ந்த
துன்னு விளக்கிச் சொல்றதுக்காகத்தான்,
இத்தாலிய விஞ்ஞானிகள் என்னைத் தேர்ந்
தெடுத்து இருக்காங்க. என்னை, எப்படி
தேர்ந்தெடுத்தாங்கன்னு உங்களுக்குத்
தோணலாம்.

என்று பேசியபடியே கண்ணிமைக்கும் நேரத்தில் தரையில் இருந்து
எம்பிக்குதித்து மேஜையின் மீது நிற்கிறார். தலைமை ஆசிரியை
திகைக்கிறார். முன்வரிசையில் அமர்ந்திருந்த சிறுவர்கள் வியப்பில்
வாய் பிளக்கின்றனர்.

கிய்தோ : அதற்கான பதிலை நான் சொல்லித்தான்
ஆகணும். என்னைவிட அழகான ஒருத்
தரை, அவங்களால எப்படிக் கண்டுபிடிக்க
முடியும். நான்தான் மேன்மையான இனத்
திற்கான மாதிரி. தூய ஆர்ய ரத்தம் நண்பர்
களே.

தோரா சிரிக்கிறாள்
பின் தன் காதை சிறுவர்களிடம் காட்டியபடி

: இந்தக் காதைப் பாருங்க, அதோட வடி
வத்தைப் பாருங்க, இந்தக் காது மடலைப்
பாருங்க, எவ்வளவு அழகா வளைஞ்சு,
கீழே சிறு மணி மாதிரி தொங்குறதைப்
பாருங்க. வேணுன்னா சோதித்துப் பாருங்க

என்றதும், சிறுவர்கள் தங்களின் காதின் கீழ்ப் பகுதியை ஆட்டிப்
பார்க்கின்றனர்.

: அசைக்க முடிகிற குருத்தெலும்பு, இதை வளைக்கவும் முடியும். இதை விட அழகான ரெண்டு காதுகளை நீங்க காட்டிட்டா, நான் இப்பவே இங்கிருந்து போயிடுறேன். ஆனால், நீங்கள் அதை என்கிட்ட காட்டியாகணும். பிரான்சுல இந்த மாதிரி காது வேணும்னு கனவு கண்டுக்கிட்டு இருக்காங்க. குழந்தைகளே வெவ்வேறு இனங்கள் இருந்து கொண்டே தான் இருக்கும், அது வாழ்க்கையோட ஒரு பகுதி. நான் இப்பப் போயாகணும். ஆனா போறதுக்கு முன்னால் நான் இப்ப நம்ம இனத்தோட மிக முக்கியமான விஷயத் தைக் காட்டப்போறேன்.

கிய்தோ தனது கோட்டை கழற்றத் தொடங்குகிறார். தலைமை ஆசிரியர் விக்கித்துப் போய் நின்றிருக்கிறார்.

கிய்தோ : கவனமாப் பாருங்க

இண்டர் கட்

வகுப்பறையை நோக்கி கல்வி அதிகாரியைக் கூட்டிக்கொண்டு, பள்ளி ஊழியர் வருகிறார்.

கல்வி அதிகாரி (வியப்புடன்)

: அவர் கல்வி அதிகாரின்னா சொன்னாரு

உடன் வரும் ஊழியர் ஆமெனத் தலையசைக்கிறார்.

கல்வி அதிகாரி : ரோமிலிருந்து வந்தவர்னா சொன்னாரு

ஊழியர் : ஆமாம். ரோம்

இண்டர் கட் முடிவு

கிய்தோ தன் ஆடைகளைக் களைந்து விட்டு, பனியன், டவுசருடன் இருக்கிறார் மார்புக்கு குறுக்காக இருந்த மூவர்ணத்துணி, இப்போது தோளுக்கும் தொடைக்கும் நடுவில் இருக்கிறது. பின் தன் பனியனைத் தூக்கி, சிறுவர்களிடம் வயிற்றைக் காட்டியபடி

: தொப்புள், இந்தத் தொப்புளைப் பாருங்க. என்ன ஒரு முடிச்சு. ஆனால், உங்களால இதை அவிழ்க்க முடியாது. ஏன் உங்க பல்லை வச்சுக்கூட இதைக் கழற்றிட முடி யாது. அந்த இனவெறி படிச்ச விஞ்ஞானி கள் கூட முயற்சி செஞ்சாங்க. வாய்ப்பே

: இல்லை. இதுதான் இத்தாலிய தொப்புள். இது நமது இனத்தோட பகுதி.

தோரா வியப்புடன் பார்த்துக்கொண்டு இருக்கிறாள்.

கிய்தோ பின் கைகளின் தசைகளை உயர்த்திக் காட்டியபடி

: என்னோட ஸ்டைலைப் பாருங்க. இந்தத் தசையைப் பாருங்க. பைசெப்ஸைப் பாருங்க, ட்ரைசெப்ஸைப் பாருங்க. இதோட அழகைப் பாருங்க. இந்த இடுப்பைப் பார்த்து ஆச்சர்யப்படுங்க. எவ்வளவு அழகா இப்படியும், அப்படியும் வளையுது பாருங்க.

அப்போது கல்வி அதிகாரியும் ஊழியரும் வகுப்பிற்குள் நுழைகின்றனர். அங்கு நடப்பதை, நம்பவே முடியாத கல்வி அதிகாரி அதிர்ச்சியுடன் பார்த்துக் கொண்டிருக்கிறார். இப்படியும் அப்படியும் ஆடிக் கொண்டிருந்த கிய்தோ, கல்வி அதிகாரியைப் பார்த்ததும், விரைவாக தன் ஆடைகளை அள்ளிக்கொண்டு மாணவர்களை நோக்கி

: நான் இப்ப கண்டிப்பா இங்கிருந்து போயாகணும். எனக்கு முக்கியமான வேலை ஒண்ணு இருக்கு, நான் போயிட்டுவர்றேன்.

ஜன்னலருகே போய் நின்று

: நான் போவதற்குள்

என்று சொல்லிவிட்டு சிறுவர்களை நோக்கி, பனியனைத் தூக்கிக் காட்டி

: தொப்புள் என்கிறார்.

சிறுவர்கள் சிரிக்கிறார்கள். தோரா சிரிக்கிறாள். தலைமை ஆசிரியை மறுபடியும் திகைக்கிறார். ஜன்னலிலிருந்து வெளியேறுவதற்கு முன், தோராவின் பக்கம் திரும்பி

: நான் உங்களை வெனிஸ்ல பார்க்கிறேன், இளவரசி.

ஜன்னல் வழியாக வெளியேறுகிறார்.

காட்சி – 15

தியேட்டர் / உள் / பகல்.

மேடையில் வெனிஸ் நகரத்து படகு ஒன்று மிதந்து வருகிறது. படகில் சிவப்புநிற ஆடையணிந்த ஆண், பெண் இருக்கின்றனர். அவர்கள் மனதைப் பிழிகின்ற சோகமான நாடோடிப் பாடலைப் பாடத் துவங்குகின்றனர். பால்கனியில், தோரா, ருடால்ப், எலீனா, மற்றும் அவர்களின் நண்பர்கள் அமர்ந்து பார்த்துக்கொண்டிருக்கின்றனர். தோரா பாடலில் மனம் மயங்கியபடி கேட்டுக்கொண்டிருக்கிறாள். அரங்கம் முழுவதுமே அந்தப்பாட்டில் கட்டுப்பட்டு மயங்கிக் கிடக்கிறது. கீழே அமர்ந்திருக்கும் கிய்தோ மட்டும் மேடையைப் பார்க்காமல், தோரா அமர்ந்திருக்கும் பால்கனி பக்கமே பார்த்தபடி யிருக்கிறார். அவருக்கு இடது பக்கத்தில் ஃபெரூச்சியோ அமர்ந்திருக்கிறார். வலது பக்கம் ஒரு நடுத்தரவயது பெண்மணி அமர்ந்திருக்கிறாள். அவள் தன் பக்கமே நெடு நேரம் பார்த்தபடி இருக்கும் கிய்தோவை புதிருடன் திரும்பிப் பார்க்கிறாள். கிய்தோ சிரித்தபடி, தன் இடது காதைக் காட்டி

: எனக்கு இந்தக் காது மட்டும் தான் கேட்கும்.

அந்தப் பெண்மணி அப்படியா என்றபடி சாவகாசமாகி மேடையைப் பார்க்கத் துவங்குகிறாள். பாடகர்கள் இப்போது நாடோடிப் பாடலின் இறுதிப் பகுதிக்கு வந்துவிட்டனர். தோரா மெய்மறந்து பாடலைக் கேட்டுக்கொண்டிருக்கிறாள். அவளின் கண்கள் ஈரமாகிறது. கிய்தோ அவளையே பார்த்தபடியிருக்கிறார். பின் இரு கைவிரல்களையும் மாயாஜாலம் செய்வது போல ஆட்டி முணுமுணுக்கும் குரலில்

: என்னைப் பாருங்க இளவரசி, நான் இங்க தான் இருக்கேன் இப்படித் திரும்புங்க,

பின் குரலை, மர்மக் குரலைப் போல மாற்றிக்கொண்டு

: இப்படித் திரும்புங்க. இப்படித் திரும்புங்க.

ஏதோ மாயசக்திக்கு கட்டுப்பட்டவளைப் போல, தோரா குரல் வரும் திசையை நோக்கி இலேசாகத் திரும்புகிறாள். கிய்தோ இன்னும் அதிக கவனத்துடன், கைவிரல்களை வேகமாக ஆட்டியபடி

: திரும்புங்க.. திரும்புங்க...

தோரா மெதுவாக கிய்தோ பக்கம் திரும்பிப் பார்க்கிறாள். கிய்தோ வின் முகம் சந்தோஷத்தின் உச்சத்தில் இருக்கிறது. அதேசமயம், அவரருகில் அமர்ந்திருந்த அந்தப் பெண்மணியும் கிய்தோவைப் பார்த்து புன்னகையுடன் திரும்பி, அவரையே பார்க்கிறாள். பயந்து போன கிய்தோ, நேராக அமர்ந்து மேடையைப் பார்க்கத் தொடங் குகிறார்.

காட்சி – 16

தியேட்டர் / வெளி / இரவு.

இசை நிகழ்ச்சி முடிந்து, பார்வையாளர்கள் தியேட்டரை விட்டு வெளியேறுகிறார்கள். வெளியே மழை பெய்து கொண்டிருப்பதைக் கண்டு பலர் தியேட்டர் வராந்தா அருகேயே ஒதுங்கி நிற்கிறார்கள். சிலர் குடையைப் பிடித்துக்கொண்டு வெளியே நடக்கத் துவங்கு கின்றனர். சிலர் நனைந்தபடியே சற்றுத் தூரத்தில் நிறுத்தப் பட்டிருக்கும் கார்களை நோக்கி ஓடுகிறார்கள்.

காட்சி – 17

தியேட்டர் / வராந்தா படிக்கட்டுகள். உள் / அதேவேளை.

தோராவும், ருடால்ப்பும் கை கோர்த்தபடி, மற்ற பார்வையாளர்களுடன் கலந்து பால்கனி படியிலிருந்து கீழே இறங்கிக் கொண்டிருக்கின்றனர்.

தோரா (மகிழ்ச்சியுடன்)
: நாம அப்படியே போயி சாக்லேட் ஐஸ்க்ரீம் சாப்பிடலாமா?

ருடால்ப் (சிறு தயக்கத்துடன்)
: சாப்பிடலாம், ஆனா இங்கிருந்து நாம சீக்கிரம் கிளம்பியாகணும்.

தோரா : ஏன்

ருடால்ப் : ஓ... நான் உன்கிட்ட சொல்ல மறந்துட்டேன். சரியா, எட்டுமணிக்கு நாம பிரிபெக்ட் வீட்டுல இருந்தாகணும். நம்மள அவர் இரவு உணவுக்கு கூப்பிட்டு இருக்காரு.

தோரா : எங்க.

ருடால்ப் : பிரிபெக்ட் வீட்டுல.

தோரா ஏமாற்றத்துடன் தனக்குத்தானே
: கடவுளே, என் மேல கருணை காட்ட மாட்டாயா, பிரிபெக்ட் வீட்டுல இன்னொரு இரவு உணவா?

ருடால்ப் : உங்கம்மா கூட வர்றாங்க.

தோரா : ஆனா, நான் பிரிபெக்ட் வீட்டுக்கு வரல.

ருடால்ப் : சரி, அவர் நமக்காகத்தான் இதை ஏற்பாடு பண்ணியிருக்காரு, அவர் வீட்டுக்குப் போவோம், ஆனா சாப்பிடாம வெறும் காப்பியோட நிறுத்திக்கிரலாம். சரியா.

தோரா (உறுதியுடன்)
: நான் அங்க வரல.

ருடால்ப் : சரி சரி நாம வரலேன்னு அவர்கிட்ட சொல்லிடுறேன்.

அப்போது, பிரிபெக்ட் தம்பதிகள் அவர்களைக் கடந்து போகின்றனர். பிரிபெக்ட், ருடால்ப்பை பார்த்துவிட்டு,

பிரிபெக்ட் : மாலை வணக்கம் ருடால்ப்.

ருடால்ப் : மாலை வணக்கம் திரு.பிரிபெக்ட்.

தோரா பிரிபெக்ட்டை அலட்சியமாக ஒரு பார்வை பார்த்துவிட்டு, கீழே குனிந்து கொள்கிறாள்.

பிரிபெக்ட் : நான் உங்களை இரவு உணவுக்கு எதிர் பார்க்கிறேன். எட்டு மணிக்கு சந்திக்கலாம்.

ருடால்ப் : நாங்க, சரியா எட்டுமணிக்கு அங்கே யிருப்போம்.

பிரிபெக்ட் தம்பதிகள் அவர்களைக் கடந்து போன பிறகு, தோரா கோபத்துடன் ருடால்ப் காலில் நச்சென மிதிக்கிறாள். ருடால்ப் ஆவென அலறுகிறார்.

காட்சி – 18

தியேட்டரின் பிரதானவாயில். உள் / அதே வேளை

மழை இன்னும் பெய்து கொண்டிருக்கிறது. மழைக்காக ஒதுங்கிய பலர் வராந்தாவில் நின்று கொண்டிருக்கிறார்கள். அரங்கின் கீழ்ப்பகுதியிலிருந்து, வெளியேறும் கூட்டத்துடன் கிய்தோவும் ஃபெரூச்சியோவும் வருகின்றனர்.

கிய்தோ (ஃபெரூச்சியோவிடம்)

: அவ எங்க

ஃபெரூச்சியோ : எனக்குத் தெரியாது.

கிய்தோ : உறுதியாகச் சொல்றேன் அவங்க இங்க தான் இருந்தாகணும்,

என்று யோசித்தபடி வரும் அவர்களை மழைக்கோட்டை மாட்டிய படி இருக்கும் ஓரஸ்டி பார்த்துவிட்டு

: ஓ நீங்களும் வந்திருக்கீங்களா

என்றவர் பின் ஃபெரூச்சியோவைப் பார்த்து

: நாளைக்கு சரியான நேரத்திற்கு வந்திடுங்க

ஃபெரூச்சியோ சரியெனத் தலையசைக்கிறார். பின் அவரின் மனைவியைப் பார்த்து வணக்கம் செய்கிறார்.

ஓரஸ்டி (ஃபெரூச்சியோவிடம்)

: அப்புறம், காரிலிருந்து அந்தப் பொருளை எடுத்து வச்சிட்டீங்களா? அது பட்டுக் கம்பளம்! பாழாகிடாம கவனமாப் பார்த்துக் கங்க.

ஃபெரூச்சியோ : எந்தத் தப்பும் நடக்காது, நான் பார்த்துக் கிறேன் சார்.

ஓரஸ்டி : இசைக்கச்சேரி எப்படி இருந்தது

கிய்தோ (சிரித்தபடி) : ரொம்ப நல்லா இருந்தது.

என்றவர் எதிரே, மேஜையில் இருக்கும் ஓரஸ்டியின் தொப்பியைப் பார்க்கிறார். பின் ஓரஸ்டியிடம் எதிரிலிருக்கும் திரைக் கற்றைகளைக் காட்டி

கிய்தோ : அற்புதமா இருக்கே, இந்த திரைக் கற்றைகளை எல்லாம் நீங்க தான் பண்ணுனீங்களா.

ஓரஸ்டி அப்பக்கம் திரும்பிப்பார்த்த சமயத்தில், கிய்தோ தனது தொப்பியை வைத்துவிட்டு அவர் தொப்பியை எடுத்து மாட்டிக் கொண்டு, அங்கிருந்து ஃபெரூச்சியோவையும் இழுத்துக்கொண்டு கூட்டத்தில் கலந்து விடுகிறார்.

ஓரஸ்டி எதிரிலிருக்கும் திரைக்கற்றைகளைப் பார்த்தபடி

: அது நான் பண்ணலை. கண்டிப்பா, என்னோட நண்பர்கள் யாராவது தான் பண்ணியிருப்பாங்க

என்றபடி திரும்புகிறார், இருவரையும் அங்கு காணாது திகைக்கிறார். பிறகு, தன் பின்புறம் திரும்பி மேஜையைப் பார்த்தவர், தனது தொப்பி மாற்றப்பட்டிருப்பதைக் காண்கிறார்.

(வெறுப்புடன்) : அவன் மறுபடியும் என் தொப்பியை எடுத்துட்டான்.

காட்சி – 19

தியேட்டர். வாசற்படியருகில் / அதே வேளை

தோராவும் ருடால்பும் வாசல் படியருகே வருகின்றனர். ருடால்ப் தோராவின் கையைப் பிடித்து இழுத்து

: சரி, வா போயிடலாம்

தோரா : பொறுங்க, மழை பெய்துக்கிட்டு இருக்கிறதப் பார்க்கலையா, நீங்க வேண்ணா போயி காரை எடுத்துக்கிட்டு வாங்க

ருடால்ப் : கார், இதோ இந்த மூலையில தான இருக்கு.

தோரா கோபத்துடன் எதுவும் பேசாமல் இருக்கிறாள்.

ருடால்ப் : சரி, சரி நீ இங்கேயே இரு, நான் போயி காரை எடுத்துக்கிட்டு, வர்றேன். வாசல் கிட்ட வந்ததும், ஹாரன் அடிக்கிறேன்.

சற்றுத்தள்ளி கூட்டத்துடன் நின்றிருக்கும் கிய்தோ அவர்களின் உரையாடலைக் கேட்கிறார். ருடால்ப் மழையில் நனைந்தபடி அவ்விடத்தைவிட்டு ஓடியதும் கிய்தோ தன் அருகில் நின்றிருக்கும் ஃபெரூச்சியோவிடம் பரபரப்புடன் சாவி கொடு என்கிறார். ஃபெரூச்சியோ வீட்டுச் சாவியைத் தருகிறார்.

கிய்தோ *(அவசரத்துடன்)*

: வீட்டுச் சாவியில்ல, கார் சாவி. சீக்கிரம் கொடு

ஃபெரூச்சியோ கார் சாவியைப் பாக்கெட்டிலிருந்து எடுக்கிறார். பின் ஒரு கணம் யோசித்தவர்

: என்னது கார் சாவியா, உனக்கென்ன பைத்தியமா

கிய்தோ கார் சாவியை அவனிடமிருந்து பிடுங்கிக்கொண்டு அங்கி ருந்து ஓடுகிறார். சிறிது தூரம் போனவர் மீண்டும் திரும்பி வந்து

: தலையில முட்டையை உடைச்சுக்கிட்ட அந்த ஆள பிஸியா வச்சுக்கிட்டு இரு. எவ்வளவு நேரம் முடியுமோ, அவ்வளவு நேரம் அவரை எப்படியாவது சமாளிச்சுக் கிட்டு இரு. நாம ராத்திரி பார்க்கலாம்.

ஃபெரூச்சியோ : ஆனா... அந்தக்கார்ல. காருக்குள்ள. மெதுவாப்போ

ஃபெரூச்சியோ சொல்லி முடிப்பதற்குள் கிய்தோ மறைந்து விடுகிறார். பின் ஃபெரூச்சியோ ருடால்ப் போன திசையை நோக்கி ஓடுகிறார்.

தோரா காரை எதிர்பார்த்து வெளிப்புறத்தையே பார்த்தபடி இருக்கிறாள். அப்போது வாசலில் ஒரு கறுப்பு நிற கார் வந்து நின்று ஹார்ன் அடிக்கிறது. மழையை நினைத்து ஒரு கணம் தயங்கியவள், பின் காரை நோக்கி வேகமாக நடக்கிறாள். காருக்குள் ஏறிய பிறகு கோபத்துடன் கதவைச் சாத்துகிறாள். கார் அங்கிருந்து கிளம்புகிறது.

காட்சி – 20

நகரத் தெருக்கள். கார். உள் / வெளி / இரவு.

தோரா கோபத்துடன் டிரைவர் சீட்டைக் கூட ஏறிட்டுப் பார்க்காமல், தன் ஆடையில் ஒட்டியிருக்கும் மழைத்துளிகளைத் தட்டிவிட முயற்சி செய்தபடி

: குறைந்தபட்சம், நீங்க ஒரு குடையாவது எடுத்துக்கிட்டு வந்து என்னைக் காருக்கு கூப்பிட்டு வந்திருக்கலாம்.

பின் தன் பையில் இருக்கும் கைக் கண்ணாடியை எடுத்து, முகம் பார்த்தபடி

: முரட்டுத்தனமான ஆளா இருக்கீங்க. பாருங்க, எவ்வளவு அலங்கோலமா ஆயிட்டேன். அப்புறம் பிரிபெக்ட் வீட்டு டின்னரை நினைச்சாலே எனக்கு எரிச்சலா வருது.

பேசிக்கொண்டிருக்கும் போது தோராவுக்கு விக்கல் எடுக்கத் துவங்குகிறது.

: இப்ப விக்கல் வந்திரும்னு எனக்குத் தெரியும். எனக்கு விருப்பம் இல்லாத ஒண்ணை மத்தவங்க செய்யக் கட்டாயப்படுத்தும் போதெல்லாம் எனக்கு விக்கல் வந்திரும்.

கிய்தோ, புன்னகையுடன் அவள் பேசுவதைக் கேட்டபடி, காரை ஓட்டிக்கொண்டிருக்கிறார். பலத்த மழை பெய்து கொண்டிருக்கிறது.

தோரா : என்னையச் சந்தோஷப்படுத்த, ரொம்பச் சின்ன விஷயமே போதும்னு உங்களுக்குத் தெரியாதா? ஒரு சாக்லேட் ஐஸ்க்ரீம் போதும், சில சமயத்தில இரண்டு தேவைப் படும். அப்புறம் ரெண்டு பேரும் சேர்ந்து ஜாலியாக கொஞ்ச தூரம் நடக்கலாம்.

அவ்வளவுதான், அதற்கப்புறம் எது வேணுன்னாலும் நடந்துட்டுப் போகட்டும். அதைச் செய்யாம நீங்க.

என்றபடி டிரைவர் இருக்கையின் பக்கம் திரும்பியவள், அங்கே கிய்தோ இருப்பதைக் கண்டு 'ஆ' வென அலறுகிறாள்.

கிய்தோ பலமான சிரிப்புடன்

: வணக்கம் இளவரசி

அவள் சுற்றும் முற்றும் பார்த்துவிட்டு தான் தவறான காரில் ஏறிவிட்டோம் என்பதை உணர்கிறாள்

தோரா (அதிர்ச்சியுடனே)

: இதை என்னால நம்பவே முடியல. நீங்க இதுக்கு விளக்கம் சொல்லியேயாகணும்.

கிய்தோ : இல்ல. முதல்ல நீங்கதான் எனக்கு விளக்கம் சொல்லணும். நான் பாட்டுக்கு பரணுக்கு அடியில நின்னுக்கிட்டு இருந்தேன். நீங்கதான் வானத்திலிருந்து என் கையில குதிச்சீங்க.

தோரா சிரிக்கிறாள். அவள் விக்கல் நின்று விடுகிறது.

கிய்தோ : நான் சைக்கிள்ல இருந்து கீழே விழுந்தேன், எந்திரிச்சுப் பார்த்தா உங்க கையில கிடந்தேன். அப்புறம், நான் பள்ளிக் கூடத்திற்கு இன்ஸ்பெக்ஷனுக்கு வந்தேன். அங்கேயும் நீங்க இருந்தீங்க. அப்புறம் என் கனவில கூட வர்றீங்க. என்னைத் தனியாவே விட மாட்டீங்களா; என்னை நீங்க கசக்கிப் பிழியிறீங்க, இதுக்காக நான் உங்களை குறை சொல்லலை. ஆனா இதுதான் உண்மை. சரி, அதை விடுங்க இளவரசி, நாம இப்ப எங்க போகலாம் கடற்கரைக்கா? உங்களுக்கு கடற்கரை பிடிக்குமில்ல.

மழை இப்போது பலமாய் பெய்கிறது. முன்புறக் கண்ணாடியின் துடைப்பான் வேலை செய்யாததால் கிய்தோ கண்ணாடியருகே முகத்தைக் கொண்டு போய் பாதையை உற்றுப் பார்க்கிறார்.

தோரா : என்ன ஆச்சு

கிய்தோ : இளவரசி, இந்த வைப்பரை எப்படித் திருப்புறதுன்னு உங்களுக்குத் தெரியுமா

தோரா வெளியே பார்த்துவிட்டு அதிர்ச்சி அடைந்தவளாய் பிரேக் அடிங்க, பிரேக் அடிங்க என்று கத்துகிறாள்.

கிய்தோ : பயப்படாதீங்க

கார் மேலும், கீழும் குதித்து குதித்துப் போகிறது. கிய்தோ ஸ்டிரி யங்கை நன்றாக வளைக்க ஸ்டியரிங் உடைந்து கையோடு வருகிறது. கார் பலத்த சப்தத்துடன் ஓரிடத்தில் நிற்கிறது. காரின் டாப்பும் திறந்து கொள்கிறது. மழை காருக்கு உள்ளே விழுகிறது. கிய்தோ, ஸ்டிரியங்கை கையில் பிடித்தபடி

: உடைஞ்சு போச்சு.

தோரா : இதைக் கேட்கிறதுக்காக தப்பா நினைச்சுக் காதீங்க, எப்ப கார் ஓட்ட கத்துக்கிட்டீங்க

கிய்தோ : பத்து நிமிஷத்திற்கு முன்னால.

தோரா : நான் அதுக்கும் குறைவாகத்தான் இருக் கும்னு நினைச்சேன்.

கார் இப்போது சர்ச்சின் முன்னால் இருக்கிற, நீண்ட படிக்கட்டு களின் மேலே இருக்கிற இரண்டு சிறு தூண்களுக்கு இடையே மாட்டிக் கொண்டிருக்கிறது.

கிய்தோ, டாப்பை இழுத்து மூட முயற்சித்தபடி

: டாப்பு மூட மாட்டுது

தோரா (கதவைத் தள்ளி பார்த்து விட்டு)

: கதவும் திறக்க மாட்டுது.

கிய்தோ : நாம மாட்டிக்கிட்டோம், கவலைப்படா தீங்க இளவரசி, நாம இதிலிருந்து வெளிய வந்திடலாம். நீங்க நனைஞ்சிடக் கூடாது. அதுதான் முக்கியம்.

பின் இருக்கையில் இருந்த சிகப்பு நிற பட்டுக் கம்பளத் துணி ஒன்றை எடுத்து, அதை ஸ்டியரிங் வீலில் போட்டு தற்காலிகக் குடை ஒன்றை உருவாக்கி அவளிடம் கொடுக்கிறார்.

தோரா : நன்றி.

காரின் முன்பகுதி வழியாக கிய்தோ கீழே இறங்குகிறார். பின் தோராவின் பக்கமாக ஓடிப்போய் அவள் காரை விட்டு இறங்க உதவி செய்கிறார். அவள் இறங்கும்போது, கதவின் கொக்கியில் அவள் ஸ்கர்ட் மாட்டிக்கொள்ள, அவள் ஸ்கர்ட் டர்ரென கிழிகிறது. அவ ளின் பின்புறக் கால்கள் தெரிகிறது. ஆனால், அதை அவர்கள் கவனிக்க வில்லை. அவள் படிகளில் இறங்கப் போனபோது

கிய்தோ : கொஞ்சம் பொறுங்க இளவரசி, இங்க ஒரே சகதியாக இருக்கு உங்க காலெல்லாம் சேறா கிடும்.

மின்னல் வேகத்தில் போய், காருக்குள் இருந்த சிவப்புநிற பட்டுக் கம்பளச் சுருளை எடுத்து வந்து படிகளில் விரித்துவிடுகிறார். சிவப்புக் கம்பளம், படிக்கட்டுகளைத் தாண்டி நீண்ட தூரம் வரை பரவுகிறது. கிய்தோ, தோராவுக்கு குடை பிடித்துவர, தோரா சிவப்புக் கம்பளத்தில் நடந்து வருகிறாள்.

தோரா : நாம எங்க போறோம். இது என்ன இடம்.

கிய்தோ : நாம ரெண்டு பேரும் ஏற்கனவே இங்க வந்திருக்கோம்.

தோரா (வியப்புடன்)

: நீங்களும். நானுமா? எப்ப?

கிய்தோ : எப்பன்னு கேட்டா என்ன அர்த்தம். அப்ப நாம வந்த கார் தூண்களுக்கிடையே மாட்டிக்கிருச்சு, பெரும் மழை வேறு பெய்ஞ்சது, நான் சிகப்பு நிற பட்டுக் கம்பளத் துணி உறையை வச்சு குடை கூட ஒண்ணு பண்ணினேன். அது ஒரு அழகான இரவு, ஸ்டிரியங் வீலை நான் என் தோள்ல வச்சிருந்தேன். அப்புறம் நடனம் கூட ஆடினேன். ஆடி முடிஞ்சு உங்க முன்னால வந்து நின்னப்ப நீங்க எனக்கு முத்தம் கொடுத்தீங்க.

நடந்து வந்த இருவரும், ஒரு கட்டடத்தின் கீழ் மழைக்காக ஒதுங்கி நின்றிருக்கின்றனர். கிய்தோ குடையைப் பிடித்துக்கொண்டு, பாட்டுப் பாடி மெலிதாக ஆடியவாறு தோராவைச் சுற்றிச் சுற்றி வருகிறார். சுற்றிச் சுற்றி ஆடி வந்தவர், ஏதோ சந்தேகத்திற்கு உள்ளானவர் போல, தோராவின் பின்புறத்தை பார்த்தவர்.

: இளவரசி, இன்னும் கொஞ்சம் பின்னாடி தள்ளி நின்னுக்கங்க.

தோரா, கிய்தோ என்ன சொல்கிறார் என்று புரியாமல், தன் கையை பின்புறத்தில் வைத்துப் பார்த்தவள், தனது ஆடை பெரிதாக கிழிந்திருப்பதை உணர்ந்து திடுக்கிட்டு, சுவரோடு சாய்ந்து கொள்கிறாள்.

காட்சி – 21

நகரத்துத் தெருக்கள் / ஒரு கட்டடத்தின் முன்பகுதி / வெளி / அதே வேளை.

ஏறக்குறைய மழை நின்றுவிட்டது. இருவரும் மெல்ல நடக்கத் துவங்கு கின்றனர். கிய்தோ, தன் தோளில் ஸ்டியரிங் வீலை மாட்டிக் கொண்டி ருக்கிறார். தோரா, கிழிந்த பின்புற ஆடையை மறைப்பதற்காக சிகப்பு நிற பட்டுக் கம்பளத் துணி பின்புறம் வைத்து இருகைகளாலும் பிடித்த படி வருகிறாள்.

தோரா : அது அந்தந்த நபர்களைப் பொறுத்தது. எங்கப்பா அந்த மாதிரி தான். அவர் என்னைய என்ன வேணுன்னாலும் செய்ய வச்சிடுவாரு. அவர் என்னை புரிஞ்சு வைச் சிருப்பாரு, அப்புறம் அவருக்கு என்னை எப்படிக் கையாள்றதுன்னும் தெரியும். அவர் சொல்றதுக்கெல்லாம் நான் எப்ப வுமே ஆமாம்னு சொல்லிடுவேன்.

'மேரி சாவி' என்று ஒரு தொழிலாளி கத்தும் இடத்தருகே நின்று இருவரும் பேசிக்கொண்டிருக்கிறார்கள்.

கிய்தோ : அப்படியின்னா, மூடிக்கிடக்கிற உங்க மனதைத் திறந்து, நான் எது கேட்டாலும் ஆமாம்னு சொல்ல வைக்கிறதுக்கு எதா வது வழி இருக்கா

தோரா (புன்னகையுடன்)

: நீங்க நினைக்கிறதை விட இது எளிதானது தான், இதற்கெல்லாம் தேவை சரியான சாவிதான்.

கிய்தோ : அந்தச் சாவி எங்க இருக்கு?
தோரா : கடவுளுக்குத் தெரியும்.

அவள் வானத்தை அண்ணாந்து பார்க்கிறாள்.

தோரா : வானம் தெளிவாகியிருச்சு.

அவ்விடத்தைவிட்டு கிளம்பத் தயாரானவளைத் தடுத்து நிறுத்திய கிய்தோ

: அப்படியானால், உங்களைச் சரின்னு சொல்ல வைக்கிற அந்தச் சாவி சொர்க்கத் திலிருந்து தான் வரும்னு சொல்றீங்க.

தோரா : ஆமாம்.

கிய்தோ : நான் வேணா ஒரு முயற்சி செஞ்சு பார்க்கி றேன். ஒரு வேளை மேரி என் பிரார்த்த னையைக் கேட்டு, மனமிரங்கி சாவியைத் தூக்கிப் போட்டாலும், போடலாம்.

கிய்தோ இரு கைகளையும் பிரார்த்தனை செய்வது போலச் சேர்த்து வைத்துக்கொண்டு

: மேரி, சாவி

ஒரு விநாடிக்குப் பின் சாவி மேலிருந்து பறந்து வருகிறது. கிய்தோ அதைப் பிடித்து தோராவிடம் காட்டியபடி

: இது தான் அந்தச் சாவியா

தோரா பேச்சு மூச்சற்று திகைத்துப் போகிறாள். வானத்தை அண் ணாந்து பார்த்துவிட்டு, பின் கிய்தோவின் கையிலிருக்கும் சாவி யையும் பார்க்கிறாள்.

காட்சி – 22

நகரத்தெருக்கள் / அதே வேளை

நடந்து வந்துகொண்டிருந்தவர்கள் ஒரு சதுக்கத்தைத் தாண்டி, ஒரு பெரிய தெருவின் வழியாகப் போய்க்கொண்டிருக்கிறார்கள்.

கிய்தோ : நீங்க இப்பவே வீட்டுக்குப் போயாகணுமா? ஐஸ்க்ரீம் சாப்பிடுறது என்னாச்சு. சாக்லேட் ஐஸ்க்ரீம் இப்பவே போயி சாப்பிடலாமே..

தோரா : இல்ல, இப்ப வேணாம்

கிய்தோ : அப்புறம் எப்ப

தோரா : எனக்குத் தெரியாது.

கிய்தோ வானத்தைப் பார்த்தபடி

: நாம இதையும் சொர்க்கத்தையே தீர்மானிக்க விட்டுடுவோமா.

தோரா : வேண்டாம். மேரியை விட்டுடுங்க. ஒரு சாக்லேட் ஐஸ்க்ரீம்காகவெல்லாம் மேரியைத் தொந்தரவு பண்ணாதீங்க.

அப்போது கிய்தோ எதிரிலிருக்கும் ஹோட்டலின் வாசலில் நின்று டாக்டர் லெஸ்ஸிங் தன் நண்பரோடு பேசிக்கொண்டிருப்பதைப் பார்க்கிறார்.

கிய்தோ : இல்ல, இது ரொம்ப முக்கியமான விஷயம். எப்ப ஐஸ்க்ரீம் சாப்பிடறதுன்னு, நம்மால முடிவு செய்ய முடியாதப்ப, பேசாம மேரி கிட்டயே கேட்டுடலாம்.

டாக்டர் கிய்தோவை நோக்கி வருகிறார். கிய்தோ, டாக்டரின் மீது ஒரு கண் வைத்தபடி வானத்தைப் பார்த்து பிரார்த்தனை செய்கிறார்.

கிய்தோ : மேரி, நாங்க ஐஸ்க்ரீம் சாப்பிடுவதற்காக இன்னும் எவ்வளவு நேரம் காத்திருக் கணும்னு யாரையாவது அனுப்பிச் சொல்லேன்.

டாக்டர் லெஸ்ஸிங் கிய்தோவின் முன்னால் வந்து நின்று, ஏழு நொடி என்று சொல்லிவிட்டு கிளம்பிப் போகிறார்.

தோரா அதிர்ச்சியில் மயங்கி விழும் நிலைக்கு ஆளாகிறாள். அவள் பின்புறம் பிடித்திருந்த சிகப்பு நிற பட்டுக் கம்பளத் துணி நழுவி தரையில் விழுகிறது. அவள் அசையாது அப்படியே நிற்கிறாள்.

காட்சி – 23

தோராவின் வீடு / வெளி / அதே வேளை.

தோராவின் பங்களா அருகே கிய்தோவும் தோராவும் நடந்து வந்து கொண்டிருக்கின்றனர். வீட்டைச் சுற்றிலும் பெரிய காம்பவுண்டு சுவர் அமைக்கப்பட்டு அந்த பங்களா பிரம்மாண்டமாகக் காட்சி யளிக்கிறது. தோரா, ஒருகையில் ஐஸ்க்ரீமையும் மற்றொரு கையில் பின்புறத்தை மறைக்க துணியையும் பிடித்திருக்கிறாள்.

தோரா : இது தான் என் வீடு

கிய்தோ : அப்படியா, நான் இந்த வழியா ஆயிரக் கணக்கான தடவை போயிருப்பேன். அப்ப வெல்லாம் இந்த வீட்ல யார் வசிக்கிறாங் கன்னு என்னைய நானே கேட்டுக்கிறு வேன். உங்க வீட்டுக்கு எதிர்லதான் புத்தகக் கடை ஆரம்பிக்கலாம்னு நினைக்கிறேன்.

தோரா : புத்தகக் கடையா

கிய்தோ : ஆமாம், அப்படின்னாத்தானே நான் தின மும் உங்களைப் பார்க்கமுடியும்.

தோரா (மெலிதான சிரிப்புடன்)

: சரி அப்ப நான் கிளம்புறேன். நீங்க என் கிட்ட ரொம்ப அன்பா நடந்துக்கிட்டேங்க. நான் இப்ப போயி சுடு தண்ணியில குளிக் கணும்.

கிய்தோ எதையோ மறந்து விட்டு நினைவுக்கு வந்தவராய்

: ஓ நான் உங்ககிட்ட ஒண்ணு சொல்ல மறந் துட்டேன். என்றபடி தயங்குகிறார்.

தோரா : சொல்லுங்க

கிய்தோ : நான் உங்களை எவ்வளவு தூரம் காதலிக் கிறேன்னு, உங்களால கற்பனை பண்ணிக்

கூட பார்க்க முடியாது. ஒரு தடவை மட்டு மல்ல, மறுபடியும் மறுபடியும் உங்களைக் காதலிச்சுக்கிட்டு இருக்கணும்னு ஆசைப் படுறேன். ஆனா, இதை நான் யாருகிட் டேயும் சொன்னதில்லை, குறிப்பா உங்க கிட்ட சொன்னதே இல்லை. இதைச் சொல்றதுக்காக சிலர் என்னைத் துன் புறுத்தக்கூட செய்யலாம்.

தோரா (ஒன்றும் புரியாமல்)

: எதைச் சொல்றதுக்கு

கிய்தோ : அதாவது, நான் உங்களை எப்பவும் காதலிச்சுக்கிட்டே இருக்க விரும்புறதை. ஆனா, நான் உங்ககிட்ட இது வரைக்கும் இதை வெளிப்படுத்தியதே இல்லை. நான் ஒரு பைத்தியமா இருந்தா மட்டும்தான் உங்க் வீட்டுக்கு முன்னாலேயே நின்னுக் கிட்டு உங்களை ஆயுசு முழுக்க காதலிக்க விரும்புறேன்னு சொல்ல முடியும்.

அப்போது பெரும் இடிச்சத்தம் கேட்கிறது. மெய்மறந்து கிய்தோ பேசுவதைக் கேட்டுக்கொண்டிருந்த தோரா, இடிச்சத்தம் கேட்டுத் திடுக்கிட்டு தன்னிலைக்கு வருகிறாள்.

தோரா (புன்னகையுடன்)

: மறுபடியும் மழை வந்திரும் போலிருக்கு, இங்கிருந்து ஓடிடுங்க, இல்லாட்டா மறு படியும் நனைஞ்சிடுவீங்க

கிய்தோ தலையிலிருந்து தொப்பியை எடுத்து, குனிந்தபடி

: இரவு வணக்கம் இளவரசியே

தோரா : உங்க உடையெல்லாம் நல்லா நனைஞ் சிருச்சு. பார்த்து ஜலதோஷம் பிடிச்சுக்கிறப் போகுது.

கிய்தோ : ஆமா, கோட் நல்லா நனைஞ்சிருச்சு

என்றவர், அவர்களை நோக்கி சற்றுத் தூரத்தில் ஓரஸ்டியும் அவர் மனைவியும் சைக்கிளில் வருவதைப் பார்த்ததும்

: இல்ல இல்ல என்னோட உடைகள் நல்லாத் தான் இருக்கு, ஆனா, இந்தத் தொப்பிதான்

தொந்தரவா இருக்கு, எனக்கு நனையாத தொப்பி வேணும், ஆனா, அது எனக்கு எங்க கிடைக்கும், இப்பவே ரொம்ப நேரம் வேற ஆயிடுச்சு.

ஓரஸ்டி, கிய்தோவை உற்றுப் பார்த்துப்பார்த்தபடி கடந்து போகிறார்.

கிய்தோ வானத்தைப் பார்த்து பிரார்த்தனை செய்யப்போக தோரா அவரை இடை மறித்து

: இப்ப, நான் பிரார்த்தனை பண்ணுறேன்.

கிய்தோவை கடந்து போன இருவரும், சற்றுத் தள்ளிப்போய் சைக்கிளை நிறுத்துகின்றனர். ஓரஸ்டி, தன் மனைவியிடம் சைக்கிளைப் பிடித்துக் கொள்ளச் சொல்லிவிட்டு கிய்தோவை நோக்கி வருகிறார்.

தோரா கைகளைக் குவித்து, வானத்தைப் பார்த்தபடி

: மேரி, என்னுடைய நண்பனுக்காக, யாரை யாவது நனையாத தொப்பியோட அனுப்பு

தோரா பிரார்த்தனையை முடித்த மறுகணம், கிய்தோவின் பின்புறமாக வந்த ஓரஸ்டி, தன் தொப்பியை எடுத்துக்கொண்டு, கிய்தோவின் தலையில் அவரின் தொப்பியை வைத்துவிட்டுப் போகிறார். தோரா ஆச்சர்யத்தில் வாயைப் பிளக்கிறாள். பின்புறம் பிடித்திருந்த துணி நழுவி விழுகிறது. கையில் இருந்த ஐஸ்க்ரீமும் நழுவி கீழே விழுந்ததைக் கூட அவளால் உணர முடியவில்லை.

கிய்தோ நழுவி விழுந்த துணியை எடுத்து, அதை ஸ்டியரிங்கில் போட்டுக்கொண்டு குடையாக்கியபடி

: இளவரசியே போய் வருகிறேன்

என்றபடி கிளம்புகிறார்.

திகைப்பில் பேச்சற்றுப் போன தோரா, வானத்தைப் பார்க்கிறாள். பின் குடையைப் பிடித்தபடி கச்சேரியில் கேட்ட நாடோடிப் பாடலை பாடி ஆடியபடி போய்க்கொண்டிருக்கும் கிய்தோவையே மெய்மறந்து பார்த்துக் கொண்டிருக்கிறாள்.

காட்சி – 24

கிராண்ட் ஹோட்டல் உள் / இரவு

ஹோட்டல் முன் கூடத்தில் ஆங்காங்கே சிறுசிறு குழுக்களாக நின்று பேசிக்கொண்டிருக்கின்றனர். வெயிட்டர் ஒருவர் ஒரு தட்டில் மதுபானம் எடுத்துக்கொண்டு அவ்வழியே போகிறார். அவரின் பின்னால் கிய்தோ மிகப்பெரிய நெருப்புக்கோழி முட்டையைத் தன் கையில் வைத்தபடி மிகவும் சந்தோஷத்துடன் அந்த இடத்தைக் கடந்து கொண்டிருக்கிறார். அப்போது தன்னை நோக்கி நண்பனுடன் வந்துகொண்டிருக்கும் ருடால்ப்பைக் கண்டதும், உஷாராகி முட்டையை முகத்திற்கு முன்னால் வைத்து, முகத்தை மறைத்துக் கொள் கிறார்.

ருடால்ப் : வெயிட்டர், ரெஸ்ட்ரூம் எங்க இருக்கு.

(முட்டையின் பின்னால் முகத்தை மறைத்தபடி) கிய்தோ
: நேரப் போய், இடது பக்கம் திரும்புங்க.

ருடால்பின் நண்பர் கிய்தோவை வினோதமாகப் பார்த்தபடி அங்கி ருந்து நகர்கிறார். கிய்தோ அவர்கள் கடந்து போவதை முட்டையைக் கீழே இறக்கி பார்த்துவிட்டு, சிரிப்புடன் தன் வழியில் போகிறார்.

காட்சி – 25

தோராவின் வீடு / உள் / இரவு.

படுக்கையறையில் இரவு விளக்கு மட்டும் எரிந்து கொண்டிருக்கிறது. தோரா கழுத்து வரை இழுத்திப் போர்த்திப் படுத்திருக்கிறாள். அவளின் முன்னால் நிற்கும் அம்மா

: இப்ப நீ உடனடியாக எந்திரிக்கலேன்னா. உன்னோட இறந்து போன அப்பா மேல சத்தியமா, இனி வாழ்நாள் முழுக்க உன் கூடப் பேச மாட்டேன்.

தோரா அமைதியாகப் படுத்திருக்கிறாள்.

அம்மா : இப்ப நான் மூணு வரைக்கும் எண்ணப் போறேன். அதுக்குள்ளேயும் நீ எழுந்திருக்கலேன்னா, நானே உன்னை எழுப்பிடுவேன் ஒன்று, இரண்டு, மூன்று.

தோரா ஒரு கண்ணைத் திறந்துப் பார்த்துவிட்டு, மறுபடியும் மூடிக்கொள்கிறாள்.

அம்மா, தோரா என்றபடி அவள் போர்த்தியிருக்கும் போர்வையை விலக்குகிறாள். தோரா நன்றாக உடை உடுத்தி, ஷூ அணிந்து கையில் பையுடன் படுத்திருக்கிறாள். அவளுக்கு விக்கல் எடுக்கத் தொடங்குகிறது. வெறுப்புடனே தோரா படுக்கையை விட்டு எழுகிறாள்.

அம்மா : நல்ல பொண்ணு.

என்றபடி அவளைக் கூட்டிச் செல்கிறாள்.

காட்சி – 26

கிராண்ட் ஹோட்டல் உள் / இரவு.

கிய்தோவும் ஃபெரூச்சியோவும் ஹோட்டலில் ஒரு ஓரத்தில் நின்று கொண்டிருக்கின்றனர்.

கிய்தோ : யாருக்கு கல்யாணம் ஆகப்போகுது தெரியுமா?

ஃபெரூச்சியோ : யாருக்கு கல்யாணம் ஆகப்போகுது

கிய்தோ : நான் உங்கிட்ட சொல்லலையா.

ஃபெரூச்சியோ : இல்லை

கிய்தோ : முட்டையை தலையிலே உடைச்சுக்கிட்ட அந்த ஆளுக்குத்தான் கல்யாணம் ஆகப் போகுது.

இருவரும் விழுந்து விழுந்து சிரிக்கின்றனர்.

கிய்தோ : சரியான காமெடிதான்.

ஃபெரூச்சியோ : அவன், யாரைக் கல்யாணம் பண்ணிக்கப் போறான்.

கிய்தோ : எனக்கு தெரியலை. பொண்ணு இன்னும் வரலை. எல்லாருமே பொண்ணுக்காகத் தான் காத்துக்கிட்டு இருக்காங்க.

அப்போது வெயிட்டர் எர்னஸ்டோ பதற்றத்துடன் கிய்தோவின் அருகில் வந்து

எர்னஸ்டோ : கிய்தோ

கிய்தோ அவரைத் திரும்பிப் பார்க்கிறார்.

எர்னஸ்டோ : எங்க போயிருந்த உன்னையைத் தான் எல்லா இடத்திலும் தேடிக்கிட்டு இருக்கேன். உங்க மாமாவுக்கு.

கிய்தோ : என்ன ஆச்சு.

எர்னஸ்டோ : வா என்னோடட வந்து பாரு.

கிய்தோ : எங்கே?

எர்னஸ்டோ : வெளியில... குதிரை

அவன் பின்னால் பரபரப்புடன் கிய்தோ விரைகிறார். ஃபெரூச்சியோ அவர்கள் போவதைப் பார்த்துக் கொண்டிருக்கிறார்.

காட்சி – 27

ஹோட்டல் பின்புறம். வெளி / இரவு.

பச்சை நிறக் குதிரையின் முன்பு மாமா நின்றிருக்கிறார். ஊழியர் ஒருவர் கடிவாளத்தைப் பிடித்தபடி நிற்கிறார். அவர்களை நோக்கி இருவரும் பதற்றத்துடன் ஓடிவருகின்றனர்.

கிய்தோ : எலிசியோ மாமா உங்க குதிரைக்கு என்ன ஆச்சு.

குதிரைக்கு பச்சை நிற பெயிண்ட் அடிக்கப்பட்டிருக்கிறது. பிடரி மயிர் பின்னப்பட்டு வண்ண ரிப்பனால் கட்டப்பட்டிருக்கிறது. பச்சை நிற பெயிண்ட் அடிக்கப்பட்டுள்ள வயிற்றுப் பகுதியில் கறுப்பு நிறத்தில், கவனம் இது யூதனின் குதிரை என்று எழுதப்பட்டுள்ளது.

கிய்தோ : என்னால இதை நம்பவே முடியவில்லை. இதுல என்ன எழுதியிருக்கு.

குதிரையில் எழுதப்பட்டிருப்பதை வாசிக்கிறார்.

: கவனம். இது யூதனின் குதிரை

மாமா (வருத்தத்துடன்)

: இது, அந்த காட்டுமிராண்டிகளோட வழக்கமான வேலைதான். ரொம்ப அறிவு கெட்டத்தனமான செயல். எனக்கு ரொம்ப வருத்தமா இருக்கு.

கிய்தோ அங்கே நிலவும் பதற்றத்தை குறைக்க சிரித்தபடி

: மாமா வருத்தப்படாதீங்க. அவங்க ஏதோ சும்மா எழுதியிருப்பாங்க.

அவரை இடைமறித்த மாமா

: இல்ல... இல்ல... அவங்க சும்மா ஒண்ணும் செய்திருக்க மாட்டாங்க. இது நமக்கு அவங்க அனுப்புற செய்தி.

பின் சீரியஸாக : உனக்குக் கூட இது மாதிரி நடக்கலாம். அவங்க உன்கிட்டயும் வேலையைக் காட்ட ஆரம்பிக்கலாம்.

கிய்தோ (சிரித்தபடி) : என் கிட்டயா. என்னை அவங்க என்ன பண்ண முடியும். வேணும்னா, என் சட்டையைக் கழற்றிட்டு உடம்புல மஞ்சள் பெயிண்ட் அடித்து, கவனம் இது யூத வெயிட்டர் அப்படின்னு எழுதலாம்.

பின் கிண்டலாக : இந்தக் குதிரை யூத குதிரையின்னு இன்னிக்குத்தான் எனக்கே தெரியும்.

மாமா வருத்தத்தோடே இருக்கிறார்.

கிய்தோ : நாளைக்கு காலையிலே நான் எல்லாத்தையும் சுத்தம் பண்ணிடுறேன், சரியா.

பின் மாமாவை கிய்தோ திரும்ப ஹோட்டலுக்குள் அழைத்துச் செல்கிறார்.

காட்சி – 28

கிராண்ட் ஹோட்டல் / உள் / இரவு.

தோராவும் அவள் அம்மாவும் ஹோட்டலுக்குள் நுழைகின்றனர். அவர்கள் அழகான ஆடை அணிந்திருக்கிறார்கள். தோராவின் அம்மா வந்திருக்கும் விருந்தினர்களின் வரவேற்பை ஆமோதிப்பது போல புன்னகையுடன் தலையசைத்தபடி வருகிறாள். தோரா வேண்டா வெறுப்புடன் முகத்தை இறுக்கமாக வைத்துக்கொண்டு நடந்து வருகிறாள். பின்னணியில் இனிமையான இசை ஒலித்துக் கொண்டிருக்கிறது.

படிகளில் ஓடியவாறு இறங்கிக் கொண்டிருக்கும் கிய்தோவை நோக்கி பரபரப்புடன் ஓடிவந்த ஃபெரூச்சியோ எதிர்திசையைச் சுட்டிக்காட்டி

: அங்க பாரு

என்கிறான்.

கிய்தோ : எங்க

ஃபெரூச்சியோ : உனக்கு எதிர்ல..

தோரா பெரும் அழகுடன் காட்சியளிக்கிறாள். அவள் தன் தோழி எலீனா உடன் நின்றிருக்கிறாள். அவள் அருகில் ருடால்பின் நண்பர்கள் சிலரும் நின்று கொண்டிருக்கிறனர்.

கிய்தோ (வியப்புடனும், மகிழ்ச்சியுடனும்)

: தோரா

பரபரப்பான கிய்தோ (ஃபெரூச்சியோவிடம்)

: நான் போய் அவளை ஆச்சர்யத்தில் ஆழ்த்தப் போறேன்.

சிரித்தபடியே அவளை நோக்கி வேகமாகப் போகிறார். கிய்தோ போவதை ஃபெரூச்சியோ மகிழ்ச்சியுடன் பார்க்கிறார். அவளை நெருங்கும் சமயத்தில், எதிரில் ருடால்ப் வந்துவிட, கிய்தோ பட்டென அருகிலிருந்த பூந்தொட்டி ஒன்றை எடுத்து தன் முகத்தை மறைத்துக் கொள்கிறார்.

அவரைக் கடந்து போன ருடால்ப் தோரா அருகில் போய்

ருடால்ப் : தோரா வா, நான் உன்னைய பிடோஜியோ வனார்டி கிட்ட அறிமுகப்படுத்தி வைக்க ணும்

கையைப் பிடித்து இழுத்துச் செல்கிறார். கிய்தோ பூந்தொட்டியை விலக்கிப் பார்க்க, தோரா கூட்டத்தில் கலந்து போய்க் கொண்டிருக் கிறாள்.

ரிசப்ஷன் கவுண்டர் முன்னால் நின்றிருக்கும் லெஸ்ஸிங்

: கிய்தோ

எனக் கூப்பிடுகிறார்.

கிய்தோ (புன்னகையுடன்)

: ஹாய்

பூந்தொட்டியைக் கையில் சுமந்தபடியே அவரை நோக்கிப் போகிறார்.

கிய்தோ : டாக்டர் லெஸ்ஸிங், எங்க கிளம்பிட்டீங்க.

ஹோட்டல் போர்ட்டர் ஒருவர் டாக்டரின் சூட்கேஸ்களை வெளியே எடுத்துச் செல்கிறார்.

டாக்டர் லெஸ்ஸிங் : அவசரமான தந்தி வந்திருக்கு. நான் உடனே பெர்லின் போயாகணும். இந்த பூவெல்லாம் எதுக்காக

கிய்தோ (புன்னகையுடன்)

: உங்களுக்காக, உங்களை வழியனுப்புறதுக் காக..

கிய்தோ பூந்தொட்டியை டாக்டரிடம் நீட்டுகிறார். இருவரும் உரக்கச் சிரிக்கின்றனர்.

டாக்டர் லெஸ்ஸிங் (சிரிப்புடன்)

: நான் ஒண்ணே ஒண்ணு எடுத்துக்கிறேன்.

பூந்தொட்டியிலிருந்து ஒரு பூவை எடுத்துக்கொள்கிறார்.

டாக்டர் : இது கிய்தோவின் மலர் என்று சொல்லி என் மனைவிகிட்டத் தர்றேன். உங்களோட இருந்த நேரம் ரொம்பவும் மகிழ்ச்சிகரமா இருந்தது கிய்தோ. நான் பார்த்ததிலே மிகவும் புத்திசாலித்தனமான வெயிட்டர் நீங்கள் தான்.

கிய்தோ	: நன்றி டாக்டர். நான் சர்வ் பண்ணிய திலேயே மிகவும் நாகரிகமான விருந்தாளி நீங்கள் தான்.
டாக்டர்	: நன்றி

டாக்டர் அவ்விடத்தை விட்டுக் கிளம்புகிறார்.

கிய்தோ : குட்பை டாக்டர் லெஸ்ஸிங்

கிளம்பிய டாக்டர் வாசல் அருகே நின்று

: கிய்தோ இதைக் கேளுங்க. என் பெயரை நீங்கள் சொல்லிவிட்டால் அதன் பிறகு நான் அங்கு இருக்கமாட்டேன். அப்படி யென்றால் நான் யார்?

கிய்தோ மகிழ்ச்சியுடன் கன்னத்தில் கை வைத்தவாறு யோசிக்கிறார்.

கிளம்பிய டாக்டர் மீண்டும், வாயில் அருகே நின்று மறுபடியும் சத்தமாக, 'என் பெயரை நீங்கள் சொல்லிவிட்டால், அதன் பிறகு நான் அங்கு இருக்கமாட்டேன்' என்று சொல்லியபடியே வெளியேறு கிறார். கிய்தோ பூந்தொட்டியைக் கையில் வைத்தபடியே ஒரு கணம் யோசிக்கிறார். இவர்கள் உரையாடலைக் கேட்டுக்கொண்டிருந்த இன்னொரு ஊழியர் கிய்தோவிடம்.

: என்ன சொன்னாரு.

கிய்தோவின் கண்கள் பளிச்சிடுகிறது. டாக்டர் போய்விட்டாரா எனத் திரும்பிப் பார்க்கிறார்.

கிய்தோ : அதற்கான விடை அமைதி. என் பெயரை நீங்கள் சொல்லிவிட்டால், அதன் பிறகு நான் அங்கு இருக்கமாட்டேன். ஆமாம். அமைதி

ஒரு நீண்ட மேஜையின் முன்பு, ருடால்ப், ருடால்பின் அப்பா, அம்மா, தோராவின் அம்மா, நெருங்கிய நண்பர்கள், பள்ளியின் தலைமை ஆசிரியை மற்றும் பல டீச்சர்களும் அமர்ந்திருக்கின்றனர். ருடால் பிற்கும் தன் அம்மாவுக்கும் நடுவில் தோரா அமர்ந்திருக்கிறாள். தலைமை ஆசிரியை தோராவுக்கு எதிரில் அமர்ந்திருக்கிறார். தலைமை ஆசிரியை தன் எதிரில் இருக்கும் நபர்களைப் பார்த்து

: பெர்லின்ல மட்டுமல்ல, புறநகர் பகுதியில் கூட மூன்றாவது வகுப்பு பாடத்தில் இந்தக் கேள்வி இருக்கு. இதைக் கேளுங்க இது எப்படி எனக்கு இன்னும் நினைவில் இருக்கிறதுன்னா, நான் முதல் முதல்ல

இதைக் கேட்டதும் அப்படியே திகைச்சுப் போயிட்டேன். மாநிலத்தில் இருக்கிற பைத்தியங்களுக்கு ஒரு நாளைக்கு நாலு மார்க்ஸ் (ஜெர்மன் பணத்தின் பெயர்) செலவிட வேண்டி இருக்கு. ஊனமுற்றவர்களுக்கு நாலரை மார்க்ஸ், வலிப்பு நோயாளிகளுக்கு மூன்றரை மார்க்ஸ், சராசரியா ஒரு நாளைக்கு 4 மார்க்ஸ். இது மாதிரி மொத்தம் 3 லட்சம் பேர் இருக்காங்க. இவங்க அத்தனை பேரையும் இங்கிருந்து வெளியேத்திட்டா, மாநிலம் எவ்வளவு பணத்தைச் சேமிக்கும்.

கேட்டுக்கொண்டிருந்தவர்கள் அதிர்ச்சியடைகின்றனர்.

தோராவும் (அதிர்ச்சியடைந்து)
: என்னால இதை நம்பவே முடியல

தலைமை ஆசிரியை : இதைக் கேட்டப்ப, உன்னைப்போலத்தான் நானும் அதிர்ச்சியடைந்தேன். கடவுளே, இப்படியெல்லாம் இருக்கக்கூடாது. ஏழு வயதுக் குழந்தையால இந்த மாதிரி கேள்விகளுக்கெல்லாம் எப்படி விடை கண்டு பிடிக்க முடியும். இது மிகவும் கஷ்டமான சமன்பாடு, இதில் சதவிகிதம், அப்புறம் இதுக்கு கொஞ்சம் அல்ஜிப்ரா கூடத் தேவை. நமக்கெல்லாம் இது உயர்நிலைப் பள்ளி பாடம்.

ருடால்ப் (ஒரு கணம் யோசித்து விட்டு)
: இதற்கு வெறுமனே பெருக்கல் மட்டும் போதுமே, நீங்க மொத்தம் மூணு லட்சம் நோயாளிங்க இருக்கிறதாத்தானே சொன்னீங்க.

தலைமை ஆசிரியை : ஆமாம்.

ருடால்ப் : 3 லட்சம் பேரை, நாலால பெருக்குங்க. அத்தனை பேரையும் கொன்னுடுங்க. 12 லட்சம் மார்க்குகள் மிச்சப்படுத்த முடியும். இது ரொம்பவும் எளிது தான்.

இதைக்கேட்ட தோரா, தன் அம்மாவின் பக்கம் திரும்பி முறைக்கிறாள். அம்மா சமாளித்தவாறு சிரிக்கிறாள்.

தலைமை ஆசிரியை : மிகச் சரியா சொன்னீங்க. ஆனா, நீங்க பெரியவங்க ருடால்ப். ஜெர்மனியில், ஏழு வயது குழந்தைகள் எல்லாம் இந்த கணக்குக்கு தீர்வு காண வேண்டியிருக்கே.

அப்போது ஹோட்டல் ஊழியர் இருவர் இருபுறம் பிடித்தபடி மிகப்பெரிய கேக் ஒன்றைக் கொண்டு வந்து தோரா அமர்ந்திருக்கும் மேஜையில் வைக்கிறார்கள். தோரா அம்மாவின் பக்கம் திரும்பி அமர்ந்திருக்கிறாள். ருடால்ப் கேக்கைப் பார்த்து வியப்புற்றபடியே

ருடால்ப் : வணக்கம் இளவரசியே!

அம்மாவின் பக்கம் திரும்பியிருந்த தோரா, ருடால்ப் சொன்னதைக் கேட்டு திடுக்கிட்டு திரும்பி வியப்புடன்

: என்ன சொன்னீங்க

ருடால்ப் : வணக்கம் இளவரசியேன்னு சொன்னேன். அப்படித்தான் 'கேக்'குல எழுதப்பட்டிருக்கிறது.

கேக்கின் அண்மைகாட்சி. கேக்கை பார்த்ததும் பெரும் முக மலர்ச்சியுடன் எழுந்து நின்று கிய்தோ இங்கே இருக்கிறாரா எனத் தேடுகிறாள். அவள் கண்களில் சந்தோஷம் மிளிர்கிறது.

தம்பதிகள் நிறையப்பேர் ஹோட்டலுக்குள் நுழைந்து கொண்டிருக்கின்றனர். இசைக்குழு துள்ளலான இசையை இசைக்கத் தொடங்கியதும் விருந்தினர்கள் அனைவரும் ஜோடி, ஜோடியாக ஆடத் துவங்குகின்றனர். தோரா மட்டும் அதே இடத்தில் நின்று கிய்தோவைத் தேடிக்கொண்டிருக்கிறாள்.

தோராவை நோக்கி வந்த ருடால்ப்

: இங்க எதுக்காக நின்னுக்கிட்டு இருக்க வா. போய் ஆடலாம் என இழுத்துச் செல்கிறார்.

தோரா மனமில்லாமலே அவனுடன் போகிறாள். ருடால்ப் கையைப் பிடித்து இழுத்துவரும் போதும் அவள் கண்கள் கிய்தோவைத் தேடியபடி இருக்கிறது.

ஃபெரூச்சியோவும், நாய்க்குட்டியை கையில் வைத்திருக்கும் பெண்ணும் நடனமாடுகிறார்கள். தோராவின் அம்மா, பிரிபெக்ட் உடன் நடனமாடிக்கொண்டிருக்கிறாள். அந்த நடன அறை முழுவதும், சிறு சிறு வண்ணக் காகிதத் துண்டுகள் பறந்து கொண்டிருக்கின்றன. தோரா, ருடால்புடன் ஆடிக்கொண்டிருந்தாலும் ஆட்டத்தில் மனதைச் செலுத்தாமல், கிய்தோவையே தேடுகிறாள்.

மேலேயிருந்து தூவப்படும் வண்ணத்தாள்கள் நடனமாடும் அனை வரின் மீதும் விழுகிறது.

இசைக்குழு இப்போது இசைப்பதை நிறுத்துகின்றனர். நடனத்தை நிறுத்திய ஜோடிகள் மகிழ்ச்சியுடன் கை தட்டுகிறார்கள். ஒரு உணவுத் தட்டை உயரே தூக்கிப் பிடித்தபடி சமையலறையிலிருந்து வரும் கிய்தோ, நடன அறையைப் பார்த்துத் திகைக்கிறார். ருடால்ப் அருகில் தோரா நின்றிருக்கிறார். சுற்றி வட்டவடிவில் நின்று கொண்டிருக்கும் விருந்தினர்கள் ஜோராகக் கைதட்டி ஆர்ப்பரிக்கின்றனர்.

ருடால்ப் (சற்றுக் குரலை உயர்த்தி)

: நன்றி... நன்றி... நான் உங்களோடு சில வார்த்தைகள் பேசணும். இது உங்களுக்கு தெரிந்த விஷயம்தான். தோராவும் நானும் ஒரே தெருவில் தான் பிறந்தோம். ஒரே பள்ளியில் தான் படிச்சோம். எங்க இரண்டு பேருக்கும் ஒரே மாதிரியான நண்பர்கள் தான். நாங்க எப்பவுமே ஒண்ணாத்தான் இருக்கோம்.

கிய்தோ தட்டை விருந்தினர்கள் தலைக்குமேல் உயரத்தூக்கி பிடித்த படியே, ருடால்ப் பேசுவதைக் கேட்டுக் கொண்டே நடந்து கொண்டிருக்கிறார்.

ருடால்ப் : இதை உறுதிப்படுத்தும் விதமா, தோரா தான் என் வாழ்க்கையில வர வேண்டிய பொண்ணு நான்தான் அவ வாழ்க்கையில வர வேண்டிய ஆணுன்னு, நாங்க தீர்மானிச்சு, இன்னும் சில மாதங்களில் கல்யாணம் செய்துக்க முடிவெடுத்து இருக்கிறோம். ஏப்ரல் 9ஆம் தேதி, செயின்ட் மேரி சர்ச்சில்தான் கல்யாணம். உங்க எல்லோரையும் முறைப்படி கூப்பிடுவேன். அன்னைக்கு உங்க நாளை இதுக்காக ஒதுக்கிடுங்க. திருமணம் முடிந்த உடனே மறுபடியும் இங்க தான் விருந்து. நாம இப்ப போலவே மறுபடியும் எல்லாரும் ஒண்ணாச் சேர்ந்து ஆடிப்பாடி சந்தோஷமா இருக்கலாம்.

அனைவரும் கை தட்டி ஆர்ப்பரிக்கின்றனர். தோராவின் அம்மா பெருமகிழ்ச்சி அடைகிறாள். கூட்டத்திலிருந்த ருடால்பின் நண்பர் புரூனோ

: அவளுக்கு முத்தம் கொடு

மற்றவர்களும் அவனோடு சேர்ந்து கொண்டு கோரஸாக

: அவளுக்கு முத்தம் கொடு, முத்தம் கொடு.

அக்கூட்டத்தில் நின்றிருந்த கிய்தோவின் நண்பன் ஃபெரூச்சியோ இதைப் பார்த்து வெறுப்புடன் முகம் சுளிக்கிறான். தட்டை உயரப் பிடித்தபடி வேதனையுடன் கூட்டத்தில் நடப்பதைப் பார்த்தபடி போய்க்கொண்டிருக்கும் கிய்தோ, ருடால்ப், தோராவின் கன்னத்தில் முத்தமிட்டதும் நாற்காலி தடுக்கி தலை குப்புற விழுகிறார். அவர் தட்டில் இருந்த ரொட்டிகளும் கேக்குகளும் சிதறுகின்றன. சமாளித்து எழ முயன்று கொண்டிருக்கும் கிய்தோவை நோக்கி சக பணியாளர் ஒருவர் ஓடி வந்து

: கிய்தோ என்ன ஆச்சு.

கிய்தோ : ஒண்ணுமில்லை.

சக ஊழியர் : உனக்கு அடி எதும் படலையே.

கிய்தோ : இல்லை நல்லாத்தான் இருக்கேன்.

ரொட்டிகளை இருவரும் பொறுக்குகின்றனர்.

கிய்தோ : இந்த நாற்காலியை இங்க யாரு வைத்தது.

அப்போது கையில் நாய்க் குட்டியுடன், பதற்றத்துடன் வரும் ஃபெரூச்சியோ நாய்க்குட்டியைக் கீழே விட்டுவிட்டு

ஃபெரூச்சியோ : கிய்தோ உனக்கு ஒண்ணும் ஆகலேயே.

கிய்தோ : நான் நல்லாத்தான் இருக்கேன்.

ஃபெரூச்சியோ : என்னை மன்னிச்சுரு.

கிய்தோ : எனக்கு அடி ஏதும்படலை.

ஃபெரூச்சியோ : இல்லை நான் எதைப் பத்திப் பேசறேன்னா..

அதற்குள் இடைமறித்த கிய்தோ

: விருந்து எப்படி போய்க்கிட்டிருக்கு, நீ சந்தோஷமா இருக்கியா?

ஃபெரூச்சியோ : நல்லா போய்க்கிட்டு இருக்கு

கிய்தோ : சரி உன்னோட மேஜைக்குத் திரும்பிப் போ, நான் இதைச் செஞ்சிக்கிறேன்.

ஃபெரூச்சியோவை அனுப்பிய கிய்தோ, ஊழியரையும் 'நீ போ' என்று சொல்லிவிட்டு, ரொட்டிகளைப் பொறுக்குகிறார்.

அப்போது, பதற்றத்துடன் கிய்தோவை நோக்கி எலிசியோ மாமா வருகிறார். தட்டில் ரொட்டித் துண்டுகளுடன் ஃபெரூச்சியோ விட்டு சென்ற நாய்க்குட்டியையும் தட்டில் வைத்து தூக்கியபடி இருக்கும் கிய்தோவை பார்த்து.

எலிசியோ மாமா (கவலையுடன்)

: கிய்தோ, ஒண்ணும் ஆகலையே

கிய்தோ : நல்லாத்தான் இருக்கேன்

மாமா : என்னது நல்லா இருக்கியா

கிய்தோ : நான் நல்லாத்தான் இருக்கேன். ஏன் எல்லாரும் என்கிட்ட இது மாதிரி கேட்குறீங்க. எதாவது தவறுதலா நடந்திருச்சா

மாமா (தட்டியிலிருக்கும் நாய்க்குட்டியைப் பார்த்தபடி)

: இல்ல.. இல்ல.. எல்லாமே நல்லபடியாகத்தான் நடந்துக்கிட்டு இருக்கு. ஆனால், ஏன் நீ திரும்பவும் சமையலறைக்கே போகக் கூடாது?

கிய்தோ, பார்ட்டி நடக்கும் இடத்தை நோக்கி நடக்க, 'கிய்தோ' என்று கூப்பிட்ட மாமா சமையலறை அங்கு இருக்கு என்று சுட்டிக்காட்டுகிறார்.

கிய்தோ பின்னால் திரும்பி, தோரா ருடால்ப் உடன் நடனமாடிக் கொண்டிருப்பதைப் பார்த்தபடி

: இன்னைக்கு எல்லாத்தையுமே, இடம் மாற்றி வச்சுட்டாங்க.

கிய்தோ அதிர்ச்சியில் இருந்து மீளாதவராய், சமையலறை நோக்கி நடந்து போகிறார். கவலையுடன் கிய்தோ போவதையே பார்த்தபடி இருக்கிறார் மாமா. கிய்தோ, தட்டில் நாய்க்குட்டியை எடுத்து செல்வதைச் சமையல் அறையிலிருந்து வெளிவந்த மற்றொரு வெயிட்டரும் பார்த்து வியப்படைகிறார்.

இப்போது அனைவரும் தங்கள் இருக்கைக்கு திரும்பியிருக்கின்றனர். நீண்ட மேஜையில் தோராவின் வலதுபுறத்தில் அவள் அம்மாவும் இடது புறத்தில் ருடால்ப்பும் அமர்ந்திருக்கின்றனர்.

அப்போது ருடால்பின் நண்பன் புரூனோ, பின்புறமாக வந்து ருடால்பின் கண்களை இறுக்க பொத்தியபடி

புரூனோ : என்னை யாருன்னு கண்டுபிடி பார்க்கலாம்.

எரிச்சலுற்ற ருடால்ப் கையை விடுவிக்க முயன்றபடியே

: யாரது

நண்பன் (சிரித்தபடி) : இது நான் தான்.

ருடால்ப் அவனைப் பார்த்து சிரிக்கிறார்.

புரூனோ (தோராவின் பக்கம் திரும்பி)

: நாம கடைசியாச் சந்திச்சுட்டோம் தோரா

என்றபடி அவள் கையில் முத்தமிடுகிறார்.

புரூனோ : இவன் உங்களை எனக்கு அறிமுகப்படுத்தி வைக்கவே இல்ல, பயந்திட்டான் போலிருக்கு.

பின் ருடால்பின் காதில் கிசுகிசுக்கும் குரலில்

: இனிமேல் நீ எங்களோட சேர்ந்து விபச்சார விடுதிக்கு வர வேண்டிய தேவை இருக்காது

இதைச் சொல்லிவிட்டு பலமாகச் சிரிக்கிறார். ருடால்ப் திகைத்துப் போனவராய், இது தோராவுக்குக் கேட்டு இருக்குமோ என்று பதற்றத்துடன் அவளைப் பார்க்கிறார்.

தோரா வெறுப்புடனே அமர்ந்திருக்கிறாள்.

புரூனோ : நான் உங்களை தொந்தரவு பண்ணுறதுக்கு மன்னிக்கணும். உங்கள் வாழ்க்கையில் அதிர்ஷ்டமும் சந்தோஷமும் நிறைஞ்சிருக்கட்டும். என் வாழ்த்துகள்.

(பின் ருடால்பின் தோளில் தட்டி) புரூனோ

: குறும்புக்கார பய.

என்றபடி விடை பெறுகிறார்.

தோராவின் அம்மா (சிரித்தபடி)

: ரொம்ப தமாசான ஆளு.

அப்போது கிய்தோ ஒரு தட்டில் நிறைய ரொட்டித் துண்டுகளுடன் சமையலறையிலிருந்து வெளிப்பட்டு, தோரா அமர்ந்திருக்கும் மேஜையைக் கடந்து போகிறார். எதிரில் வந்த ஊழியர் கிய்தோவின் மீது மோதி விட தட்டைத் தவற விடுகிறார். தரை முழுவதும் ரொட்டித் துண்டுகள் சிதறுகின்றன.

கிய்தோ : என்னை மன்னிடுச்சுங்க. இதையெல்லாம் இதோ எடுத்திடுறேன்.

எதிரில் அமர்ந்திருந்த தோரா அங்கே கிய்தோவைப் பார்த்து வியப்படைந்து மகிழ்ச்சி பொங்கச் சிரிக்கிறாள். கிய்தோ டேபிளுக்குக் கீழே குனிந்து ரொட்டித் துண்டுகளை அள்ளத் தொடங்குகிறார். தோரா, கிய்தோ டேபிளுக்கு அடியில் போவதைக் கவனிக்கிறாள். ருடால்ப் எதிர்பக்கம் திரும்பி எலீனாவிடம் பேசிக் கொண்டிருக்கிறார். அம்மா, பக்கத்தில் அமர்ந்திருக்கிறவரிடம் பேசிக் கொண்டிருக்கிறார். தோரா இருவரையும் ஒருமுறை பார்த்துவிட்டு, பின் டக்கென குனிந்து மேஜைக்கு அடியில் போகிறாள். தவழ்ந்தபடி தன்னை நோக்கி வரும் தோராவை கிய்தோ பார்க்கிறார்.

கிய்தோ : இளவரசியே, நீங்க இங்கதான் இருக்கீங்களா

தோரா (சிரிப்புடன்) : ஆமாம்.

என்றபடி கிய்தோ அருகில் வந்தவள், அவர் உதடுகளில் முத்தமிடுகிறாள். இருவரும் ஆழந்து முத்தமிட்டுக் கொள்கின்றனர்.

தோரா : என்னை இங்கிருந்து கூப்பிட்டுப் போயிருங்க.

புன்னகைத்தபடியே திரும்பி தன் இருக்கையை நோக்கி தவழ்ந்து போகிறாள். கிய்தோ பெரு மகிழ்ச்சியுடன் சிரிக்கிறான். சற்று தூரம் போனவள், பின்னால் திரும்பி பார்த்துச் சிரிக்கிறாள். கிய்தோ அவளைப் பார்த்து 'பை பை' என கையசைக்கிறார்.

இசைக்குழுவின் ட்ரம்ஸ் அதிரத் தொடங்குகிறது. இசைக்குழுவினர் ஒரு மெல்லிசை பாடலை இசைக்கத் தொடங்குகின்றனர்.

அப்போது இசைக்குழு தலைவர் எழுந்து

: சீமான்களே, சீமாட்டிகளே, நிச்சயதார்த்த ஜோடிக்கு கிராண்ட் ஹோட்டல் இப் பொழுது அற்புதமான பரிசு ஒன்றைக் கொடுக்கப் போகிறது, அது எத்தியோப்பியன் கேக் என்று அவர் அறிவித்ததும். இசை வேகமாக ஒலிக்கிறது.

மாடிப்படிகளிலிருந்து வண்ணமயமான எத்தியோப்பிய உடை அணிந்த நான்கு பேர், மிகப் பெரிய கேக் ஒன்றை பெரிய மரத்தட்டில் வைத்து அதைத் தங்கள் தோள்களில் வைத்து தூக்கி வருகின்றனர். அந்த பெரிய கேக்கின் மீது நெருப்பு கோழி பொம்மை ஒன்று உள்ளது. அது தன் வாயில் பெரிய நெருப்புக்கோழி முட்டையைக் கவ்விய

படி இருக்கிறது. கேக்கைப் பார்த்து கூட்டம் ஆரவாரம் செய்கிறது. ருடால்ப் உட்பட அனைவரும் கைதட்டி சிரிக்கிறார்கள். தோராவைக் கவனித்த அவள் அம்மா கையால் இடித்து கேக்கைப் பாரு என்கிறாள். கேக்கைத் தூக்கி வந்தவர், ருடால்ப் தோரா பின்னால் போய் நிற்கின்றனர். இசை கொஞ்சம் கொஞ்சமாய் தேய்கிறது.

அப்போது குதிரை கனைக்கும் சத்தம் கேட்கிறது. இசைக்குழு வாத்தியக்காரர்கள் எட்டிப் பார்க்கின்றனர். கிய்தோ, மாமாவின் பச்சைக் குதிரையில் அமர்ந்து பிரதான வாயிலின் வழியாக உள்ளே வருகிறார். கிய்தோ அனைவரையும் பார்த்து உற்சாகத்துடன் புன்னகைத்த படி வருகிறார். கூட்டமாக நின்றிருந்தவர்கள், குதிரைக்கு வழி விடுகின்றனர். குதிரையைப் பார்த்து அனைவரும் திகைத்துப் போகின்றனர். தனது ஷாம்ப்பெய்ன் பாட்டிலைத் திறப்பதற்கு முன் நன்றாக குலுக்கிக்கொண்டிருந்தவர், குதிரையில் வரும் கிய்தோவைப் பார்த்து, திகைத்துப் போய் அப்படியே நிற்கிறார். கிய்தோவைப் பார்த்து தோரா ஆச்சர்யத்தில் வாய் பிளக்கிறாள். கூட்டத்தினர் ஏதோ முணுமுணுத்துக் கொள்கின்றனர். தோராவின் மேஜையை நோக்கி வந்துகொண்டிருக்கும் கிய்தோ, திகைப்புடன் நின்று கொண்டிருப்பவரின் கையில் இருந்து ஷாம்ப்பெய்ன் பாட்டிலைப் பிடுங்கிக்கொண்டு நன்றி என்கிறார். பின் இசைக் குழுவினரைப் பார்த்து இசை தொடங்கட்டும் என்கிறார். இசை குழு இசைக்கத் தொடங்குகிறது. மேஜையின் அருகே வந்து தன் கையில் இருக்கும் ஷாம்ப்பெய்ன் பாட்டிலை ருடால்பிடம் நீட்டியபடி

  கிய்தோ   : நல்வாழ்த்துகள். இது உங்களுக்குத்தான்.

பாட்டிலை அவரிடம் நீட்டுகிறார்.

அமர்ந்த இடத்திலிருந்து எட்டி வாங்கிக்கொண்ட ருடால்ப்

       : நன்றி

கிய்தோவைப் பார்த்து தோரா பெரும் மகிழ்ச்சியுடன் சிரிக்கிறாள்.

கிய்தோ தோராவிடம் குதிரையின் முன் இருக்கையைக் காட்டி

       : வாங்க இளவரசியே.

ருடால்ப் கிய்தோவைச் சந்தேகத்துடன் உற்றுப் பார்த்தபடி

  ருடால்ப்   : ஆனா. நீங்க?

கிய்தோ (தோராவிடம்)

       : இளவரசியே சீக்கிரம் வந்திடுங்க.

சிறிது கணம் தயங்கியவள், பிறகு தன் அம்மாவையும் ருடால்ப்பையும் ஒரு முறை பார்த்துவிட்டு, நாற்காலியிலிருந்து எழுந்து மேஜையின் மீது நடந்தபடியே வந்து குதிரையின் மீது அமர்கிறாள்.

ருடால்ப் இவனை எங்கேயோ பார்த்திருக்கிறோமே என ஆழ்ந்து யோசித்துக் கொண்டிருக்கிறார். குதிரை அவ்விடத்தைவிட்டு மெதுவாக கிளம்புகிறது. கூட்டத்தினர் கைதட்டி ஆர்ப்பரிக்கின்றனர்.

ருடால்ப் (சந்தேகத்துடன்)

: அவனை எனக்கு முன்னமே தெரியும்.

தோராவின் அம்மா அவர்கள் போவதைப் பார்த்து அதிர்ச்சியடைகிறாள்.

ஆனால் கூடியிருந்தவர்கள் அனைவருமே இது ஹோட்டலின் நிகழ்ச்சிகளில் ஒன்று என்று நினைத்து கை தட்டுகிறார்கள். அப்போது குலுக்கி வைத்த ஷாம்ப்பெய்ன் மூடி பட்டென திறந்து அதன் மூடி நெருப்புக் கோழியின் கழுத்தில் பட்டதும் அதன் வாயில் இருந்த பெரிய முட்டை ருடால்பின் தலையில் விழுகிறது. அவர் முகத்திலும் ஆடையிலும் முட்டையாகி விடுகிறது.

ருடால்ப்   : ஆமாம். என் தலையில் முட்டையை உடைச்ச அதே ஆளு தான்.

கோபத்துடன் எழுந்து அவர்களைப் பிடிக்க ஓடுகிறார்.

தோரா... தோரா... என்று கத்தி அழைத்தபடி ஓடுகிறார்.

குதிரை வாயிலைக் கடந்து விடுகிறது. இதைப் பார்த்துக் கொண்டிருக்கும் கிய்தோவின் மாமா 'சியர்ஸ்' என்றபடி தோராவின் தோழி எலீனாவின் மதுக் கிண்ணத்தை எடுத்து அருந்த, அவள் திகைக்கிறாள்.

ருடால்ப்   : தோரா... தோரா...

என்று கத்தியபடி ஓட, கூட்டமும் அவரோடு சேர்ந்து ஓடுகிறது.

தோராவின் அம்மா அதிர்ச்சியுடன் வாயிலையே பார்த்தபடி நிற்கிறாள்.

காட்சி - 29

மாமாவின் வீடு, அருகிலுள்ள செடிகள்
வளர்க்கப்பட்டிருக்கும் அறை / வெளி / இரவு.

கிய்தோ குதிரையிலிருந்து இறங்குகிறார். தோரா இறங்கவும் உதவுகிறார். பின் தோராவின் கையைப் பிடித்து வீட்டுக்கு அழைத்துச் செல்கிறார். வீட்டின்முன் வந்ததும் பாக்கெட்டில் சாவியைத் தேடுகிறார். சாவி இல்லாததால் பதற்றமடைகிறார். பின் நினைவு வந்தவராய்

கிய்தோ : ஃபெரூச்சியோகிட்டல்ல வீட்டுச்சாவி இருக்கு, இப்படிப் பண்ணிட்டேனே.

என்றபடி கதவைப் பலமாக ஆட்டி, திறக்குமா என்று பார்க்கிறார். தோரா இதைப் பார்த்துவிட்டு சுற்றும் முற்றும் பார்த்தவள், எதிரில் செடிகள் வளர்க்கப்பட்டிருக்கும் ஓர் அறையைப் பார்க்கிறாள். பின் அதை நோக்கி போகிறாள்.

கிய்தோ : கொஞ்சம் பொறு, எனக்கொரு வயர் கிடைச்சாப் போதும். கதவைத் திறந்திடு வேன். எங்கப்பா சொல்லிக் கொடுத்திருக் காரு. நான் வயரை வைச்சு மாயாஜாலம் பண்ணுவேன். நான் சின்னப் பையனா இருக்கும் போது வயரை வச்சு பொம்மை யெல்லாம் செஞ்சிருக்கேன்.

கீழே வயர் எதாவது கிடைக்கிறதா என்று தேடுகிறார். சிறிது நேரத்தில் இதோ இருக்கிறதென்று கீழே கிடக்கும் ஒரு வயரை எடுக்கிறார். வயரை நன்றாக வளைத்து மொத்தமாக்குகிறார். அதே சமயம் தோரா செடிகள் வளர்க்கப்படும் அறை வாசலில் நின்று செடிகளைப் பார்த்துக் கொண்டிருக்கிறாள். கிய்தோ வயரை பூட்டுக்குள் விட்டு, இப்படியும் அப்படியும் ஆட்டுகிறார். பின் கதவை மூன்று நான்கு முறை உதைக்க கதவு திறந்து கொள்கிறது. சிரிப்புடன் பின்னால் திரும்பிய கிய்தோ, தோரா அறைக்குள் நுழைவதைப் பார்க்கிறார்.

கிய்தோவும் மகிழ்ச்சியுடன் அவளை நோக்கிப் போகிறார். அவரும் அந்த அறைக்குள் நுழைகிறார். கதவு திறந்தே இருக்கிறது. கேமரா சிறிது நேரம் அந்த அறையிலிருக்கும் செடிகளைப் பார்த்தபடி இருக்கிறது. பின்னணியில் இனிமையான இசை ஒலிக்கிறது.

ஜோஸ்வா, ஜோஸ்வா என்ற தோராவின் குரல் அந்தப் பூச்செடிகளின் மீது பதிவு செய்யப்பட்டு இருக்கிறது.

கிய்தோ : ஜோஸ்வா, ஜோஸ்வா நம்மால அம்மா வுக்கு தாமதம் ஆகிடப் போகிறது.

என்ற கிய்தோவின் குரல், பொம்மை பீரங்கி வண்டியைக் கயிற்றில் கட்டித் தள்ளியபடியே வரும் சிறுவன் ஜோஸ்வாவின் மீது பதிவு செய்யப்பட்டு இருக்கிறது. ஜோஸ்வா பொம்மை பீரங்கி வண்டியைக் கயிற்றில் கட்டித் தள்ளியபடி விரைவாக வெளியே வருகிறான். வரும் வழியில் கயிறு அறுந்து பொம்மை வண்டி படிக்கட்டு அருகே நின்று விடுகிறது.

தோராவை நோக்கி வந்த ஜோஸ்வா
: என்னோட பீரங்கி வண்டியைத் தொலைச் சிட்டேன்.

அருகில் வந்த ஜோஸ்வாவை தோரா தூக்கிக் கட்டியணைத்து முத்தமிடுகிறாள்.

கிய்தோ : கவலைப்படாத, நான் கண்டுபிடிச்சுத் தர்றேன். வண்டியை எங்க விட்ட.

தோரா : அது படிக்கட்டுல இருக்கு.

கிய்தோ (தோராவிடம்)
: இந்த சைக்கிளைப் பிடிச்சுக்கோ, நான் எடுத்துட்டுவர்றேன்.

கிய்தோ படிக்கட்டு அருகே போய், வண்டியை எடுத்துக்கொண்டு வருகிறார். தோரா ஜோஸ்வாவை சைக்கிள் முன்னால் இருக்கும் சிறு சீட்டில் உட்கார வைக்கிறாள். பொம்மைப் பீரங்கி வண்டியுடன் வரும் கிய்தோ, இதோ வண்டி என்றபடி ஜோஸ்வாவிடம் தருகிறார். தோரா சைக்கிளின் முன்னால் அமர்ந்து கொள்ள, கிய்தோ சைக்கி ளில் ஏறி ஓட்டத்துவங்குகிறார்.

காட்சி – 30

நகரத்துத் தெருக்கள் / வெளி / பகல்.

கிய்தோ, ஜோஸ்வா, தோரா வேகமாக சைக்கிளில் போய்க் கொண்டிருக்கிறார்கள். சைக்கிளின் வேகத்தால் தோரா பயத்துடன் அமர்ந்திருக்க, ஜோஸ்வா உற்சாகமாக இருக்கிறான்.

முதல் தெரு கடந்து மற்றொரு தெருவென, கிய்தோவின் சைக்கிள் விரைந்து கொண்டிருக்கிறது.

ஜோஸ்வா : அப்பா இன்னும் வேகமாய்ப் போங்க

தோரா : கொஞ்சம் மெதுவாய் போங்களேன்.

கிய்தோ : உனக்குப் பள்ளிக்கூடத்திற்கு தாமதமா கிடும் என்றபடி

சைக்கிளை வேகமாக அழுத்துகிறார்.

ஜோஸ்வா : அப்பா இன்னும் வேகமாய், இன்னும் வேகமாய் போங்க

கிய்தோ சைக்கிள் மணியைப் படபடவென்று தொடர்ந்து அடித்தபடி போய்க்கொண்டிருக்கிறார். சாலையோரத்தில் இருந்த குதிரையை ஜோஸ்வாவிடம் காட்டி

கிய்தோ : ஜோஸ்வா அங்க பாரு ரெண்டு குதிரை கள்.

சைக்கிள் மணி தொடர்ந்து அடித்துக்கொண்டிருக்க

தோரா : மணிய அடிக்கிறத நிறுத்துங்க, எனக்கு பைத்தியமே பிடிச்சிடும் போலிருக்கு.

கிய்தோ : நான் அடிக்கல, ஜோஸ்வா தான்.

ஜோஸ்வா : நான் இல்லை. அப்பா தான்

தோரா : சரி போதும், என்னைய இறக்கி விடுங்க.

விரைந்து வந்துகொண்டிருந்த சைக்கிள் இப்போது தோராவின் பள்ளியின் முன்னால் வந்து நிற்கிறது.

கிய்தோ : இதோ வந்துட்டோம்

சைக்கிளிலிருந்து இறங்கிய தோரா ஜோஸ்வாவை முத்தமிட்டபடி

: ராத்திரி பார்க்கலாம்

பின் கிய்தோவையும் முத்தமிட்டு விட்டு அங்கிருந்து விரைகிறாள்.

சைக்கிளைத் திருப்பிய கிய்தோ, பின் சைக்கிளைத் தள்ளியபடி ஒன்று. இரண்டு, மூன்று என்று எண்ணியபடி சைக்கிளில் ஏறி மிதிக்கத் துவங்குகிறார்.

ஜோஸ்வா : அப்பா வேகமாய் போங்க.

காட்சி – 31

நகரத்துத் தெருக்கள். பகல்.

கிய்தோ சைக்கிளைத் தள்ளியபடி வர அவருடன் ஜோஸ்வா நடந்து வருகிறான். அப்போது அத்தெருவின் வழியே ஜெர்மன் வீரர்கள் தோளில் துப்பாக்கியை ஏந்தியபடி ரோந்து போகின்றனர். அவர்களின் பூட்ஸின் காலடி பலத்த ஓசையை எழுப்புகிறது. ஹோட்டலின் முன்னால் நின்றிருக்கும் சிலர் அவர்கள் போவதைப் பார்க்கின்றனர். வீரர்கள் அப்பகுதியைக் கடந்து சிறு தொலைவு போன பிறகும் பூட்ஸின் காலடியோசை சன்னமாகக் கேட்டுக் கொண்டே இருக்கிறது. கிய்தோவுடன் நடந்து வந்துகொண்டிருந்த ஜோஸ்வா, ஹோட்டலின் வெளிப்புறக் கண்ணாடியின் வழியே தெரியும் கேக்குகளைப் பார்த்து நிற்கிறான்.

கண்ணாடியருகே போன

ஜோஸ்வா   : இத நாம அம்மாவுக்காக வாங்கலாமா

கிய்தோ   : அதுல என்ன விலை போட்டுருக்கு.

ஜோஸ்வா   : 15 லியர்

கிய்தோ   : வேண்டாம் வேண்டாம். அது உன்னோட பீரங்கி வண்டியைப் போல போலியான கேக்கா இருக்கும். தாமதமாகுது. வா போகலாம் ஜோஸ்வா.

அங்கிருந்து கிளம்ப எத்தனித்த ஜோஸ்வா கண்ணாடியில் எழுதி ஒட்டப்பட்டிருக்கும் வாசகத்தை ஏறிட்டுப் பார்த்துவிட்டு, அத்தாளில் எழுதியிருப்பதை எழுத்துக் கூட்டி வாசிக்கிறான்.

யூதர்களும் நாய்களும் உள்ளே அனுமதிக்கப்பட மாட்டார்கள்.

கிய்தோ : ஜோஸ்வா, வா போகலாம்

கிய்தோ சைக்கிளைத் தள்ளியபடி நடக்க, உடன் ஜோஸ்வாவும் வந்து சேர்ந்து கொள்கிறான்.

ஜோஸ்வா : அப்பா, ஏன் யூதர்களையும், நாய்களையும் அந்த கடைக்குள்ள அனுமதிக்க மாட்டாங்களாம்.

கிய்தோ : ஏன்னா, அவங்களுக்கு யூதர்களையும் நாய்களையும் பிடிக்கல. மக்கள் அவங்களுக்கு என்ன பிடிக்கிறதோ அதைத்தான் செய்வாங்க. அங்க ஒரு இரும்புக்கடை இருக்கு, அவங்க ஸ்பானிஷ்காரரங்களையும், குதிரையையும் உள்ள விடமாட்டாங்க. அப்புறம், அங்க மருந்துக்கடை வச்சிருக்கிறாரே, அவரோட பேரென்ன. நேத்து நான் என் சீன நண்பனோட அவர் கடைக்குப் போயிருந்தேன். என் நண்பர்கிட்ட கங்காரு இருந்தது. அவர் சீனர்களையும், கங்காருவையும் உள்ள அனுமதிக்கிறதில்லைன்னு சொல்லிட்டாரு. என்ன செய்யிறது, அவங்களுக்கு அது பிடிக்கல

ஜோஸ்வா : ஆனா, நாம எல்லாரையும் உள்ள விடலாம்

கிய்தோ : இல்லை. நாளையிலிருந்து நாம கூட ஒரு போர்டு எழுதியிரலாம் உனக்குப் பிடிக்காதவங்க யாராவது இருக்காங்களா?

ஜோஸ்வா : எனக்கு சிலந்தி பிடிக்காது. உங்களுக்கு.

கிய்தோ : எனக்கு நாகரிகமில்லாதவர்களைப் பிடிக்காது. நாளையிலிருந்து சிலந்தியும், நாகரிகமில்லாதவர்களும் கடைக்கு உள்ளே அனுமதிக்கப்பட மாட்டாங்கன்னு எழுதியிரலாம்.

அவர்கள் சற்று வேகமாக நடக்கத் துவங்கி, ஒரு முனையில் திரும்புகின்றனர்.

தமிழில் : யுகன் சரவணன் ✸ 349

காட்சி – 32

புத்தகக்கடை. உள் / வெளி / பகல்.

ஜோஸ்வா ஒரு பாடலை முணுமுணுத்தபடி ஒரு படத்திற்கு வண்ணம் தீட்டிக் கொண்டிருக்கிறான். கிய்தோ, அலமாரிகளில் அடுக்குவதற்காக கைகளில் நிறையப் புத்தகங்களை ஏந்தியபடி வருகிறார். ஒவ்வொன்றாய் எடுத்து, அடுக்கும்போது, கையில் நிறைய புத்தகம் இருந்ததால், அதைப் பிடிக்க முடியாது கீழே தவற விடுகிறார். புத்தகங்களை எடுக்க கீழே குனிகிறார். அப்போது, விசாரணை அதிகாரிகள் இருவர் கடைக்கு வருகின்றனர். ஒருவர் கடைக்குள் நுழைய, மற்றொருவர் கடைக்கு வெளியே நின்று புகைக்கிறார்.

விசாரணை அதிகாரி : காலை வணக்கம்.

புன்னகையுடன் அவரை ஏறிட்டுப் பார்த்த கிய்தோ (உற்சாகத்துடன்)

: எல்லாமே விற்பனைக்கு.. பாதி விலை தான்.

விசாரணை அதிகாரி : நீங்க தான, கிய்தோ ஓரிபிசே

கிய்தோ முகத்தில் சிரிப்பு மறைந்து முகம் இறுக்கமாகிறது.

: அது நான்தான், என்ன விஷயம்.

விசாரணை அதிகாரி : என்னோட நீங்க காவல் துறை அலுவலகத்திற்கு வரணும்.

கிய்தோ (சலித்தபடி) : மறுபடியுமா, இப்ப அவங்களுக்கு என்ன வேணுமாம்

ஜோஸ்வா : அவர் ஏற்கனவே அங்க போய்ட்டு வந்துட் டாரு.

விசாரணை அதிகாரி (கட்டளை இடும் தோரணையில்)

: வாங்க போகலாம்.

கிய்தோ : நான் என்ன செஞ்சேன்

வெளியில் புகைத்துக்கொண்டிருந்த மற்றொரு அதிகாரி, முடிந்து போன சிகரெட்டைக் கடையின் வெளிப்புறக் கண்ணாடியில் அழுத்தி அணைக்கிறார்.

அதைப் பார்த்த கிய்தோ லேசான எரிச்சலுடன் அவரைச் சுட்டிக் காட்டி

: அவர் உங்க கூட வந்தவரா

விசாரணை அதிகாரி : ஆமாம். வாங்க போகலாம்.

கிய்தோ : சரி, வர்றேன்

ஜோஸ்வாவும் அமர்ந்திருந்த ஸ்டூலிலிருந்து எழுந்து நானும் உங்க கூட வர்றேன்.

கிய்தோ : இல்லை வேண்டாம், நீ கடையிலேயே இரு. நான் போயிட்டு உடனே வந்திடு வேன்.

விசாரணை அதிகாரியை நோக்கி

: ரொம்ப நேரம் ஆகாதில்லையா.

வி. அதிகாரி : ஆமாம், ரொம்ப நேரம் ஆகாது.

கிய்தோ ஆணியில் மாட்டியிருந்த கோட்டை எடுத்து போட்டுக் கொள்கிறார்.

கிய்தோ : சரி, வாங்க போகலாம்.

பின் ஜோஸ்வாவைப் பார்த்து

: வாடிக்கையாளர்கள்கிட்ட கனிவா நடந் துக்கணும்.

ஜோஸ்வா புன்னகையுடன் கிய்தோவைப் பார்த்துக் கண்ணடிக் கிறான்.

கிய்தோ கடையை விட்டு வெளியேறுகிறார். மற்றொரு விசாரணை அதிகாரியிடம் காலை வணக்கம் என்கிறார். அவர் அதைக் கண்டு கொள்ளவில்லை. கிய்தோ அவர் முகத்தையே பார்க்கிறார். இப்போது, கிய்தோ தனது இருபுறமும் விசாரணை அதிகாரிகள் நடந்துவர, அவர்களுடன் நடந்து போகிறார். கடையிலிருந்து எழுந்து வந்த ஜோஸ்வா வாசலில் நின்று அப்பாவைப் பார்க்கிறான். சற்று பின் னால் திரும்பி கடையைப் பார்த்த கிய்தோ, ஜோஸ்வா நின்றிருப் பதைக் கவனிக்கிறார். பின் அவனைப் பார்த்தபடியே கையைக், காலை நன்றாக வீசி வேடிக்கையாக நடந்து போய்க் கொண்டே, அவனைப் பார்த்து கண்ணடிக்கிறார். ஜோஸ்வா சிரிக்கிறான்.

தமிழில் : யுகன் சரவணன் ✱ 351

காட்சி – 33

புத்தகக்கடை உள் / பகல்.

ஜோஸ்வா தன் அப்பா கீழே போட்டுவிட்டுப் போயிருந்த புத்தகங் களைக் கொஞ்சம் கொஞ்சமாக எடுத்து மேஜையின் மீது வைக்கி றான். மறுபடியும் பாடல் ஒன்றை முணுமுணுக்கிறான். அப்போது புன்னகையுடன் தோராவின் அம்மா கடைக்குள் வருகிறாள்.

தோராவின் அம்மா: ஹலோ

ஜோஸ்வா : ஹலோ

மெதுவாக நகர்ந்து புத்தகங்களைப் பார்ப்பது போல பாசாங்கு செய்கிறாள். வரைந்த படத்தை அழித்துக்கொண்டிருக்கிறான் ஜோஸ்வா. அவள், ஜோஸ்வாவையே வைத்தகண் மாறாமல் பார்த்துக் கொண்டிருக்கிறாள். ஜோஸ்வா ஏறிட்டுப் பார்த்தவுடன், அவனையே உற்றுப் பார்த்தபடி நீண்ட ஏக்கப் பெருமூச்சு விடுகிறாள். பின் புத்தகம் ஒன்றை எடுத்தபடி

: நான் இதை எடுத்துக்கிறேன்.

புத்தகத்தை ஜோஸ்வாவிடம் தருகிறாள். அவன் விலையைப் பார்த்து விட்டு புத்தகத்தை அவளிடமே திரும்பித் தந்தபடி

: ஐந்து லியர்

தோராவின் அம்மா: இதுல பத்து லியர்னு போட்டிருக்கே.

ஜோஸ்வா : எல்லாமே பாதி விலைதான்.

அவள் பணம் கொடுக்கிறாள். பிறகு தனது கைப்பையிலிருந்து ஒட்டப்பட்ட கடிதம் ஒன்றை எடுத்து அவனிடம் நீட்டியபடி

: உங்க பாட்டிகிட்ட இருந்து வந்த கடிதம்னு சொல்லி இதை உங்கம்மாகிட்ட கொடு.

ஜோஸ்வா : எனக்கு பாட்டி இருக்கிறதே தெரியாது. அவங்க எங்கள வந்து பார்த்ததே இல்லை.

தோராவின் அம்மா: அவங்கள பார்க்கணும்னு ஆசைப்படுறயா.

ஜோஸ்வா : ஆமாம்.

தோராவின் அம்மா: நீ, நாளைக்கு கண்டிப்பா அவங்களைப் பார்க்கலாம்

ஜோஸ்வா (வியப்புடன்)

: நாளைக்கா

தோராவின் அம்மா: ஆமாம். ஏன்னா நாளைக்கு உன்னோட பிறந்த நாள். உன்னோட பாட்டி அங்க வருவாங்க, வரும்போது நல்ல பரிசும் வாங் கிட்டு வருவாங்க.

ஜோஸ்வா : புதிய பீரங்கி வண்டியா?

தோராவின் அம்மா: இல்லை, அது சர்ப்ரைஸ். இந்தக் கடிதத்தை உங்கம்மாகிட்ட கொடுத்திடு நான் வரேன் ஜோஸ்வா.

கிளம்பிப் போகிறாள்.

ஜோஸ்வா : பாட்டி, நீங்க மீதிச் சில்லறை வாங்க மறந் திட்டீங்க.

போய்க் கொண்டிருந்தவள் நின்று ஜோஸ்வாவைத் திரும்பிப் பார்க்கிறாள். பின் சிரித்தபடியே வந்து, பணத்தை வாங்கிக் கொண்டு நன்றி என்கிறாள்.

காட்சி – 34

புத்தகக்கடை. வெளி / மாலை நேரம்.

கிய்தோ தன் கடையைச் சாத்திக் கொண்டிருக்கிறார். கடை வாசலில் சைக்கிளைப் பிடித்தபடி தோரா நிற்கிறாள். முன் இருக்கையில் ஜோஸ்வா அமர்ந்திருக்கிறான்.

தோரா (கிய்தோவிடம்)

: வீட்டுக்கு எப்ப திரும்பி வருவீங்க

கிய்தோ : இன்னும் ஒரு மணி நேரத்துல வந்திடுவேன். ஹோட்டல்ல இருந்து மீதமானதை எடுத்துக்கிட்டு வர வேணாம்னு, மாமா கிட்டப் போய்ச் சொல்லணும்.

வருகிறோம் என்ற படி சைக்கிளைத் தள்ளிச் செல்கிறாள் தோரா.

தோரா (ஜோஸ்வாவிடம்)

: அப்புறம், பாட்டி என்ன சொன்னாங்க.

ஜோஸ்வா : நாளைக்கு வர்றாங்களாம்.

கிய்தோ ஷட்டரை மூடிவிட்டு கிளம்பிச் செல்கிறார்.

கடையின் ஷட்டரில் 'யூதனின் கடை' என்று கறுப்பு பெயிண்டால் எழுதப்பட்டு இருக்கிறது.

காட்சி – 35

கிய்தோவின் வீடு / பகல் / உள்.

தோரா மரத்தால் ஆன சட்டகம் ஒன்றை இரு கைகளாலும் பிடித்தபடி மாடிப்படியிலிருந்து கீழே இறங்கி வருகிறாள். அவள் பின்னால் ஜோஸ்வாவும் வருகிறான். ஒரு மூலையில் போய் அதை வைக்கிறாள்.

தோரா (ஜோஸ்வாவிடம்)
: இது, நீ குளிக்க வேண்டிய நேரம்
ஜோஸ்வா : எனக்கு குளிக்கப் பிடிக்கல
தோரா : சும்மா பேசிக்கிட்டு இருக்காத, போய்க் குளி.
ஜோஸ்வா : நான் வெள்ளிக்கிழமை தான் குளிச்சேன்.

கையில் பழத்தட்டை ஏந்தியபடி வரும் கிய்தோ
: சரிதான், அவன் வெள்ளிக்கிழமை தான் குளிச்சான்.
தோரா : எனக்குத் தெரியும், நீங்க ஏன் இன்னும் உங்க சட்டையை மாத்தல.
கிய்தோ : நான் இந்தச் சட்டையை வியாழக்கிழமை தான் போட்டேன்.

டைனிங் டேபிள் அருகே நின்றிருக்கும் மாமா (கிய்தோவிடம்)
: பூக்கள் வைக்க மறந்திடாத என்றபடி சமையலறைக்குள் போகிறார்.
கிய்தோ : நான் ஏற்கனவே பறிச்சு வச்சிட்டேன், அது வெளியில தான் இருக்கு

கிய்தோ பூக்களை எடுக்க வெளியே போகிறார்.
ஜோஸ்வா : அப்பா, நானும் உங்க கூட வர்றேன்.
தோரா : நீ போகக் கூடாது. அடம் பிடிக்காம போய்க் குளி

தனது காலைத் தரையில் பல முறை உதைத்தபடி

: எனக்கு குளிக்கப் பிடிக்கல, எனக்கு குளிக்கப் பிடிக்கலை.

தோரா : சீக்கிரமா தயாராகு. நான் உன் பாட்டியப் போய் கூட்டிக்கிட்டு வரணும்.

என்றபடி படுக்கையறைக்குள் போகிறாள்.

ஜோஸ்வா : நான் குளிக்க மாட்டேன்.. நான் குளிக்க மாட்டேன்..

பின் சுற்றும் முற்றும் பார்த்த ஜோஸ்வா, வேகமாக ஓடிப்போய் எதிரிலிருக்கும் நைட் டேபிள் கதவைத் திறந்து உள்ளே போய் ஒளிந்து கொள்கிறான்.

கையில் பூக்களை ஏந்தியபடி உள்ளே வரும் கிய்தோ

: பூக்களை எங்க வைக்கிறது.

தோரா அறைக்குள் இருந்தபடி

: அங்க வைங்க, நான் இதோ வந்துடுறேன்.

கிய்தோ பூக்களை ஜோஸ்வா ஒளிந்திருக்கும் நைட் டேபிளின் மீது வைத்துவிட்டு, அங்கிருந்து நகர்கிறார்.

அப்போது விக்கல் சப்தம் கேட்கிறது. கிய்தோ திரும்பி பெட்டியைப் பார்க்கிறார். பின் பெட்டியருகில் வந்து சந்தேகத்துடன் கதவைத் திறந்து பார்க்கிறார்.

ஜோஸ்வா : உஷ்! சத்தம் போடாதீங்க நான் வெள்ளிக் கிழமை தான் குளிச்சேன்.

கிய்தோவைப் பார்த்துக் கண்ணடிக்கிறான்.

தோரா, ஜோஸ்வா, ஜோஸ்வா என்று தேடியபடி வருகிறாள்.

கிய்தோ பெட்டியின் கதவை மூடிவிட்டு தோராவை நோக்கி போகிறார்.

தேடிக்கொண்டு வரும் தோரா, கிய்தோவைப் பார்த்து

: ஜோஸ்வா, எங்க இருக்கான்னு தெரியுமா.

கிய்தோ : தெரியல, இங்கதான் எங்கயாவது இருப் பான்.

பின் தோரா, அருகிலிருந்த மேஜையில் உட்கார்ந்தபடி, எதிரில் பொருள்கள் இறைந்து கிடக்கும் ஒரு இடத்தைச் சுட்டிக்காட்டி

: சீக்கிரமே எல்லாத்தையும் ஒழுங்குபடுத்து றீங்களா?

கிய்தோ : நிச்சயமா.

பின் பூக்களைப் பார்த்த தோரா

: பூக்கள் எல்லாம் அழகா இருக்கு நான் அதைப் பார்க்கலாமா?

கிய்தோ : இதோ இப்பவே எடுத்திட்டு வர்றேன்.

நைட் டேபிளை நோக்கி ஓரடி வைத்தவர், பின் அங்கேயே நின்று

: நீ பூக்களைப் பார்க்கணுமா?

தோரா : ஆமாம்.

கிய்தோ : நான் அந்தப் பூக்களை தானாகவே இங்க வரும்படி செய்யிறேன்.

கைகளை மாயாஜாலம் செய்வது போல் ஆட்டி

: நைட் டேபிளே.. உன்னைக் கூப்பிடுறேன். நைட் டேபிளே இங்க வா

தோரா குழப்பத்தோடு கிய்தோவைப் பார்க்கிறாள். நைட் டேபிள் தரையிலிருந்து எழுந்து கிய்தோவை நோக்கி வருகிறது. நைட் டேபிளுக்கு கீழே ஜோஸ்வாவின் கால்கள் தெரிகிறது. தோரா பெட்டி நகர்ந்து வருவதைப் பார்த்துச் சிரிக்கிறாள்.

கிய்தோ : நைட் டேபிளே இங்கவா, சோபென்ஹவர் மன உறுதியினால சொல்றேன். என்னை நோக்கி வா... வா...

பெட்டி நகர்ந்து முன்னோக்கி வருகிறது.

கிய்தோ : அது போதும் நைட் டேபிள், அங்கேயே நில்லு.

தோரா (புன்னகையுடன்)

: இந்த குட்டி நைட் டேபிள் எனக்கு ரொம்ப அழுக்காத் தெரியுதே

அப்போது நைட் டேபிளின் கதவைத் திறந்து வெளியே வரும் ஜோஸ்வா, தோராவைப் பார்த்து இரு கைகளையும் விரித்து, உடம்பை லேசாக குனிந்தபடி (உற்சாகத்துடன்)

: வணக்கம் இளவரசியே

என்கிறான்.

காட்சி – 36

மாமாவின் வீடு. உள் / வெளி. பகல்.

குதிரையின் காலடிச்சப்தம் சற்று அருகிலிருந்து கேட்கிறது. குதிரை சாரட்டை தோரா ஓட்டிவர, அவளின் அம்மா அருகில் அமர்ந்திருக்கிறாள்.

தோராவின் அம்மா: அவனுக்கு ஏற்கனவே எழுதப் படிக்கத் தெரியுமா.
தோரா : அவன் எழுதப் படிக்கக் கத்துக்கிட்டு ஒரு வருஷத்திற்கு மேல் ஆச்சு.
தோராவின் அம்மா: நல்ல வேலை செஞ்சிருக்க.
தோரா : இதோ வந்துட்டோம்.

என்றபடி சாரட்டை நிறுத்துகிறாள்.

சாரட்டிலிருந்து வேகமாக இறங்கியபடி அவள் அம்மாவிடம்

: பொறுங்க நீங்க இறங்குறதுக்கு நான் உதவி செய்யிறேன்.

தோராவின் அம்மா: வேண்டாம், நானே இறங்கிக்கிறுவேன்.

தோராவின் அம்மா இறங்குகிறாள். அவள் கையில் ஜோஸ்வாவுக்கு கொடுக்க வேண்டிய பரிசுப் பொருள் இருக்கிறது. பின் இருவரும் வீட்டை நோக்கிப் போகின்றனர்.

வீட்டின் முன்னால் வந்த தோரா திகைத்துப் போய் நிற்கிறாள். வீடு திறந்து கிடப்பதுடன் வாசலில் பொருள்கள் வேறு சிதறிக் கிடக்கிறது. தோராவும் அவளின் அம்மாவும் வீட்டின் உட்புறத்தைப் பார்க்கின்றனர். பிறந்த நாளுக்கென காலையில் தயார் செய்து மேஜையில் வைக்கப்பட்டிருந்த பொருள்கள் அனைத்தும் அடித்து உடைக்கப்பட்டு சிதறிக் கிடக்கிறது. தோரா அதிர்ச்சியுடன் நிற்கிறாள். அவள் முகத்தில் பெருங்கவலை தெரிகிறது.

: தோரா என்ன ஆச்சு

என்ற தோரா அம்மாவின் குரல், பெரும் அதிர்ச்சியுடன் ஸ்தம்பித்து போய் நிற்கும் தோராவின் மீது பதிவு செய்யப்பட்டு இருக்கிறது.

காட்சி – 37

ராணுவ வாகனம். உள் / பகல்.

ராணுவ வாகனம் ஒன்று சாலையில் வேகமாகப் போய்க் கொண்டிருக்கிறது. வாகனத்தில் உள்ளவர்கள் பயத்துடனும். கவலையுடனும் அமர்ந்திருக்கின்றனர். அவர்கள் தங்கள் பொருள்களை மடியிலும், கையிலும் வைத்திருக்கிறார்கள். குழந்தைகள் சிலர் வண்டியின் தரையில் அமர்ந்திருக்கின்றனர்.

வண்டியின் மூலையில் டிரைவர் கேபினுக்கு பின்னால் கிய்தோவும், ஜோஸ்வாவும் அமர்ந்திருக்கின்றனர். மாமா எலிசியோ, அவர்களைப் பார்த்தபடி எதிரில் இருக்கும் இருக்கையில் அமர்ந்திருக்கிறார். கதவிற்கு முன்னால் இருக்கும் இருக்கையில், ஜெர்மன் வீரன் ஒருவன் பாதித் தூக்கத்தில் அமர்ந்திருக்கிறான். அவன் மடியில் இயந்திரத் துப்பாக்கி இருக்கிறது. போய்க் கொண்டிருந்த வாகனம், ஓரிடத்தில் நிறுத்தப்பட்டு, இன்ஜின் அணைக்கப்படுகிறது.

ஜோஸ்வா : நாம வந்துட்டமா.

டிரைவர் கேபின் வழியே வெளியே எட்டிப்பார்த்த கிய்தோ

: இல்லை, இது ரயில்வே க்ராஸிங்.

பின் ஜோஸ்வா தன் அப்பாவின் மடியில் ஏறி அமர்ந்து கொண்டு, எதிரில் கையில் பூனையுடன் அமர்ந்திருக்கும் சிறுமியைப் பார்க்கிறான்.

ஜோஸ்வா : அப்பா, இப்ப நாம எங்கபோறோம்.

கிய்தோ : எங்க போறோம்னு கேட்டா என்ன அர்த்தம். நீ இதுவரைக்கும் ஆயிரம் தடவை இது மாதிரி கேட்டுட்ட. நாம எங்க போறோம்னா அந்த இடத்தோட பேரு

என்றவர் தன் மாமாவைப் பார்த்து

: மாமா, அந்த இடத்தோட பேரென்ன?

மாமா : நாம எங்க போறோம்னா..

என்று ஆரம்பித்தவர் அடுத்து என்ன சொல்வதென்று தெரியாமல் தயங்கி நிற்கிறார்.

ஜோஸ்வா : நாம எங்க போறோம்.

கிய்தோ : பொறு பொறு. இன்னைக்கு என்ன நாள்?

ஜோஸ்வா சிரிக்கிறான்.

கிய்தோ : உன்னோட பிறந்தநாள். சரியா... நீ எப்பவும் எதாவது சுற்றுலா போகணும்னு சொல்லிக்கிட்டு இருப்பேல.. அதற்காகத் தான் இந்த ஏற்பாடு. இதைத் திட்டமிடுவதற்கு எனக்கு ஒரு மாதம் ஆயிடுச்சு.

அருகில் அமர்ந்திருப்பவர்கள் கிய்தோ பேசுவதைக் கேட்டு அவரைப் பார்க்கின்றனர்.

கிய்தோ : நாம எங்க போறோம்னு உனக்குத் தெரியுமா, அது ரகசியம் அதை நான் உன் கிட்டச் சொல்ல மாட்டேன். ஏன்னா, உங்கம்மாகிட்ட சத்தியம் பண்ணிக் கொடுத்திருக்கேன். நான் உங்கிட்ட சொல்லிட்டதை அவ கண்டுபிடிச்சுட்டா என் மேல கோபப்படுவா. உங்கம்மா எப்படியின்னு உனக்கே தெரியும்.

மாமா அவர்களைப் பார்த்து சிரிக்கிறார்.

கிய்தோ : நான் சின்னப் பையனா இருக்கும்போது எங்கப்பா கூட இது மாதிரி சுற்றுலா ஏற்பாடு பண்ணுவாரு, அது ரொம்ப ஜாலியாக இருக்கும்.

சிரிப்பைக் கட்டுப்படுத்த முடியாமல் சிரிக்கும் கிய்தோ

: எங்க போறோம்னு நான் சொல்லவே மாட்டேன். நீயே பார்த்துச் தெரிஞ்சிக்கிறணும்னு நான் ஆசைப்படுறேன். ஆனால், அது உண்மையிலே ஆச்சர்யமானது.

கிய்தோவின் சிரிப்பும், கும்மாளமுமான பேச்சைக் கேட்டு தூங்கிக் கொண்டிருந்த ஒருவர் எழுந்து, அவர்களை ஏறிட்டுப் பார்க்கிறார்.

மெலிதாகச் சிரித்த ஜோஸ்வா,

: அப்பா எனக்கு களைப்பா இருக்கு

அவனின் குரல், கவலையுடன் அமர்ந்திருக்கும் மாமாவின் மீதும், அவர் அருகில் புன்னகையுடன் அமர்ந்திருக்கும் சிறுமியின் மீதும் பதிவு செய்யப்பட்டு இருக்கிறது.

கிய்தோ, ஜோஸ்வாவை தோளில் சாய்த்துக்கொண்டு

: தூங்கு கண்ணு.

பின் மாமாவைப் பார்த்து இறுகிய முகத்துடன், (தீவிரமான குரலில்)

: மாமா நாம இப்ப எங்க போய்க்கிட்டு இருக்கோம், நம்மள எங்க கூட்டிக்கிட்டுப் போறாங்க.

காட்சி – 38

ரயில்வே ஸ்டேஷன். டாக்சி. உள் / வெளி. பகல்.

தோரா, டாக்சியில் பின் இருக்கையில் அமர்ந்து இருக்கிறாள். அவளின் முகம் பெருங்கவலையுடனும், தீவிரத்துடனும் காணப் படுகிறது. டாக்சி இப்போது ரயில்வே ஸ்டேஷன் முன்புறமுள்ள பெரிய கட்டடத்தின் முன் வந்து நிற்கிறது. அந்தக் கட்டடத்தின் முன்னால் அங்குமிங்கும் நிறைய ஜெர்மன் வீரர்கள் நின்றுகொண்டிருக்கின்றனர்.

காட்சி – 39

ரயில்வே ஸ்டேஷன். பிளாட்பார்ம் / பகல்.

யூதர்கள் வரிசையில் நின்று, ஒவ்வொருவராக சரக்கு வண்டி ரயிலில் ஏறிக்கொண்டிருக்கின்றனர். அவர்களை வேகமாக ஏறும்படி ஜெர்மன் வீரர்கள் கத்தி உத்தரவிட்டுக் கொண்டிருக்கின்றனர். வரிசையில் கடைசியாக கிய்தோ, ஜோஸ்வா, மாமா நின்றிருக்கின்றனர். கிய்தோ, ஜோஸ்வாவின் கையைப் பிடித்தபடி கூட்டி வருகிறார்.

கிய்தோ : இப்ப மணி என்னாகுது? திட்டமிட்டபடி நாம சரியான நேரத்திற்கே கிளம்புறோம்னு நினைக்கிறேன். என்ன மாதிரியான நிறுவனம். ஜோஸ்வா, நீ ரயில்ல போனதே இல்லேல

ஜோஸ்வா : இல்லை. அது எப்படியிருக்கும். நல்லா இருக்குமா?

கிய்தோ : அற்புதமா இருக்கும். உட்புறம் எல்லாமே மரத்தாலானது. இருக்கைகளே இருக்காது. எல்லாருமே நின்னுக்கிட்டுதான் வரணும்.

ஜோஸ்வா : இருக்கைகளே இருக்காதா?

கிய்தோ (சிரிப்புடன்)

: ரயில்ல இருக்கைகளா? என்ன நீ விளையாடுறயா சரி, சரி... நீ ரயில்ல போனதே இல்லேல. அதான் உனக்குத் தெரியல. எல்லாரும் ஒருத்தருக்கொருத்தர் ரொம்ப நெருக்கமா நின்னுக்கிட்டு இருப்போம். அது உண்மையிலே வேடிக்கையா இருக்கும்.

வரிசை நகர்ந்து கொண்டிருக்கிறது. கிய்தோவும் ஜோஸ்வாவும் ரயிலை நெருங்கிக் கொண்டிருக்கின்றனர்.

கிய்தோ	: ஜோஸ்வா, இந்த வரிசையைப் பாரு நல்ல வேளை, நான் சரியான நேரத்தில போயி கடைசி டிக்கெட்டுகளை வாங்கிட்டேன். டிக்கெட் கிடைச்சதே அதிர்ஷ்டம் தான்.

பின் மாமாவைப் பார்த்து

	: மாமா, கொஞ்சம் சீக்கிரம் போங்க, லேட்டா வந்ததுனால வண்டி நிறைஞ்சிருச்சு இட மில்லை, வீட்டுக்குப் போங்கன்னு சொல் லிடப் போறாங்க.

ரயில் அருகே வந்து விடுகின்றனர். முன்னே இருந்தவர்கள் ஏறிக் கொண்டிருக்கின்றனர்.

கிய்தோ	: ஹேய்.. நாங்க முன்பதிவு செஞ்சிருக்கோம், எங்களுக்கும் கொஞ்சம் இடம் விட்டு வையுங்க.

ஜோஸ்வாவை தூக்கி வண்டிக்குள் விடுகிறார்.

கிய்தோ	: இதோ நாங்க வந்துட்டோம்

என்றபடி வண்டியில் ஏறுகிறார் கிய்தோ.

	: சீக்கிரம் ஏறு என ஜெர்மன் வீரர்கள் அவ ரைப் பின்னால் பிடித்து உள்ளே தள்ளு கின்றனர். சிறு தள்ளாட்டத்திற்குப் பின் சமாளித்துக் கொண்ட கிய்தோ சிரித்தபடி அவர்களைப் பார்த்து நன்றி என்கிறார். பின் மரத்தாலான ரயிலின் கதவை வீரர் கள் மூடுகின்றனர்.

காட்சி – 40

ஸ்டேஷன் மாஸ்டர் அலுவலகம் / உள் / வெளி.

ஸ்டேஷன் மாஸ்டர் (தோராவிடம்)

: மேடம், நான் உங்களுக்கு ஏதாவது உதவி செய்யணுமா?

சிறிது தயங்கிய தோரா பின்

: ஒரு தவறு ஒண்ணு நடந்திருக்கு

ஸ்டேஷன் மாஸ்டர் புருவத்தை உயர்த்தியபடி

: தவறா. நீங்க யாரு

தோரா : என் கணவரும், மகனும் ரயில்ல இருக்காங்க.

ஸ்டேஷன் மாஸ்டர் : உங்க கணவரோட பேரென்ன.

தோரா : கிய்தோ ஓரிபிசே

கிய்தோ ஓரிபிசே என்று முணுமுணுத்தபடி கோப்பில் இருக்கும் பட்டியலைப் புரட்டுகிறார்.

: ஜோஸ்வா ஓரிபிசே, எலிசியோ ஓரிபிசே, கூடத்தான் ரயில்ல இருக்காங்க. எங்க தவறு இருக்கு. தவறு ஒண்ணும் இல்லையே..

அந்தப் பதிலை எதிர்பாராத தோரா, ஒரு கணம் உறைந்து போகிறாள். அவளுக்கு பேச்சே எழவில்லை.

சிறிது கணம் கழித்து

: நானும், அந்த ரயில்ல போக விரும்புறேன்.

அப்போது, கதவைத் திறந்த ஊழியர் ஒருவர்

: எல்லாம் தயார் சார்.

ஸ்டேஷன் மாஸ்டர் : அப்படியின்னா, அவங்களை அனுப்பு.

வெளியே வந்த ஊழியர் சத்தமாக

: போங்க, நீங்க கிளம்பலாம்.

தோரா அதைப் பார்க்கிறாள். விசில் ஊதப்படுகிறது.

ஸ்டேஷன் மாஸ்டர் (தோராவிடம்)

: தயவு செய்து, வீட்டுக்குப் போங்க மேடம்

பின் அவர் அந்த இடத்தைவிட்டு நகர்கிறார்.

தோரா : நில்லுங்க, நானும் அந்த ரயில்ல போக விரும்புறேன்.

ரயில் நகரத் தொடங்குகிறது.

அறையை விட்டு வெளியே போகும் நிலையில் இருந்த அவர், வாசலருகே நின்று தோராவை நெடுநேரம் தீர்க்கமாகப் பார்க்கிறார்.

ரயில் சற்று வேகமெடுக்கிறது.

தோரா (சற்று குரலை உயர்த்தி உறுதியுடன்)

: ரயிலை நிறுத்தி என்னையும் போக விடுங்க.

மெலிதான திகைப்புடன் அவளைப் பார்த்த அதிகாரி வெளியில் வந்து

: நிறுத்துங்க

விசில் ஊதப்பட்டு ரயில் நிறுத்தப்படுகிறது. திகைப்புடனும், ஆச்சர்யத்துடனும், அவளைப் பார்த்தபடியிருக்கும் அதிகாரி, நீங்கள் போகலாம் என்பது போல சைகை செய்கிறார். தோரா அறையை விட்டு வெளியேறி வாசலில் வந்து நிற்கிறாள்.

ரயில் உள்ளேயிருந்து ஜோஸ்வா

: அம்மா, அங்க நிற்கிறாங்க

கிய்தோவும், மாமாவும், தோரா மற்றொரு பெட்டியின் அருகில் நிற்பதைப் பார்க்கின்றனர். தோரா கதவு திறக்கப்படுவதற்காக காத்திருக்கிறாள்.

கிய்தோ (கலக்கத்துடன் கவலை தோய்ந்த குரலில்)

: தோரா!

ஜோஸ்வா (சந்தோஷமாக)

: அம்மா ஏறுவதற்காக, அவங்க ரயில நிப்பாட்டி இருக்காங்க.

கடைசிப் பயணி ஏறுவதற்காக ரயில் நின்று கொண்டிருக்கிறது. கதவு திறக்கப்பட்டதும், தோரா ரயிலில் போய் ஏறிக் கொள்கிறாள். வீரர்கள் கதவை மூடுகின்றனர். விசில் ஊதப்படுகிறது. ரயில் பெரும் ஓசையை எழுப்பியபடி அவ்விடத்தைவிட்டுப் புறப்படுகிறது.

தமிழில் : யுகன் சரவணன்

காட்சி – 41

சித்திரவதை முகாம் வெளி / இரவு.

சித்திரவதை முகாமிற்குள் ரயில் நுழைகிறது. பெரும் புகையை வெளியிட்டபடி வரும் ரயில் சிறிது தூரம் வந்த பிறகு ஓரிடத்தில் நிற்கிறது. பிரேக் அடித்து நிற்கிற ஓசை, அந்த இரவில் பெரும் சப்தத்தை எழுப்புகிறது. கண்பார்வை எட்டும் மட்டும் அந்தப் பகுதியில் யாரும் இல்லை. கதவுகள் திறக்கப்படாமல் நிற்கின்ற ரயிலை கேமரா சிறிது நேரம் பார்த்தபடியே இருக்கிறது.

காட்சி – 42

சித்திரவதை முகாம் முன்னே உள்ள
காலியான இடம் / பகல்.

ஜெர்மன் அதிகாரி ஒருவர் மாடத்தில் நின்று தேநீர் அருந்தியபடி கீழே பார்த்துக்கொண்டிருக்கிறார். ஆண், பெண் ஜெர்மன் ஊழியர்கள், கைதிகளை சீக்கிரம் இறங்குங்க என்று உரத்த குரலில் உத்தரவிட்டுக்கொண்டிருப்பது இவர் மேல் பதிவு செய்யப்பட்டுள்ளது. ஜெர்மன் வீரர்கள் சுற்றி நின்றுகொண்டிருக்க ரயிலிலிருந்து யூத மக்கள் இறங்குகின்றனர். ரயிலின் ஒரு புறம் ஆண்களும், மறுபுறம் பெண்களும் இறங்குகின்றனர்.

கிய்தோ தூங்கிக்கொண்டிருக்கும் ஜோஸ்வாவை தோளில் அணைத்தபடி இறங்குகிறார். உடன் எலிசியோ மாமாவும் இறங்குகிறார். கிய்தோ கீழே இறங்கியதும் தூங்கிக் கொண்டிருக்கும் ஜோஸ்வாவை மாமாவிடம் கொடுத்துவிட்டு அவ்விடத்தை விட்டு ஓடுகிறார். ஒரு கம்பார்ட்மெண்டில் எட்டிப் பார்க்கிறார். பின் கூட்ட நெரிசல்களிடையே ஓடத்துவங்குகிறார். பிறகு இரண்டு பெட்டிகளுக்கு இடையேயுள்ள பகுதியில் ஏறி எதிர் திசையில் சுற்றும் முற்றும் பார்க்கிறார்.

கிய்தோ (புன்னகையுடன்) : தோரா

பெண்கள் கூட்டத்துடன் கலந்து சற்றுத் தொலைவில் போய்க் கொண்டிருக்கும் தோரா திரும்பிப் பார்க்கிறாள்.

கிய்தோ (மறுபடியும் பெருங்குரலெடுத்து)
: தோரா தோரா எனக் கத்துகிறார்.

தோரா கவலையுடன் அவரைத் திரும்பிப் பார்க்கிறாள். கிய்தோ அவளைப் பார்த்து சிரிக்கிறார். அங்கிருந்த பெண் ஊழியர், கிய்தோவைப் பார்த்துவிட்டு, 'அந்தப் பக்கம் போ' எனக் கத்துகிறாள். அருகிலிருந்த வீரன், துப்பாக்கியை குறுக்காக வைத்து அடிப்பது போல வந்து கிய்தோவை அங்கிருந்து போகச் செய்கிறான். கவலை தோய்ந்த முகத்துடன் சிறிது நேரம் இதைப் பார்த்துக்கொண்டிருந்த தோரா, பின் திரும்பிக் கூட்டத்துடன் கலந்து நடக்கத் துவங்குகிறாள்.

காட்சி – 43

முகாம். கிய்தோவின் அறை / வெளி / உள் / பகல்

ஆண்கள், கைதிகள் தங்கும் அறைக்குப் போக வரிசையில் நின்றிருக்கின்றனர். வரிசை மிக மெதுவாக நகர்ந்து கொண்டிருக்கிறது. ஏறக்குறைய அனைவருமே கையில் சூட்கேஸ் அல்ல துணியால் ஆன பை வைத்திருக்கிறார்கள். ஜெர்மன் வீரர்கள் அவ்வப்போது வரிசையை ஒழுங்குபடுத்துகின்றனர். தன் மாமாவையும் ஜோஸ்வாவையும் பிடிப்பதற்காக கிய்தோ கூட்டத்தின் பின்னே மறைந்தபடி வேகமாக ஓடி வந்தவர், பின் மாமாவுடன் வரிசையில் சேர்ந்து கொள்கிறார்.

எலிசியோ (கிய்தோவிடம்)
: இவன் களைப்பா இருக்கான்.

எலிசியோ மாமாவின் கையைப் பிடித்தபடி நடந்து வரும் ஜோஸ் வாவை இப்போது கிய்தோ பிடித்துக் கொள்கிறார். வரிசை மிக மெதுவாக நகர்ந்து கொண்டிருக்கிறது.

கிய்தோ (ஜோஸ்வாவிடம் உற்சாகத்துடன்)
: ஹே... ஜோஸ்வா, இந்த இடத்தைப் பார்த்தாயா? உனக்குப் பிடிச்சிருக்கா?

ஜோஸ்வா : அப்பா, எனக்கு ரயில் பிடிக்கவே இல்லை.

கிய்தோ : எனக்கும் தான். அப்ப நாம பஸ்ச வரச் சொல்லலாம்.

வீரர்களைப் பார்த்துக் கூறுவது போல் கிய்தோ (உரத்த குரலில்)
: சீட்டுகள் நிறைய இருக்கிற பஸ்சு ஒண்ணை வரச் சொல்லுங்க

கிய்தோ (ஜோஸ்வாவிடம்)
: நான் அவங்ககிட்டச் சொல்லிட்டேன்

ஜோஸ்வா : இது நல்லா இருக்கு

கிய்தோ : ஜோஸ்வா, இதெல்லாம் எவ்வளவு நல்லா ஏற்பாடு செய்யப்பட்டு இருக்குன்னு பார்த் தாயா... உள்ளே போகுறதுக்கு எல்லாரும்

வரிசையிலே நின்னுதான் ஆகணும். வெளியில காத்துக்கிடக்கிற நிறைய பேர் எப்படியாவது திருட்டுத்தனமா உள்ள நுழைஞ்சிறலாம்னு பார்ப்பாங்க. ஆனா, காவலர்கள் ஒவ்வொருத்தரையும் சோதித்துப் பார்த்துவிட்டுதான் உள்ளே அனுப்பு வாங்க

ஜோஸ்வா : எல்லாருமே உள்ள வர விரும்புறாங்கன்னா, இது என்ன மாதிரியான விளையாட்டுப்பா

எலிசியோ மாமா, கிய்தோ என்ன சொல்கிறாரென்று இவர்கள் பக்கம் பார்த்தபடியே நடக்கிறார்.

கிய்தோ : ஆமாம், இது ஒரு விளையாட்டுதான். நாம எல்லாரும் விளையாட்டு வீரர்கள். இது எல்லாமே முன்னமே ஏற்பாடு செய்யப் பட்டது. இந்த ஆட்டத்தோட விதி என் னான்னா ஆண்கள் இந்தப் பக்கம், பெண் கள் அந்தப் பக்கம். அப்புறம், இங்க இருக் கிற ராணுவ வீரர்கள் நாம் செய்ய வேண் டிய வேலைக்கான அட்டவணையத் தரு வாங்க. ஆனா, அது ஒண்ணும் எளிதான தாக இருக்காது. மிகக் கடினமானதாக இருக்கும். ஒரு வேளை, யாராவது தப்புப் பண்ணிட்டா உடனே, உடனே.. அவங் களை வீட்டுக்கு அனுப்பிடுவாங்க. அத னால நீ ரொம்பக் கவனமாக நடந்துக் கணும். ஆனால், புத்திசாலித்தனமா இருந் தால் முதல் பரிசைச் ஜெயிச்சிரலாம்.

ஜோஸ்வா : என்ன பரிசு

கிய்தோ : அதான் சொன்னேனே, முதல் பரிசு.

தடுமாறும் கிய்தோவை காப்பாற்றும் விதமாக

மாமா : புத்தம் புதிய பீரங்கி வண்டி ஜோஸ்வா

ஜோஸ்வா : ஏற்கனவே நான் ஒண்ணு வச்சிருக்கேனே

கிய்தோ : இல்லை. இல்லை இது பொம்மை பீரங்கி வண்டியில்ல... உண்மையான புத்தம் புதிய பீரங்கி வண்டி

ஜோஸ்வா (வியப்புடன்)

: உண்மையானதா!

கிய்தோ : ஆமாம், அதனாலதான் நான் முன்கூட்டியே உங்கிட்டச் சொல்லல

வரிசை போய்க் கொண்டிருக்கிறது. ஒரு ராணுவ வீரன், எலிசியோவை இன்னொரு வரிசையில் போகச் சொல்கிறான். எலிசியோ மற்றொரு வரிசைக்கு மாறுகிறார்.

அதைப் பார்த்த ஜோஸ்வா

: எலிசியோ மாமா எங்க போறாரு

கிய்தோ : அவர் இன்னொரு அணி. இது எல்லாமே திட்டமிடப்பட்டது. வரோம் எலிசியோ மாமா

ஜோஸ்வா : வரேன்

மாமா, மெலிதாக கை அசைத்து வருகிறேன் என்றபடி அவர் வரிசையில் போகிறார்.

ஜோஸ்வா (தனக்குத்தானே)

: ஓ! உண்மையான பீரங்கி வண்டி.

கிய்தோவும் ஜோஸ்வாவும் தாங்கள் தங்கும் அறைக்குள் நுழைகின்றனர். அறையைப் பார்த்ததும் திகைத்து நிற்கின்றனர். அறை அழுக்கடைந்து குப்பை கூளமாகவும் துர்நாற்றம் நிறைந்தும் காணப்படுகிறது. மரத்தாலான படுக்கைகள், அலமாரி போல மூன்று அடுக்குகளாக இருக்கிறது. படுக்கைகளுக்கிடையே சிறு இடைவெளியே இருக்கிறது. அந்த நடுத்தரமான அறையில் ஏற்கனவே ஐம்பது பேருக்கு மேல் இருக்கின்றனர். பெரும் திகைப்புடன் இதைப் பார்த்த கிய்தோ, பின் ஜோஸ்வாவைப் பார்க்கிறார். ஜோஸ்வாவும் அதிர்ச்சியுடன் அசையாது நிற்கிறான்.

கிய்தோ, டக்கென சமாளித்துக்கொண்டு சிரித்தபடியே ஜோஸ்வாவைப் பார்த்து

: நான் சொல்லல, இந்த இடம் எவ்வளவு அற்புதமா இருக்கு பாரு.. ஜோஸ்வா சீக்கிரம் வா, இல்லாட்டி நம்ம இடத்தை யாராவது பிடிச்சுக்கிறுவாங்க.

பின் அங்கிருக்கும் நபர்களை நோக்கி (உரத்தக் குரலில்)

: நாங்க முன்பதிவு செஞ்சிருக்கோம், ரெண்டு டிக்கெட்.

ஜோஸ்வாவை அழைத்துக்கொண்டு நடக்கத் துவங்குகிறார். மற்ற இருக்கைகளின் ஏற்கனவே ஆள்கள் இருப்பதால், கீழ் வரிசையில் ஒரு மூலையிலுள்ள ஒரு படுக்கை அவர்களுக்குக் கிடைக்கிறது.

ஜோஸ்வாவை படுக்கையில் அமர வைத்துவிட்டு, அவனருகே கிய்தோ அமர்கிறார். ஜோஸ்வா சோகமாக இருக்கிறான். அதைப் பார்த்த கிய்தோ

	: இது தான் நம்மோட படுக்கை.. உண்மையிலே, நாம நெருக்கமாகப் படுத்துக்கிறலாம்.
ஜோஸ்வா	: இந்த அறை ரொம்ப அசிங்கமா இருக்கு, நாத்தம் வேற அடிக்குது. நான் அம்மா கிட்ட போகப் போறேன்.
கிய்தோ	: நாம கண்டிப்பா போவோம்
ஜோஸ்வா	: எனக்குப் பசிக்குது.
கிய்தோ	: நாம சீக்கிரமே சாப்பிடத்தான் போறோம்.

இவர்களின் உரையாடலை மேல்படுக்கையில் அமர்ந்திருக்கும் முகாமின் நீண்ட கால கைதி பார்த்தோலோமே கேட்டுக் கொண்டிருக்கிறார்.

ஜோஸ்வா	: அப்புறம், இங்க நிறையப்பேர் மோசமான ஆட்களா இருக்காங்க. எப்பப் பார்த்தாலும் கத்துறாங்க
கிய்தோ	: அவங்க அப்படித்தான் இருப்பாங்க, ஏன்னா பரிசு மிகப் பெரியது. எல்லாருமே பீரங்கி வண்டி ஜெயிக்கணும்னு ஆசைப்படுறதுனால அவங்க அப்படித்தான் கடுமையா நடந்துக்குவாங்க.
ஜோஸ்வா	: சரி, நான் எப்ப அம்மாவைப் பார்க்குறது.
கிய்தோ	: விளையாட்டு முடிஞ்சவுடனே பார்க்கலாம்.
ஜோஸ்வா	: விளையாட்டு எப்ப முடியும்.
கிய்தோ	: எப்ப முடியும்னா நீ நிறைய பாயிண்டுகள் எடுக்கும் போது. யாரு முதல்ல ஆயிரம் பாயிண்டுகள் எடுக்குறாங்களோ அவங்களுக்குத்தான் பீரங்கி வண்டி.
ஜோஸ்வா	: பீரங்கி வண்டியா, என்னால நம்ப முடியல.

(பின் கண்ணைக் கசக்கியபடி)

: எனக்குச் சாப்பிட எதாவது ஸ்நாக்ஸ் வேணும்.

கிய்தோ (சற்றுத் திகைப்புடன்)

: ஸ்நாக்ஸா... சரி நாம இவங்ககிட்ட கேக்க லாம். இங்க நாம எல்லாருமே நண்பர்கள்.

தங்கள் உரையாடலைக் கேட்டுக் கொண்டிருக்கும் பார்த்தோ லோமேவைப் பார்த்து

கிய்தோ : உங்க பேர் என்ன

பார்த்தோலோமே : பார்த்தோலோமே

கிய்தோ : பார்த்தோலோமே, உங்ககிட்ட நான் ஒரு கேள்வி கேட்கலாமா? ஒரு ஆள் ரொட்டி யும் ஜாமும் கொண்டு வந்தாரா?

பார்த்தோலோமே ஆமெனத் தலையசைக்கிறார்.

கிய்தோ : எனக்குத் தெரியும். நாம தான் ஒரு நொடி யில் அவரத் தவற விட்டுட்டோம்

அவரை மீண்டும் பார்த்து

: அவர் மறுபடியும் இன்னொரு ரவுண்டு வருவாரு இல்லையா,

ஜோஸ்வா மேலேயிருக்கும் பார்த்தோலோமேவை எட்டிப் பார்க்கிறான். அப்போது கதவு திறக்கப்படும் சப்தம் கேட்கிறது.

கிய்தோ : அவர் தான் திரும்பி வந்துட்டாரு

என்றபடி எழுந்து நிற்கிறார்.

ஜெர்மன் அதிகாரி ஒருவரும் அவரின் பின்னால் துப்பாக்கி ஏந்திய படி இரு வீரர்களும் உள்ளே நுழைகின்றனர்.

ஜெர்மன் ராணுவ அதிகாரி (ஜெர்மனில்)

: இங்க, ஜெர்மன் பேசத் தெரிந்த இத்தாலி யன் யாராவது இருக்கீங்களா..

அனைவரும் அமைதியாக நின்றிருக்கின்றனர்.

கிய்தோ (பார்த்தோலோமேவிடம், முணுமுணுக்கும் குரலில்)

: அவர் என்ன சொன்னாரு

பார்த்தோலோமே (தணிந்த குரலில்)

: ஜெர்மன் பேசத் தெரிந்த யாராவது வேணு மாம். அவர் முகாமின் விதிமுறைகளை விளக்கிச் சொல்லப் போறாராம்.

கிய்தோ கையை உயர்த்துகிறார். ராணுவ அதிகாரி இப்படி வா என ஜாடை செய்கிறார்.

பார்த்தோலோமே (கிய்தோவிடம்)
: உங்களுக்கு ஜெர்மன் பேசத்தெரியுமா
கிய்தோ : இல்லை. தெரியாது
அதிகாரியை நோக்கிப் போய்க்கொண்டிருக்கும் கிய்தோவை வியப்புடன் பார்த்தபடி பார்த்தோலோமே தன் இருக்கையிலிருந்து கீழே குதிக்கிறார்.
கிய்தோ அதிகாரியின் அருகில் போய் நிற்கிறார்.
ராணுவ அதிகாரி உரத்தகுரலில் (ஜெர்மனில்)
: கவனமாக் கேளுங்க, நான் ஒருத்தன் மட்டும்தான் இதைப்பத்தி சொல்லப் போறேன். அதுவும் ஒரே ஒரு தடவை தான் சொல்வேன்.
பேசிய பிறகு கிய்தோவைப் பார்க்கிறார்.
கிய்தோ (இத்தாலியில்) : சரி, விளையாட்டு ஆரம்பமாயிருச்சு. யாரெல்லாம் இங்க இருக்காங்களோ அவங்க மட்டும் தான், யாரெல்லாம் இல்லையோ அவங்கெல்லாம் கிடையாது.
ராணுவ அதிகாரி (ஜெர்மனில்)
: நீங்க, இங்க ஒரே ஒரு காரணத்திற்காகத் தான் இருக்கீங்க, ஒரே ஒரு காரணம்
கிய்தோ (இத்தாலியில்) : நீங்க ஜெயிக்கிறதுக்கு ஆயிரம் பாயிண்டு கள் எடுத்தாகணும். அப்படிச் ஜெயிச் சிட்டா, நிஜ பீரங்கி வண்டியை உங்க வீட்டுக்கு எடுத்திட்டுப் போகலாம்.
ராணுவ அதிகாரி (ஜெர்மனில்)
: வேலை செய்யிறதுக்கு
கிய்தோ (இத்தாலியில்) : அதிர்ஷ்டக்காரன்.
ராணுவ அதிகாரியும் கிய்தோவும் என்ன பேசிக்கொள்கிறார்கள் என்பது புரியாமல் ஒருவரையொருவர் பார்த்துக் கொள்கிறார்கள். ஜோஸ்வா மட்டும் கிய்தோவைப் பார்த்துச் சிரிக்கிறான்.
ராணுவ அதிகாரி (ஜெர்மனில்)
: யாராவது, எதாவதொரு நாசவேலையில் ஈடுபட்டா, அதற்கான தண்டனை மரணம் தான். அங்கிருக்கிற காலிமைதானத்தில் குற்றவாளியை நிற்கவச்சு பின் கழுத்தில்

துப்பாக்கியால் சுட்டு தண்டனை நிறை வேற்றப்படும்.

அதிகாரி பின் கழுத்தில் சுடுவதுபோல விரலை வைத்துக் காட்டு கிறார்.

கிய்தோ : ஒவ்வொரு நாள் காலையிலும் வெளியில இருக்கிற ஒலிபெருக்கி மூலமா, ஸ்கோர் அறிவிக்கப்படும். யார் மிகக் குறைந்த புள்ளிகள் எடுக்குறாங்களோ, அவங்க பின்புறத்தில் 'முட்டாள்' என்று எழுதப் பட்ட உடையைப் போட்டாகணும்.

அதிகாரியைப் போல கிய்தோவும் பின்னங்கழுத்தில் சுடுவது போல் விரலை வைத்துக் காட்டுகிறார்.

ஜோஸ்வா பொங்கி வரும் சிரிப்பை அடக்க முடியாமல், தன் இரு கைகளாலும் வாயைப் பொத்திக்கொள்கிறான். மற்றவர்கள் அனை வரும் இங்கே என்ன நடக்கிறது என்பதைப் போல நின்றிருக்கின் றனர்.

ராணுவ அதிகாரி (ஜெர்மனில்)

: நமது மிகச் சிறந்த ஜெர்மானிய நாட்டிற் காக வேலை செய்வதற்காகவும், ஜெர் மானியப் பேரரசை உருவாக்க வேலை செய்வதற்காகவும் நீங்கள் பெருமைப்பட வேண்டும்.

கிய்தோ : நாம, கத்தி கூச்சல் போடுற மோசமான ஆட்களோடதான் விளையாடியாகணும். அவர்களைப் பார்த்துப் பயப்படுறவங்க புள்ளிகளை இழந்திடுவாங்க.

ஜோஸ்வா இதை உன்னிப்பாகக் கவனிக்கிறான்.

ராணுவ அதிகாரி, உடலையும் முகத்தையும் இன்னும் இறுக்கமாக வைத்துக் கொண்டு, உரத்த குரலில்

: மூன்று முக்கியமான விதிகள் இருக்கு. (விரல்களை ஒவ்வொன்றாக விரித்தபடி) ஒன்று, ஒருபோதும் தப்பிக்க முயற்சி செய்யக்கூடாது. இரண்டு, எந்தவிதக் கேள்வியும் கேட்காமல் உத்தரவுக்கு கீழ்ப் படியணும். மூன்று, திட்டமிட்ட கலகம் எதுவும் செய்யக்கூடாது. திட்டமிட்ட கலகத்துக்கு தூக்குதான் தண்டனை. புரிஞ் சுதா.

கிய்தோ அதிகாரி பேசுவது ஒன்றும் புரியாமல் திகைப்புடன் அவர் கைவிரல்களைப் பார்த்தபடி இருக்கிறார். அதிகாரி பேசிய பிறகு சிறிது நேரம் தயக்கத்துடன் இருந்தவர் பின்

கிய்தோ : நீங்கள் மூன்று வழிகளில் புள்ளிகளை இழக்க வாய்ப்பிருக்கிறது.

(விரல்களை ஒவ்வொன்றாக விரித்தபடி)

: ஒன்று, நீங்கள் அழுதீர்கள் என்றால்

ராணுவ அதிகாரி திரும்பி கிய்தோவையே பார்த்தபடி இருக்கிறார். கிய்தோ சிறு நடுக்கத்துடனே தொடர்கிறார்.

: இரண்டாவது, நீங்க உங்கம்மாவ பார்க் கணும்னு சொன்னீர்கள் என்றால்

அதிகாரி இன்னும் கிய்தோவை பார்த்தபடி இருக்கிறார்.

: மூன்றாவது, பசிக்குது, எனக்கு ஸ்நாக்ஸ் வேணும்னு கேட்டா. இதை எல்லாத் தையும் மறந்திடணும்.

ஜோஸ்வா முகத்தில் பெரும் அதிர்ச்சி.

ராணுவ அதிகாரி (ஜெர்மனில்)

: நீங்க, இங்க சந்தோஷமா வேலை செய்ய ணும். விதிகளை கடைப்பிடிச்சீங்கன்னா, மோசமான எதுவும் உங்களுக்கு நடக்காது.

கிய்தோ (இத்தாலியில்): பசியில இருக்கிற நேரத்துல, நீங்க எளிதா புள்ளிகளை இழந்திடுவீங்க. நேத்து நான் 4 புள்ளிகளை இழந்துட்டேன். ஏன்னா, நேத்து நான் ஜாம் சான்ட்விச் சாப்பிட்டுட் டேன்.

ராணுவ அதிகாரி (ஜெர்மனில்)

: உத்தரவுக்கு கட்டுப்படுங்க

கிய்தோ (இத்தாலியில்): ஆப்ரிகாட் ஜாம்.

அதிகாரியின் அருகில் நின்றிருக்கும் வீரன் ஒருவன், அதிகாரியின் காதில் ஏதோ கிசுகிசுக்கிறான்.

ராணுவ அதிகாரி (ஜெர்மனில்)

: இன்னொரு விஷயம்

கிய்தோ : இவர் ஸ்ட்ராபெரி வேணும்னு ஆசைப் பட்டாரு

ஜோஸ்வா வியப்புடன் வாயைக் குவித்தபடி கேட்டுக் கொண்டிருக்கி றான்.

ராணுவ அதிகாரி (ஜெர்மனில்) (விசில் அடிப்பது போல வாயில் விரலை வைத்து)

: உங்களுக்கு இந்த விசில் சப்தம் கேட்ட உடனே, எல்லாரும் அறையை விட்டு வெளியேறிடணும்.

கிய்தோவும் விசில் அடிப்பது போல வாயில் விரலை வைத்துக் கொண்டு

: லாலிபாப் வேணும்னு எப்பவுமே கேட்கக் கூடாது. அதெல்லாம் உங்களுக்குக் கிடைக் காது. எல்லாத்தையும் நாங்களே தின்னுட் டோம்.

கூட்டத்தில் மெல்லிய சிரிப்பொலி கேட்கிறது.

ராணுவ அதிகாரி (ஜெர்மனில்)

: அப்புறம் ரெண்டு வரிசையா பிரிஞ்சு நிற்கணும்.

கிய்தோ : நான் நேத்து மட்டும் இருபது சாப்பிட் டேன். செம வயித்த வலி.

ஜோஸ்வா வியப்பில் ஆவென வாயைப் பிளக்கிறான்.

ராணுவ அதிகாரி (ஜெர்மனில்)

: ஒவ்வொரு நாள் காலையிலும்.

கிய்தோ : இருந்தாலும் அவை சுவையா இருந்தது.

ராணுவ அதிகாரி : வருகைப் பதிவு எடுக்கப்படும்.

கிய்தோ : எல்லாத்தையும் மறந்திடுங்க.

ராணுவ அதிகாரி : வேலை செய்கிற இடம் அங்க இருக்கு

என்றபடி அதிகாரி கிளம்புகிறார். வீரர்களும் பின் தொடர்கிறார்கள்.

கிய்தோ : மன்னிச்சிருங்க, இப்ப நான் கண்ணா மூச்சி விளையாடிக்கிட்டு இருக்கேன். அவங்க என்னைக் கண்டுபிடிக்கிறதுக்கு முன்னால நான் இங்கேயிருந்து போயா கணும்.

கிய்தோ அவர்கள் வெளியேறுவதைப் பார்க்கிறார். கூட்டத்தினர் அனைவரும் ஒன்றும் புரியாமல் ஒருவரையொருவர் பார்த்துக்

கொள்கின்றனர். கிய்தோ தன் இடத்தை நோக்கி வருகிறார். புதிய சிறைக் கைதிகள் அவரைச் சூழ்ந்து கொள்கின்றனர்.

இளைஞன் ஒருவன் : அவர் என்ன சொன்னாரு.

கிய்தோ (தீவிரமான குரலில்)

: என்கிட்ட எதுவும் கேட்காதீங்க. எனக்கு ஜெர்மன் தெரியாது. பார்த்தோலோமே கிட்டக் கேளுங்க, அவருக்குத்தான் எல்லாம் தெரியும்.

ஜோஸ்வாவை நோக்கிப் போகிறார். பின் பார்த்தோலோமோவின் பக்கம் திரும்பி

: பார்த்தோலோமே, அவரு என்ன சொன்னாருங்கிறத, அப்புறம் என்கிட்ட சொல்ல மறந்திராதீங்க.

ஜோஸ்வாவின் முகம் இப்போது பூரிப்புடன் இருக்கிறது.

ஜோஸ்வா (கிய்தோவை ஆச்சர்யத்துடன் பார்த்தபடி)

: ஆயிரம் பாயிண்டுகள்.

கிய்தோ (சிரிப்புடன்) : நான்தான் சொன்னேன்ல பீரங்கி வண்டிக்காக ஆயிரம் பாயிண்டுகள். இது நமக்கு ரொம்ப வேடிக்கையாக இருக்கப்போகுது.

காட்சி – 44

முகாம். இரும்புச் சூளை. / உள் / பகல்

கடும் வெப்பமும் இரைச்சலும் நிறைந்த இரும்புச் சூளை. சிறைக் கைதிகள் கோடு போட்ட சீருடைகளை அணிந்திருக்கின்றனர். ஆயுதமேந்திய வீரர்கள் மேற்பார்வை செய்து கொண்டிருக்கிறார்கள். உருக்கப்பட்ட வார்ப்புகள், தீப்பொறி, பெரும் இயந்திரம், கடுமையான வெப்பம், தூசி, புகை என அந்த இடமே நரகம் போலக் காட்சியளிக் கிறது.

கிய்தோ பெரும் எடையுள்ள இரும்பு வார்ப்புகளை தூக்கிக்கொண்டு மிக மெதுவாக நடந்து கொண்டிருக்கிறார். அவர் பின்னால் அதே போன்ற இரும்பு வார்ப்புகளைத் தூக்கியபடி பிற கைதிகள் வருகின்றனர். கிய்தோ அடி மேல் அடியெடுத்து வைத்து நடந்து கொண்டிருக்கிறார்.

தனக்குப் பின்னால் வந்து கொண்டிருக்கும் விட்டோரினோவிடம்

கிய்தோ : இவனுங்க எல்லாம் பைத்தியக்காரனுங்க. இது நூறு கிலோ எடையிருக்கும் போலி ருக்கு அத்தோட, இங்க கண்டிப்பா 3000 டிகிரி வெப்பம் இருக்கும்.

தள்ளாடியபடியே நடந்து வந்தபடி

: விட்டோரினோ, இனிமேலும் இதை என்னால தூக்க முடியும்னு நம்பிக்கை யில்லை.

பாரம் தாங்க முடியாமல், அவர் கை மேலும், மேலும் கீழே தாழ்கிறது.

விட்டோரினோ : இந்த ஒரு தடைவ தூக்கிறதுக்குள்ளயா.

கிய்தோ : ஏன், இன்னும் எடுத்துக்கிட்டுப் போறதுக்கு நிறைய இருக்கா

விட்டோரினோ : நாம நள்ளிரவு வரைக்கும் இங்கதான் இருந்தாகணும்.

கிய்தோ (அதிர்ச்சியுடன்)

: நள்ளிரவு வரைக்குமா...

அப்போது அவ்வழியே பார்த்தோலோமே, தோளில் அடிபட்டு ரத்தம் வழியப் போகிறார்.

கிய்தோ (மூச்சு வாங்கியபடி)
: பார்த்தோலோமே, என்ன ஆச்சு. உன்னை எங்க கூப்பிட்டுப் போறாங்க.

பார்த்தோலோமே : என் கையில அடிபட்டிருச்சு. ஆஸ்பத்தி ரிக்குப் போய்க்கிட்டு இருக்கேன்.

பின்னால் வந்த வீரன் 'வேகமாகப் போ' என்று பார்த்தோலோமேவின், முதுகில் கை வைத்துத் தள்ளுகிறான்.

கிய்தோ (விட்டோரினோவிடம் மிகவும் வேதனைத் தொனிக்கும் குரலில்)
: நாம இங்கேயே செத்திடப்போறோம். என்னால இனி இதத் தூக்கவே முடியாது கீழே போட்டுடப் போறேன். என்னால செய்ய முடியாதுன்னு அவங்ககிட்ட சொல்லிடப்போறேன். அவங்களால என்னை என்ன பண்ண முடியும்.

விட்டோரினோ (மூச்சு வாங்கியபடி)
: கொன்னுடுவாங்க

கிய்தோ : என்ன

விட்டோரினோ : அவங்க உன்னையக் கொன்னுடுவாங்க

இதைக் கேட்டதும் கிய்தோ, மூச்சை அடக்கி தம் கட்டி இரும்பு வார்ப்பைத் தூக்கிக்கொண்டு நடக்கத் துவங்குகிறார்
: இத எங்க கொண்டு போறது.

விட்டோரினோ : கீழே கொண்டு போகணும்.

கிய்தோ (வேதனையுடன்)
: கடவுளே, நான் அதுவரைக்கும் போய்ச் சேர மாட்டேன்

கடும் வேதனையுடன் மூச்சு வாங்கியபடி நடக்கிறார். அவரின் முன்னால் நாலைந்து பேர் இரும்பு வார்ப்புகளைச் சுமந்து செல்கி றார்கள். வீரன் ஒருவன் அவர்கள் போகும் வழியில் துப்பாக்கி ஏந்திய படி நின்றிருக்கிறான். சூளையில் பெரும் நெருப்பு எரிந்து கொண்டி ருக்கிறது.

கிய்தோ : இங்க 10,000 டிகிரி வெப்பம் போலிருக்கே.

அனைவரும் பாரம் தாங்காது தள்ளாடியபடியே நடந்து போகின் றனர்.

காட்சி – 45

கிய்தோவின் அறை. உள் / பகல்

பெரும் களைப்புடன் கைதிகள் அனைவரும் அறைக்குள் நுழைகின்றனர். கூட்டத்தினிடையே தன் தந்தை வருகிறாரா என ஜோஸ்வா அமர்ந்த இடத்திலிருந்தே எட்டிப் பார்க்கிறான். தளர்ச்சியான நடையுடன் இன்னும் சிலரும் அறைக்குள் நுழைகின்றனர். வந்தவர்கள் அனைவரும் அவரவர் இருக்கைகளில் ஏறிப்படுத்து சிறிது நேரத்திலேயே தூங்கி விடுகின்றனர்.

அப்போது தூரத்தில் யாரோ வரும் காலடியோசை கேட்கிறது. ஜோஸ்வா வாசலையே பார்க்கிறான். கிய்தோ நடக்கக் கூட முடியாமல் தட்டுத்தடுமாறி கதவைப் பிடித்தபடி அறைக்குள் நுழைகிறார். பின்னால் வந்த ராணுவ வீரன் கதவை மூடிச் செல்கிறான்.

கிய்தோவைப் பார்த்ததும் ஜோஸ்வா மகிழ்ச்சியுடன் அப்பா என்று அழைத்தவாறு அவரை நோக்கி ஓடுகிறான். தன்னை நோக்கி ஓடி வரும் ஜோஸ்வாவை கிய்தோ மகிழ்ச்சியுடன் தூக்கிக் கொள்கிறார். அவன் உடல் எடை கூட தாங்க முடியாது நிலை தடுமாறுகிறார். பின் சமாளித்துக்கொண்டு, அருகிலிருக்கும் படுக்கைகளைப் பார்த்தபடி தன் இடத்திற்குப் போகிறார். ஜோஸ்வாவை கீழே இறக்கி விட்டுவிட்டு, தான் அணிந்திருக்கும் சீருடைகளை அவனுக்குக் காண்பித்து

: இதப்பாரு, இது நல்லா இருக்குல்ல

என்றபடி இருக்கையில் அமர்கிறார். ஜோஸ்வா அவர் எதிரில் நின்றிருக்கிறான்.

கிய்தோ கடுமையான உடல் வலியுடன் இருந்தாலும் அதை மறைத்துக் கொண்டு

: ஜோஸ்வா கவலைப்படாத, நாம ஒப்பந்தத்தில் கையெழுத்துப் போட்டாச்சு. நான் கையெழுத்துப் போட அலுவலகத்திற்கு போனப்ப, அங்கிருந்த நடுவர், நீங்க கட்ட

வேண்டிய கட்டணத்தை இன்னும் கட்டாத துனால நீங்களும் உங்க பையனும் பட்டியல்ல இல்லைன்னு சொல்லிட்டாரு. அப்புறம் நான் ரொம்ப கெஞ்சிக் கேட்டுக் கிட்டேன்.

ஜோஸ்வா, கிய்தோ பேசுவதை ஆர்வத்துடன் கேட்டுக் கொண்டிருக்கிறான்.

: அதுக்கப்புறமும் அவர் நீங்க வீட்டுக்குப் போங்கன்னாரு. நான் சொன்னேன் நீங்க வீட்டுக்குப் போங்கன்னு. நானும் ஜோஸ்வாவும் ஏற்கனவே கையெழுத்துப் போட்டாச்சு, முதல்ல நம்பரைக் கொடுங்கன்னு சொன்னதும் அவரு இந்த நம்பரைக் கொடுத்தாரு

கிய்தோ சீருடையில் இருக்கும் நம்பரை ஜோஸ்வாவிடம் காட்டுகிறார்.

கிய்தோ : அதை இன்னும் உறுதிப்படுத்துறதுக்காக, இங்ககூட அவங்க நம்பரை எழுதச் சொல்லிட்டேன்

மணிக்கட்டில் பச்சை குத்தப்பட்டிருக்கும் கைதி எண்ணைக் காண்பிக்கிறார். ஜோஸ்வா அதைப் பார்க்கிறான்.

கிய்தோ (மேல் படுக்கையை வியப்புடன் பார்த்தபடி)

: என்ன ஒரு அற்புதமான இடம், இவ்வளவு சந்தோஷமா நான் எங்கேயும் இருந்ததில்லை.

இன்னும் மூச்சு வாங்கியபடி

: ஆமா, மற்ற பசங்களோட சேர்ந்து இன்னைக்கு விளையாடுனயா

ஜோஸ்வா : ஆமாம், விளையாடினேன். ஆனா, அவங்களுக்கு ஆட்டத்தோட விதிகள் பத்தி எதுவுமே தெரியல. அவங்க, முதல் பரிசு பீரங்கி வண்டிங்கிறதெல்லாம் உண்மையில்லைன்னு சொன்னாங்க. பாயிண்ட்ஸ் பத்தியும் அவங்களுக்குத் தெரியலை.

கிய்தோ (சிரித்தபடி): அவங்க அப்படித்தான் சொல்வாங்க. ஏன்னா, உன்னைத் தோற்கடிக்க நினைக்கி றாங்க. எல்லாருக்குமே பீரங்கி வண்டியை ஜெயிக்கணும்னு ஆசையிருக்கு. நீ அவங்க சொன்னத நம்பிடாத.

ஜோஸ்வா : இன்னிக்கு நாம எத்தனை பாயிண்ட்ஸ் எடுத்திருக்கோம்

கிய்தோ : ஐம்பது பாயிண்ட்ஸ். இல்ல 48 தான். நான் நொண்டி விளையாடும்போது தடுக்கி விழுந்துட்டேன். அதனால ரெண்டு பாயிண்ட் கழிச்சுட்டாங்க, ஆனா, எனக்கு இன்னைக்கு அற்புதமான நேரம் வாய்ச்சி ருந்தது. நான் பயங்கரமா சிரிச்சுக்கிட்டு இருந்தேன். நொண்டி, கயிறு இழுக்கும் போட்டி, ரிங் அரவுண்டு ரோசின்னு நிறைய விளையாட்டு. மறுபடியும் இப்பவே விளையாடணும் போலிருக்கு. நாளைக்கு வரைக்கும் என்னால காத்திருக்க முடி யாது.

ஜோஸ்வா புன்னகையுடன் அவரைப் பார்க்கிறான்.

கிய்தோ : இன்னும் எக்கச்சக்கமான விளையாட்டு இருக்கு, என்னால தான் எல்லாப் பெயர் களையும் நினைவில் வச்சிக்கிற முடியல நீங்களெல்லாம் விளையாட்டுப் பைத்தியம், இத்தோட போதும் நிறுத்துங்க, எனக்கு களைப்பா இருக்குன்னு அவங்ககிட்ட சொல்லிட்டு வந்துட்டேன். ஆமாம், நீ எதாவது சாப்பிட்டியா.

ஜோஸ்வா : சாப்பிட்டேன். ஆனால் ஸ்நாக்ஸ் எதுவும் கேட்கல.

கிய்தோ : நல்லபையன்... அப்படியின்னா நீ பன்னி ரெண்டு பாயிண்ட்ஸ் எடுத்திருக்கேன்னு அர்த்தம். நான் 48, நீ 12. அற்புதம். நாம அறுபது பாயிண்ட்ஸ் எடுத்துட்டோம். அறுபது பாயிண்ட்ஸ் எடுத்ததுக்காக நமக்கு ஒரு பரிசு கிடைச்சிருச்சு

பேண்ட் பாக்கெட்டிலிருந்து ஒரு பொட்டலத்தை எடுக்கிறார்.
: ஜாம் இல்லாத ரொட்டித்துண்டு.

ஜோஸ்வா ரொட்டியை வாங்கி ஆவலுடன் சாப்பிட்டபடியே.
: அறுபது பாயிண்ட்ங்கிறது அதிகமா.

கிய்தோ : ரொம்ப அதிகம். முன்னணியில இருக்க இதுவே போதுமானது.

அப்போது கதவு திறக்கப்படும் சப்தம் கேட்கிறது. கையில் கட்டுப் போடப்பட்டு வலியுடன் பார்த்தோலோமே அறைக்குள் நுழைகிறார்.

கிய்தோ : அங்க பாரு யார் வர்றாங்கன்னு, பார்த்தோலோமே என்ன நடந்துச்சு.

பார்த்தோலோமே தன் படுக்கையை நோக்கி மெதுவாக நகர்ந்தபடி
: ரொம்ப மோசமில்லை, இருபது கிடைச்சுது

வலியுடன் தன் படுக்கையின் மீதேறிப் படுக்கிறார்.

ஜோஸ்வா (கிய்தோவின் காதில் கிசுகிசுக்கும் குரலில்)
: நாம அவரை விட அதிக பாயிண்ட்ஸ் எடுத்திருக்கோம்

கிய்தோ : உஷ்! அவர்கிட்ட சொல்லிடாத, நாம எல்லாரையும் தோற்கடிச்சாகணும்.

காட்சி – 46

முகாம். தோராவின் அறை, / உள் / வெளி / பகல்

பெண்கள் தங்கள் அறையிலிருந்து வேலைக்குச் செல்ல ஒவ்வொரு வராக வெளியேறுகின்றனர். ஒரு பெண் ஊழியர் அவர்களைக் கண் காணித்தபடி வாசலருகே நிற்கிறாள்.

ஒரு வயதான பெண்மணி கூட்டத்தோடு கலந்துவர அவளை நிறுத்திய, பெண் ஊழியர் கோபத்துடன் (உரத்தக்குரலில்)

: நான் ஏற்கனவே சொல்லியிருக்கேன்ல, குழந்தைகளும் வயதானவர்களும் வேலை செய்ய வேண்டியதில்லைன்னு உள்ளே போ

அந்தப் பெண்மணியை திருப்பி உள்ளே அனுப்புகிறாள்.

மற்ற பெண்கள் அறையைக் கடந்து படிக்கட்டுகளின் வழியாக இறங்கிக் கொண்டிருக்கின்றனர். அவர்கள் போய்க்கொண்டிருக்கும் வழியில் இரண்டாவது பெண் ஊழியர் நின்று கொண்டிருக்கிறாள். அவளருகில் துப்பாக்கி ஏந்திய வீரன் ஒருவன் இருக்கிறான்.

பெண் ஊழியர் (பெண்களைப் பார்த்து)

: சீக்கிரம் வேகமாகப் போங்க

தோராவின் அருகில் நடந்துவரும் சக கைதி (முதல் மாடியிலிருக்கும் பெண் ஊழியரைச் சுட்டிக்காட்டி)

: அவ புதுசுதான். ஆனா, சீக்கிரமாவே எல்லாத்தையும் கத்துக்கிட்டா. முதல்ல வரும்போது நல்லாத்தான் இருந்தா, ஆனா, இப்ப இங்க இருக்கிறதிலே ரொம்ப மோசமானவளாயிட்டா

தோரா : குறைந்தபட்சம் வயதானவங்களையும் குழந்தைகளையுமாவது வேலைக்குப் போக வேண்டாம்னு சொல்றாள்ல...

அவளை இடைமறித்த சக கைதி	: அவங்க வயதானவர்களையும், குழந்தை களையும் வேலைக்கு அனுப்ப மாட்டாங்க. ஆனா, அவங்கள கொன்னுடுவாங்க.
தோரா திகைக்கிறாள்.	
சக பெண் கைதி	: இப்படித்தான், கொஞ்ச நாளைக்கு முன்னால குழந்தைகளையும் வயதானவர்களையும் குளிக்கலாம்னு சொல்லி கூப்பிட்டுக்கிட்டுப் போனாங்க உண்மை என்னான்னா, அங்க இருக்கிற விஷவாயு அறைதான் குளியல் அறை.

ஜன்னலருகே நின்று சற்றுத் தொலைவிருக்கும் விஷவாயு அறையைக் காண்பிக்கிறார்.

தோரா ஸ்தம்பித்து நிற்கிறாள்.

தோராவை திரும்பிப் பார்த்தபடி அப்பெண் நடக்கத் துவங்குகிறாள். அந்தப் பெண் சுட்டிக்காட்டிய திசையையே தோரா கவலையுடன் பார்த்துக் கொண்டிருக்கிறாள். ஜெர்மன் பெண் ஊழியரின், 'வேகமாப் போங்க' என்ற குரல் கேட்டபடியே இருக்கிறது.

மற்ற பெண் கைதிகள் தோராவைக் கடந்து போய்க்கொண்டிருக்கின்றனர். தோரா அவ்விடத்தைவிட்டு அசையாமல், கண்கள் கலங்க ஜன்னல் வழியே விஷவாயு அறையைப் பார்த்தபடி இருக்கிறாள். மற்ற கைதிகள் அவளை இடித்தபடி கடந்து செல்கின்றனர்.

பின்னணியில் மனதை உருக்கும் சோக இசை ஒலிக்கிறது.

காட்சி – 47

முகாம். இரும்புச்சூளை. உள் / பகல்

கிய்தோ பெரும் எடையுள்ள இரும்பு வார்ப்புகளைக் கைகளில் தாங்கியபடி தட்டுத்தடுமாறி படிகளில் ஏறி வருகிறார். தன் முன்னால் போய்க் கொண்டிருக்கும் விட்டோரினோவைப் பார்த்து.

: விட்டோரினோ, என்னால இதை எப்படித் தூக்க முடியும். இந்த இரும்பு வார்ப்பை யெல்லாம் எங்க கண்டு பிடிச்சானுங்க

பாரம் தாங்காமல் முனகியபடி படியேறுகிறார்.

அப்போது ஜோஸ்வா அப்பா என்றழைத்தபடி அந்த இடத்திற்கு வருகிறான். கிய்தோ அவனைப் பார்த்ததும் பதற்றமடைந்து, அருகில் வீரர்கள் யாரேனும் இருக்கிறார்களா என சுற்றிப் பார்க்கிறார்.

: ஜோஸ்வா, நீ ஏன் இங்க வந்த, நீ இங்கெல் லாம் வரக்கூடாது. போயிரு இங்கிருந்து போயிரு.

ஜோஸ்வா கிய்தோவையே பார்த்தபடி நிற்கிறான்.

: மற்ற குழந்தைகளோட இல்லாம, இங்க ஏன் வந்த

கிய்தோ : இன்னைக்கு, எல்லாக் குழந்தைகளும் குளிக்கணுமாம், ராணுவ வீரர்கள் சொன் னாங்க ஆனா, எனக்கு குளிக்கப்பிடிக்கல

கிய்தோ அதிர்ச்சியடைகிறார். பின் சமாளித்துக்கொண்டு

கிய்தோ : போ இப்பவே போய்க் குளி.

ஜோஸ்வா : முடியாது.

கிய்தோ : போ போய்க் குளி.

ஜோஸ்வா : முடியாது, நான் போகமாட்டேன்.

கிய்தோ : போய்க் குளி.

கிய்தோ பெரும் பாரத்தைச் சுமந்து கொண்டிருப்பதைப் பார்த்து ஜோஸ்வா

: நீங்க என்ன பண்ணிக்கிட்டு இருக்கீங்க.

கிய்தோ : நாங்க... நாங்க... நாங்க பீரங்கி தயாரிச்சுக் கிட்டு இருக்கோம் ஆனா, ரொம்ப பின் தங்கித்தான் இருக்கோம். நாங்க இன்னும் அடிப்பாகம் தான் செஞ்சுக்கிட்டு இருக் கோம்.

அப்போது ஜோஸ்வா தன் சட்டையில் மூக்கைத் துடைக்கிறான்.

கிய்தோ : பாரு, நீ எவ்வளவு அழுக்கா இருக்கேன்னு. போய்க் குளி

ஜோஸ்வா தன் காலை தரையில் ஓங்கி மிதித்தபடி

: எனக்குப் பிடிக்கல, எனக்குப் பிடிக்கல.

கிய்தோ : நீ இந்த மாதிரி அடம்பிடிச்சா உங்கம்மா கிட்டச் சொல்லிடுவேன். அத்தோட நீ 10 பாயிண்ட்டையும் இழந்திடுவ

என்றவர், அவன் நின்றிருக்கும் இடத்திற்கருகே இருக்கும் ஓர் இடத்தைச் சுட்டிக் காட்டி

: அதற்குப் பின்னால போயி ஒளிஞ்சுக்கோ. என் வேலை முடிஞ்ச பிறகு, நாம இரண்டு பேரும் ஒண்ணாப் போகலாம். யாரும் உன்னைப் பார்த்திடக் கூடாது.

என்று சொல்லியபடி அவனைப் பார்த்து கண்ணடிக்கிறார்.

கிய்தோ : ஜோஸ்வா, இது நிச்சயமா வேடிக்கையான விஷயம்தான்.

சிரித்தபடியே இரும்பு வார்ப்பைத் தூக்கிக்கொண்டுப் படியேறுகிறார். ஜோஸ்வா, அந்த மறைவில் போய் ஒளிந்து கொள்கிறான்.

காட்சி – 48

முகாம். விஷவாயு அறை / உள்

அந்தப் பெரிய அறைக்குள் ஏற்கனவே நிறைய வயதானவர்கள் இருக்கின்றனர். இன்னும் நிறைய வயதானவர்கள் அறைக்குள் நுழைந்து கொண்டிருக்கின்றனர்.

ஜெர்மன் வீரன் (உரத்தகுரலில்)

: எல்லாத் துணியையும் கழட்டி அங்க தொங்க விடுங்க. குளிச்சுட்டு வந்த பிறகு எடுத்துக்கிறலாம். துணியைத் திரும்ப எடுக்குறதுக்கு உங்க நம்பரை மறக்காம நினைவில் வச்சிருங்க.

எலிசியோ மாமா, எங்கோ பார்த்தபடி தனது ஆடையை மெதுவாகக் கழட்டுகிறார். மற்றவர்களும் ஆடையைக் களைந்து கொண்டிருக் கின்றனர்.

அறையின் ஒரு மூலையிலிருந்து குழந்தைகள் அழும் சத்தம் கேட் கிறது. வீரர்கள் அவர்களைக் கண்காணித்தபடி நடைபோட்டுக் கொண்டிருக்கிறார்கள். அப்போது ஒரு பெண் ஊழியர் ஒருவர் கதவைத் திறந்து கொண்டு அந்த அறைக்குள் நுழைகிறார்.

சற்று தூரத்தில் : பெண்களும் குழந்தைகளும் ஒண்ணாக் குளியுங்க.

என்று ஒரு பெண் ஊழியர் கத்திச் சொல்லிக் கொண்டிருப்பது நடந்து வரும் அந்தப் பெண் ஊழியர் மீது பதிவு செய்யப்பட்டு இருக்கிறது. நடந்து வந்துகொண்டிருந்தவள், எலிசியோ மாமா அருகில் வந்த போது, தடுக்கி கீழே விழுகிறாள்.

எலிசியோ : மேடம், அடி ஏதும் படலேல.

தானாக எழுந்துகொண்ட பெண் ஊழியர், எலிசியோவின் முகத்தையே பாவமாகப் பார்த்தபடி போகிறாள்.

கடந்து போகிற அந்த ஊழியரைப் பார்த்தபடி எலிசியோ தன் சட்டைப் பட்டனைக் கழற்றுகிறார்.

காட்சி – 49

முகாம். கிய்தோவின் அறை. உள் / இரவு

பார்த்தோலோமே தனது மேல் படுக்கையை கிய்தோ, ஜோஸ்வாவிற்கு விட்டுக் கொடுத்துவிட்டு, அவர்களின் கீழ் படுக்கைக்கு மாறிக் கொண்டிருக்கிறார்.

கிய்தோ : நன்றி, பார்த்தோலோமே.

பின் ஜோஸ்வாவைப் பார்த்து

: இப்ப இருந்து, நாள் முழுக்க இங்கேயே நீ ஒளிஞ்சிக்கிறலாம். ஒளிஞ்சிருக்கும் போது அவங்க நம்மளைப் பார்த்துட்டா, அவ்வளவுதான் நாம தகுதி இழந்திடுவோம்.

ஜோஸ்வா : நாள் முழுக்க நான் என்ன செய்யணும்.

கிய்தோ : ஒண்ணும் செய்யவேண்டாம். இங்க ஒளிஞ்சிக்கிறணும் அவ்வளவுதான். ஆனா யாரும் உன்னைப் பார்த்திடக் கூடாது குறிப்பா, எப்பவும் கத்திக்கிட்டு இருக்கிற அந்த மோசமான ஆட்கள்

ஜோஸ்வாவைத் தூக்கி மேல் படுக்கையில் உட்கார வைக்க முயற்சி செய்கிறார், அது எட்டாமல் போக

: விட்டோரினோ, எனக்கு உதவி செய்.

மேலே படுத்திருக்கும் விட்டோரினோ ஜோஸ்வாவைத் தூக்கித் தன் அருகில் உட்கார வைக்கிறார். கிய்தோ படுக்கை விரிப்புகளை எடுத்து, ஜோஸ்வாவிடம் தூக்கிப் போடுகிறார்.

கிய்தோ : ஞாபகம் வச்சிக்க, நீ இங்கேயேதான் ஒளிஞ்சிருக்கணும். இதுதான் இருக்குறது லேயே கஷ்டமான பகுதியின்னு எனக்குத் தெரியும். ஆனா இதை நாம சரியாச் செஞ்சுட்டா பீரங்கி வண்டி நமக்குத்தான். இப்படிச் செய்யிறதுனால நமக்குத் தினமும்

120 பாயிண்ட்ஸ் கிடைக்கும்.

ஜோஸ்வா மறைந்துகொள்கிறான்.

கிய்தோ (மேல்படுக்கையைப் பார்த்தபடி)

: நீ இங்கேயே இல்லை யாரும் உன்னைப் பார்க்கலை நீ மறைஞ்சிட்ட, புரியுதா

ஜோஸ்வாவிடமிருந்து பதிலேதும் வரவில்லை

கிய்தோ (சிறு பதற்றத்துடன்)

: ஜோஸ்வா

சிறிது நேரம் கழித்து ஜோஸ்வா புன்னகையுடன் கிய்தோவை எட்டிப் பார்க்கிறான்.

கிய்தோ   : ஓ. நான் உன்னைப் பார்த்துட்டேன்

ஜோஸ்வா மறுபடியும் மறைந்து கொள்கிறான்.

கிய்தோ (திருப்தியுற்றவராய்)

: அற்புதம்.

காட்சி - 50

முகாமின் ஓர் அறை / உள் / பகல்

மலைபோல குவிந்து கிடக்கும் துணிகளைப் பெண்கள் சுற்றி அமர்ந்து கொண்டு தொப்பி, ஷூக்கள், துணிகள் எனப் பிரிக்கின்றனர்.

தோரா கவனமாக ஒவ்வொரு ஆடையாக எடுத்துப் பார்க்கிறார். ஜோஸ்வாவின் ஆடையோ, கிய்தோவின் ஆடையோ வந்துவிடுமோ என்ற பெரும் அச்சத்துடனே, ஆடைகளைப் பார்த்துக் கொண்டிருக்கி றாள். துணி குவியலுக்கிடையே ஒரு பூனைக்குட்டி சுற்றித் திரிகிறது. அது எதையோ மோப்பம் பிடித்தபடி தேடியலைகிறது.

காட்சி – 51

முகாமின் ஒரு குறுகலான சந்து. அறிவிப்பு அலுவலகம்.
வெளி / உள் / பகல்

அறிவிப்பு அறையிலிருந்து (ஜெர்மனில்)

: அலுவலர்களின் கவனத்திற்கு... இன்னும் பல நாட்களுக்கு மேற்கு வாயில் மூடப்பட இருக்கிறது. அதனால், கனமான பெரிய பொருள்களை முகாமின் வடக்கு வாயில் வழியாகக் கொண்டு வரவும்.

அறிவிப்பாளனின் குரல் ஒலிபெருக்கியின் மூலம் ஒலிக்கிறது.

ஒரு சிறு சந்தின் வழியாக வேலைக்குப் போவதற்கென, கைதிகள் வந்து கொண்டிருக்கின்றனர். கிய்தோ தள்ளுவண்டியைத் தள்ளியபடி வருகிறார். தள்ளு வண்டியில் நிறைய சரக்குகளும் மண்வெட்டிகளும் இருக்கின்றது. சரக்குகளுக்கு அடியிலிருந்து திடீரென விக்கல் சப்தம் கேட்கிறது. உடனே, கிய்தோ, அருகில் யாராவது ஜெர்மன் வீரர்கள் இருக்கிறார்களா எனப் பார்க்கிறார். மீண்டும் விக்கல் சப்தம் கேட்கிறது. அருகில் வீரர்கள் இல்லாததால் கிய்தோ நிம்மதியாக வண்டியைத் தள்ளியபடி போகிறார். கைதிகள் இப்போது அறிவிப்பு அறையை நெருங்குகின்றனர். அந்த அறையிலிருந்து செய்திகளை அறிவித்த வீரன் வெளியேறிப் போகிறான். கிய்தோ வண்டியின் வேகத்தைக் குறைக்கிறார். மற்ற கைதிகள் அந்த அறையைக் கடந்து போகின்றனர். கிய்தோ யோசித்தபடியே வருகிறார். அறையின் நடுவேயுள்ள மேஜையில் மைக்ரோபோன் இருப்பது அண்மைக் காட்சியாகக் காட்டப்படுகிறது.

கிய்தோ அதிகம் யோசிக்காமல், தள்ளுவண்டியை அலுவலகத்திற்கு முன் நிறுத்திவிட்டு, சுற்று முற்றும் பார்த்தபடியே அலுவலகத்தை நோக்கிப் போகிறார்.

வாசலருகே நின்று அறைக்குள் எட்டிப்பார்த்தபடி

: உள்ள யாராவது இருக்கீங்களா, நான் யாரையாவது தொந்தரவு பண்றேனா

அறையின் உள்ளேயிருந்து பதிலேதுமில்லை.

பின் கிய்தோ தள்ளுவண்டியைப் பார்த்து

: ஜோஸ்வா

ஜோஸ்வா விக்கல் எடுத்தபடியே சாக்குப் பைகளின் அடியிலிருந்து எழுகிறான்

கிய்தோ : ஜோஸ்வா, மின்னல் வேகத்தில் ஓடி வா

ஜோஸ்வாவும், கிய்தோவும் அலுவலகத்திற்குள் நுழைகின்றனர். கிய்தோ, மைக்ரோ போனின் ஸ்விட்சைப் போடுகிறார். மைக்கை விரலால் தட்டிப் பரிசோதிக்கிறார். அவர் மைக்கில் தட்டியது ஒலிபெருக்கியின் வழியே கேட்கிறது.

கிய்தோ *(உற்சாகம் பொங்கும் குரலுடன்)*

: வணக்கம் இளவரசியே நேத்து இரவு முழுவதும் உங்களைப் பத்திதான் கனவு கண்டுக்கிட்டு இருந்தேன்.

கிய்தோவின் பேச்சை முகாமின் ஒவ்வொரு மூலைக்கும் ஒலிபெருக்கி ஒலிபரப்புகிறது.

காட்சி – 52

தோரா வேலை செய்யுமிடம் / உள் / அதே வேளை.

அறையில் பெண்களுடன் சேர்ந்து துணியைப் பிரித்துக் கொண்டிருந்த தோரா நிமிர்ந்து பார்க்கிறாள்.

கிய்தோவின் குரல் : நாம படத்திற்குப் போனோம். அப்ப நீ, எனக்கு ரொம்பவும் பிடிச்ச பிங்க் சூட் போட்டிருந்த

பிரித்துக் கொண்டிருந்த துணியுடனே எழுந்த தோரா, மகிழ்ச்சியுடன் குரல் வரும் திசையை நோக்கி நடக்கிறாள். மற்ற பெண்களும் என்ன திடீரென்று பேச்சுக் கேட்கிறதென்று திரும்பிப் பார்க்கின்றனர்.

கிய்தோ : உன்னைப் பத்தியே நினைச்சுக்கிட்டு இருக்கேன், இளவரசியே. நான் எப்பவும் உன்னைப் பத்தியே நினைச்சுக்கிட்டு இருக்கேன். இப்ப

(கிய்தோவின் பேச்சை இடைமறித்து) ஜோஸ்வா

: அம்மா, அப்பா என்னைய தள்ளு வண்டியில வச்சு கூப்பிட்டுக்கிட்டுப் போறாரு, ஆனா அவருக்கு வண்டியை ஓட்டவே தெரியல. நாங்க இங்க பயங்கர சந்தோஷமாக இருக்கோம்.

தோரா, ஜோஸ்வாவின் குரலைக் கேட்டதும் கையிலிருக்கும் துணி கீழே நழுவுவது கூட அறியாமல் வாயிலை நோக்கிப் போகிறாள். அவள் கண் கலங்கி இருக்கிறது.

கிய்தோ : ஜோஸ்வா, வேகமாக வந்திடு எப்பவும் கத்திக்கிட்டு இருக்கிற அந்த மோசமான ஆட்கள் பின்னாலதான் இருக்காங்க..

ஜோஸ்வா : எங்க

கிய்தோ : அங்க தான் இருக்காங்க வந்திடு.

மைக்ரோஃபோன் இன்னும் இயக்கப்பட்ட நிலையிலே இருப்பதால் அங்கிருந்து வேகமாக ஓடும் அவர்களின் காலடிச் சப்தம் கேட்கிறது.

குரல் மறைந்த பிறகும் தோரா பெரும் மகிழ்ச்சியுடன் அத்திசையையே பார்த்தபடி இருக்கிறாள்.

பின்னணியில் மெல்லிய சோக இசை ஒலிக்கிறது.

காட்சி – 53

முகாம். கிய்தோவின் அறை. உள் / பகல்

மேல் படுக்கையில் அமர்ந்தபடி ஜோஸ்வா

      : அப்பா, அது காய்ஞ்சிடுச்சா

கிய்தோ   : ஆமா, காய்ஞ்சிருச்சு.

அவனது ஆடையை மேலே தூக்கிப் போடுகிறார்.

கிய்தோ   : ட்ரெஸ் பண்ணிக்கோ.

வெளியே சோவென மழை பெய்கிறது. நனைந்தபடியே சிறைக் கைதிகள் அறைக்குள் நுழைகின்றனர். கடைசியாக வந்த பார்த்தோலோமே கதவைச் சாத்திவிட்டு உள்ளே நுழைகிறார்.

கிய்தோ   : பார்த்தோலோமே... விட்டோரினோ, அல்போன்சோ அப்புறம் மத்தவங்க எல்லாம் எங்கே..

பார்த்தோலோமே எனக்குத் தெரியாது என கைவிரித்தபடி போகிறார்.

அறையிலிருந்த மற்றொருவர்

      : அவங்க வரலை

கிய்தோ அதிர்ச்சியுடன் அவரைப் பார்க்கிறார்.

அப்போது ஒரு ஜெர்மன் பெண் அதிகாரி கதவைத் திறந்துகொண்டு உள்ளே நுழைகிறாள். அவளைப் பார்த்து ஜோஸ்வா பட்டென ஒளிந்து கொள்கிறான்.

பெண் ஊழியர் : எல்லாரும் வெளியே வாங்க.

வெளியில் மழை பெய்வதால், கைதிகள் சட்டையை இழுத்து தலையில் மூடிக்கொண்டு வெளியில் போகின்றனர்.

கிய்தோ, ஜோஸ்வாவை பின்னால் திரும்பிப் பார்த்தபடியே கடைசி ஆளாக வெளியேறுகிறார். லேசாக தலையைத் தூக்கிப் பார்த்த ஜோஸ்வா, பின் மீண்டும் ஒளிந்து கொள்கிறான்.

காட்சி – 54

முகாமிலிருக்கும் ஓர் பெரிய அறை / உள் / பகல்

ஒரு அறையில் மருத்துவப் பரிசோதனை நடைபெறுகிறது. சிறைக் கைதிகள் சட்டையில்லாது வெற்று மேல் உடம்புடன் சுவரை ஒட்டி நின்றுகொண்டிருக்கின்றனர். டாக்டர் ஒவ்வொருவராகப் பரி சோதித்து விட்டு, தனது அருகிலிருக்கும் நர்ஸிடம் எழுதிக்கொள்ளச் சொல்லி சில குறிப்புகளைத் தருகிறார். அறையின் நடுவே இருக்கும் நாற்காலியில் வீரர்கள் சிலர் அமர்ந்திருக்கின்றனர். வெளியே இடி இடித்துக்கொண்டிருக்கும் சப்தம் கேட்கிறது.

வரிசையில் நின்றுகொண்டிருக்கும் கிய்தோ, பரிசோதித்துக் கொண்டி ருப்பது டாக்டர் லெஸ்ஸிங் தான் என்று தெரிந்ததும் பரபரப்படை கிறார். அவர் தன்னை அடையாளம் தெரிந்து கொள்வாரா என்ற பரிதவிப்புடன் அவர் பக்கமே பார்த்தபடியிருக்கிறார்.

டாக்டர் ஒருவரின் வாயைத் திறக்கச் சொல்லி பரிசோதித்துவிட்டு அருகிலிருக்கும் நர்ஸிடம் ஏதோ சொல்லி எழுதிக் கொள்ளச் சொல் கிறார். இப்போது கிய்தோ அருகில் வருகிறார். அவர் கிய்தோவை பரிசோதித்துவிட்டு அடுத்த கைதியிடம் நகர்கிறார்.

கிய்தோ (டாக்டரைப் பார்த்து)

: என்னுடைய பெயரை நீங்கள் சொல்லி விட்டால் அதன்பிறகு நான் அங்கு இருக்க மாட்டேன்.

அருகிலிருந்த பெண் ஊழியர் பேசாதே என்று கத்துகிறாள்.

கிய்தோ : அமைதி

டாக்டர் அவரை ஏறிட்டுப் பார்த்துவிட்டு

: கிராண்ட் ஹோட்டல்

கிய்தோ புன்னகையுடன் அவரையே பார்த்தபடி இருக்கிறார்.

டாக்டர் : கிய்தோ

கிய்தோ மெலிதாகத் தலையாட்டுகிறார்.

டாக்டர் கிய்தோவைப் பார்த்து கவலை தோய்ந்த பெருமூச்சு விட்ட படியே அடுத்தவரிடம் நகர்ந்தவர், பின் ஏதோ யோசனை தோன்றியது போல வீரர்கள் பக்கம் திரும்பி

: பிரான்ஸ் என்று கூப்பிடுகிறார்.

நாற்காலியில் அமர்ந்திருந்த வீரன் எழுந்து டாக்டரை நோக்கி வரு கிறான்.

காட்சி – 55

முகாம். கிய்தோவின் அறை உள் / பகல்

கிய்தோ தொப்பல் தொப்பலாக நனைந்தபடி அறைக்குள் நுழைகிறார். கிய்தோவைப் பார்த்ததும் பார்த்தோலோமே நிம்மதிப் பெருமூச்சு விடுகிறார்.

பார்த்தோலோமே (பதற்றத்துடன்)

: கிய்தோ, உனக்கு என்ன ஆச்சோன்னு கவலைப்பட்டுக்கிட்டு இருந்தேன்.

கிய்தோ : அங்க இருக்கிறவங்க, அரை பைத்தியக்கார னுங்க. பரிசோதனை செஞ்ச டாக்டரை, கிராண்ட் ஹோட்டல்ல வெயிட்டரா இருக்கும் போது எனக்குத் தெரியும். அதிகாரிகள் குடும்பத்துக்கு அவங்க இரவு உணவு தரப்போறாங்களாம். அந்த இரவு உணவுக்கு என்னை சர்வராக வரச் சொல்லியிருக்காரு. ஒருவேளை அவர் எனக்கு உதவிசெய்ய நினைக்கிறாரு போலிருக்கு. அவர் இங்கிருந்து நாம வெளியில போக உதவினாலும் உதவலாம்.

என்றபடி கிய்தோ அவ்விடத்தை விட்டு நகர, பார்த்தோலோமே படுத்துக்கொள்கிறார்.

கிய்தோ படுக்கையின் மீதேறி ஜோஸ்வா என்று தேடுகிறார். ஜோஸ்வா மேல் படுக்கையில் இல்லாததால் பதற்றத்துடன் அங்கு மிங்கும் தேடுகிறார்.

பார்த்தோலோமேவிடம் வந்து

: ஜோஸ்வாவைப் பார்த்தீங்களா?

பார்த்தோலோமே பார்க்கவில்லையென கையை விரிக்கிறார்.

அப்போது படுக்கையின் அடியிலிருந்து விக்கல் சத்தம் கேட்கிறது.

கிய்தோ : ஜோஸ்வா, ஜோஸ்வா

என்றபடி படுக்கைக்கு கீழே குனிந்து பார்க்கிறார். ஜோஸ்வாவும் வெளியே எட்டிப்பார்க்கிறான்.

கிய்தோ	: அங்க என்ன பண்ணிக்கிட்டு இருக்க, வெளியில வா.
ஜோஸ்வா	: முடியாது.
கிய்தோ	: நான் சொல்றேன்ல, வெளியில வா.
ஜோஸ்வா	: முடியாது.
கிய்தோ	: முடியாதுன்னு சொல்லக்கூடாது வெளியில வா.

குனிந்து அவனைத் தூக்கி எதிரில் இருக்கும் மேஜையில் உட்கார வைக்கிறார்.

கிய்தோ	: இங்க பாரு, நீ எவ்வளவு அழுக்கா ஆயிட்டேன்னு.
ஜோஸ்வா	: நீங்க எங்க போயிருந்தீங்க..
கிய்தோ	: ரம்மி விளையாட்டை முடிக்கிறதுக்காக போயிருந்தேன்.
ஜோஸ்வா	: அவங்க நம்மகிட்ட இருந்து சோப்பும் பட்டனும் தயாரிப்பாங்களாம்.
கிய்தோ (சீரியஸாக)	: ஜோஸ்வா, நீ என்ன சொல்ற
ஜோஸ்வா	: அவங்க நம்மள அடுப்புல வைச்சு எரிச்சிடுவாங்களாம்.
கிய்தோ (சீரியஸாக)	: இதையெல்லாம் உன்கிட்ட யார் சொன்னா?
ஜோஸ்வா	: அங்க ஒரு ஆள் அழுதுகிட்டு இருந்தார். அவருதான் நம்மகிட்ட இருந்து சோப்பும் பட்டனும் தயாரிப்பாங்கன்னு சொன்னாரு

கிய்தோ பலமாகச் சிரிக்கிறார்.

கிய்தோ (சிரித்தபடி)	: ஜோஸ்வா நீ இதையெல்லாம் உண்மையின்னு நம்பிட்டியா, நான் உன்னையப் புத்திசாலித்தனமான பையன்னு நினைச்சுக்கிட்டு இருந்தேன். பட்டனும் சோப்பும் மனிதர்கள் கிட்டயிருந்து தயாரிக்க முடியுமா.

ஜோஸ்வா அமைதியாக அவரையே பார்த்தபடி இருக்கிறான்.

| கிய்தோ | : சரி, நாளைக்கு காலையில, என்னோட கையைப் பார்த்தோலோமே கையால |

கழுவ முடியுமா, பிரான்செஸ்கோ மூலமா என் சட்டைக்கு பட்டன் வைக்க முடியுமா.

தன் சட்டையிலிருந்த பட்டனை அறுக்கிறார்.

அந்த பட்டன் தரையில் விழுகிறது.

கிய்தோ : ஓ... ஓ... ஜார்ஜியோ கீழ விழுந்திட்டியே.

பின், அவர் கீழே கிடந்த பட்டனை எடுத்து

: இந்த பட்டனைப்பாரு மனிதன் மாதிரியா இருக்கு. அவர் உன்னை கிண்டல் பண்ணி யிருக்கார். ஆனா நீ அதை நம்பிட்ட ஜோஸ்வா. அவர் வேற என்னவெல்லாம் சொன்னாரு

ஜோஸ்வா : நம்மள அடுப்புல வைச்சு எரிச்சுடுவாங் களாம்.

கிய்தோ (பலமாக கைதட்டிச் சிரித்தபடி)

: நீ இதையும்கூட நம்பிட்டியா. நம்மள அடுப்புல வச்சு எரிச்சுடுவாங்களா விறகு வச்சு எரிக்கிற அடுப்பு கேள்விபட்டிருக் கேன், மனிதனை வச்சு எரிக்கிற அடுப்பை நான் கேள்விப்பட்டதே இல்லை. ஓ.. என் கிட்ட விறகு தீர்ந்து போச்சு, அந்த வக்கீல இப்படி அனுப்புங்க இல்லை, இல்லை.. அந்த வக்கீல் நல்லா இல்லை, அவர் இன் னும் சரியாக் காயல, புகையா வர்றதைப் பாருங்க

பின் ஜோஸ்வாவைப் பார்த்துச் சிரித்தபடி

: ஜோஸ்வா, பட்டன், சோப்பு அப்புறம் அடுப்புல வச்சு எரிக்கிறது, இப்படி எது வுமே இல்லை. சரி இப்ப விஷயத்திற்கு வருவோம்.

அவன் அருகில் அமர்கிறார்.

கிய்தோ : நாளைக்குக் காலையில, அந்த மோசமான ஆட்களோட எனக்கு சாக்கு போட்டி இருக்கு.

ஜோஸ்வா (கோபத்துடன் அவரை இடைமறித்து)

: போதும்பா, நான் வீட்டுக்குப் போகணும்

இருக்கையிலிருந்து கீழே இறங்குகிறான்.

கிய்தோ (கவலை தோய்ந்த குரலில்)
: எப்ப

ஜோஸ்வா : இப்பவே போய் ஆகணும்

கிய்தோ : இங்க பாரு, மழை பெய்துக்கிட்டு இருக்கு இந்த மழையில நனைஞ்சா, உனக்கு 110 டிகிரி காய்ச்சல் வந்திடும்.

ஜோஸ்வா : எனக்கு அதைப்பத்தி கவலையில்ல. வாங்க போகலாம்.

கிய்தோ : சரி, நீ போகணும்னு நினைச்சா நாம கிளம்பலாம்.

படுக்கையின் மீது ஏறி

: சரி, நம்ம பொருள்களை எடுத்துக்கிறேன். அப்புறம் நாம கிளம்பலாம்.

ஜோஸ்வா (வியப்புடன்)
: உண்மையாத்தான் சொல்றீங்களா.

கிய்தோ : கண்டிப்பா நாம எப்ப வேணுன்னாலும் கிளம்பலாம். நீ என்ன நினைச்சுக்கிட்டு இருக்க. அவங்க வலுக்கட்டாயமாக நம்மள தங்க வைப்பாங்கன்னா.

துணிகளை எடுத்து கீழே போடுகிறார்.

கிய்தோ : நாம பொருள்களை எல்லாம் பேக் பண்ணிட்டு சீக்கிரம் கிளம்பலாம்.

ஜோஸ்வா தன் அப்பா கீழே தூக்கிப் போட்ட பொருள்களைப் பார்க்கிறான்.

கிய்தோ பொருள்களை எடுத்தபடியே

: ஆனா என்ன, இப்ப நாம தான் முன்னணியில இருக்கோம். நாம இப்ப வெளியில போயிட்டா, பட்டியல்ல இருந்து நம்ம பேரை எடுத்திடுவாங்க.

சூட்கேஸைத் தேடுவது போல பாசாங்கு செய்கிறார்.

கிய்தோ : வேற எதாவது பசங்க, பீரங்கி வண்டியை ஜெயிச்சிடப் போறாங்க

ஜோஸ்வா : எந்தப் பசங்க இங்க எந்தப் பசங்களுமே இல்லையே. மிச்சம் இருக்கிறது நான் ஒருத்தன் மட்டும்தான

கிய்தோ : என்னது, சின்னப்பசங்களே இல்லையா அங்க எக்கச்சக்கமான பசங்க இருக்காங்க.

ஜோஸ்வா : அப்படின்னா, அவங்க எங்க இருக்காங்க.

கிய்தோ : அவங்கள வேற யாரும் பார்த்திடக் கூடா துன்னு ஒளிஞ்சுக்கிட்டு இருக்காங்க. இது சீரியஸான விளையாட்டு.

ஜோஸ்வா : எனக்கு இது என்ன விளையாட்டுன்னே புரியல. நாம இதுவரைக்கும் எவ்வளவு பாயிண்ட்ஸ் எடுத்திருக்கோம்.

கிய்தோ : 687 பாயிண்ட்ஸ். இதை நான் உன்கிட்ட ஆயிரம் தடவை சொல்லிட்டேன். சரி வா போகலாம். நாமதான் முதல் இடத்திலே இருக்கிறோம். நாமதான் ஜெயிப்போம். ஆனால் என்ன பண்ணுறது வா போக லாம்.

ஜோஸ்வா : நாம முதல் இடத்திலே இருக்கோமா?

கிய்தோ : நான் தான் சொன்னேன்ல, நாம தான் முதல் இடத்திலே இருக்கோம், சரி வா போகலாம்

ஜோஸ்வாவை அழைத்துச் செல்கிறார்.

: நான் நேத்துக்கூட அட்டவணையைப் பார்த்தேன், இப்ப அதுக்கென்ன நாம தான் கிளம்பிட்டோமே.

பின் பார்த்தோலோமேவைப் பார்த்து

: பார்த்தோலோமே வரேன். நானும் ஜோஸ் வாவும் கிளம்புறோம். எங்களுக்கு இங்க இருந்து சலித்துப் போச்சு.

அரைத் தூக்கத்தில் இருந்த பார்த்தோலோமே திடுக்கிட்டு விழித்து எழ

: பார்த்தோலோமே படுத்துக்கங்க.

பார்த்தோலோமே படுத்தபடியே கிய்தோவைப் பார்க்கிறார்.

கிய்தோ : பீரங்கி வண்டி தயாராயிருச்சு. நீங்க வண்டியை ஸ்டார்ட் பண்ணும்போது, ஸ்பார்க் பிளக்கைச் சுத்தம் பண்ணிடுங்க. வால்வை நல்ல திறந்துவிடுங்க. இல்லாட்டா பீரங்கி பாதையிலேயே மாட்டிக்கும். அப்புறம், அந்த துப்பாக்கி எவ்வளவு அழகா வந்திருக்குன்னு பார்த்தீங்களா, வண்டியை எடுக்குறதுக்கு முன்னால எமர்ஜென்சி பிரேக்கை எடுத்து விட்டுடுங்க.

ஜோஸ்வா வியப்புடன் தன் தந்தை பேசுவதையே கேட்டபடி இருக்கிறான்.

கிய்தோ : ஜோஸ்வாவும் நானும் கிளம்புறோம். ஜோஸ்வாவுக்கு இங்கிருந்து போகணுமாம். இன்னும் கொஞ்ச நாள்ல பீரங்கி வண்டிய ஜெயிச்சுட்டு, அதிலேயே வீட்டுக்குப் போயிருக்கலாம். ஆனா, இப்ப பஸ்சுல தான் போயாகணும். போய்ட்டு வரோம். இந்த இடத்தில் இருந்து களைச்சுப் போயிட்டோம். ஜோஸ்வா வா போகலாம்.

ஜோஸ்வா வராமல் ஓரிடத்தில் நிற்பதைக் கண்டு

கிய்தோ : சீக்கிரம் வா ஜோஸ்வா, பஸ்சைத் தவற விட்டுடப் போறோம்.

கிய்தோ கதவைத் திறந்து வெளியே போய் கொட்டும் மழையில் நிற்கிறார்.

: ஜோஸ்வா வா போகலாம்.

ஜோஸ்வா அசையாது நிற்கிறான்.

கிய்தோ (உரத்தகுரலில்)

: ஜோஸ்வா வா போகலாம்.

ஜோஸ்வா : வெளியில மழை பெய்துகிட்டு இருக்கு மழையிலே நனைஞ்சா எனக்கு 110 டிகிரி காய்ச்சல் வந்திடும்.

என்று சொல்லிவிட்டு தன் இடத்தை நோக்கி ஓடுகிறான்.

கிய்தோ புன்னகையுடன் அறைக்குள் திரும்புகிறார்.

காட்சி – 56

முகாம். அலுவலர்களின் உணவகம். வெளி / உள் / பகல்

ஒலி பெருக்கியில் ஹிட்லரின் உரைகளில் ஒன்று ஒலி பரப்பாகிக் கொண்டிருக்கின்றது. உணவு விடுதியின் பல ஜன்னல்களில் நாஜி கட்சியின் சின்னக் கொடிகளும் பேனர்களும் கட்டடப்பட்டிருக் கின்றன. உணவகத்தின் வாயிலில் ஜெர்மன் கார் ஒன்று வந்து நிற் கிறது. காரிலிருந்து ஓர் அதிகாரி தன் குடும்பத்துடன் வந்து இறங்கு கிறார். அவர்களை வரவேற்ற மற்றோர் அதிகாரியிடம் தன் குடும் பத்தை அறிமுகப்படுத்தி வைக்கிறார்.

அலுவலர்களின் உணவு விடுதிக்குப் பின்னால், முன்னதாகவே வந்துவிட்ட ஜெர்மன் சிறுவர் சிறுமியர்கள் கண்ணாமூச்சி விளை யாடிக் கொண்டிருக்கின்றனர்.

அதில் ஒரு சிறுவன் சுவரில் தன் முகத்தைப் புதைத்தபடி (ஜெர்மனில்) 1, 2, 3 என எண்ணிக் கொண்டிருக்க, சிறுவர்கள் ஆங்காங்கே போய் ஒளிந்து கொள்கின்றனர்.

கிய்தோ வெயிட்டர் சீருடை அணிந்திருக்கிறார், மேல் மாடியிலி ருக்கும் உணவு விடுதியில் மற்ற இரு பணியாட்களுடன் சேர்ந்து மேஜைகளைச் சரி செய்துகொண்டிருக்கிறார். ஒலிபெருக்கியில் ஒலிக்கும் ஹிட்லரின் பேச்சு திறந்திருக்கும் ஜன்னலின் வழியாக அறைக்குள் கேட்கிறது. மற்ற இருவரும் அறையை விட்டுப் போய்விட, கிய்தோ மட்டும் இப்போது தனியாக இருக்கிறார். கிய்தோ ஜன்னலை மூட வருகிறார். ஜன்னலை மூடும் போது கீழே நிறைய சிறுவர்கள் கண்ணாமூச்சி விளையாடிக் கொண்டிருப்பதைப் பார்க்கிறார். அதைப் பார்த்ததும் அவருக்கு ஏதோ யோசனை தோன்றியதைப் போல புன்னகை செய்கிறார்.

காட்சி - 57

முகாம். கிய்தோவின் அறை / உள்

அறை காலியாக இருக்கிறது. ஜோஸ்வா படுக்கையில் அமர்ந்தபடி, தன் தலையில் தட்டைக் கவிழ்த்தி, அதில் ஸ்பூனால் அடித்து ஓசை யெழுப்பி விளையாடிக் கொண்டிருக்கிறான். பின், தட்டை எடுத்து மடியில் வைத்துக்கொண்டு, தட்டி ஓசையை எழுப்புகிறான். அப் போது கதவு திறக்கப்படும் சத்தம் கேட்டதும் ஜோஸ்வா, பட்டென மறைந்து கொள்கிறான்.

கிய்தோ : ஜோஸ்வா. ஜோஸ்வா நான் தான் உன் அப்பா

ஜோஸ்வா எழுந்து பார்க்கிறான்.

கிய்தோ : நான் உன்கிட்ட முக்கியமான விஷயம் ஒன்னு சொல்லணும் இங்க வா

ஜோஸ்வா படுக்கையில் மீது தவழ்ந்தபடி கிய்தோவை நோக்கி வரு கிறான்.

காட்சி – 58

முகாம். உணவு விடுதிக்கு பின்புறம். பகல்

கிய்தோவும், ஜோஸ்வாவும் ஆள் இல்லாத இடத்தில் வேகமாக நடந்து வருகின்றனர்.

கிய்தோ : அந்தக் குட்டி ராஸ்கலைப் பிடிக்க காலையிலிருந்து முயற்சி பண்ணிக்கிட்டு இருக்கேன்.

ஜோஸ்வா : அங்க உண்மையிலே சின்னப் பசங்க இருக்காங்களா.

கிய்தோ : நிச்சயமா 2000 பேருக்கு மேல இருப்பாங்க. அவங்க சுண்டெலி மாதிரி. எல்லா இடத்திலேயும் ஒளிஞ்சுக்கிட்டு இருப்பாங்க

அவன் கையைப் பிடித்துக்கொண்டு கிய்தோ ஓடி வருகிறார்

கிய்தோ : ஆனா அவங்களுக்கு எப்படி ஒளிஞ்சிக்கிறதுன்னு தெரியும். அவங்களுக்கு பீரங்கி வண்டி வேணுமாம்.

அவர்கள் ஒரு மூலையில் மறைந்து நிற்கிறார்கள். எதிரில் இருப்பது அலுவலர் உணவகத்திற்குப் பின்னால் உள்ள வெட்ட வெளியான பகுதி. கிய்தோ, ஜோஸ்வாவைத் தன் பின்னால் மறைத்துக்கொண்டு, அந்த இடத்தை எட்டிப் பார்க்கிறார்.

கிய்தோ : நான் அவனைக் கண்டுபிடிச்சுட்டேன்னு நினைக்கிறேன். அவன் இங்கதான் பக்கத்துல இருக்கணும்.

அவர்கள் இருக்கின்ற இடத்திலிருந்து சில அடி தூரத்தில் ஒரு சிறிய இரும்புப் பெட்டி ஒன்று இருக்கிறது கிய்தோ, ஜோஸ்வாவைக் கூப்பிட்டு அந்த இரும்புப் பெட்டியைக் காண்பித்து

: நான் இங்கேயே காவலுக்கு நிற்கிறேன் நீ போயி அந்தப் பெட்டிக்குள்ள, அவன் ஒளிஞ்சிருக்கானான்னு போய்ப் பாரு.

ஜோஸ்வா போவதை கிய்தோ பார்த்தபடி இருக்கிறார்.

ஜோஸ்வா கதவைத் திறந்ததும் திடுக்கிடுகிறான். உள்ளே ஒளிந் திருக்கும் பொன்னிறமான அந்தப் பையனும் திடுக்கிடுகிறான்.

ஜெர்மானிய பையன் (ஜெர்மனியில்)

: உஷ் கதவை மூடு. நான் இங்க ஒளிஞ்சுக் கிட்டு இருக்கேன்.

ஜோஸ்வா கதவை மூடிவிட்டு, மகிழ்ச்சியுடன் அப்பாவை நோக்கி ஓடி வருகிறான்.

ஜோஸ்வா : அவன் அங்கதான் இருக்கான் அப்பா. அவன் அங்கதான் இருக்கான்.

கிய்தோ : அவன் பொன்னிறமா இருந்தானா

ஜோஸ்வா : ஆமாம்

கிய்தோ : அப்ப அவன்தான். அவன் பேரு ஸ்வான்ஸ். பாயின்ட்ஸ் நிறைய எடுக்கிறதுக்காக மூணு வாரமா இங்கேயே ஒளிஞ்சுக்கிட்டு இருக் கான். அவன்தான் இப்ப இரண்டாவது இடத்தில இருக்கான் நாம அவனைச் சீக்கி ரமாவே தோற்கடிச்சிரலாம். மத்தவங் களையும் நான் கண்டுபிடிச்சிடுவேன்.

என்றபடி வெளியே எட்டிப்பார்க்கிறார்.

ஜோஸ்வா : அங்க எத்தனை பேர் இருப்பாங்க

கிய்தோ : நான் சொன்னேன்ல... பெரிய கூட்டமே இருக்கு. அவங்க எல்லாருமே ஒளிஞ்சுக் கிட்டு இருக்காங்க

அப்போது ஒரு பெண் ஊழியர் அங்கே வருகிறார். கண்ணாமூச்சி விளையாடிக் கொண்டிருக்கும் குழந்தைகளை கை தட்டி அழைக்கி றாள்.

பெண் ஊழியர்(ஜெர்மனியில்)

: பசங்களா. விளையாடியது போதும். எல் லாரும் உள்ளே வாங்க.

சுவருக்குப் பின்னால் ஒளிந்திருந்த சிறுவன் காருக்குப் பின்னால் ஒளிந்திருந்தவன், கல் குவியல்களுக்குப் பின்னால் ஒளிந்திருந்தவன்,

பெட்டிக்குள் ஒளிந்திருந்தவன் என அனைவரும் மறைவிலிருந்து வெளிப்பட்டு உணவகத்தை நோக்கி ஓடுகின்றனர். பெண் ஊழியர் 'சீக்கிரம், சீக்கிரம்' என்கிறாள்.

சிறுவர்களைப் பார்த்து வியப்படைந்த ஜோஸ்வா மறைவிலிருந்து வெளியே வந்து

       : அப்பா, அங்க பாருங்க

கிய்தோ   : அதுதான் அவங்க பதுங்கி இருக்கிற இடம்

பின், கிய்தோ அந்தச் சிறுவர்களை ஒவ்வொருவனாக குறிபார்ப்பது போல

       : உன்னைப் பார்த்துட்டேன். உன்னைப் பார்த்துட்டேன். நீ அவுட். நீ அவுட்.

சிறுவர்கள் போனதும் கிய்தோ தான் வந்த பாதையிலே திரும்பிப் போக முயற்சிக்கும் போது அவர்களைப் பெண் ஊழியர் பார்த்து விடுகிறார்.

பெண் ஊழியர் : பையா, இங்க வா. நான் எல்லாரையும் உள்ள வரச் சொன்னேன்லே

கிய்தோ ஸ்தம்பித்துப் போகிறார்.

கிய்தோ   : அவ நம்மளைப் பார்த்துட்டா

ஜோஸ்வா   : அப்ப நாம அவுட்டா.

கிய்தோ (ஜோஸ்வா அருகில் அமர்ந்து)

       : இல்லை... இல்லை... அவ உனக்காகத்தான் இங்க வர்றா.. இப்ப அமைதியா இருக்கிற விளையாட்டு விளையாட வேண்டிய நேரம்.

அவர்கள் இன்னும் வராததால் பெண் ஊழியர் கிய்தோவை நோக்கி வருகிறாள்.

அவள் மீது கிய்தோவின் குரல் பதிவு செய்யப்பட்டு இருக்கிறது.

கிய்தோ   : இந்த மாலை நேரம் முழுவதும் அமைதியா இருக்கணும். சத்தியம் பண்ணு.

பின் விரைவாக ஜோஸ்வா துணியிலிருக்கும் தூசியைத் தட்டி விடு கிறான். துணிகளை நேராக்குகிறார். சட்டைப் பட்டன்களையும் போட்டு விடுகிறார்.

ஜோஸ்வா (சந்தோஷமாக)
: சத்தியமா பேசமாட்டேன்
பெண் ஊழியர் : அங்க என்ன பண்ணிக்கிட்டு இருக்க இங்க வா
கிய்தோ (பதற்றத்துடன்)
: அவங்க புரியாத பாஷை பேசுவாங்க. உன்னால ஒரு வார்த்தை கூட புரிஞ்சிக்க முடியாது.

பொறுமையிழந்த பெண் ஊழியர் வேகமாக இவர்களை நோக்கி வருகிறாள். அவளின் மீது கிய்தோவின் குரல் பதிவு செய்யப்பட்டு இருக்கிறது.

கிய்தோ : இதை மட்டும் வெற்றிகரமா முடிச்சுட்டா நாம தான் ஜெயிப்போம். இதுதான் கடைசிச் சுற்று. அமைதியா இருக்க வேண்டிய விளையாட்டு.

அருகில் வந்த பெண் ஊழியர்
: அழுக்குப் பயலே.. வாடா

ஜோஸ்வாவின் கையைப் பிடித்துக்கொண்டவள் பின் கிய்தோவின் பக்கம் திரும்பி
: நீ குழந்தைகளோட இங்க என்ன பண்ற
கிய்தோ : நான் இங்கே வந்து
பெண் ஊழியர் : வாயை மூடு. குழந்தைகளோடு பேசுவதற்கு உனக்கு எந்த அனுமதியும் இல்லை. புரிஞ்சுதா.
கிய்தோ : இனிமேல் இந்த மாதிரி பண்ண மாட்டேன்.

பெண் ஊழியர் ஜோஸ்வாவின் கையைப் பிடித்து கூட்டிச் செல்கிறாள். சற்றுதூரம் போன பின் ஜோஸ்வா கிய்தோவைத் திரும்பிப் பார்க்கிறாள். கிய்தோ புன்னகையுடன் கண்ணடிக்க. ஜோஸ்வாவும் பதிலுக்கு கண்ணடிக்கிறான்.

காட்சி – 59

முகாம். அதிகாரிகளின் உணவகம். உள் / இரவு.

அந்த உணவகத்தில், அருகருகே இரண்டு அறைகள் இருக்கின்றது. இரண்டு அறைகளுக்கிடையே கதவில்லாத வாயில் ஒன்று இருக்கிறது. ஒரு அறையில் நீளமான மேஜையில் பெரியவர்கள் அமர்ந்திருக்கிறார்கள். மற்றொரு அறையில் வட்டவடிவ மேஜையில் பெரியவர்கள் அமர்ந்திருக்கிறார்கள். மற்றொரு அறையில் வட்டவடிவ மேஜையில் குழந்தைகள் அமர்ந்திருக்கிறார்கள். குழந்தைகளில் சிலர் அமைதியாகவும் சிலர் சத்தம் போட்டுக்கொண்டும் பேசிக்கொண்டிருக்கிறார்கள்.

கிய்தோவும் மற்றொரு ஜெர்மன் பணியாளும் விருந்தினர்களுக்கு உணவு பரிமாறிக்கொண்டிருக்கின்றனர். கிய்தோ ஒரு பெண்மணிக்கு காபியைக்கொண்டு போய்த் தருகிறார். அந்த மேஜையருகேயே நின்று எதிரில் அமர்ந்திருக்கும் டாக்டர் லெஸ்ஸிங்கைப் பார்க்கிறார். டாக்டர் லெஸ்ஸிங்கிடமிருந்து எந்த ஒரு சமிக்ஞையும் கிடைக்காததால் அங்கிருந்து நகர்ந்து அடுத்த டேபிளுக்குப் போகிறார்.

குழந்தைகள் போடும் சப்தம் அறைமுழுவதும் பலமாகக் கேட்கிறது.

குழந்தைகளின் சத்தத்தால் எரிச்சலடைந்த மேஜர் ஒருவர் குழந்தைகளின் அறைக்குப்

போய் உரத்தகுரலில் (ஜெர்மனியில்)

: சத்தம் போடாம அமைதியாச் சாப்பிடுங்க.

குழந்தைகள் உடனே அமைதியாகி விடுகின்றனர். எதுவும் பேசாமல் எதிரில் அமர்ந்திருந்த ஜோஸ்வா மற்றவர்கள் அமைதியாகி விட்டதைப் பார்க்கிறான். பின் பப்ஸ் ஒன்றை எடுத்து வாய்கொள்ள முடியாத அளவுக்கு திணித்துக்கொண்டு சாப்பிடுகிறான்.

டாக்டர் லெஸ்ஸிங் எதேச்சையாகப் பார்ப்பதுபோல பின்னால் திரும்பி கிய்தோவைப் பார்க்கிறார். கிய்தோவும் லெஸ்ஸிங்கைப் பார்க்கிறார். லெஸ்ஸிங் தன் டேபிளில் இருக்கும் கரண்டியை

வேண்டுமென்றே கீழே தட்டி விடுகிறார். கிய்தோ அவர் டேபிளுக்கு விரைகிறார். மேஜையருகே குனிந்து கிய்தோ கரண்டியை எடுக்கும் போது. லெஸ்ஸிங் சுற்று முற்றும் பார்த்துவிட்டு கிய்தோ காதருகே குனிந்து முணுமுணுக்கும் குரலில்

: நான் உங்க கூடப் பேசியாகணும். ரொம்ப முக்கியமான விஷயம்.

கிய்தோ (பரபரப்புடன்)

: எங்கே? எப்போது?

லெஸ்ஸிங் : நான் அப்புறமா சிக்னல் காட்டுறேன்.

சரியெனத் தலையாட்டிவிட்டு கீழே விழுந்த கரண்டியை எடுத்துக் கொண்டு கிய்தோ போகிறார்.

குழந்தைகள் அமைதியாகச் சாப்பிட்டுக் கொண்டிருக்கின்றனர். கிய்தோ உணவுகளைத் தட்டில் எடுத்துவைத்துக் கொடுக்க, ஜெர்மன் பணியாள் குழந்தைகளின் மேஜையில் போய் வைக்கிறார். ஜெர்மன் பணியாள் ஜோஸ்வாவின் முன் உணவுத் தட்டை வைக்கிறார்.

ஜோஸ்வா (இத்தாலியில்)

: நன்றி.

ஜெர்மன் பணியாள் ஜோஸ்வாவை வினோதமாகப் பார்க்கிறான். தான் தவறு செய்து விட்டதை உணர்ந்து தனது இருகைகளாலும் வாயைப் பொத்திக் கொள்கிறான் ஜோஸ்வா. கிய்தோ திகைத்தபடி ஜோஸ்வாவையே பார்க்கிறார்.

ஜெர்மன் பணியாள் (ஜெர்மனில்)

: என்ன சொன்ன

ஜோஸ்வா பதிலேதும் சொல்லாமல் தன் இரு கைகளாலும் வாயைப் பொத்தியபடி இருக்கிறான்.

ஜெர்மன் பணியாள் (ஜெர்மனில்)

: உன் பேரென்ன தம்பி

ஜோஸ்வா அமைதியாக இருக்கிறான். கிய்தோவிற்கு என்ன செய்வதென்றே தெரியவில்லை. கிய்தோ நீட்டிக்கொண்டிருந்த உணவுத் தட்டைப் புறக்கணித்துவிட்டு. ஜெர்மன் பணியாள் அறையைவிட்டு வெளியேறுகிறான். பதற்றத்துடன் கிய்தோ அவரைப் பின் தொடர்கிறார். பணியாள் படிகளில் இறங்கிப் போவதைப் பார்க்கிறார். பின் கிய்தோ அறைக்குள் திரும்புகிறார்.

ஒரு சில நிமிடங்கள் கழித்து பணியாள் ஒரு பெண் ஊழியரை அழைத்து வருகிறான். அறைக்குள் நுழைந்தவர்கள் அறையில் என்ன நடக்கிறதென்று பார்த்துவிட்டு வாசலிலேயே நிற்கின்றனர்.

கிய்தோ ஆசிரியரைப்போல காற்றில் விரலை அசைத்து, ஜெர்மன் சிறுவர்களுக்கு இத்தாலியில் 'நன்றி' என்று எப்படிச் சொல்ல வேண்டுமென்பதைச் சொல்லிக் கொடுத்துக் கொண்டிருக்கிறார்.

ஜெர்மன் சிறுவர்கள் (இத்தாலியில்) கோரஸாக

: நன்றி நன்றி... நன்றி...

இதை வாசலில் நின்றபடி பார்த்துக்கொண்டிருக்கும் பெண் ஊழியர் கோபத்துடன் கிய்தோவை நோக்கி வருகிறாள்.

பெண் ஊழியர் (உரத்த குரலில்)

: குழந்தைகள் கிட்டப் பேசக்கூடாதுன்னு ஏற்கனவே உங்கிட்ட சொல்லியிருக்கேன்ல.

பின் குழந்தைகள் பக்கம் திரும்பி

: எதுவும் பேசாமச் சாப்பிடுங்க.

விறுவிறுவென அவ்விடத்தைவிட்டுக் கிளம்புகிறாள். கிய்தோ மீண்டும் தன் வேலைக்குத் திரும்புகிறார்.

அதிகாரிகளும் அவர்கள் மனைவியும் சாப்பிட்டுக் கொண்டிருக்கும் அறையில் போனோகிராமிலிருந்து இனிமையான இசை ஒலித்துக் கொண்டிருக்கிறது. கிய்தோ எதிரிலிருக்கும் டாக்டர் லெஸ்ஸிங்கைக் கவனித்தபடி பரிமாறிக்கொண்டிருக்கிறார். ஒரு பெண் டாக்டருடன் பேசிக்கொண்டிருக்கிறாள். அவள் டாக்டரிடமிருந்து விடைபெற்றுப் போனபின், கிய்தோ அவரருகே போகிறார். அங்கிருக்கும் மது பாட்டிலை எடுத்து அவர் காலி கிளாசில் ஊற்றியபடி மெதுவாக

: டாக்டர், என் மனைவி கூட இங்கதான் இருக்காங்க

டாக்டர் : ஆங்!

சிறிது நேரம் என்ன பேசுவதென்று யோசித்தபடி இருந்தவர், பேசத் தொடங்கும்போது... சிரித்தபடியே அங்கே வந்த மேஜர் ஒருவர்

: லெஸ்ஸிங். என்ன ஆச்சு. கடந்த சில நாட்களாக நீங்க கவலையா இருக்கிற மாதிரி தெரியுதே. இந்த மாலை நேரத்தைச் சந்தோஷமா அனுபவியுங்க

அவரை அங்கிருந்து அழைத்துச் செல்கிறார். கிய்தோ மதுபாட்டிலை அங்கேயிருக்கும் மேஜையில் வைத்துவிட்டு குழந்தைகள் சாப்பிடும் அறைக்குப் போகிறார்.

குழந்தைகள் அமைதியாக சாப்பிட்டுக்கொண்டிருக்கின்றனர். ஜோஸ்வா வாய் கொள்ள முடியாத அளவுக்கு, பப்ஸை திணித்து வைத்துக் கொண்டு சாப்பிட்டுக்கொண்டிருக்கிறான்.

அதைப்பார்த்த கிய்தோ அவனருகே போய் குனிந்து அமர்ந்தபடி கிசுகிசுக்கும் குரலில்

: ஜோஸ்வா, மெதுவாச் சாப்பிடு, மெதுவாச் சாப்பிடு. இது உன் உடம்புக்கு ஒத்துக்கிறாது. நாமதான் முன்னணியில இருக்கோம். விளையாட்டு கூட கிட்டத்தட்ட முடிஞ்சு போச்சு.

ஜோஸ்வா பப்ஸை மெல்ல முடியாமல் மென்றபடியே, கிய்தோ பேசுவதைக் கேட்கிறான்.

கிய்தோ : ஜோஸ்வா, நாம இங்கிருந்து சீக்கிரமே கிளம்பிடுவோம். நாம முன்னணியில இருக்கிற இந்த நேரத்துல தப்பு எதுவும் பண்ணிடாத, மெதுவாச் சாப்பிடு, சரியா.

கிய்தோ அவ்விடத்தைவிட்டு எழுந்து போகிறார். ஜோஸ்வா கிய்தோவையே பார்த்தபடி இருக்கிறான். போய்க்கொண்டிருந்த கிய்தோ, ஜோஸ்வாவை திரும்பிப்பார்த்து புன்னகையுடன் கண்ணடிக்கிறார். ஜோஸ்வாவும் பதிலுக்கு கண்ணடிக்கிறான்.

மற்றொரு அறையில் பல ஜோடிகள் நடனமாடிக்கொண்டிருக்கிறார்கள். சிலர் மகிழ்ச்சியுடன் பேசிக்கொண்டிருக்கிறார்கள்.

டாக்டர் லெஸ்ஸிங், மதுபானபாட்டிலைக் கையில் எடுத்து டம்ளரில் ஊற்றப்போகும் வேளை, கிய்தோ சற்றுத் தள்ளி நின்றிருப்பதைப் பார்க்கிறார். பின் கிளாஸில் மதுபானத்தை ஊற்றி வேண்டுமென்றே தட்டி விடுகிறார். கிய்தோ அவ்விடத்திற்கு விரைகிறார். டேபிளைத் துடைக்கிறார். டாக்டர் கிய்தோவின் பக்கம் திரும்புகிறார். அவர் முகம் உணர்ச்சியற்று ஆழ்ந்த சிந்தனையுடன் இருக்கிறது.

டாக்டர் : கிய்தோ, இது ரொம்ப முக்கியமான விஷயம். கவனமாகக் கேளுங்க.

டாக்டர் ஒரு முறை சுற்று முற்றும் பார்த்துவிட்டு

: நான் குண்டாகவும் அசிங்கமாகவும் இருப்பேன். மேலும் யதார்த்தத்தில் நான் ஒரு கோழை. அப்படியென்றால் நான் யார்? அதற்கு நான் குவாக் குவாக் குவாக் என்று பதிலளித்தேன்.

கிய்தோ பெரும் அதிர்ச்சியடைகிறார்.

லெஸ்ஸிங் : நான் நடக்கும் போது 'புப்பூ' என்று ஓசையெழுப்புவேன், அப்படியானால் நான் யார்? உங்களுக்குத் தெரியுதா கிய்தோ

கிய்தோ இன்னும் அதிர்ச்சியிலிருந்து மீளாது நிற்கிறார்.

லெஸ்ஸிங் : இதற்கான விடை 'அசிங்கமான வாத்து' தான...

கிய்தோ அதிர்ச்சியுடனே ஆம் எனத் தலையசைக்கிறார்.

டாக்டர் (தலையை ஆட்டியபடி, விரக்தியடைந்தவராய் தனக்குத் தானே)

: இதனோட விடை அசிங்கமான வாத்து தான். ஆனால், இது சரியான விடை இல்லேங்கிறான். வியன்னாவில் இருக்கும் என்னோட கால்நடை மருத்துவ நண்பன் இதை எனக்கு அனுப்பினான். இதற்கான விடையை கண்டுபிடிக்கிற வரைக்கும் என்னால என்னோட விடுகதையை அனுப்ப முடியாது.

பின் கிய்தோவைப் பார்த்து

டாக்டர் : நான் அசிங்கமாகவும் குண்டாகவும் இருப்பேன். இது வாத்தாகத் தான் இருக்கணும். ஆனால் இது விடையில்லைன்னு சொல்றான். அப்படியின்னா வேற என்னவா இருக்கும். நான் பிளாட்டிபஸ்ஸா இருக்கும்னு நினைச்சேன். ஆனா, அது குவாக் குவாக்கின்னு சொல்லாது, பர் பர்ன்னு தான் போகும்

லெஸ்ஸிங் இப்போது கிய்தோவிற்கு இன்னும் நெருக்கமாக வந்து

: நேத்து ராத்திரி, உங்ககிட்ட இதை இத்தாலி யில மொழிபெயர்த்துச் சொன்னேன்ல இதைப்பத்தி என்ன யோசிச்சீங்க.

கிய்தோ அமைதியாக நின்றிருக்கிறார்.

டாக்டர் : நான் எப்படி யோசிச்சாலும் வாத்துன்னு தான் விடை வருது. உதவி செய்யுங்க கிய்தோ. என்னால தாங்கவே முடியல..

கிய்தோ தனது நம்பிக்கை தகர்ந்துவிட்டதை உணர்ந்து பெரும் ஏமாற்றம் அடைகிறார். அவர் முகத்தில் பெருங்கவலையும் அதிர்ச் சியும் தெரிகிறது. பின் அவ்விடத்தை விட்டு நகர்கிறார்.

டாக்டர் இதையெல்லாம் கண்டுகொள்ளாது தன்னை மறந்த நிலை யில் தொடர்ந்து முணுமுணுத்துக்கொண்டே இருக்கிறார்

: நான் அசிங்கமாகவும் குண்டாகவும் இருப் பேன் யதார்த்தத்தில் கோழை. எப்படி யோசித்தாலும் வாத்துன்னு தான் வருது

என்றபடி விரக்தியுடன் மேஜையைக் குத்துகிறார்.

கிய்தோ சிறுவர்களின் உணவு அறைக்கு வருகிறார். ஜோஸ்வா மேஜையில் தலையை வைத்து தூங்கிக்கொண்டிருக்கிறான். ஒரே ஒரு சிறுவன், சிறுமி மட்டும் அவ்விடத்தில் அமர்ந்து ஏதோ பேசிக் கொண்டிருக்கின்றனர். கிய்தோ புன்னகைத்தபடியே ஜோஸ்வாவைப் பார்த்துவிட்டு, அவ்விடத்தைவிட்டு நகர்கிறார்.

பாடல் முடிந்து, முள் இசைத்தட்டின் வெற்றிடத்தில் சுழன்று கொண்டிருக்கிறது. அதைப்பார்த்துவிட்டு அங்கே போகும் கிய்தோ முள்ளை நகர்த்திவிட்டு இசைத்தட்டை எடுத்து அருகில் வைக்கிறார். ஏதோ நினைவுக்கு வந்தவராய் இசைத்தட்டையே பார்க்கிறார். பின் இசைத்தட்டைக் கையில் எடுத்து அதில் எழுதியிருப்பதைச் சிறிது நேரம் கூர்ந்து படித்தவர் புன்னகைக்கிறார். அருகில் யாராவது இருக்கிறார்களா எனப் பார்த்துவிட்டு. இசைத்தட்டை ஒலிக்கச் செய்கிறார். பாடல் ஒலிக்கிறது. அது கிய்தோவும் தோராவும் திருமணத்திற்கு முன் ஒரு இசைக் கச்சேரியில் கேட்ட நாடோடிப் பாடல். கிய்தோ அக்கம் பக்கம் பார்த்துவிட்டு, ஜன்னலை அகல மாகத் திறந்து வைத்து போனோகிராம் ஒலிபெருக்கியை ஜன்னலின் வெளிப்புறம் நோக்கித் திருப்புகிறார்.

காட்சி – 60

முகாம். தோராவின் அறை / உள் / வெளி / அதேவேளை.

துன்பம் தோய்ந்த அந்த நாடோடிப் பாடல் முகாமின் வெளிப் புறத்தில் மிதந்து வருகிறது. நிலா வெளிச்சத்தின் மூலம் பாடல் மிகப் பெரிய முகாமில் இருட்டுத் தெருக்களை கடந்து தோராவை நோக்கிப் போகிறது.

பாடல் பெண்கள் அறைக்குள் நுழைகிறது. தோரா தவிர அனைத்துப் பெண்களும் தூங்குகின்றனர். தூங்காமல் வெறுமனே படுத்திருந்த தோரா காற்றில் மிதந்து வந்த பாடலைக் கேட்டு எழுந்து, ஜன்னலருகே வருகிறாள். ஜன்னல் கதவை நன்றாக திறந்து வைக்கிறாள். பாடல் இன்னும் தெளிவாகக் கேட்கிறது. மனம் உருகியபடி பாடல் வரும் திசையையே பார்த்தபடி அசையாது நிற்கிறாள்.

இண்டர் கட்

கிய்தோ போனோகிராம் அருகே புன்னகையுடன் நின்றிருக்கிறார்.

பாடல் ஒலிக்க ஒலிக்க, தோராவின் கண்கள் கலங்கத் தொடங்கி மெலிதாக அழத்தொடங்குகிறாள். பாடல் மனதை உருக்குவதாய் இருக்கிறது. நெடுநேரம் பாடல் வரும் திசையை நோக்கிப் பார்த்த படியே சத்தமில்லாமல் அழுதுகொண்டிருக்கிறாள்.

காட்சி – 61

முகாம். உணவகம். / வெளி / அதேவேளை.

அதிகாரிகளின் உணவகத்திற்கு வெளியே நின்றுகொண்டிருக்கும் கிய்தோ, அக்கம் பக்கம் பார்த்துவிட்டு ஜோஸ்வா ஜோஸ்வா என்றழைத்ததும் ஜோஸ்வா அறையிலிருந்து வெளிப்பட்டு கிய்தோவை நோக்கி வேகமாக ஓடிவருகிறான். அவனை கிய்தோ தூக்கிக் கொள்கிறார். பனிமூட்டம் சூழ்ந்திருப்பதால் எவ்வழி போவதென்று தெரியாமல் குழம்புகிறார். பின் ஒரு பாதையின் வழியாகப் போகிறார். பாடல் இன்னும் சன்னமாகக் கேட்டுக்கொண்டிருக்கிறது.

கிய்தோ : நாம எங்க இருக்கோம்.

ஜோஸ்வா : அப்பா, எனக்குக் களைப்பா இருக்கு.

பின் ஜோஸ்வா தூங்கி விடுகிறான்.

கிய்தோ : ஜோஸ்வா, இப்ப நாம எங்க இருக்கோம்? தப்பான வழியில் வந்துட்டேன்னு நினைக்கிறேன். ஓ... நீ தூங்கிட்டேல நல்லது. நல்லாத் தூங்கு உனக்கு இனிமையான கனவுகள் வரட்டும். இங்க நடக்கிறது அத்தனையும் கூட கனவா இருந்தாலும் இருக்கலாம்.

கிய்தோ தூங்குகின்ற ஜோஸ்வாவைத் தோளில் சுமந்தபடி நடந்து போய்க்கொண்டிருக்கிறார்.

கிய்தோ : நாளைக்கு காலையில உங்கம்மா சூடான பாலும் கொஞ்சம் பிஸ்கட்டும் கொண்டு வந்து எழுப்புவாங்க. முதல்ல நாம அதைச் சாப்பிடலாம். அப்புறம் நான் அவகிட்ட ரெண்டு, மூணு தடவை என் காதலைச் சொல்லுவேன்.

ஒரு திருப்பத்தில் பனிமூட்டம் அதிகமாக இருப்பதால், அவ்விடத்திலே நிற்கிறார். அவர் எதிரில் பார்த்த காட்சி அவரை உறைய வைக்கிறது. எதிரில் மலைபோல் பிணங்கள் குவிந்திருக்கிறது. கிய்தோ பெரும் பீதியுடன் அதிர்ச்சியில் உறைந்தவராய் பிணக்குவியல்களைப் பார்த்தபடி பின்வாங்கி நடக்கிறார்.

காட்சி – 62

முகாம். கிய்தோவின் அறை. உள் / வெளி.

ஜெர்மன் வீரர்கள் பரபரப்பாக இங்குமங்கும் ஓடிக்கொண்டிருக்கிறார்கள். பெரிய வாகனம் ஒன்று அப்போது, அப்பாதையைக் கடந்து செல்கிறது. அதிகாரி ஒருவர், அங்கிருக்கும் வீரர்களுக்கு ஏதோ கட்டளையிட்டுச் செல்கிறார். துப்பாக்கி வெடிக்கும் சப்தமும் நாய்குரைக்கும் சப்தமும் தொடர்ந்து கேட்டுக்கொண்டிருக்கிறது. சத்தம் கேட்டு கிய்தோ விழித்தெழுகிறார். தூங்கிக்கொண்டிருக்கும் ஜோஸ்வாவிற்கு நன்றாகப் போர்த்திவிட்டு தன் இடத்திலிருந்து கீழே இறங்குகிறார்.

ஏற்கனவே அறையின் ஜன்னலருகே நின்று, ஒன்றிரண்டு பேர் வேடிக்கை பார்த்துக் கொண்டிருக்கின்றனர்.

கிய்தோ : பார்த்தோலோமே கொஞ்சம் விலகிக்க

என்றபடி ஜன்னல் அருகே போகிறார்.

ஒலிபெருக்கியிலிருந்து தொடர்ந்து ஒரு அறிவிப்பு கேட்டபடியே இருக்கிறது.

கிய்தோ : பார்த்தோலோமே

பார்த்தோலோமே : உஷ்.

அனைவரும் அந்த அறிவிப்பைக் கவனிக்கின்றனர்.

ஒலிபெருக்கியிலிருந்து அறிவிக்கும் குரல் (ஜெர்மனில்)

: கர்னல் முல்லர், தலைமை அலுவலகத்திற்கு உடனே வரவும். ராணுவ துணை அதிகாரி குரூக் பெர்கரும் உடனே தலைமை அலுவலகத்திற்கு வரவும்.

பார்த்தோலோமே : அவங்க, அந்த ரெண்டு அதிகாரிகளையும் குறைந்த பட்சம் 20 தடவையாவது கூப்பிட்டு இருப்பாங்க. அவங்க இந்நேரம் எங்கேயோ பறந்திருப்பாங்க.

கிய்தோ (பதற்றத்துடன்)

: அப்படியின்னா நம்ம கதி, நமக்கு என்ன நடக்கும்.

அப்போது அவ்வழியே ஒரு வாகனம் ஒன்று கடந்து போகிறது.

கிய்தோ : இந்த வாகனங்கள் எல்லாம் எங்கே போகுது.

பார்த்தோலோமே : ஒரு முக்கியமான விஷயம் என்னான்னா, இந்த வாகனங்களில் தப்பித் தவறிக் கூட ஏறிடக்கூடாது. அவங்க வண்டி நிறைய கைதிகளை ஏத்திக்கிட்டுப் போயி, வெறும் வண்டியோட திரும்புறாங்க.

பின் கிய்தோவின் பக்கம் திரும்பி

: அவங்க எங்க போவாங்கன்னு நீங்க நினைக்கிறீங்க

கிய்தோ (பதற்றத்துடன்)

: பெண்கள் எல்லாம் என்ன பண்றாங்க, அங்க என்ன நடக்குது, நாமெல்லாம் இங்க என்ன பண்ணிக்கிட்டு இருக்கோம். அவங்க நம்மளைக் கண்டு பிடிக்கிறதுக்குள்ள முகாமை விட்டு கிளம்பி ஆகணும். பொருள் களைக் கூட எடுத்துக்க வேண்டிய அவசிய மில்லை. அப்படியே கிளம்பிடலாம்.

தூரத்தில் இருந்து துப்பாக்கி ஓசையும், நாய் குரைக்கும் சப்தமும் தொடர்ந்து கேட்டுக் கொண்டிருக்கிறது.

பார்த்தோலோமே : இயந்திரத் துப்பாக்கி ஓசையும், நாய் குரைக் கிற சப்தமும் கடந்த ஆறுமணி நேரமா தொடர்ந்து கேட்டுக்கிட்டே இருக்கு. அவங்க எல்லாரையும் அழிச்சிடனும்னு நினைக் கிறாங்க போலிருக்கு.

கிய்தோ : பார்த்தோலோமே நான் கிளம்புறேன். நாம வியாரிஜியோவில பார்க்கலாம். அங்க நாம சொந்தமா இரும்பு வார்ப்புத் தொழிற் சாலை ஒண்ணு தொடங்கலாம்.

பின் அருகிலிருந்தவர்களிடமும் வருகிறேன் என்று சொல்லிவிட்டு படுக்கையின் மீதேறி ஜோஸ்வாவை எழுப்புகிறார்.

காட்சி – 63

முகாம். அலுவலர் குடியிருப்பிற்கு அருகேயுள்ள இடம். வெளி. இரவு

வாகனங்கள் போய்வரும் சத்தமும் வீரர்கள் கத்திக்கொண்டிருக்கும் சத்தமும் தொடர்ந்து கேட்டபடி இருக்கிறது. கிய்தோ ஜோஸ்வாவின் கையைப் பிடித்தபடி வேகமாக ஓடி வருகிறார். ஓரிடத்தில் நின்று சுற்றுமுற்றும் பார்த்துவிட்டு, ஜோஸ்வாவைத் தூக்கிக்கொண்டு, அந்த நீண்ட இடத்தை வேகமாக ஓடிக்கடந்து, ஒரு மறைவின் பின்னால் போய் ஒளிந்து கொள்கிறார்.

பின் ஜோஸ்வாவிடம் சற்றுத் தூரத்திலிருக்கும் வீரர்களைக் காட்டி

: ஜோஸ்வா. அங்கபாரு அவங்க உன்மேல் எவ்வளவு கோபமாக இருக்காங்கன்னு. அவங்க உன்னைத்தான் தேடிக்கிட்டு இருக்காங்க. உனக்காகத்தான் இந்த எல்லாமே நடக்குது. உண்மை என்னான்னா, விளையாட்டுல மிஞ்சியிருக்கிறது நீ ஒரே ஒருத்தன் மட்டும்தான்.

சற்றுத் தூரத்தில் வீரர்கள் துப்பாக்கி ஏந்தியபடி ஓடிக்கொண்டிருக்கின்றனர். அங்கே ஒரு ஓரத்தில் பெருந்தீ எரிந்து கொண்டிருக்கிறது. அவர்களின் மீது கிய்தோவின் குரல் பதிவு செய்யப்பட்டு இருக்கிறது.

கிய்தோ (ஜோஸ்வாவிடம்)

: எல்லா இடத்திலேயும் உன்னைத் தேடுறாங்க வெறி பிடிச்ச மாதிரி தேடுறாங்க. உன் ஒருத்தனை மட்டும் இன்னும் அவங்களால கண்டுபிடிக்க முடியல. ஜோஸ்வா அவங்க ரொம்ப மோசமானவங்க, நான் சொல்றதைக் கவனமாகக் கேளு.

ஜோஸ்வா அவரை உன்னிப்பாகக் கவனிக்கிறான்.

கிய்தோ : நாளைக்கு காலையில விளையாட்டு முடிஞ்சிடும் அப்புறம் அவங்க பரிசைக் கொடுத்திடுவாங்க. இன்னைக்கு ராத்திரி மட்டும் யாரும் கண்டுபிடிக்க முடியாம ஒளிஞ்சுக்கிட்டா, நமக்கு 60 பாயிண்டுகள் கிடைக்கும்.

ஜோஸ்வா : இப்ப நம்மகிட்ட எத்தனை பாயிண்டுகள் இருக்கு.

கிய்தோ	: 940 பாயிண்டுகள் கூட அறுபது சேர்த்தா
ஜோஸ்வா	: முதல் இடம்.

கிய்தோ (உற்சாகத்துடன்)

: ஆமா, முதல் இடத்திற்கு வந்திடுவோம். நாம ஜெயிச்சிடுவோம்.

ஒரு முனையில் திரும்பிக்கொண்டிருந்த வீரனை ஜோஸ்வாவிடம் காட்டி

: அவங்க, உன்னையத்தான் எல்லா இடத்திலேயும் தேடிக்கிட்டு இருக்காங்க. அதனால இன்னைக்கு ராத்திரி மட்டும் எந்தத் தவறும் செஞ்சிடக்கூடாது. சரி... அவ்வளவு தான், நீ போயி அந்தப் பெட்டிக்குள்ள ஒளிஞ்சுக்கோ சீக்கிரம்.

ஜோஸ்வா : ஆனா, அங்க ஸ்வான்ஷ் ஒளிஞ்சுக்கிட்டு இருப்பானே.

கிய்தோ (குழப்பத்துடன்)

: யாரு

ஜோஸ்வா : ஸ்வான்ஷ், அந்த பொன்னிறமான பையன்.

(சட்டென நினைவுக்கு வந்தவராய்) கிய்தோ

: சரி, சரி நான்தான் சொல்ல மறந்துட்டேன் அவனை நேத்தே கண்டுபிடிச்சுட்டாங்க. அதனால அவன் ஆட்டத்திலிருந்து நீக்கப் பட்டுட்டான். இதுதான் இப்போதைக்கு பாதுகாப்பான இடம். அவங்க மறுபடியும் இங்க வந்து பார்க்கமாட்டாங்க. தயாரா, மின்னல் வேகத்தில் ஓடிடலாம் வா...

ஒன்று, இரண்டு, மூன்று என்று எண்ணியபடி ஜோஸ்வாவை அழைத்துக்கொண்டு பெட்டியை நோக்கி ஓடுகிறார். பெட்டியின் அருகில் வந்ததும் பெட்டியைத் திறந்து உள்ளே போ என்கிறார்.

கிய்தோ : இந்தா, இந்தக் கம்பளியை எடுத்துக்கோ ஒருவேளை குளிருச்சுன்னா பயன்படும். நான் சீக்கிரமே வந்திடுறேன் ஜோஸ்வா. அவங்களைக் கண்டிப்பாக தவறான பாதையில போக வச்சிடுவேன். அதோ அங்க தான் அவனப் பார்த்தேன்னு நினைக்கிறேன்.

என்று சொல்லியபடி பெட்டியின் கதவைச் சாத்திவிட்டு, அவ் விடத்தைவிட்டு ஓடத் துவங்குகிறார்.

தமிழில் : யுகன் சரவணன் ✴ 419

காட்சி – 64

முகாம். பெண்கள் பகுதி. வெளி / அதே வேளை.

சிறிது நேரம் ஓடிவந்தவர், ஒரு சுவரின் பின்னால் தன்னை மறைத்துக் கொண்டு பெண்கள் பகுதியை நோட்டமிடுகிறார். பெண் அதிகாரி கத்தும் குரல் கேட்கிறது. நிறையப் பெண்கள் வரிசையாக நின்று வேனில் ஏறிக்கொண்டிருக்கின்றனர். சற்று நேரத்தில் அந்த வேன் கிளம்பிவிடுகிறது. கிய்தோ முகத்தில் பதற்றம் தெரிகிறது. அங்கே நடப்பதைப் பார்த்தபடி இருந்தவர் பின் தான் வந்த பாதையிலே திரும்ப ஓடி ஜோஸ்வா ஒளிந்திருக்கும் பெட்டியருகே வந்து பெட்டி யைக் டக்கென திறக்கிறார்.

திடுக்கிட்ட ஜோஸ்வா தன் அப்பாவைப் பார்த்து

: பயத்திலே செத்துப் போகத் தெரிஞ்சேன். இங்க என்ன பண்ணிக்கிட்டு இருக்கீங்க?

கிய்தோ : கம்பளியை எனக்குக் கொடு. உனக்குக் குளிருதா.

ஜோஸ்வா : இல்லை.

கிய்தோ : அப்ப உன்னோட ஸ்வெட்டரையும் கொடு.

(ஸ்வெட்டரைக் கழற்றியபடியே)

: உனக்குத் தெரியுமா, உன்னையத்தான் அவங்க எல்லா இடத்திலேயும் தேடிக் கிட்டு இருக்காங்க. ஜோஸ்வா எங்கே, எங் கேன்னு எல்லாரும் கத்துக்கிட்டு இருக் காங்க. அவனுங்க உண்மையிலே பைத் தியக்காரங்க. ஆனா, நீ கவலைப்படாத... யாரும் உன்னைக் கண்டுபிடிச்சிட முடி யாதுன்னு உறுதியாச் சொல்றேன். இப்ப நான் போய் ஆகணும். சீக்கிரமே வந்து டுறேன்.

கிளம்பியவர் பின் திரும்பி வந்து, கலங்கிய குரலில் மென்மையாக.

: ஜோஸ்வா... நான் வர கொஞ்சம் தாமத மானாலும் இங்கிருந்து நகராத, வெளியே வந்திடாத. இந்தப்பகுதி முழுக்க முற்றிலும் அமைதியாகிற வரைக்கும் உள்ளேயே இரு.

ரொம்பத் தூரத்திற்கு ஆள் நடமாட்டம் இல்லாதப்ப தான் வெளியே வரணும். நான் சொன்னதில உறுதியா இரு. சரி, இப்ப நான் சொன்னதைத் திரும்பிச் சொல்லு.

ஜோஸ்வா : இந்தப் பகுதியில ஆள்நடமாட்டம் இருக்கிற வரைக்கும் நான் வெளியில வரக் கூடாது.

கிய்தோ : சரி தான். நீ தைரியமான பையன்.

வாஞ்சையுடன் ஜோஸ்வாவின் நெற்றியில் முத்தமிடுகிறார். 'சரி, உள்ளே போ' என்று சொல்லி பெட்டியின் கதவைச் சாத்திவிட்டு அவ்விடத்தை விட்டு ஓடத் துவங்குகிறார்.

ஓடிவந்துகொண்டிருந்த கிய்தோ ஓரிடத்தில் நிற்கிறார். தனது பேன்ட்டை முழங்காலுக்கு மேல் ஏற்றிவிட்டுக்கொண்டு, கம்பளியைப் பெண்கள் அணியும் ஸ்கர்ட்டைப் போல இடுப்பில் அணிந்து கொள்கிறார். அப்போது சற்று அருகிலிருந்து நாய் குலைக்கும் சத்தம் கேட்கிறது. கிய்தோ சத்தம் வரும் திசையைப் பார்க்கிறார். ஜோஸ்வா ஒளிந்திருக்கும் பெட்டியருகே நின்று மூன்று வீரர்கள் பேசிக் கொண்டிருக்கின்றனர். ஒரு வீரன் கையில் இருக்கும் நாய் பெட்டியைப் பார்த்து தொடர்ந்து பலமாகக் குரைத்த வண்ணம் இருக்கிறது. கிய்தோ பீதியடைகிறார். அவருக்கு என்ன செய்வதென்றே தெரியவில்லை. வீரன் கையில் பிடித்திருக்கும் செயினையும் மீறிக்கொண்டு பெட்டியின் மீது நாய் பாயப் பார்க்கிறது.

கிய்தோ (மெதுவாக தனக்குத்தானே)

: வீரர்களை அங்கிருந்து போயிடுங்க, நாயே அங்கிருந்து போயிடு போயிடு

நாய் அப்பெட்டியின் மீது காலை தூக்கிப் போட்டுக்கொண்டு பெட்டியைப் பிராண்டுகிறது. கிய்தோ, இப்போது சோபென்ஹெவரை நினைத்தபடி, தன் இரு கைவிரல்களையும் மாயாஜாலம் செய்வது போல ஆட்டியபடி முணுமுணுக்கிறார்.

கிய்தோ : அங்கிருந்து போயிடுங்க, அங்கிருந்து போயிடுங்க

கொஞ்ச நேரத்தில் மூன்று வீரர்களும் அங்கிருந்து கலைந்து சென்று விடுகின்றனர். கிய்தோ நிம்மதிப் பெருமூச்சு விடுகிறார்.

அந்தச் சமயத்தில் தன் நண்பன் ஃபெரூச்சியோவை நினைத்துக் கொண்டு

: நல்லா வேலை செஞ்சது நன்றி ஃபெரூச்சியோ

பின் ஜோஸ்வாவின் ஸ்வெட்டரை, தலையில் ஸ்கார்ப்பைப் போல கட்டிக்கொண்டு. அவ்விடத்தைவிட்டு ஓடுகிறார்.

காட்சி – 65

முகாம். பெண்கள் பகுதி. வெளி / அதே வேளை.

ஒரு பெண் அதிகாரி கத்தும் சத்தம் சற்றுத் தூரத்திலேயே கேட்கிறது. ஓடிவந்துகொண்டிருந்த கிய்தோ ஒரு சுவரின் பின்னே ஒளிந்து நின்று கொண்டு அங்கே நடப்பதைப் பார்க்கிறார். அங்கே, பெண்கள் வரிசையில் நின்று வாகனத்தில் ஏறிக்கொண்டிருக்கின்றனர். கிய்தோ, மறைவிலிருந்து வேகமாக ஓடிப்போய் பெண்கள் வரிசைக்குள் புகுந்து கொண்டு தோராவைத் தேடுகிறார்.

கிய்தோ : தோரா, தோரா இங்கே தோரான்னு யாராவது இருக்கீங்களா?

தோரா, தோரா, என்று கூறியபடியே எதிர்திசையை நோக்கி ஓடிப் போய் ஒரு சுவரின் பின்னே மறைந்து நின்று கொள்கிறார். யாராவது வருகிறார்களா என எட்டிப்பார்க்கிறார். அப்போது வட்டமிட்டபடியே இருக்கும் சோதனையிடும் ஒளி அப்பகுதியில் வர, பட்டென ஒளிந்து கொள்கிறார். பின் வேகமாக எதிர்த்திசையில் ஓடிப்போய் ஜன்னலின் மீது ஏறி, அங்கிருக்கும் இரும்புக் குழாயைப் பிடித்துக் கொண்டு ஒளியில் மாட்டிக்கொள்ளாதபடி, தன் கால்கள் இரண்டையும் குறுக்காக உயர்த்தி வைத்தபடி தொங்குகிறார். ஒளி அவரைக் கடந்து சென்றதும் கீழே இறங்கி, பெண்கள் தங்கும் அறையை நோக்கி ஓடுகிறார்.

காட்சி – 66

பெண்கள் தங்கும் அறை. உள் / அதே வேளை.

கிய்தோ, பெண்கள் தங்கும் அறை வாசலின் முன் நின்று அறையைப் பார்க்கிறார். அறை காலியாகக் கிடக்கிறது. வெளியில் எரியும் விளக்குகளின் வெளிச்சம் ஜன்னலின் வழியாக ஊடுருவி அறைக்குள் சிறிது வெளிச்சத்தை உண்டாக்குகிறது.

கிய்தோ : தோரா, தோரா.. நீ இங்க இருக்கயா. நான் தான் கிய்தோ.

அறைக்குள்ளிருந்து பதில் ஏதும் இல்லை.

கிய்தோ : இங்க யாரோ ஒளிஞ்சிருக்கீங்கன்னு எனக்குத் தெரியுது. தோரான்னு யாராவது இருக் கீங்களா.

சிறிது நேரம் கழித்து

பெண்குரல் : இல்லை

கிய்தோ ஏமாற்றத்துடன் அங்கிருந்து கிளம்புகிறார்.

காட்சி – 67

முகாம். வெளி / இரவு.

ஒரு வாகனம் நிறையப் பெண்கள் ஏற்றப்பட்டு கிளம்பத் தயாரான நிலையில் இருக்கிறது.

வாகனத்தை நெருங்கிய கிய்தோ

: தோராங்கிற பேர்ல யாராவது இருக்கீங்களா அவங்க இத்தாலியன். என்னோட மனைவி.

வாகனத்தில் இருக்கும் ஒரு பெண்

: ஆமா, தோரான்னு ஒருத்தங்க இருக்காங்க.

கிய்தோ (உணர்ச்சி வயத்துடன்)

: தோரா நான்தான்.

வண்டி கிளம்புகிறது.

கிய்தோ : தோரா, நான் கிய்தோ.

என்று கத்தியபடி ஓடுகிறார்.

ஒரு பெண் முன்னே வந்து

: நான்தான் தோரா

கிய்தோ : நீங்க இல்லை. வேற யாராவது தோரான்னு இருக்கீங்களா

வாகனம் வேகமெடுத்து செல்லத் தொடங்குகிறது.

கிய்தோ வாகனத்தின் பின்னாலே ஓடியபடி

: அப்படி யாராவது இருந்தீங்கன்னா, வண்டி கேட்டைத் தாண்டியதும் வாகனத்திலிருந்து கீழே குதிச்சிடுங்க.

வண்டி வெகுவேகமாகப் போகத் தொடங்கி விட பின்தொடர முடியாமல் கிய்தோ ஓரிடத்தில் நின்று விடுகிறார்.

எவ்வளவு தூரம் தன்னை வெளிப்படுத்தியபடி நின்றுகொண்டிருக்கிறோம் என்பதைக்கூட அறியாமல், கிய்தோ மூச்சு வாங்கியபடி தனியாளாக நடுரோட்டில் நின்று கொண்டிருக்கிறார். சற்று தூரத்தில் பெண்களை வரிசையில் அழைத்தபடி வரும் ஒரு பெண் ஊழியர், கிய்தோவைப் பார்த்துவிட்டு விசிலை ஊதுகிறார்.

பெண் ஊழியர் : அங்க பாருங்க. அந்தப் பெண்.

அங்கே என்ன நடக்கிறதென்று உணர்ந்துகொண்ட கிய்தோ அங்கிருந்து ஓடத்துவங்குகிறார். சோதனையிடும் ஒளி அவரைத் துரத்துகிறது. பின் துப்பாக்கி ஏந்திய வீரனும் அவரைத் துரத்தி ஓடுகின்றான். முன்னர் செய்தது போலவே ஜன்னலின் மீது ஏறி கம்பியைப் பிடித்தபடி தொங்குகிறார். சோதனையிடும் ஒளி அவரைக் கடந்து போகிறது. ஒளியில் ஏதோ ஒரு துணி தொங்கிக்கொண்டிருப்பது தெரிய. கடந்து போன ஒளி மீண்டும் திரும்பி, சற்று மேலே பார்க்கிறது.

கிய்தோ தொங்கிக்கொண்டிருப்பது தெரிய, ஒளி அங்கேயே குவிமையம் கொள்கிறது. பிடிபட்ட கிய்தோ, ஜன்னலில் காலை வைத்து கீழே இறங்கி தரையில் குதிக்கும் போது வழுக்கி விழுகிறார். ராணுவ வீரனின் பூட்ஸின் ஓசை கேட்கிறது. கீழே விழுந்த கிய்தோ எழ முயல அவிழ்ந்த துணி காலில் சிக்கிக்கொண்டு மீண்டும் வழுக்கி விழுகிறார். ஒளி அவர் மீதே நிலையாக நிற்கிறது.

கையில் துப்பாக்கியை ஏந்தியபடி வரும் ஜெர்மன் வீரன் கிய்தோ எதிரில் வந்து நிற்கிறான். கூர்ந்து அவரைப் பார்த்தவன் அவர் பெண் உடை அணிந்திருக்கும் ஆண் என்று தெரிந்ததும், பின்னால் ஒரு அடி சென்று, இயந்திரத் துப்பாக்கியால் கிய்தோவைச் சுடக் குறி பார்க்கிறான். கிய்தோ கண்ணை மூடிக்கொண்டு உடலையும் குறுக்குகிறார். சற்றுத் தூரத்திலிருந்து ராணுவ அதிகாரி ஒருவரின் 'நிறுத்து' என்ற சத்தம் கேட்டதும் வீரன் பின்னால் திரும்பிப் பார்க்கிறான்.

ராணுவ அதிகாரி வீரனுக்கு அருகில் வந்து

: என்ன செஞ்சுக்கிட்டு இருக்க. இங்க வேண்டாம் வழக்கமான இடத்திற்கு கூட்டிட்டுப் போ.

வீரன் : சரிங்க சார்.

வீரன் துப்பாக்கி முனையைக் கிய்தோவை நோக்கிப் பிடித்தபடி முன் னால் நட என ஜாடை காட்டுகிறான். கிய்தோ முன்னால் போக, அவர் முதுகுக்கு நேராகத் துப்பாக்கியை நீட்டியபடி வீரன் பின் தொடர்கிறான். அவர்கள் போவதைச் சிறிது நேரம் பார்த்தபடியிருந்த ராணுவ அதிகாரி, பின் அவ்விடத்தைவிட்டுக் கிளம்பிச் செல்கிறார். அவர்கள் பெண்கள் பகுதியைக் கடந்து செல்கின்றனர்.

காட்சி – 68

முகாம். அதிகாரிகளின் உணவகம் அருகில் / வெளி.

முகாமின் எல்லாத் திசைகளிலிருந்தும் அவ்வப்பொழுது துப்பாக்கி சத்தம் கேட்டபடி இருக்கிறது. அதிகாரிகளை ஏற்றிக்கொண்ட ஜீப், அதி பயங்கர வேகத்தில், பிரதான கேட் வழியாகச் செல்கிறது.

பெண் போன்று ஆடையணிந்திருக்கும் கிய்தோ, வீரனுக்கு சற்று முன்னால் நடந்து போய்க்கொண்டிருக்கிறார். வீரன் அவர் முதுகில் குறி வைத்தபடி அவரைக் கூட்டிச் செல்கிறான். தப்பிக்க வழியில்லை என்பதை அவர் உணர்கிறார். இருந்தாலும் கடைசி நிமிடத்தில் ஏதாவது தீர்வு கிடைக்காதா என சுற்றுமுற்றும் பார்த்தபடி போகிறார். அப்போது பைக் ஒன்று அவர்களைக் கடந்து செல்கிறது. கிய்தோ திடீரென வளைந்து நெளிந்து ஓடத்துவங்குகிறார். வீரனும் பின்னால் ஓடுகிறான். பின், 'நேராப் போ' என்று கத்துகிறான். அவர்கள் சிறிது நேரம் போன பிறகும், கிய்தோ தப்பிக்க வழியிருக்குமா என சுற்றிப் பார்த்தபடியே வருகிறார். ஜோஸ்வா ஒளிந்திருக்கும் பெட்டி காட்டப்படுகிறது. ஜோஸ்வா ஒளிந்திருக்கும் பெட்டியிலிருந்து பத்து, பனிரெண்டு மீட்டர் தூரத்தில் தான் போய்க் கொண்டிருக்கிறோம் என்பதையும் உணர்ந்து கொள்கிறார். அதனால் ரிஸ்க் எடுக்க விரும்பாது, நடையை மெதுவாக்குகிறார். பின் ஜோஸ்வாவின் பெட்டியை நோக்கிப் பார்க்கிறார். பின் அவ்விடத்தில் நின்று பெட்டியையே ஒரு கணம் பார்த்தபடி இருக்கிறார். வீரன் 'போ.. போ..' என கோபத்துடன் கத்துகிறான். பெட்டிக்குள் இருக்கும் ஜோஸ்வாவின் கண் பிரகாசமாகிறது. பெட்டியின் சிறு துவாரத்தின் வழியே தன் அப்பாவைப் பார்க்கிறான். கிய்தோ புன்னகையுடன் ஜோஸ்வாவைப் பார்த்துக் கண்ணடிக்கிறார். ஜோஸ்வா தன் அப்பாவையே பார்த்தபடி இருக்கிறான். பிறகு, கிய்தோ புன்சிரிப்புடன் முகத்தை வேடிக்கையாக வைத்துக்கொண்டு கையைக் காலை வேகமாக ஆட்டி, லெப்ட், ரைட் போட்டு நடந்து செல்கிறார். ஜோஸ்வா

அதைப் பார்த்துச் சிரிக்கிறான். கிய்தோ ஏன் இப்படி வேடிக்கை செய்துகொண்டிருக்கிறான் என்பது புரியாமல் எரிச்சலடைந்த வீரன்
: என்ன எளவு பண்ணிக்கிட்டு இருக்க, வேகமா நட, வலது பக்கம் திரும்பு

வலது பக்கத்தில் ஒரு கட்டடம் இருக்கிறது. ஓர் திருப்பத்தில் இருவரும் மறைந்து போகின்றனர்.

சிறிது நேர நிசப்தம்.

பின் படபடவென்று துப்பாக்கி வெடிக்கும் சத்தம் கேட்கிறது. சிறிது நேரம் கழித்து தன் தோளிலிருந்து நழுவும் துப்பாக்கியைச் சரி செய்த படியே மறைவிலிருந்த வீரன் வெளிப்பட்டு வேகமாகப் போகிறான். கேமரா சிறிது நேரம் அவ்விடத்தையே பார்த்தபடி இருக்கிறது.

பின்னணியில் சோக இசை ஒலிக்கிறது.

காட்சி – 69

முகாம். காலை / வெளி.

ஜெர்மன் வீரர்கள் வாகனங்களில் ஏறி அவ்விடத்தைவிட்டுக் கிளம்பு கின்றனர். வேகமாக வந்த ஒரு வண்டியை நிறுத்தி இரு வீரர்கள் ஏறிக்கொள்கின்றனர். பின்னால் இன்னும் நிறைய வண்டிகளில் இருக்கும் ஜெர்மன் வீரர்கள் அவ்விடத்தைவிட்டு விரைந்து வெளி யேறுகின்றனர். அவர்களின் வாகனச் சத்தம் வெகுநேரம் கேட்டபடி இருக்கிறது. அவர்கள் போன வாசலையே கேமரா சிறிது நேரம் பார்த்தபடி இருக்கிறது.

தூரத்தில் மக்கள் நிறையப் பேர் நடந்து வரும் காலடியோசை கேட்கிறது. எஞ்சியிருக்கும் சிறைக் கைதிகள் வெவ்வேறு வாயிலிருந்து வெளியேறி, முகாமின் பிரதான வாயிலை நோக்கிப் போகின்றனர். அனைவருமே பலவீனமாகக் காணப்படுகின்றனர். ஒருவன் நொண்டியபடி நடப்பவனைத் தன் தோளில் தாங்கியபடி அழைத்துச் செல்கின்றான். பெண்கள் சிலரும் கூட்டத்தில் காணப்படுகின்றனர். கடைசி கைதியும் வெளியேறிய பிறகு, கேமரா ஜோஸ்வா ஒளிந் திருக்கும் பெட்டியை நோக்கி நகர்கிறது.

அந்த இடம் சில கணங்கள் அமைதியாக இருக்கிறது. பின் மிகவும் மெதுவாக அந்தப் பெட்டியின் கதவைத் திறந்து ஜோஸ்வா வெளிப் படுகிறான். ஆள் அரவமற்ற அந்த இடத்தைப் பெட்டியின் அருகில் நின்றபடியே பார்க்கிறான். பிறகு சுற்றிப் பார்த்தபடியே மெதுவாக முன்னோக்கி நடக்கத் துவங்குகிறான். ஓரிடத்தில் நின்று நாலாதிசை யிலும் சுற்றிப் பார்க்கிறான். கண்ணுக்கு எட்டிய தொலைவு வரை யாருமே இல்லை.

அப்போது தூரத்தில் ஏதோ ஒரு வாகனம் வரும் ஓசை கேட்கிறது. சத்தம் வரும் திசையையே ஜோஸ்வா பார்த்துக்கொண்டிருக்கிறான். வாகனத்தின் சத்தம் அதிகமாகிக் கொண்டே இருக்கிறது. இரண்டு கட்டடத்திற்கு இடையேயான தெருவிலிருந்து, மிகப்பெரிய பச்சை நிற பீரங்கி வண்டி வருகிறது. அந்தப் பீரங்கி வண்டியைப் பார்த்தது

ஜோஸ்வா ஆச்சர்யத்தால் வாயைப் பிளக்கிறான். அவனை நோக்கி வந்துகொண்டிருந்த பீரங்கி வண்டி, சில அடிகள் முன்னால் பிரேக் அடித்து நிறுத்தப்படுகிறது

ஜோஸ்வா (பெரும் மகிழ்ச்சியுடன் உரத்த குரலில்)
: இது நிஜம் என்று கத்துகிறான்.

பீரங்கி வண்டியின் கதவைத் திறந்தபடி இளம் நேசப்படை வீரன் ஒருவன் வெளிப்படுகிறான். அவன் ஜோஸ்வாவைப் பார்த்துச் சிரிக்கிறான். தான் அணிந்திருக்கும் ஹெல்மெட்டைக் கழற்றியபடி, அருகில் யாராவது இருக்கிறார்களா என முகாமைச் சுற்றிப் பார்த்த பின், அவன் பார்வை மறுபடியும் ஜோஸ்வாவின் மீது குவிமையம் கொள்கிறது.

வீரன் : ஹாய் பையா... நீ தனியாகவா இருக்க, உன் பேர் என்ன

ஜோஸ்வா எதுவும் பேசாமல் தலையை மட்டும் ஆட்டுகிறான்.

வீரன் : நான் என்ன பேசுறேன்னு உனக்குப் புரியலையா. வா, இந்த வண்டியில ஏறிப் போகலாம். வா வந்து ஏறிக்கோ.

ஜோஸ்வா எதுவும் யோசிக்காமல், பீரங்கி வண்டியை நோக்கிப் போய் ஏற முயற்சி செய்கிறான். அவனால் ஏறமுடியாது போக, இந்தப் பக்கமா வா என்றபடி வீரன் வண்டியின் வெளிப்புறம் வந்து ஜோஸ்வாவின் கையைப் பிடித்து தூக்கிக் கொள்கிறான்.

தமிழில் : யுகன் சரவணன்

காட்சி - 70

கிராமத்துப் பகுதி. வெளி / பகல்.

பீரங்கி வண்டி போய்க்கொண்டிருக்கிறது. ஜோஸ்வாவை, அந்த வீரன் மகிழ்ச்சியுடன் தூக்கி வைத்துக்கொண்டிருக்கிறான். வீரன் அணிந் திருந்த ஹெல்மெட்டை ஜோஸ்வா அணிந்திருக்கிறான்.

முகாமில் எஞ்சியிருந்த சிறைக் கைதிகள் வரிசையாகப் போய்க் கொண்டிருக்கின்றனர். நிறையப் பெண்களும் போய்க் கொண்டி ருக்கின்றனர். அனைவருமே பெரும் களைப்புடனும் தள்ளாடிக் கொண்டும் நடந்து போய்க்கொண்டிருக்கின்றனர். நேசப்படை வீரர்கள் நிறைந்த நிறைய வண்டிகளும் போய்க்கொண்டிருக்கிறது. ஜோஸ்வா சாக்லெட்டைத் தின்றபடியே மகிழ்ச்சியுடன் வேடிக்கை பார்த்தபடி வருகிறான். கைதிகள் விடுதலையடைந்ததைக் கொண் டாடக் கூட சக்தியற்று போய்க் கொண்டிருக்கின்றனர். சாலையின் இருபுறத்திலும் சிறைக் கைதிகள் போய்க்கொண்டிருக்கின்றனர்.

வேடிக்கை பார்த்தபடியே வந்து கொண்டிருந்த ஜோஸ்வா, ஓரிடத்தைப் பார்த்து (உரத்தகுரலில்)

: அம்மா

என்று கத்துகிறான்.

வீரன் அப்பக்கம் திரும்பிப் பார்த்துவிட்டு

: வண்டியை நிறுத்துங்கள்.

வண்டி நிறுத்தப்படுகிறது. அம்மாவிடம் பாய்ந்து போக விரும்புவது போல கைகளை விரிக்கிறான். ஜோஸ்வா அணிந்திருந்த ஹெல் மெட்டைக் கழற்றிக்கொண்டு அவனைக் கீழே இறக்கி விடுகிறான் வீரன்.

ஜோஸ்வா : அம்மா அம்மா

என்று கத்தியபடியே புல்வெளியை நோக்கி வேகமாக ஓடுகிறான். அவன் மீது கதை சொல்லியின் குரல் பதிவு செய்யப்பட்டிருக்கிறது.

கதை சொல்லியின் குரல் (இளைஞன் ஜோஸ்வா)

: இதுதான் என்னுடைய கதை. இதுதான் எங்கப்பா செஞ்ச தியாகம்.

புல் தரையில் அமர்ந்திருந்த தன் அம்மாவின் மீது, ஜோஸ்வா தாவிப் பாய்கிறான்.

தோரா, அன்புபொங்க 'ஜோஸ்வா.. ஜோஸ்வா..' என்றபடி கட்டி அணைத்து அவன் முகம் முழுவதும் முத்த மழை பொழிகிறாள்.

கதை சொல்லியின் குரல்

: இதுதான் எங்கப்பா எனக்குக் கொடுத்த பரிசு

கதை சொல்லியின் குரல் ஜோஸ்வா, தோரா மீது பதிவு செய்யப்பட்டு இருக்கிறது.

ஜோஸ்வா (அம்மாவிடம்)

: நாம ஜெயிச்சுட்டோம்.

தோரா (பெரும் மகிழ்ச்சியுடன்)

: ஆமா நாம ஜெயிச்சுட்டோம். இது உண்மை.

ஜோஸ்வா   : ஆயிரம் பாயிண்டுகள் எடுத்து நானும் அப் பாவும் முதல் இடத்துக்கு வந்துட்டோம். நாம இப்ப நிஜ பீரங்கி வண்டியை ஜெயிச் சிட்டோம்.

ஜோஸ்வா சந்தோஷத்துடன் தன் கையை உயர்த்தியபடி

: நாம ஜெயிச்சுட்டோம்

நாம ஜெயிச்சுட்டோம்

என்று மகிழ்ச்சிப் பெருக்குடன் கத்த, அக்காட்சி உறைந்து படம் நிறைவடைகிறது.

●